सुरज एंगडेचं पुस्तक आपल्याला जातीच्या प्रश्नाची नैतिकदृष्ट्या चिकित्सा करायला भाग पाडतं. हा भारतासमोर धरलेला नेमका आरसा आहे, त्यातलं प्रतिबिंब भारतानं पाहणं गरजेचं आहे. आपल्या आत धुमसत असणाऱ्या असंतोषाला वाट करून देताना हे पुस्तक चिकित्सक विश्लेषक आणि उत्पादक दिशा धरतं.

सुरज एंगडेचं हे पुस्तक म्हणजे सैद्धांतिकदृष्ट्या नेटकी, मानवशास्त्रदृष्ट्या रोचक, ऐतिहासिकदृष्ट्या विस्तृत आणि नैतिकदृष्ट्या विचारप्रवृत्त करणारी अशी भारतातील जातव्यवस्थेची चिकित्सा आहे. 'जातीच्या प्रश्नांना भिडणारा एक लक्षवेधक आवाज' ही सुरज एंगडेची ओळख या पुस्तकामुळे अधिक बळकट होईल.

— **प्रताप भानू मेहता,** माजी प्रकुलगुरू, अशोका युनिव्हर्सिटी

जातीअंताच्या लढाईसाठी आवश्यक असणाऱ्या आयुधांमध्ये या पुस्तकाच्या रुपाने एक मोलाची भर पडली आहे. एका गरीब दलित मुलाला आलेल्या जीवनानुभवांच्या चिकित्सेनं पुरेपूर भरलेलं 'कास्ट मॅटर्स', त्या मुलाच्या विश्वात घडणाऱ्या बदलांवरही प्रगल्भतेनं भाष्य करतं.

हे पुस्तक म्हणजे जातीअंताच्या लढाईच्या भात्यातील एक स्फोटक अस्त्र आहे. जात कालबाह्य झाली आहे, असं म्हणणाऱ्या आणि विविध प्रकारे जातीच्या प्रश्नाकडे डोळेझाक करणाऱ्यांनी तर हे वाचायलाच हवं. जातीचं अस्तित्व ज्यांना मान्य आहे, पण तरीही शहरीकरणामुळे आणि आधुनिकीकरणामुळे एक दिवस जात आपोआपच नष्ट होईल, अशी धारणा बाळगणाऱ्यांनीही हे वाचलं पाहिजे. दलित तर या व्यवस्थेने अतिशय गांजलेले शोषित आहेत. त्यांच्या स्थितीत काहीच बदल झालेला नाही; किंबहुना ती अधिकच बिघडली आहे. आजही सुरू असलेली अस्पृश्यता, दलितांवरील अत्याचाराच्या वाढत्या घटना, आणि त्यांच्या विकासाचे घसरलेले निर्देशांक हा त्याचा सबळ पुरावा. मात्र दलितांची गणती मानवी करुणेच्या कक्षेत होत नाही. त्यांच्याबाबतची आकडेवारी लपवली गेलेली आहे.

बालपणापासूनच अंधाऱ्या आयुष्याशी झटून अकादमिक क्षेत्रात नेत्रदीपक कामगिरी करून हार्वर्ड विद्यापीठापर्यंत पोहोचणाऱ्या नव्या दमाच्या विचारवंताचं हे अनुभवाधारित कथन आहे आणि ते जातींच्या लपलेल्या बाजू उजेडात आणण्याचं काम करतं.

— **आनंद तेलतुंबडे,** वरिष्ठ प्राध्यापक व अध्यक्ष - बिग डेटा ॲनॅलिटिक्स, गोवा इन्स्टिट्यूट ऑफ मॅनेजमेंट

भारतातील नव्या पिढीच्या दलितांमध्ये एक आवाज उदयास आला आहे. याआधीच्या दलित राजकारणाच्या शैलीकडे तो संयतपणे पाहतो आणि उत्सवी ओळख आणि संधिसाधू राजकीय तडजोडी दोन्हीही नाकारतो. हा आवाज आक्रमक तरीही विचारी आहे. जगभरात वंशभेदामुळे शोषण झालेल्या शोषितांच्या अनुभवांतून शिकण्याची निकड तो बोलून दाखवतो आणि संघर्षामध्ये समविचारींना सोबत घेण्याची एक वैचारिक रणनीती आखण्याचा प्रयत्न करतो. सुरज एंगडेचं हे पुस्तक म्हणजे उर्जा आणि महत्त्वाकांक्षा यांची घुसळण आहे. ते वाचलंच पाहिजे.

— **पार्थ चॅटर्जी,** कोलंबिया युनिव्हर्सिटी - न्यू यॉर्क

कास्ट मॅटर्स

डॉ. सुरज मिलिंद एंगडे

अनुवाद
प्रियांका तुपे, प्रणाली एंगडे

मेहता पब्लिशिंग हाऊस

Please contact us at **Mehta Publishing House,** Pune.
Email : production@mehtapublishinghouse.com
Website : www.mehtapublishinghouse.com

- *या पुस्तकातील लेखकाची मते, घटना, वर्णने ही त्या लेखकाची असून त्याच्याशी प्रकाशक सहमत असतीलच असे नाही.*

CASTE MATTERS by Dr. SURAJ MILIND YENGDE

© SURAJ YENGDE

Translated into Marathi Language by Priyanka Tupe, Pranali Yengde

कास्ट मॅटर्स / अनुवादित आत्मकथन

अनुवाद : प्रियांका तुपे, प्रणाली एंगडे

संपादन : उत्पल व. बा.

संपादन साहाय्य : अनघा लेले

author@mehtapublishinghouse.com

मराठी अनुवादाचे व प्रकाशनाचे हक्क : मेहता पब्लिशिंग हाऊस, पुणे.

प्रकाशक : सुनील अनिल मेहता, मेहता पब्लिशिंग हाऊस,
१९४१, सदाशिव पेठ, माडीवाले कॉलनी, पुणे ३०.

मुखपृष्ठ : चंद्रमोहन कुलकर्णी

प्रथमावृत्ती : जानेवारी, २०२२

P Book ISBN 9789392482960
E Book ISBN 9789392482977

E Books available on : amazon Get it on Apple Books Google Play Books

---

* पायरेटेड पुस्तकांची खरेदी-विक्री हा कायद्याने गुन्हा आहे आणि अशा गुन्ह्याविरोधात कायदेशीर कारवाई होऊ शकते.

आमचे पप्पा मिलिंद विश्वनाथ एंगडे, ज्यांच्या प्रेमाच्या बळावर मी आयुष्याचा
पाया रचतो आहे,
आमची मम्मी रोहिणी एंगडे- जिच्या निरंतर प्रेम आणि काळजीला
आणि आमच्या परिवारातील १३ एंगडे
चंद्रभागाबाई, मोहन, सुनंदा, दीपक, आम्रपाली, पवन, सम्यक, नितीन,
प्रणाली, आकाश, प्रियांका, हर्ष आणि प्रेरणा, यांना.

अनुक्रमणिका

परिचय

जातीनं घडवलेल्या आत्मतत्त्वाची एकविसाव्या शतकातील रूपं

माझी आई (आजी- वडिलांची आई) मला तिच्या मऊशार कुशीत घेऊन, म्हणत असे, 'म्हवं लेकरू, किती नादर हाये. अशे इतके सुंदर डोळे कुणाचे तरी हायेत का? मज्या बाळा, तुज्यात इतके गुणं हायेत की मज्यासारख्या येडीला कुठं मोजता यायलंय?' रात्रीच्या वेळी माझ्याशी बोलताना, घरातल्या झिरो बल्बच्या जवळपास नसलेल्या उजेडातही तिचा काळवंडलेला चेहरा आणि रापलेली त्वचा चमकायची. मी आजीचा जीव की प्राण होतो, याची ती सतत जाणीव करून द्यायची.

अंधूक अंधूक प्रकाश असणारा स्वस्तात मिळणारा झिरो बल्बच आमच्या घरातला उजेडाचा एकमेव स्रोत. तो बंद होता. आजी मला धीर देत होती, समजावत होती. आमचं घर टोयोटाच्या मिनीबसएवढं. त्या एवढ्याशा घरात आजी, माझे आई-वडील, बहीण- भाऊ असे आम्ही सगळे राहात होतो. घरातल्या खाटेखालच्या जागेत माझे आजारी वडील, मी आणि भाऊ झोपायचो. आई आणि बहीण खाटेला लागूनच काटकोनात एका नायलॉनच्या चटईवर झोपत.

आजी माझ्या गालावरून हात फिरवत होती. आता ती डोक्याला मालीश करू लागली. तिच्या त्या मऊ हातांनी सारं काही सोसलं होतं. अस्पृश्यता, न्यूनगंड लादणाऱ्या परंपरा, तिच्या कुटुंबाचं पोट भरण्यासाठी शेतात, खाणीत भूमिहीन मजूर म्हणून राबण्याचा तिचा निग्रह किंवा एखाद्याच्या घरी नाही तर मिलमध्ये नोकर म्हणून राबणं. तिच्यासारख्याच चेहरा नसलेल्या, कसलीही ओळख निर्माण करू न शकलेल्या; पण तरीही खूप महत्त्वाच्या लोकांचं ती प्रतिनिधित्व करते. हिंदू धार्मिक संरचनेने काही लोकांना गावगाड्याबाहेर ढकललं.

या लोकांची निर्भर्त्सना केली जाते, द्वेष केला जातो. कसलीही मानवी प्रतिष्ठा, मोल नसलेलं जगणं यांच्या वाट्याला येतं. सार्वजनिक अवकाशात दलितांनी इतरांकडे साधा कटाक्ष टाकला तरी संपूर्ण समाजावर त्याचा राग काढला जातो, त्यांच्यावर हिंसेची बरसातच केली जाते. त्यांच्या जिवाला कसलीही किंमत नाही, माझी आजी अशा लोकांचं प्रतिनिधित्व करते.

कोट्यवधी लोक हे असं आयुष्य जगतात. भारतात जातीप्रश्नाचा संबंध १३५ कोटी लोकांशी आहे. १०० कोटी लोकांच्या आयुष्यावर जातीव्यवस्थेचा परिणाम होतो. त्यापैकी ८० कोटी लोकांवर जातीचा वाईट परिणाम होतो. ५० कोटी लोकांची मानवी प्रतिष्ठा हिरावून घेतली जाते आणि त्यांच्यावर गुलामीचं जगणं लादलं जातं. ३० कोटी अस्पृश्यांचं भयंकर शोषण केलं जातं. माणसाला करावीशी वाटणार नाहीत, अशी कामं त्यांच्याकडून करून घेतली जातात. दलित वस्त्या उद्ध्वस्त करणं, त्यांच्यावर गुलामी- दास्यत्व लादणं, सक्तमजुरी, बलात्कार, हत्याकांड, जाळपोळ, लुटालूट, तुरुंगवास, पोलिसी अत्याचार, जातीय शिवीगाळ-शेरेबाजी, अपमान, अवहेलना, त्यांचं नैतिक खच्चीकरण हे ३० कोटी भारतीय अस्पृश्यांचं जगणं आहे.[१]

लहानपणी शाळेची फी वेळेवर भरता न आल्याने मला अवहेलना सहन करावी लागायची. शाळेचा कारकून टोनी - दर तीन महिन्यांनी वर्गांमध्ये फेरी मारायचा आणि माझं नाव पुकारुन मला उभं राहायला सांगायचा. मी उभा राहिलो की तो माझी किती महिन्यांची फी भरायची बाकी आहे, हेही वाचून दाखवायचा. फीचा आकडा जेवढा जास्त तेवढं जास्त अपमानित वाटायचं. त्यात माझे वर्गमित्र थंडपणे माझ्याकडे पाहत एक तुच्छ कटाक्ष टाकायचे. त्या शरमेने मेल्याहून मेल्यासारखं वाटायचं. हे नेहमीचंच होतं. जेव्हा जेव्हा टोनी वर्गात यायचा तेव्हा मला शाळा सोडून पळून जावंसं वाटायचं. आमच्या वस्तीतल्या रोजंदारीवर खपणाऱ्या मजूर लोकांसोबत काम करावं, असं वाटायचं. समोर दिसेल त्या मार्गाने पोट भरणारे आणि जगण्याची भ्रांत नसलेले हे लोक त्यांच्या मर्जीने जगत. जगण्यासाठी त्यांना कुणाकडून अपमानित तरी व्हावं लागत नव्हतं.

सहाव्या इयत्तेत जाईपर्यंत मी त्यामानाने अतिशय गरिबीत जगलो. त्याच दरम्यान सरकारदरबारी दारिद्र्यरेषेखालील गरिबांमध्ये आमचा समावेश झाला. दारिद्र्यरेषा हे वंचिततेचं मोजमाप करण्याचं राज्यानं ठरवलेलं एक परिमाण आहे. दहाव्या पंचवार्षिक योजनेनुसार त्याचे सात निकष ठरवलेले आहेत. केरळमध्ये अशा प्रकारचे ९ तर हरयाणामध्ये ५ निकष आहेत. कुटुंबांच्या मालकीची शेतजमीन, रोजगार, शैक्षणिक स्तर, मुलांची परिस्थिती, स्वच्छता, घरावरचं छप्पर, जमीन, पिण्यायोग्य पाणी, वाहतूक व्यवस्था, अन्न, घरात रंगीत टीव्ही,

फ्रिज असणं...अशा प्रकारचे हे निकष आहेत. यामध्ये कुटुंबाचं उत्पन्न हा एक निकष असा होता, की जो एखाद्याकडे वरील सर्व घटक उपलब्ध आहेत की नाही, त्यावरून ठरत असे आणि राज्याराज्यात त्याबाबत भिन्नता होती. महाराष्ट्रात दारिद्र्यरेषेखालील लोकांची संख्या १३ निकषांवर आधारित आहे. असे ४६ लाख लोक दारिद्र्यरेषेखाली आहेत. (ही संख्या १९९० मधल्या दारिद्र्यरेषेखालील एकूण लोकसंख्येच्या ५० टक्के आणि २००० मध्ये दारिद्र्यरेषेखालील लोकसंख्येच्या प्रमाणात ३९ टक्के इतकी आहे.)[२] २०१२ मध्ये जागतिक बँकेच्या अहवालात एकूण लोकसंख्येच्या १७ टक्के लोक दारिद्र्यरेषेखाली होते. या अहवालात महाराष्ट्राच्या उत्तर पूर्व भागातील जिल्ह्यांमध्ये गरिबीचं प्रमाण वाढलेलं आहे, यावर भर देण्यात आला होता. नांदेड जिल्ह्यात १८ ते २४ टक्के लोकसंख्या दारिद्र्यरेषेखाली जगत होती.[३] त्यातही अनुसूचित जातींतील कुटुंबं आणि इतर जातींतील कुटुंबं अशी वर्गवारी केलेली नव्हती. शहराच्या परिघावर असलेलं माझं कुटुंब 'दारिद्र्यरेषेखाली' या प्रवर्गात चपखल बसलं होतं.

जातीचा प्रश्न एखाद्या लोलकाच्या विविध मितींमधून पाहिला जातो. त्यामुळेच खरं तर भारतात अधिक चर्चा - संवाद करण्याची आवश्यकता असलेला 'जात' हा विषय अनेक गैरसमजुती आणि चुकीच्या धारणांनी वेढलेला आहे. 'जात' हा एक असा शब्द आहे, जो आरक्षण, दलित, आदिवासी, मानवी मैला, दलित भांडवलशाही, रोजंदारीने काम करणारे मजूर, क्रूर हिंसा, गुन्हेगारी, तुरुंगवास, राजपूत, ब्राह्मण, वाणी - बनिया , कायस्थ, ओबीसी अशा विविध शब्दांसाठी समानार्थी म्हणून विचारात घेतला जातो. जातीच्या नग्नतेच्या अशा अनेक रूपांना आपल्याला रोज सामोरं जावं लागतं. तरीही या सगळ्यामध्ये जात तिचं पावित्र्य बहुविध मार्गांनी जपते आणि मानवी जीवनाच्या प्रत्येक पैलूमधून आपला अजेंडा बळकट करत राहते ही बाब दुर्लक्षितच राहते. त्यावर चर्चाच केली जात नाही. सार्वजनिक आणि खासगी आयुष्याच्या विविध पैलूंमध्ये जात ज्याप्रकारे महत्त्वाची भूमिका निभावत असते, त्याची आपण कल्पनाही करू शकत नाही.

आमची शेतजमीन नव्हती आणि आमच्याकडे रंगीत टीव्ही, फ्रिजही नव्हता. वडीलही नोकरी करत नव्हते. (आयुष्यातला बराच मोठा काळ आजारपणामुळे ते अंथरुणाला खिळून होते.) त्यामुळे आमचं उत्पन्नही कमीच होतं. वडिलांच्या मालकीचं घर नव्हतं. वारसाहक्काने त्यांना मिळालेल्या जमिनीवर आम्ही राहत होतो. ३० बाय ४० फुटांची बास्केटबॉल कोर्टपेक्षाही निम्म्या आकाराची जमीन. या जमिनीची ३ कुटुंबांत समसमान वाटणी झाली होती. तिन्ही कुटुंबांची मिळून सोळा माणसं राहत होतो, त्यामुळे घरात स्वच्छतेच्या सोयी-सुविधांच्या नावानं बोंबच होती. एकच मोरी आणि संडास होता. सकाळच्या वेळेला आम्हा भावंडांची,

चुलत भावा - बहिणींची शाळा साधारण एकाच वेळेला असायची, त्यामुळे संडासला, आंघोळीला जाण्यासाठी प्रत्येक जण रांगेत असायचा. घरात दहावीच्या पुढे कोणी शिकलेलं नव्हतं. आमचं छप्पर म्हणजे कच्च्या विटांवर तोलून धरलेले, गंजलेले, घळ्यांचे लोखंडी पत्रे. ते उडू नयेत म्हणून त्यावर दहा-वीस किलो वजनाचे मोठे दगड ठेवले जात. लोखंडी पत्र्यांतून वीज वाहते आणि पावसाळ्यात छपरावरचे दगड घसरून पडण्याचीही मोठी भीती होती. लोखंडी पत्र्यांमुळे हवामानात बदल होण्याचा अवकाश की, आम्हाला आधी चाहूल लागत असे. हे पत्रे आमच्यासाठी हवामानाचा अंदाज सांगणारे जिवंत स्रोत होते. बारीक थेंबांचा शिडकावा पाऊस येण्याची वर्दी द्यायचा. पत्र्यांमुळे त्या थेंबांचा जोरदार आवाज आम्हाला आधी कळायचा. उन्हाळ्याच्या दिवसांत कडक उन्हामुळे पत्रे असे तापायचे की खाली बसलेला माणूस गुदमरायचा, श्वास घेणंही मुश्कील व्हायचं. मजबूत आणि जाडजूड छपराअभावी थंडीच्या दिवसांतही त्रास व्हायचाच. तशा परिस्थितीत निर्दयी हवामानाचा सामना करत आम्ही त्या घरात झोपलो. लोखंडी पत्र्यांपासून कशी तरी आपली सुटका व्हावी, यासाठी आम्ही रोज प्रार्थना करायचो, चोवीस तास तोच विचार मनात असायचा. दुर्दैवानं ती प्रार्थना कधी फळाला आलीच नाही. आजोळी गेल्यावर मात्र सकाळी उठल्यावर, काल रात्रभर पाऊस पडून गेलाय हे कळायचंसुद्धा नाही. याचं मला आश्चर्य वाटायचं. आजोळच्या घराचं छप्पर जाडजूड आणि सिमेंटचं होतं, त्यामुळे पाऊस पडण्याचा आवाज ऐकू येत नसायचा. आमच्या घरी मात्र मुसळधार पावसाच्या आवाजाने रात्रभर झोप लागत नसे, अशी परिस्थिती होती.

त्यावेळी जगण्यासाठी मी मिळेल ते काम करत होतो. आई - वडिलांनी विरोध केला तरी त्या परिस्थितीतून मार्ग काढण्याकरता मी अधीर झालो होतो. एकदा मी बुटांच्या कारखान्यात कामाला जाण्याचा विचार केला. आमच्या वस्तीतला एक मित्र तिथे मजूर म्हणून काम करत होता. तसेच एकदा माझ्या आजोळच्या नातेवाइकांसोबत विदर्भातल्या एका बागायती पट्ट्यात भुईमुगाच्या शेतावर कामाला गेलो होतो. वडिलांच्या वर्तमानपत्रासाठीही मी व्यवस्थापक म्हणून काम केलं. ट्रक चालकासोबत क्लीनर म्हणून काम केलं. वखारीत काम केलं. हातातोंडाची गाठ पडावी, याकरता हे सगळे प्रयत्न केले होते. मिसरुड फुटायच्या आतच मी मिळतील ती जोखमीची सगळी कामं केली होती.

आजही माझं कुटुंब एकत्र राहतं, त्याच वन रुम किचनच्या घरात. अगदी आता आता पत्रा तुटलेल्या छपराचा त्रास असह्य झाल्यानं आई तात्पुरती आमच्या काकांकडे राहायला गेली. दारिद्र्यरेषेखालील लोकांना सरकारी योजनेतून मिळतं तसं घर आपल्यालाही मिळेल, अशी तिला आशा आहे. सहा वर्षांपूर्वी सरकारनं

दिलेल्या 'घरकुल योजने'च्या आश्वासनामुळे ती अजूनही 'सरकारी घरकुल' मंजूर होण्याची वाट बघतेय. दरवर्षी सरकारी माणसं दारावर सर्व्हे करायला आली की तिला आनंद होतो आणि त्याच नेमाने दरवर्षी तिची आशा धुळीला मिळते. तिला सरकारी घराची अपेक्षा आहे कारण तिचा सरकारवर विश्वास आहे असं नाही, तर वारंवार सरकारनं केलेल्या अपेक्षाभंगाच्या नैराश्यातून पुन्हा पुन्हा तिची आस जन्म घेते.

मी एका दलित वस्तीत वाढलो. भारतातल्या प्रत्येक दलित वस्तीप्रमाणे माझीही वस्ती अतिशय दुर्लक्षित आणि सत्ता संरचनेच्या एकदम परिघावर असलेली आहे. त्यामुळे स्थानिक प्रशासनाने, सरकारने आमच्याकडे, आमच्या प्रश्नांकडे पाठ फिरवली होती. ते आमच्या वस्तीकडे शक्य तितक्या घृणेने बघत. त्यामुळे वस्तीत शासकीय जबाबदारीची स्वच्छतेची कामंही क्वचित कधीतरी केली जात. प्रत्येक घराबाहेर एक घाणेरडं गटार होतं. त्यातून उघड्यावरच मैला वाहत असे. बऱ्याचदा त्या घाणीवर घोंगावणाऱ्या माश्या आमच्या घरात आणि किचनमध्येही येत. गटार उघडं आणि उथळ असल्यामुळे त्यातल्या माश्या उडून अन्नावरही बसायच्या. तेच आम्हाला खावं लागायचं. वस्तीतली बाकी बाया-माणसं कामाला गेल्यावर त्यांची पोरं रस्त्यावर खेळायची. बारकी पोरं रांगायची. त्यांच्या तोंडावर माश्या बसायच्या.

मच्छरांमुळे होणारा मलेरिया, माशांमुळे होणारा टायफॉईड तर आमची पाठ सोडतच नव्हते. या आजारांनी बेजार करून टाकलं होतं. आमच्या अस्तित्वाकडेच दुर्लक्ष, आरोग्याबाबतीत शासनाचा निष्काळजीपणा याचा थेट परिणाम म्हणून या विषाणूंशी आमचा संबंध यायचा. आठवड्यातून एकदा नगरपालिकेचा सफाई कर्मचारी यायचा. तो एकतर महार, मेहतर किंवा मांग जातीचा असायचा. नगरपालिकेत ब्राह्मण, बनिया उपकंत्राटदारांच्या हाताखाली नेमणूक केलेले हे कर्मचारी. ते सगळे हातानं गटारं साफ करायचे. लोकांनी फेकलेलं खरकटं, मैला, सांडपाणी, सगळ्या प्रकारची माणसांची आणि प्राण्यांची घाण गटारात सडत पडलेली असायची. या सगळ्याचा एक बुळबुळीत शेवाळलेला थर कर्मचारी हाताने वर काढून ठेवायचे. तो कधी दोन दिवस तर कधी आठवडाभर उघड्यावरच असायचा. ही सगळी घाण एवढी कडक व्हायची, की ती हलवणं मुश्कील व्हायचं आणि अशा बाहेर काढून ठेवलेल्या कचऱ्याच्या ढिगाऱ्यांशी रांगणारी पोरं खेळायची.

अनेकदा क्रिकेट खेळताना आमचा बॉल गटारात जायचा. गटारात हात घालून तो काढायला लागत असे. आम्ही त्या घाण आणि काळ्याकुट्ट, घट्ट रेंद्यात उघडेवाघडे हात घालून बॉल शोधत तसंच गटाराच्या आडव्या दिशेने पुढे

पुढे जायचो. अनेकदा हाताला भलतंच घाण काही तरी लागायचं. कधी मानवी मैला, कधी केस तर कधी नखं. ते सगळं बघून मळमळायला व्हायचं.

आमच्या वस्तीशेजारी ज्या वस्त्या होत्या, त्याही आमच्यासारख्याच बदनाम होत्या. पश्चिमेला 'आंबेडकरनगर' आणि 'पूर्वेला जयभीमनगर' होतं. या वस्त्यांची काही चांगली ख्याती नव्हती. मी या अशा प्रकारच्या वस्तीत राहतो, अशी जराशीही शंका बाहेर कुणाला आली तरी लोक सावध होत. त्यांच्या डोक्यातली घंटी वाजू लागे. माझ्याप्रमाणेच या वस्तीत राहणाऱ्या लोकांवर, आमच्याबाबतच्या अनेक चुकीच्या धारणा आणि पूर्वग्रहांचा भडिमार केला जायचा. मला जेव्हा आमच्या एरियाबद्दल (किंवा मी कुठे राहतो याबद्दल) शाळा-कॉलेजात विचारलं जायचं, तेव्हा मी वस्तीत राहतो ही गोष्ट लपवून शेजारच्या ब्राह्मणबहुल भागात राहतो, असं मुद्दाम सांगायचो. पण माझी लबाडी पकडली जायची आणि लोक माझ्याकडे तुच्छतेने बघायचे. त्यामुळे मला जास्तच लाजिरवाणं वाटायचं; कारण आमच्या वस्तीत राहणारे लोक म्हणजे केवळ 'माणसं' नव्हती, तर त्यांना त्यांच्या कामावरून ओळखलं जायचं...उदा. मोलकरीण, नोकर, मजूर, कारखान्यातले कामगार, हॉटेलमधल्या बश्या धुणारी पोरं इ.

आधुनिक कामगारवर्गाच्या व्याख्येत ही वस्ती आणि आसपासचा परिसर बसतच नव्हता. वस्तीत कुशल, अर्धकुशल आणि किती तरी कौशल्यं अंगी असलेले लोक बहुसंख्येने राहत होते तरीही. नोकरी म्हणावी, असं काहीही त्यांच्या आयुष्यात कधीच नव्हतं. जे काही होतं ते फक्त दास्य...योग्य मोबदला मिळण्याच्या शाश्वतीशिवाय पत्करलेलं. ते सतत कोणत्या तरी समस्यांमध्ये गुरफटलेले असायचे, या समस्या त्यांनी निर्माण केल्याच नव्हत्या. सुरक्षित कामगारवर्गाचा दर्जा त्यांनी कधी अनुभवलाच नाही. हे लोक म्हणजे जातीबाहेर फेकलेला एक वर्ग होता; ज्याच्याकडे फक्त दोन वेळचं पोट भरता येईल एवढीच मालमत्ता होती. क्वचित कधीतरी त्यातल्या कुणाकडे स्थिर नोकरी होती किंवा ज्याला 'आयुष्य' म्हणता येईल, अशी स्थिती होती. पैशाची प्रचंड चणचण असल्यामुळे, ड्रग्ज विकणं ही अनेकांना पैसे कमावण्याची एकमेव संधी वाटायची. बाकी भांडणं, मारामारी, वेश्याव्यवसाय, लैंगिक अत्याचार, दारू, ड्रग्ज घेणं हे सगळं खूप सामान्य आणि सहज होतं तिथे. या अशा परिस्थितीत मी वाढलो.

एकदा जात आणि वर्ण या विषयावरच्या 'येल विद्यापीठ'येथील आफ्रिकन आणि भारतीय कॅम्पसमध्ये माझ्या व्याख्यानाच्या दरम्यान, पदवीला शिकणाऱ्या एका इंडो-आफ्रिकन विद्यार्थ्यानं प्रश्न विचारला. तो प्रश्न असा होता, तुम्ही एखाद्याची जात कशी ओळखता? हे विचारून तो एक क्षणभर थांबला, शांत राहिला आणि

त्याच्या वर्गमित्रांनी त्याच्याकडे टाकलेल्या नजरेने त्याला अपराधी वाटलं. तो खजील झाला; त्यानं क्षणार्धात माझ्याकडे पाहिलं, त्याच्या नजरेत अपराधभाव होता.

जोहान्सबर्गमध्ये झालेल्या दुसऱ्या एका कार्यक्रमात माझं व्याख्यान होतं. 'वर्ण-एक मध्यमवर्गीय विशेषाधिकार,' या विषयावरील त्या व्याख्यानानंतर मला माझ्या एका भारतीय मैत्रिणीने-शेनीने (ती भारतीय - दक्षिण आफ्रिकन समूहाची होती) विचारलं, 'तुम्ही एखाद्याची जात कशी ओळखता?' त्यावर तिच्या आजूबाजूला असणारे सगळेच म्हणजे भारतीय मुस्लीम, हिंदू थबकले, त्यांनी तिच्या प्रश्नावर सहमतीदर्शक मान डोलावली...त्यांनाही माझ्याकडून उत्तर जाणून घ्यायचं होतं.

हार्वर्ड विद्यापीठात एकदा जातीव्यवस्थेवर चर्चा करताना एका आफ्रिकन अमेरिकन प्राध्यापिकेनं मला यावर सविस्तर चर्चा करण्यासाठी तिच्या कार्यालयात बोलावलं होतं. ती कायद्याची प्राध्यापिका होती. "अरेरे...आम्हाला हे माहीतच नव्हतं, ही खूप महत्त्वाची माहिती आहे आणि मी खूप महत्त्वाचं काही तरी शिकलेय." विद्यापीठातल्या त्या प्रसिद्ध व्यक्तीनं जाहीरपणे हे मला सांगितलं.

जात सामाजिक संरचना म्हणून एक फसवा घटक आहे, जो त्याच्या मूळ अस्तित्वाच्या मुद्यापासून भरकटून दूर जाण्याची मूलभूत क्षमता राखून असतो. जुन्या काळापासून चालत आलेली शोषण व्यवस्था, माणसाला दिलेलं हीनत्व आणि त्याचं अवमूल्यन जातीच्या अस्तित्वावर नियंत्रण ठेवतं. मूलत: जात ही हिंदू समाजरचनेचा भाग असली तरी आता ती भारतीय उपखंडातील सर्व धर्मांमध्ये भिनली आहे. मानवी क्षमता, सृजनशीलता आणि श्रम नियंत्रित करण्याची संकल्पना सिंधुसंस्कृतीइतकीच पुरातन असून ती जातीच्या वैचारिक गाभ्याशी कठोर कायद्यानं (तत्कालीन नीतीनियम) जोडलेली आहे. भारतात जात म्हणजे वर्चस्ववादी वर्गाला, दबल्या गेलेल्यांवर राज्य करण्यासाठी मिळालेली अधिमान्यता आहे. आडव्या स्वरूपात मांडल्या गेलेल्या पांच श्रेणींमध्ये झालेलं जातीचं कठोर विभाजन म्हणजे अधिमान्यता मिळालेल्या जातीभेदाचा मूळ साचा आहे. भारतात जात पाहायची झाली तर ती वरील पाच भागांतल्या एखाद्याच्या स्थानावरुन पाहता येते. जातीवरील संवाद संबंधित व्यक्तीच्या, व्यवस्थेतील सहभागाच्या दिशेनं जातो.

माझं आयुष्य माझ्या भवतालाने नियंत्रित केलं होतं आणि त्याचा माझ्यावर लक्षणीय परिणाम झाला होता. माझं स्वत:चं माणूस म्हणून समान असणं अधोरेखित करण्याचं सामर्थ्यच माझ्याकडे नव्हतं. हिंसा, कठोरता या दोनच गोष्टींनी मी माझं अस्तित्व जाणवून देऊ शकत होतो. याव्यतिरिक्त कोणत्याही गोष्टीला माझ्या वस्तीतल्या इतरांची – दलितांचीही – मान्यता नव्हती.

अन्याय आणि गैरवर्तणूक यांनी माझं आयुष्य भरलेलं होतं. अनेक अत्याचारांचे प्रसंग माझ्यासोबत घडत गेल्यावर मी कडवट होत गेलो. जसजसा मोठा होत गेलो, तसा मी अधिक संवेदनशील झालो. मग मी अन्याय-अत्याचार किंवा मला कुणी चिडवतंय, हिणवतंय का, याकडे सतत लक्ष देऊ लागलो. मला कुणी अन्यायीपणे वागवल्याचं लक्षात येताच मी दुःखी होत असे. मला अन्यायाविरोधात तीव्र संताप येत असे, त्याला विरोध करावासा वाटे. असं काही झालं की त्याआधी घडून गेलेले अन्यायी प्रसंग वीज चमकावी तसे माझ्या डोक्यात गर्दी करत. त्यामुळे डोक्यात तिडीक जायची आणि अन्याय झुगारुन द्यावा, बंड करावं असं वाटत असे. अभ्यासात, अभ्यासेतर बाबींत माझी कामगिरी खूप चांगली राहिली. तशी ती कायमच राहील हे मी काळजीपूर्वक पाहत होतो, तरीही मला वस्तीतल्या एखाद्या अशिक्षित मजुरासारखं वागवलं जायचं. हतबल, हताश आणि असुरक्षित वाटायचं. एक सुशिक्षित व्यक्ती म्हणून मला जो किमान आदर आणि मान्यता मिळणं अपेक्षित होतं, तोसुद्धा लोकांनी नाकारला. मी कोणीही नव्हतो पण माझ्या गुणवत्तेला आणि महत्त्वाकांक्षेला, इच्छेलाही तिथं मान नव्हता. दलितांची एक साचेबद्ध प्रतिमा आहे, त्यातच मला जबरदस्तीनं कोंबलं जायचं. दलित म्हणजे हिंसक, अकार्यक्षम, कोणतीही गुणवत्ता नसलेले, गुन्हेगारी वृत्तीचे अशीच ती साचेबद्ध प्रतिमा होती. जात आणि धर्माच्या आधारावर झालेलं विभाजन या घटकांचं संपूर्ण पावित्र्य टिकवून ठेवतं. हा पावित्र्याचा खेळ 'खालच्या' म्हणवल्या गेलेल्या, बाटलेल्या किंवा गुणवत्ताहीन दलितांचं 'माणूस' असणं, त्यांची मानवीयता समजून घ्यायला वावच देत नाही. त्यामुळे दलित सतत आपली मानुषताच धिक्कारली जाईल, या भीतीच्या छायेत जगत असतात. वर्चस्ववादी जातींमधील मुलांचे पालक सतत त्यांच्या मुलांच्या मनात दलितांच्या गुन्हेगारी वृत्तीबद्दल काहीबाही भरवत असतात. दलित गुन्हेगारी वृत्तीचे असतात, या दलितांबद्दल सर्वदूर पसरलेल्या धारणेचाच उत्तम वापर ते त्यांच्या जातीभेदाच्या वर्तणुकीचं समर्थन करण्यासाठी करतात.

यामुळे दलित व्यक्तीला एका विशिष्ट वर्तुळात (जवळपास बंदिवासातच) राहावं लागतं किंवा आपली ओळख लपवून जगावं लागतं. शहरात राहणाऱ्या आणि आवडत्या उद्योग व्यवसायात स्थिरावलेल्या दलितांना आपल्या जातीची ओळख लपवूनच राहावं लागतं. एकदा मुंबईतला एक प्रथितयश जाहिरात कंपनीचा मालक मला, काही मोठ्या जाहिरात कंपन्यांची नावं सांगत होता. त्यानं सांगितलं, "या क्षेत्रातल्या सर्वांत यशस्वी ठरलेल्यांपैकी पहिल्या तीन क्रमांकांवर असलेल्या व्यक्ती दलित आहेत, पण त्यांना आपण दलित म्हणून ओळखलं जावं, असं वाटत नाही. लोकांना हे माहीत आहे, तरीही ते आपली जात

लपवतात.'' एकदा मॅनेजमेंट क्षेत्रातल्या एका प्रस्थापित व्यक्तीनं सांगितलं की तो मूळचा हरयाणाचा असून आदिवासी आहे. खरं तर त्यानं मोठ्या मुश्किलीनं भारतीय जातीव्यवस्थेतलं त्याचं स्थान सांगितलं होतं. त्यानं हेही सांगितलं की आदिवासी असूनही त्यानं कधीही आरक्षणाचा लाभ घेतला नाही; कारण त्यामुळे आपण अनुसूचित जमातीचे आहोत, ही त्याची ओळख उघड झाली असती.

तर माझी मैत्रीण, सहकारी आणि प्राध्यापिका यांनी विचारलेल्या प्रश्नाचं उत्तर असं - जे जाहीरपणे जातीव्यवस्थेचं समर्थन करतात किंवा बचावात्मक पवित्रा घेऊन त्याला मान्यता देतात ते या भयंकर स्वरूपाच्या दमनाला अगदी भाबडेपणाने, ऐतिहासिक संदर्भ देऊन जातीव्यवस्था कायम टिकली पाहिजे, अशी मांडणी करतात. जातीव्यवस्थेतून मिळणाऱ्या विशेषाधिकारांचा लाभ घेणारे या घृणास्पद व्यवस्थेवर कधीच कोरडे ओढत नाहीत, कारण तसं केलं तर त्यांचं सत्तास्थान डळमळीत होण्याची भीती असते. कोणत्याही कर्तृत्वाशिवाय केवळ जातीनं मिळणाऱ्या विशेषाधिकारांना मिळणाऱ्या आव्हानांचा सामना करण्याची त्यांची इच्छा नसते. असे लोक आपल्या या दृष्टिकोनाचं समर्थन करण्यासाठी गुणवत्तेचा मुद्दा पुढे करतात. गुणवत्तेच्या मुद्द्याविषयी बोलतानाही, त्यांच्या अंगी असलेली गुणवत्ता, त्यांच्याकडे असलेल्या विशेषाधिकारांमुळे तयार झालेली आहे, ही बाब ते सोयीस्करपणे विसरतात. आणि याच गुणवत्तेकडे मग निष्पक्षपातीपणे पाहिलं जातं. त्यांच्याकडे असलेल्या सामाजिक-सांस्कृतिक भांडवलानेच गुणवत्ता तयार होते आणि या सगळ्याचा अभाव असलेल्यांवर, विशेषाधिकार असलेल्या व्यक्तींच्या तुलनेत आणि त्यांनीच आधी ठरवून ठेवलेल्या निकषांच्या कसोटीवर इतर जण गुणवत्ताहीन असल्याचा ठपका ठेवला जातो.

आजच्या स्पर्धेच्या जगात, असमानता असलेल्या जगात गुणवत्ता हे कारण पुढे करून पिढ्यान्‌पिढ्या विशेषाधिकार उपभोगणारे वर्चस्ववादी समूह, वर्षानुवर्षं समाजात रुजलेल्या सामाजिक असमानता कमी करणाऱ्या कल्याणकारी उपाययोजनांना विरोध करतात. विषमताधिष्ठित व्यवस्थेत बदल करायचा असेल तर भौतिक परिस्थिती बदलण्यासाठीच्या उपाययोजना आवश्यक आहेत. शोषित आणि अभावग्रस्ततेत जगणाऱ्या समूहाचं जीवनमान कसं आणि किती सुधारतं यावर ती भौतिक परिस्थिती अवलंबून आहे. हल्ली एखाद्या व्यक्तीला अधिकाधिक शिक्षण घ्यायचं असेल तर, त्याच्या गुणांच्या आकड्यांकडे, त्याची क्षमता म्हणून पाहिलं जातं. म्हणजे त्याची क्षमता काही आकड्यांमध्ये मोजली जाते; आणि हे करताना गुणवत्ता ही बाब कशाचा तरी साध्य परिणाम आहे, एखाद्या व्यक्तीच्या क्षमतेचं प्रतिनिधित्व नव्हे, हे मांडलं जात नाही. एखाद्या व्यक्तीचा कुटुंबानं केलेला सांभाळ, घेतलेली काळजी, शिक्षणाकडे दिलेलं लक्ष, विविध कलागुणांना दिलेलं

प्रोत्साहन, अभ्यासेतर उपक्रम, सभोवतालचा परिसर, आर्थिक पाठबळ, गुणवत्तापूर्ण शिक्षण घेण्याची सुविधा आणि शिक्षक उपलब्ध असणे या सोयीसुविधांची परिणती गुणवत्तेत म्हणजेच ज्याला आपण व्यक्तीचं मेरिट असं म्हणतो, त्यात होते. आपल्याकडे अनेक प्रवेशपरीक्षांची रचनाच, वरील सर्व किंवा यातील बहुतांश सोयीसुविधा ज्यांच्याकडे उपलब्ध आहेत, त्या समूहातील लोकांना डोळ्यासमोर ठेवून केलेली असते. त्यामुळे अशा पार्श्वभूमीतून येणारे लोक या 'गुणवत्ताधारी' जगात अगदी सहज मिसळून जातात.

भांडवली समाजातील विविध समूहांची एक सामायिक भाषा हे दुसरंतिसरं काही नसून ते जातीआधारित लागेबांधे आहेत, तिथे एखाद्या विशिष्ट जातीचा माणूस आपल्याच जातबांधवांना विविध संधी कशा मिळतील, हे पाहतो. शिक्षण आणि नोकऱ्यांच्या क्षेत्रात असे कंपू महत्त्वाची भूमिका पार पाडतात. मार्गदर्शन, प्रशिक्षण हा या कंपूंच्या कार्यपद्धतीचा एक महत्त्वाचा भाग. विद्यार्थ्यांना भविष्यात त्यांच्या वाटचालीची दिशा काय असावी, यासाठीच तर असं मार्गदर्शन, प्रशिक्षण महत्त्वाचं ठरतं. व्यवसाय आणि नोकरीधंद्याच्या क्षेत्रांतही अनेक जातींचे कंपू खूप महत्त्वाची भूमिका निभावतात. असे कंपू आडवळणाने त्या त्या क्षेत्रात जातीय घराणेशाहीच चालवत असतात. अनेक लोकांनी काही वेळा असा अनुभव घेतलेला असतो पण त्यांना या समस्येशी काही देणंघेणंच नसतं. वर्चस्ववादी जाती अशा गोष्टींवर मूक राहणंच पसंत करतात आणि त्यामुळेच जातीय समस्यांवर आपलं तोंड बंद ठेवून, एक धूसर पडदा असलेला जातीय दहशतवादच ते पोसत असतात.

जातीय मुद्द्यांकडे केलेलं हेतुपुरस्सर दुर्लक्ष या वास्तवाचा सामना करावा लागू नये; किंबहुना स्वत:च्याच कोशात सुरक्षित राहता यावं यासाठीच केलं जातं. त्यामुळेच त्यांच्या समस्या या संपूर्ण जगाच्या समस्या बनतात. ज्योती सिंग पांडे ऊर्फ निर्भयावर, डिसेंबर २०१२ मध्ये केला गेलेला बलात्कार अतिशय घृणास्पद होता. या प्रकरणाने ज्या प्रमाणात लोकांचं लक्ष वेधून घेतलं, तितकं गंभीर हे प्रकरण होतंच. पण त्याआधी ६ वर्षांपूर्वी २००६ मध्ये ४० वर्षीय सुरेखा भोतमांगेवर आणि तिच्या १७ वर्षे वयाच्या मुलीवर, खैरलांजी गावातील कुणबी-मराठ्यांनी अत्यंत क्रूरपणे बलात्कार केला होता. प्रियांका भोतमांगे ही बारावीत पहिली आलेली मुलगी होती. नागपूरपासून फार दूर नसलेल्या खैरलांजी गावातल्या चौकात दिवसाढवळ्या घडलेल्या या प्रकाराची संगती कशी लावायची? त्या दोघींच्या योनीत लाठ्या, सळया खुपसल्या गेल्या, मिरची पावडर टाकली गेली, त्यांच्या अंगावरचे कपडे फाडून त्यांना वारंवार मारहाण केली गेली आणि मग त्यांची नग्न धिंडही काढली गेली... आणि अखेर त्यांचा खूनही केला गेला. या

घटनेत सुरेखाचा एकवीस वर्षांचा मुलगा रोशन आणि सुधीर (वय -१९) या दोघांनाही कपडे काढून निर्दयपणे मारलं गेलं आणि मग थंड डोक्याने त्यांचेही खून पाडले गेले.[४] या घटनेला मात्र माध्यमांमध्ये अपेक्षित प्रसिद्धी मिळाली नाही, की त्याचा मोठ्या प्रमाणावर बोलबालाही झाला नाही. त्यावेळी दलित कार्यकर्ते आणि 'टाइम्स ऑफ इंडिया'तील एका अमेरिकन प्रशिक्षणार्थी पत्रकारानं हे प्रकरण लावून धरलं नसतं तर हेही प्रकरण सार्वजनिक अवकाशातून दडपून टाकून पूर्णपणे गाडलं गेलं असतं. नंतर या प्रकरणाला माध्यमांतून बरीच प्रसिद्धी मिळाली असली तरीही त्याने त्या घटनेविरोधात लोकांच्या मनात किती रोष निर्माण केला, हे एक कोडंच आहे. खैरलांजी हत्याकांडाच्या वार्तांकनानंतर आपल्याकडे त्याविरोधात राष्ट्रीय पातळीवर मोठा उठाव झाला का? ही घटना म्हणजे आपल्या राष्ट्रीयत्वाचा अपमान आहे, असं आपल्याला वाटलं का? उलट ज्या दलितांनी या अन्यायाविरोधात संघर्ष करण्याचा प्रयत्न केला, त्यांनाच पोलीस आणि सत्ताधाऱ्यांनी छळलं. त्यांचा पिच्छा पुरवून त्यांचं दमन करण्याचा प्रयत्न केला. पोलिसांचा ससेमिरा आणि अटक टाळण्यासाठी अनेकांना आपली घरं सोडून जावं लागलं. इथे दररोज तीन दलित महिलांवर बलात्कार होतात, दर तासाला दोन दलितांना मारहाण केली जाते, दोन दलितांचा खून केला जातो, दोन दलितांची घरं जाळली जातात, तरीही आपण याकडे सतत दुर्लक्ष कसं करू शकतो? मूकदर्शक कसे बनू शकतो?[५]

अस्पृश्यता ही तर जणू सद्यस्थितीत भारताची जीवनदायिनीच बनून राहिली आहे. अगदी अलीकडच्याच, म्हणजे २०१५ च्या आकडेवारीनुसार देशातील दिल्लीसारख्या राजधानीच्या शहरांमध्ये ५० टक्क्यांपेक्षा जास्त घरांनी अजूनही अस्पृश्यता पाळत असल्याचं किंवा तिचं आजूबाजूला अस्तित्व असल्याचं मान्य केलेलं आहे. भारतभराचा विचार करता ३० टक्के भारतीयांना माणसांवर अस्पृश्यता लादताना, वाईट वर्तणूक लादून त्यांचं शोषण करताना यत्किंचितही अपराधी वाटत नाही.[६] तमिळनाडूमध्ये २०१४ ते २०१८ या चार वर्षांच्या कालावधीत झालेल्या अभ्यासातून असं पुढे आलं आहे की, वीस जिल्ह्यांत सर्वेक्षण केलेल्या ६४० गावांमध्ये अजूनही अस्पृश्यता पाळली जाते.[७] त्यामुळे अस्पृश्यता आणि जातीव्यवस्था या काही इतिहासजमा झालेल्या गोष्टी नाहीत, हे स्पष्टच आहे. अस्पृश्यता आणि जातीव्यवस्था या गोष्टी खऱ्या आहेत, अस्तित्वात आहेत. त्या रोज घडतात आणि व्यक्तिगत स्वरूपात अनुभवायला मिळतात.

ज्यांना या वर सांगितलेल्या घटना आणि त्यासंदर्भातील आकडेवारी माहीतच नाही, ते हिंस्र जातीयता चिरस्थायी बनवण्यासाठी हातभारच लावत आहेत.

हे पुस्तक भारतातील निरंकुश जातीआधारित समाजाची स्फोटक स्थिती दाखवतं. या विषयावर बोलताना अध्याहृत असलेला संकोच काढून टाकून सार्वजनिक चर्चा झडाव्यात, हाच या पुस्तकाचा उद्देश आहे. हा ब्राह्मणी वर्चस्वाचा प्रश्न आहे, अंतर्गत जातवर्चस्वाचा प्रश्न आहे. ब्राह्मणांशी एक सामाजिक एकक म्हणून भिडलं पाहिजे आणि त्यांना चिकित्सक चर्चेत आणलं पाहिजे. फुले, आंबेडकरांचे मूलगामी विचार समोर ठेवून हे पुस्तक जातीवरच्या संवादी विचारप्रक्रियेचा शोध घेण्याचा प्रयत्न करतं. विचारमंथनाच्या अशा पद्धतीत मानवी तृष्णेचं रूपांतर चिकित्सक विचारांच्या पातळीवर होतं; जिथं श्रेणी किंवा उतरंडी विरघळून जिज्ञासा त्याची जागा घेते. हा एक मुक्त शोध आहे, जिथं अनेकांच्या मनातले प्रश्न आहेत आणि त्यांची उत्तरं शोधण्यासाठी लोकशाही पद्धत वापरली गेली आहे. असं करण्यामागचा उद्देश श्रेष्ठत्व मिळवण्याचा किंवा कुणाला कमी लेखण्याचा नाही; उलट हा ज्ञान मिळवण्याच्या अतृप्त इच्छेच्या डोहात खोल उडी मारून ज्ञानाकडे जाण्याचा मार्ग आहे. म्हणूनच हे पुस्तक मानवी व्यक्तित्त्वाचं हनन करणाऱ्या समस्यांवर गहिरी तात्त्विक चर्चा करण्याचा हेतू समोर ठेवतं. संवादी परंपरेच्या साच्यात आपण ही चर्चा करणार आहोत. या परंपरेत नित्य संवादाला महत्त्व आहे आणि त्याचं प्रत्यंतर म्हणून व्यक्ती स्व-चिकित्सा करू लागते, आत्मपरीक्षणाला वाव देते.

भारतीय जातीआधारित समाजाने हिंसक आणि विषारी मूल्यव्यवस्था स्वेच्छेनं अंगीकारली आहे. 'त्यांच्या'बद्दल खोलवर तिरस्कार वाटणं, हे जणूकाही जगण्यासाठी आवश्यक असलेलं इंधनच आहे. अल्पसंख्याक समूहांवर जातीय दहशतवादाचा मारा भारत नेहमीच करत आला आहे. वेद पुरस्कृत जातीयवादाचा उदय झाल्यापासूनच भारतात अशा अल्पसंख्याकांची बदनामी व चारित्र्यहनन सुरू आहे.

क्रौर्याच्या ऐतिहासिक बखरींमध्ये आजही इथे घुसमटलेले, दबून गेलेले आवाज आहेत, उद्ध्वस्त होण्याचे अनुभव आहेत. वर्तमानातही असेच अनुभव आहेत. त्यांतूनच आमची कल्पना जन्म घेते. याचाच अर्थ असा की बांधकामाच्या ठिकाणी मजुरांचं होणारं शारीरिक शोषण, घरकाम करणाऱ्या मोलकरणी, ऑफिसांमध्ये काम करणारे नोकरचाकर, शेतकरी, रस्त्यावर भटकणारी अनाथ मुलं, देवळांच्या आसपास बसणारे भिकारी यांच्यावर होणारी शारीरिक हिंसा क्षम्य आहे. समाजातल्या शोषित-वंचित समूहांतील लोकांचं मौल्यवान आयुष्यच नाकारून टाकण्याची नवनवी कारणं आपण आज शोधून काढली आहेत.

माझे वडील मिलिंद, नवव्या इयत्तेपर्यंत शिकले आणि आई रंजू सातवीपर्यंत शिकली. तीन भावंडांमध्ये पपा सगळ्यांत मोठे होते. किशोरवयात त्यांनी पडेल ते काम करून घराला हातभार लावला. पपांचे वडील मिलमध्ये काम करत. ते

भरपूर दारू पीत असत आणि त्यांची आई घरकाम करत होती. त्यामुळे कोवळ्या वयातच घराची मोठी जबाबदारी पपांच्या खांद्यावर पडली. ते सकाळी लवकर उठून दूध घालायला जायचे आणि त्यानंतर एका लॉजमध्ये फरशी पुसण्याचं, साफसफाई करण्याचं काम करायचे. बालकामगारच होते तेव्हा ते. पपा भरपूर काम करायचे आणि त्यांना लोकांमध्ये मिसळायला आवडायचं. त्यांचं व्यक्तिमत्त्व बोलकं आणि सामाजिक होतं आणि वैचारिक चर्चांमध्ये त्यांना रस असायचा. ते सगळ्यांशी नम्रपणे वागून लोकांची मनं जिंकून घेत असत. एकदा त्यांनी आपल्या एका गिऱ्हाईकाला आपलंसं केल्यामुळे त्या गिऱ्हाईकानं त्यांना नवीन नोकरी दिली. तो माणूस मुस्लीम होता आणि बँकेत काम करत होता. सफाई कामगार म्हणून काम करणाऱ्या पपांना त्याने त्यांच्या शैक्षणिक पात्रतेनुसार शिपायाची नोकरी दिली. पपा तेव्हा आठ सामाजिक, सांस्कृतिक संस्था स्थापन करणार होते. गरीब मुलांसाठी त्यांनी शाळा सुरू केली. ते 'दलित पँथर'चे सक्रीय कार्यकर्ते होते आणि 'बामसेफ बहुजन समाज पक्षा'चे एक निष्ठावंत कार्यकर्ते होते. 'दैनिक सर्वजण' आणि 'साप्ताहिक वस्तुनिष्ठ विचार' या दोन मराठी नियतकालिकांचं संपादनही ते करत होते.

आईचं सांगायचं तर, माझ्या आईच्या वडिलांचा मृत्यू झाल्यानंतर तिच्या हुकूमशाही स्वभावाच्या काकांनी आणि मोठ्या चुलतभावानं जबरदस्तीनं तिचं लग्न लावून दिलं. त्या दोघांनाही आई आयुष्यभर शिव्याशाप देत राहिली. मुलीचं लग्न लावून देणं एवढीच आपली जबाबदारी आहे, असं मानण्याची एक अत्यंत वाईट आणि स्त्रीद्वेष्टी प्रथा, बुरसटलेला विचार भारतात आजही आहे. एखाद्या मुलीचे वडील वारले तर सहा महिन्यांच्या आत तिचं लग्न केलं पाहिजे, नाही तर तीन वर्षं लग्न करू नये, अशी पद्धत आहे. ही विचित्र परंपरा पाळली जात असल्यामुळे, माझ्या आईला वयाच्या चौदाव्या वर्षीच लग्नाच्या बाजारात उभं केलं गेलं. ती नुकतीच सातवी पास झाली होती आणि तेव्हाच, शेजारच्याच नांदेड जिल्ह्यातून तिला बघण्यासाठी लोक येताहेत, हे तिला सांगण्यात आलं. खेळण्या- बागडण्याच्या वयातच आईला तिचे कपडे बदलून चुलतीची साडी नेसवली गेली. पावडर आणि काजळ घालून थोडासा मेकअप करून तिला तयार केलं गेलं. तिने पाव्हण्यांना चहा दिला आणि त्यांनी तिला नवरी म्हणून पसंत केलं.

पपांनी तेव्हा लग्न करायला नकार दिला; कारण लग्नासाठी त्यांचं मन तेव्हा तयारच नव्हतं. पण त्यांच्या माय-बापाला पपांच्या मोठ्या स्वप्नांना लगाम घालायचा होता आणि त्यांच्या दृष्टीने लग्न हाच त्यावरचा एकमेव उपाय होता. आजी-आजोबांसाठी पोरानं बिनलग्नाचं राहणं म्हणजे त्याच्या वागण्याला काही धरबंद

नसणं. मग पोरगा कुणाच्याही आवाक्यात राहणार नाही, कुणालाही बांधील राहणार नाही... खरं तर असं मोकळंढाकळं आयुष्यच पपांना हवं होतं. माझ्या आईच्या काही मैत्रिणी होत्या. कोमटी, ब्राह्मण आणि मारवाडी समाजाच्या... त्या जशा चांगलं शिक्षण आणि नोकरी मिळवू शकत होत्या तसंच शिक्षण आणि नोकरी आपणही मिळवावी असं आईला वाटत होतं. तिने आर्थिकदृष्ट्या स्वतंत्र होण्याचं ठरवलं होतं. पैसे कमवून तिला तिच्या गरीब कुटुंबाला आधार द्यायचा होता. पण माझ्या आई-पपांनी दोघांनीही लग्नाला विरोध केला तरी मोठ्या नि म्हाताऱ्या माणसांनी त्यांचं लग्न लावलंच आणि त्यानंतर दहाएक वर्षांनी त्या म्हाताऱ्या माणसांचा मृत्यू झाला.

हा हा म्हणता रंजूचं (आई) लग्न झालं. ज्या माणसाशी आतापर्यंत ती क्वचितच दोन शब्द बोलली असेल, अशा माणसाच्या बाजूला ती बसली होती. लोकांनी तिला भेटून लग्नाच्या शुभेच्छा दिल्या. तिनं क्वचित मान वर करून लोकांकडे पाहिलं असेल. लग्नाच्या फोटोंमध्ये ती खालमानेनंच शुभेच्छांचा स्वीकार करतेय, असं दिसतं. तिचं निरागस जग आणि तिनं रंगवलेली भविष्याची स्वप्नं हे सगळं दूर पाठीमागे सोडून ती चालली आहे, हेच तिच्या निर्विकार आणि मलूल डोळ्यांत दिसत होतं.

माझ्या आजीच्या म्हणजेच सरुबाईच्या (आईची आई) डोळ्यांदेखत आईचं लग्न तिच्यापेक्षा ९ वर्षांनी मोठ्या असलेल्या पुरुषाबरोबर होत होतं. आजीनं हे लग्न रोखण्याचा प्रयत्न केला; पण घरातल्या वडिलधाऱ्या पुरुषांनी तिला जुमानलं नाही. आजी विधवा होती, त्यामुळे तिच्या म्हणण्याला घरातल्या पुरुषांच्या लेखी काही किंमत नव्हती.

इतक्या कमी वयात लग्न झाल्यामुळे रंजू पंधरा वर्षांची असतानाच तिला पहिलं मूल झालं. भारतातल्या परंपरेनुसार मुलीचं एकदा लग्न झालं की ती नवऱ्याच्या घरी राहायला जाते. यामध्ये ती महिला किंवा या उदाहरणात, मुलगी पूर्ण एकटी पडते. तिची अवस्था दयनीय असते. तिला प्रत्येक गोष्टीची धाकधूक वाटत असते तरीही सासरच्या घरातले नवीन नियम, लोकांच्या आवडीनिवडी, इच्छा, तिथली वागण्या-बोलण्याची पद्धत, तिथला दिनक्रम, सासू-सासऱ्यांच्या सूचना, नवे शेजारी या सगळ्यांशी तिला जुळवून घ्यावं लागतं, त्या वातावरणात मिसळून जावं लागतं. तिनं प्रत्येक गोष्ट व्यवस्थित समजून घ्यावी आणि त्याप्रमाणेच सगळं करावं, अशी अपेक्षा ठेवली जाते. या नव्या घरात ती मरेपर्यंतचं संपूर्ण आयुष्य घालवणार असते, त्यामुळे त्या चौकटीत चपखल बसण्यासाठी तिला तिचं वर्तन आणि दृष्टिकोनही बदलावा लागतो आणि त्यासाठी जीवाचा आटापिटा करून तिला खूप कष्ट उपसावे लागतात. ही तारेवरची कसरत करणं ही तिचीच

एकटीची जबाबदारी असते.

रंजू या नव्या जगात रुळायचा प्रयत्न करत होती. स्वत:च्या भावविश्वापासून आणि भौतिक विश्वापासून खूप दूर असलेल्या नव्या जगात. या मार्गात आलेले सगळे अडथळे तिनं मोठ्या हिंमतीनं पार केले. गरोदर राहणं, हा कदाचित नव्या नवरीच्या आयुष्यातला सर्वोच्च आनंदाचा क्षण असावा, कारण तिच्या प्रजननक्षमतेचं संपूर्ण घरात कौतुक केलं जातं आणि येणारं बाळ हे तिला घरात आणखी आदर मिळवून देणार असतं.

पण रंजूचं पहिलं बाळ संपूर्ण वाढ होण्याआधीच दगावलं. गरोदरपणाचा अनुभव काय असतो, हे तिला पूर्ण समजलंही नव्हतं आणि त्यात असं घडलं. हे घडलं तोवर परिस्थिती तिच्या हाताबाहेर गेली होती. हा ओढवलेला प्रसंग ती मूकपणे पाहत होती.

जवळपास दीड दिवस छातीशी कवटाळलेलं बाळ असं अचानक जातं, हे कळल्यावर तिच्यावर दु:खाचा डोंगर कोसळला. तिला जबर धक्का बसला होता. जसजसे दिवस जात होते, तसंतसं तिच्या मनावरचे घाव भरून येत होते. आपला पोटचा गोळा आता आपण पाहूही शकत नाही, याची जाणीव झाल्यावर ती धाय मोकलून रडायची. अजूनही तिला पान्हा फुटत होता आणि छाती दुखत होती त्यामुळे ते दूध काढून टाकून स्तन रिकामे करावे लागत होते. त्यानंतर आणखी एक महिना उलटून गेला तरी हा त्रास होत होता. कॉटनच्या कापडात ती फुटलेला पान्हा रिकामा करत असे. तिला कोणतीही वैद्यकीय मदत मिळाली नाही की तिची विशेष काळजी घेतली गेली नाही. भारतातल्या गरीब माणसाच्या नशिबी हेच असतं.

रंजू गरोदर असताना, पाचव्या महिन्यांत तिचे पाय खूप दुखू लागले. तिला ते इतकं असह्य झालं की दिवसभर ती मोठमोठ्यानं रडत होती. पण कुणालाही तिची काळजी वाटली नाही. तिला काय होतंय, याची साधी चौकशीसुद्धा कुणी केली नाही. तिचा नवरा (पपा) जेव्हा कामावरून परत आला, तेव्हा त्यानं तिला हॉस्पिटलमध्ये नेलं. तिच्या शरीरातली पाण्याची पातळी कमी झाली होतं, असं निदान डॉक्टरांनी केलं. तिला ताबडतोब सलाईन लावण्याची गरज होती. तिची तब्येत पूर्वपदावर आणण्यासाठी दोन दिवसांत तिला सव्वीस बाटल्या सलाईन लावलं गेलं. रंजूची सासू चंद्रभागाबाई (चंद्रा) यांनी तिला स्वत:च्या मुलीप्रमाणे जपलं, हॉस्पिटलमध्ये तिची सगळी सेवा केली. रंजूचा जीव तर वाचला; पण पोटातल्या गर्भावर मात्र वाईट परिणाम झाला होता.

सातवा महिना लागल्यावर एकेदिवशी तिची पोटदुखी अचानक वाढली. तिला प्रंचड त्रास होत होता. पुन्हा एकदा तिला अशा प्रसंगी चांगली वैद्यकीय

सेवा-सुविधा मिळाली नाही. संसर्गाची खाण असलेल्या सरकारी हॉस्पिटलमध्ये तिला नेण्यात आलं. तिथंही वैद्यकीय सुविधा अपुऱ्या होत्या. अशातच तिनं बाळाला जन्म दिला. जन्माला आलेलं बाळ (मुलगा) खूप अशक्त होतं आणि त्याची खूप काळजी घेणं गरजेचं होतं. त्या बाळाचं नशीब बलवत्तर नव्हतं, कारण अतिदक्षता विभागात ठेवून त्याची काळजी घेण्यासाठी लागणारे पैसेच तिच्यापाशी नव्हते. बाळाचा मृत्यू झाल्यावर डॉक्टरांनी बालकाच्या मृत्यूचं कारण लिहून द्याव्या लागणाऱ्या वैद्यकीय कागदपत्रांची पूर्ततासुद्धा केली नाही. बाळ कशानं दगावलं असेल यावर हॉस्पिटलमध्ये चर्वितचर्वणं होत होती, पण ठोस वैद्यकीय कारण दिलं गेलं नाही. मेडिकल टीमकडून त्यावर चकार शब्दही निघाला नाही.

माझ्या दोन्ही आज्यांनी पितृसत्ता आणि त्याला जोडूनच आलेल्या जातीवादामुळे खूप दुःख भोगलं आहे. त्यांच्या निब्बर पडलेल्या कातडीवरही जातीवादाने डागलेल्या क्रूर खुणा सहज दिसतात. एखादी व्यक्ती फक्त कल्पनाच करू शकेल, इतके त्यांचे डोळे खोल गेलेले होते. अनेक प्रकारच्या असुरक्षितता आणि भीतीमध्ये मी गटांगळ्या खात असताना त्या डोळ्यांनीच मला तारलं आणि किनाऱ्यापाशी आणलं. सवर्ण मालक-मालकिणींच्या घरी त्या मोलकरीण किंवा स्वयंपाकी म्हणून काम करत होत्या. मला एक प्रसंग आठवतो, माझी आजी (आईची आई) सरुबाई माय एका बनिया कुटुंबाच्या घरी घरकाम करत होती. तिचं तिथलं दयनीय जगणं कुणाला तरी कळेल, या भीतीपोटी ती नातवंडांना कामावर घेऊन जाणं टाळायची. मी तेव्हा दहा वर्षांचा होतो. एक दिवस, ती कुठे काम करते हे पाहण्याच्या उत्सुकतेने मी तिच्यासोबत जाण्यासाठी हट्ट करू लागलो आणि तिच्या मागे गेलो. मी तिथं तिला संडास स्वच्छ करताना बघतोय, हे समजल्यावर तिला एकदम शरमल्यासारखं वाटलं. मला अचानक लघवीला जावंसं वाटू लागलं. मला त्या संडासाचा वापर करू देण्याकरता ती आधी कचरत होती; पण मग दहा वर्षांच्या मुलाचा त्रास बघून तिचं मन द्रवलं. आणि मग तिनं कल्पनातीत गोष्ट केली. तिनं मालकांच्या त्या भल्यामोठ्या घराबाहेर पाहुण्यांसाठी बांधलेल्या संडासात मला जाऊ दिलं. मला आत अवघे चाळीस सेंकदही लागले नाहीत, पण त्या वेळातही ती बाहेर अस्वस्थ होऊन येरझाऱ्या मारू लागली. जणू काही मालकिणीच्या घरातून कुणी मला तिथं पाहण्याआधी मी पटकन बाहेर यावं, याची काळजीच ती घेत होती.

मी लघवी करून बाहेर येत असताना आजीनं मला जवळपास खेचूनच बाहेर काढलं, जेणेकरून तिथं मी संडास वापरल्याची कोणतीही खूण राहू नये. तेवढ्यात घराच्या दारामागून एका बाईनं संशयानं माझ्याकडे पाहिलं. तिचा चेहरा

लाल झाला - तिच्या कपाळावर आधीच लाल टिकली पण होती. तिनं मला संडासातून बाहेर पडताना पाहिलं नाही, अशी मला खात्री वाटत होती, पण तिला कसला तरी संशय मात्र आला होता. तिनं वळून आजीच्या सुरकुतलेल्या चेहऱ्याकडे पाहिलं, संशयानं. आजीच्या चेहऱ्यावरच्या सुरकुत्या इतक्या घट्ट होत्या की जणूकाही गाळाच्या खडकांमधल्या कोरलेल्या रेषाच. दुःख आणि भीती उजागर करणाऱ्या. निस्तेज. माय त्या बाईकडे बघत सुन्नपणे उभी होती, आणि मध्येच ती नजर वळवून दुसरीकडे पाहत होती, जणू काही तिला कदाचित ऐकावी लागणारी शिवीगाळ ती टाळत होती. आपल्या इंग्रजी माध्यमात शिकणाऱ्या नातवासमोर आपला अपमान केला जाणार नाही, असं तिला मनोमन वाटलं होतं. तिला नातवाच्या इंग्रजी शाळेत शिकण्याचा खूप अभिमान वाटत होता; पण जे घडू नये ते घडलंच. मालकिणीने, जणू काही त्यांच्या घरातल्या कुणाचा तरी आम्ही खूनच केलाय, अशा थाटात आजीला शिव्याशाप दिले. मला त्या शिव्याशाप देणाऱ्या शब्दांबद्दल काही माहीत नव्हतं आणि त्याचा अर्थही कळला नाही. पण अकरा वर्षांच्या मला त्या शब्दांमधली नकारात्मकता जाणवली. एवढंच नाही तर मालकिणीनं तिच्या संतापलेल्या अवतारात माझ्याकडेही त्वेषानं पाहिलं. त्या क्षणी मला खूप हतबल आणि असुरक्षित वाटलं. मी खालमानेनं उभा राहून माझा चेहरा लपवण्याचा प्रयत्न करू लागलो.

हा प्रसंग डोक्यात घेऊन मी घरी आलो आणि मला माझ्या दलित असण्याची जाणीव झाली. आपल्या दलित मोलकरणीच्या दहा वर्षांच्या नातवानं आपल्या घराबाहेरचा संडास वापरल्याच्या संशयावरून त्या बाईनं गलिच्छ आणि अवमानकारक भाषेत ओरडणं सर्वस्वी चुकीचं होतं, स्वीकारार्ह नव्हतं. मी संडास वापरणं त्यांना अमान्य होतं. माझी किंमत त्या संडासापेक्षाही, मानवी मैला साठवणाऱ्या भांड्यापेक्षाही कमी होती. त्यावेळी काय विचार करावा, हे मला सुचतच नव्हतं. हे असले, त्यावेळी नेमकं काय वाटलं हे सांगताही न येणारे अनुभव, प्रसंग मांडण्यासाठी एखादा शब्दकोश आहे का? मी तरी अजून त्याच्या शोधात आहे. हे असे प्रसंग मनावर गोंदवले जातात आणि अनिच्छेने आयुष्यभर वागवले जातात. म्हणूनच 'जात' महत्त्वाची आहे.

~

आपण भारताविषयी बोलताना जातीची रूपके, समाज आणि सांस्कृतिकदृष्ट्या सारख्या असलेल्या समूहांचे आंतरसंबंध यांच्याविषयी जोवर प्रामुख्याने चर्चा करत नाही, तोवर संवाद होणं शक्य नाही. भेदाची संकल्पना भेदभावाचा भक्कम पाया तयार करते. त्यामुळे जातीचं सामान्यत्व हा विभाजन दर्शवणारा घटक किंवा आंबेडकर म्हणतात त्याप्रमाणे सांस्कृतिक एकक बनतो.[८] प्रत्येक जातीच्या,

उपजातीच्या आणि उप-उप जातीच्या लोकांमध्ये कंपूशाहीची भावना प्रबळ असते.

अनेक भेद असले तरी ते विसरून सर्वांमध्ये आढळून येणारी सामायिक मानवता साजरी करण्याची, तिचा आनंद घेण्याची आपल्यातील उर्मी कमी कमी होत आहे आणि म्हणूनच प्रेमाच्या ताकदीचं महत्त्वही कमी होत आहे.

''बाजारप्रणीत अध्यात्माच्या संकल्पनेची गडद सावली सगळ्यांवर पडल्यामुळे, विश्वासार्हता, प्रामाणिकपणा, साधेपणा, धाडस या मूल्यांना ग्रहण लागून अशी संकटाची परिस्थिती उद्‌भवली आहे,'' असं कॉर्नेल वेस्ट म्हणतात.[९]

भारत हे अद्याप राष्ट्र बनलेलं नाही. एखाद्या जॅझ बँडला जसं सतत सादरीकरण करून स्वत:मध्ये सुधारणा करावी लागते, कोरसमधल्या प्रत्येक आवाजाला स्थान मिळत आहे ना याची खात्री करावी लागते, तसं भारताचं आहे. जगाच्या नकाशावरील एक 'मिथक संरचना' म्हणून भारत प्रत्येकाच्या अस्तित्वाला एक आकार देतो. तरीही राष्ट्र-राज्याच्या भौतिकतेपलीकडे पाहिलं तर भारत हा एक वीण उसवलेला समूह आहे. इथल्या संविधानाव्यतिरिक्त काहीही इथल्या नागरिकांना एकमेकांशी बांधून ठेवत नाही. जातीवादाशी जोडलेली कंपूशाही इथल्या वेगवेगळ्या समूहांमध्ये वैरभाव निर्माण करते. आंबेडकरांनी खूप आधीच ओळखलं होतं की जात हे एक राष्ट्र आहे कारण प्रत्येक जातीचं स्वत:चं असं एक 'जातीय भान' आहे, आणि यामुळे लोकांमध्ये एक सहअस्तित्वाची, राष्ट्रीयत्वाची भावना निर्माण झाली नाही.[१०] जातीआधारित राष्ट्रीयत्वाच्या भावनेच्या (जी स्वकेंद्रित आहे) वाढीमुळे व्यापक मानवी हिताकडे दुर्लक्ष होतं. बेरोजगारी, गरिबी, संसाधनांवरचं पक्षपाती नियंत्रण अशा विविध असुरक्षितता जसजशा समाजात वाढू लागतात, तसंतसं जातीय राष्ट्रभावना आणखी मजबूत होत जाते. या सगळ्या समस्यांमध्ये जातीची भूमिका मध्यवर्ती आहे. उदा. शेतकऱ्यांना अतिशय चढ्या व्याजदरानं कर्ज देणारे बनिया जातीचे स्थानिक सावकार शेतकऱ्यांच्या आत्महत्यांना प्रामुख्यानं जबाबदार आहेत आणि हा मुख्य मुद्दा अधोरेखित करण्याऐवजी लोकप्रिय, पुरोगामी चळवळी दिशा भरकटतात आणि एका अमूर्त राष्ट्र-राज्याकडे बोट दाखवतात. या राष्ट्र-राज्याचा वापर सत्ताधारी वर्ग कोणत्याही स्थितीत, जातीआधारित समाजाकडून वारशाने मिळालेल्या विशेषाधिकारांचे लाभ घेण्यासाठी करतच असतो. काही शेतकऱ्यांची सोडवणूक करायला सरकारला सांगितलं जात असलं तरी मुख्य दोषी सावकारच आहे. संपत्तीचा ताबेदार, पूर्णांशाने मालक म्हणून तो त्याची जातीय राष्ट्रीयता उपभोगतो आहे. तो ज्या व्यवस्थेत हे सगळं करतो, त्याकडे व्यवस्थित लक्ष देण्याची गरज आहे.

जातींमुळे मिळणारे फायदे उपभोगणारे लोक, त्यापासून वंचित राहणाऱ्या लोकांचं लक्ष नेहमी सरकारकडे वेधतात. यातून त्यांच्या त्रासाच्या मूळ कारणापासून,

म्हणजेच जातिव्यवस्थेपासून, त्यांचं लक्ष विचलित केलं जातं. उदा. सांप्रदायिकतेशी संबंधित सगळे प्रश्न, समस्या सरकारच्या इतर सर्व समस्यांआधी अग्रक्रमानं येतात. १९९०च्या मंडल आयोगातील शिफारसींनुसार व्ही. पी. सिंग सरकारने दिलेल्या ओबीसी आरक्षणाच्या मुद्द्याला १९९२च्या बाबरी मशीद विध्वंसाच्या घटनेनं झाकोळून टाकलं. खरं तर हे सगळे स्पष्टपणे जात - राष्ट्रीय प्रश्न आहेत, खोटेपणाने आणि लबाडीने सार्वमत तयार केलं जातं. वर्चस्ववादी जात - राष्ट्रीयत्वानं पीडित असलेला सामान्य माणूस खोट्या प्रचारानं वाहावत जातो आणि कुणाच्या तरी राष्ट्रीयत्वाच्या कल्पनांसाठी स्वत:चं बलिदान देतो. सहज होऊ शकणाऱ्या फुटीमुळे जो-तो आपापल्या जातीला चिकटून राहतो. अशी भावना इतरांप्रती वैरभाव आणि असुरक्षितता निर्माण करते. विभाजन स्पष्टपणे दिसू नये म्हणून सत्ताधारी वर्गाला 'राष्ट्रवादी' भावना कायम चेतवत ठेवावी लागते, कारण ही विभाजनं आपला संताप व्यक्त करण्यासाठी संधींच्या शोधात असतात. यामुळेच भारत हे एका जात-राष्ट्राकडून दुसऱ्या जात-राष्ट्रावर लादल्या जाणाऱ्या दंगली आणि अत्याचारांचं राष्ट्र आहे.

दंगली आणि हिंसाचाराच्या प्रत्येक घटनेत तथाकथित भारतीयांमध्ये नसलेली एकता नेहमीच दिसून येते. विभाजित झालेला समाज मग राष्ट्र-राज्यात रक्ताला तहानलेली नागरी युद्धं पाहतो. स्कँडीनेव्हीयन देशांमध्ये वांशिक दंगली क्वचित कधी तरी होतात. त्यामागे एक साधं कारण आहे. तिथल्या प्रत्येकानं लोकशाही उदारमतवादी वातावरण स्वीकारलेलं आहे आणि त्यांच्यातील वैरभावाचा प्रश्नही गांभीर्यानं लक्षात घेऊन तो सांस्कृतिक, सामाजिक आणि आर्थिकदृष्ट्या समता असलेला समाज प्रस्थापित करून सोडवला आहे. भारतात विशेषाधिकार असलेले लोक मात्र मरेपर्यंत आपल्याला विनासायास मिळालेले विशेषाधिकार जपतील. त्यांच्या विशेषाधिकारांबाबत संवाद केला तर समाजातल्या त्यांच्या अन्यायकारक सत्तासमीकरणांना प्रश्न विचारले जातील, अशी भीती त्यांना वाटत असते. आधीच हतबल असलेल्या, गरीब, निम्न जातवर्गातल्या कष्टकरी लोकांच्या जातीय, धार्मिक भावनांना हात घालून, त्यांना जणू शपथाच दिल्या जातात आणि अशा तुकड्या तुकड्यांत विभाजित झालेल्या भारतालाच, विविधतेत एकतेच्या नावाखाली प्रदर्शित केलं जातं. असं केल्यानं पारंपरिक उच्चभ्रूंना जात-तटस्थ अशा राष्ट्र-राज्याची व्याख्या बनवायला मदतच होते आणि दुसऱ्या बाजूला त्यांच्या मनात जात-राष्ट्राप्रति कट्टर बांधिलकी रुजवली जाते. जनसंपर्काच्या नावाखाली सजातीयांना सरकारमध्ये सत्तास्थानं दिली जातात. प्रशासन, न्यायव्यवस्था, शिक्षणक्षेत्र, चित्रपट, मनोरंजन, गैरसरकारी संस्था, अकादमिक क्षेत्र, भांडवली संस्थांमध्ये महत्त्वाच्या जागांवर त्यांना संधी दिली जाते.

समकालीन सामाजिक उलथापालथ आणि समाजभानाचा विचार करता सर्व पुरोगाम्यांनी जातींचं क्रूर वास्तव दुर्लक्षित केलेलं आहे, हे उघड आहे. म्हणूनच भारतीय लोकशाही ही लोकशाही न राहता हुकूमशाही संरचना बनते. जातींनी बनलेल्या भारतात विविध संस्थांचं लोकशाहीकरण होणं अद्याप बाकी आहे. बहुसंख्येपैकी, जातीव्यवस्थेनं नाडलेला, पिचलेला एक व्यापक वर्ग वगळायला आपण तयार आहोत आणि ऐतिहासिकरित्या विशेषाधिकारप्राप्त, उच्चजातीय अल्पसंख्याकांचा आपण उदोउदो करत आहोत. सिनेमा, अकादमिक क्षेत्र, प्रशासन, उद्योग-व्यवसाय, धर्म या सर्व क्षेत्रांना जातीच्या विकाराचं आकर्षण आहे. जातीउतरंडीत खालच्या समजलेल्या जातींवर शारीरिक व मानसिकरित्या हे दुखणं लादलं जात आहे. त्यामुळेच भारतीय समाजाच्या प्रश्नाबाबतची-जातीच्या प्रश्नाबाबतची समज विकसित करण्यावरही त्याचा विपरीत परिणाम होतो. म्हणूनच जात महत्त्वाची ठरते.

हे पुस्तक म्हणजे जातीच्या सामाजिकतेची सामाजिक न्याय आणि पूर्वग्रहांच्या काळात केलेली एक शास्त्रीय मांडणी आहे. जातीचा प्रश्न इतक्या वाईट प्रकारे हाताळला गेलाय की, समांतरपणे सुरू असलेल्या सामाजिक प्रश्नांच्या जागतिक चळवळींमध्ये त्याकडे अतितातडीने लक्ष देण्याची गरज आहे. लोकांना जात माहीत असते, पण त्याबाबतची समज क्वचितच आढळते. त्यामुळेच की काय पण आपण जागतिक स्तरावर सुरू असलेल्या जातीव्यवस्थेनं नाडलेल्या लोकांच्या हक्क-अधिकाराच्या चळवळीशी नियमितपणे आणि सक्रिय संवाद करत नाही. आता हळूहळू लोकांना जातीव्यवस्था समजू लागली आहे आणि ती अधिकाधिक समजून घेण्यासाठी ते उत्सुक आहेत. असं असलं तरी जोवर जातीच्या संपूर्ण परिसंस्थेचा भाग असलेल्या विविध जातींच्या लोकांचं जगणं आपण समजून घेत नाही, तोवर जातीवर संवाद होऊ शकत नाही. त्यामुळेच आपण राजकारण, समाजकारण आणि जातीच्या सांस्कृतिक परिप्रेक्ष्यातल्या चर्चाविश्वावर लक्ष केंद्रित केलं पाहिजे.

हे पुस्तक म्हणजे दलित अस्तित्वाची मांडणी करणारा एक दस्तऐवज आहे. आजच्या जातीय-भांडवली भारतात दलित म्हणून जगणं याचा नेमका अर्थ काय? भय आणि दडपशाहीशिवाय मोकळेपणाने विचार करण्यासाठी, जगण्यासाठी एखाद्या समूहाला जेव्हा कुठलाच अवकाश दिला जात नाही, तेव्हा त्या समूहाला आपण कसं समजून घ्यायचं? दलित 'असणं' हे आत्ता 'असणं' आहे. तातडीचं 'असणं' आहे.

आपल्या पूर्वजांकडून मुक्तीचा वारसा घेऊन आजचे दलित त्यांच्या समूहाला शोषणातून मुक्त करण्यासाठी उत्सुक आहेत. सामाजिक, मानसिक आणि

आत्मिकदृष्ट्या मृतवतच राहण्याच्या भयगंडाला मागे सारून जगणं हे आजच्या दलित अस्तित्वाचं एक वैशिष्ट्य आहे. पुस्तकाच्या पहिल्या प्रकरणात (दलित असणं) आपण याचाच वेध घेणार आहोत.

इतिहासात दलितांची अचूक दखल घेतली गेली नाही. त्यांच्या मानवी व्यक्तित्त्वाचा चेहराच विद्रूप करून टाकला गेला आहे. दलिताला गुलामाच्या प्रतिमेतच अडकवून ठेवलं गेलंय आणि म्हणूनच तो ब्राह्मणी वर्चस्ववादाचं फलित असलेल्या कला-संस्कृतीचा चांगला समीक्षक ठरू शकत नाही, असा समज बळावला गेलाय. एक फसवा दृष्टिकोन बाळगत दलित जगतो तेव्हा एकाचवेळी तो भूतकाळात आणि वर्तमानात जगण्याची कसरत करतो. भूतकाळ तर त्याच्या मनोविश्वाची पाठ सोडतच नाही. सद्यस्थितीत जगणाऱ्या दलिताचं व्यक्तित्त्व नीरसतेच्या, निष्प्रभतेच्या पोकळ अवडंबरामध्ये बलपूर्वक समाविष्ट केलं गेलं आहे.

समाज आणि दलितांना परस्परांजवळ उभं करून दलितांना हिंदू जागतिकीकरणाचा वसाहतवादी प्रकल्प स्वीकारण्यासाठी भाग पाडलं गेलं आहे. हे म्हणजे अमेरिकन साम्राज्याने काळ्या गुलामांना राष्ट्रउभारणीत सामावून घेण्याची घोषणा केल्यासारखंच आहे. हिंदू असण्याचा जो एक वैश्विक दावा केला जातो, त्याचं एक वैशिष्ट्य म्हणजे दलित. दलितांपेक्षा वरच्या जातीत जन्माला आलेले लोक दलितांना अस्पृश्य गटात ठेवून जातीव्यवस्थेची मान्यता मिळवतात. अन्यथा मोडतोड झालेल्या हिंदू अस्मितेची भिस्त दलितांवरच असते. हा धर्म सात हजार जाती आणि उपजातींमध्ये विभागलेला आहे. त्यातील प्रत्येक जाती- उपजातींचे परस्परांमध्ये अंतर्गत कलह आहेतच, पण तरी त्या टिकून राहतात ते अस्पृश्यतेचं अस्तित्व तगवून ठेवल्यामुळे आणि याच घृणास्पद चालींमुळे या जाती श्रेष्ठत्व बाळगून असतात. मालक गुलामांना जशी वागणूक देतात, तशीच ब्राह्मण अस्पृश्यांना देतात. मैत्रीपूर्ण सहअस्तित्वाच्या सवयींपासून जातीआधारित भारतीय समाज तुटलेला आहे. हा मुद्दा आपण दुसऱ्या प्रकरणात पाहणार आहोत.

दलित चळवळ स्वत:कडे जातीयतेच्या द्वंद्वाचं फलित म्हणून बघते. हे जातीआधारित आणि वर्गाशी जोडलेल्या संघर्षाचं द्वंद्व आहे. दलितांची स्थिती नेहमीच दुयमत्व दिलेली, 'तत्त्वज्ञानात्मक भविष्यवादात' अडकलेली आहे. दलित एक तर भविष्याची कल्पना करतात अथवा इतिहासात ठामपणे बसवलेल्या भूतकाळात जगतात. न पाहिलेल्या भविष्याचं वचन त्यांना दिलं जातं. वंचितांसाठी ते आशादायक असतं. त्यांच्यासाठी काळ हे जणू वास्तव जीवनानुभवांचं परिमाणच आहे. काळाचं वेगळं असं अस्तित्व नाहीच. ऐतिहासिक दस्ताऐवज, पुराव्यांवरून हे स्पष्ट दिसतं की, त्यांची आयुष्य इतरांप्रमाणे मौल्यवान नाहीत, महत्त्वाची

नाहीत आणि त्याचा परिणाम त्यांच्या भविष्यावर दिसतो. दलितांसाठी वर्तमान म्हणजे एक अपघातच आहे. हल्लेखोरांच्या दृष्टिकोनातूनच ते 'स्व' ची कल्पना करतात. दलित ज्या अवकाशात जगतात, त्याला 'काळ' म्हणताच येत नाही.

जर्मन तत्त्ववेत्ता मार्टिन हायडेगरनं नोंदवलेल्या निरीक्षणाप्रमाणे काळाची कसलीही अस्तित्ववादी खूण नाही.[११] दलितांचं अस्तित्व अशा काळाच्या चौकटीत समजून घ्यावं लागतं, जिथे स्व-अस्तित्वावर त्यांची अगदी अल्पशी मालकी आहे, यालाच हायडेगरने 'दाझाइन' (अस्तित्व असणं) – अस्तित्वाच्या मूळच्या मानवी अनुभवांपैकी एक म्हटलं आहे. दलित जीवनानुभवाच्या संदर्भात 'काळ' ही संकल्पना 'विशेषाधिकारांपासूनची वंचितता' या अर्थी समजून घेता येते. इथे संघटित नागरी समूह नागरी मृत्यू घडवत असतो.

दलित निर्मिती

सार्वजनिक अवकाशात दलित अस्मितेच्या चिंधड्या उडालेल्या आहेत. त्यांच्याबद्दल लोकांमध्ये रोष आहे. अनेक संपन्न दलितांनी त्यांचं वर्तुळ केवळ ब्राह्मण आणि इतर प्रबळ जातींपुरतंच मर्यादित ठेवलं आहे. ते दलितत्वाच्या प्रत्येक व्यवस्थेचा अतिशय धिक्कार करतात. दलित चळवळीचे लाभार्थी असूनही त्यांच्या ठायी अशी भावना असते. ते स्वत:ची ओळख दलित म्हणून करून देत नाहीत. 'मानवतावादी' या गटात स्वत:चा सहभाग नोंदविण्यासाठी ते स्वत:ला बौद्ध, ख्रिश्चन, शीख किंवा 'नास्तिक' ही म्हणवतात. जे दलित अशी ओळख बाळगतात, ते स्वत:च्या दलित अस्तित्वाबाबत अस्वस्थता बाळगून असतात. प्रसंगी ते 'दलित' हा शब्दच आपल्याला ठाऊक नाही किंवा ते काही तरी बाहेरचं खालच्या दर्जाचं आहे, असंही म्हणतात. जातीच्या साच्यामधून बाहेर न पडलेले शोषित दलित त्यांच्या शोषकांच्याच धारणा खूप पटकन आपल्याशा करतात. सधन, उच्च जातींच्या लोकांचं अनुकरण चटकन केलं जातं. त्यांच्या वर्चस्ववादी प्रवृत्तीचं पालन केलं जातं. ब्राह्मणांना पोटजातीच्या आधारावर आपापसात भेदभाव करण्यास उत्तेजन मिळतं, तसंच जातीव्यवस्थेच्या गुंत्यांमध्ये अडकलेल्या प्रत्येक इतर जातीचंही होतं.

परंतु काही जागृत दलित मात्र त्यांच्या दलित अस्तित्वाबाबत विलक्षण सजग आहेत. हे पुस्तक जागतिक हक्क संघर्षात दलितांच्या स्थानाबाबत मांडणी करतं. फॅसिस्ट उजव्या विचारसरणींच्या विरोधात विद्रोह करताना अनेक उदारमतवादी आणि समाजवादी लोकांनी लोकप्रिय धारणांविरोधात एक मोठीच आघाडी उघडली आहे. राज्यव्यवस्थेच्या संरक्षकांकडून विशिष्ट प्रकारचा राष्ट्रवाद लादला जातो

आहे. राज्यव्यवस्था इथं आत्ममग्न झाली आहे आणि जुलमी शासकांची एकसाची भाषा बोलू लागली आहे. म्हणून हे पुस्तक पहिल्या पिढीतील सुशिक्षित दलितांचा दृष्टिकोन मांडतं आणि विविध विचारसरणींचा प्रभाव असलेल्या बदलत्या जगाचा अनुभव हा दलित कसा घेतो, हे सांगतं. समकालीन सामाजिक न्यायाच्या चळवळींकडून परिभाषा उसनी घ्यायची की परिवर्तनाची नवीन भाषा निर्माण करायची, हे ठरवणं हा एक संघर्ष आहे.

दलित अनुभव पारंपरिकरित्या शोषित असलेल्यांच्या अनुभवांमध्ये सामावून घ्यायचा प्रयत्न अशा उसनवारीतून होतो आहे की सामायिक वंचितपणातून एक जिव्हाळा निर्माण करण्याचा हा प्रयत्न आहे?

दलित कथनाला त्यांच्या घटनात्मक स्थानाशी जोडून सध्या सुरू असलेल्या सामाजिक न्याय चळवळींमध्ये मूल्यात्मक भर घालणं हा या पुस्तकाचा उद्देश आहे. भारतीय राज्यघटना हा दलितांच्या आशेचा सर्वांत प्रभावी, महत्त्वाचा दस्तऐवज आहे. पण या दस्तऐवजात मुक्तीचे घटक स्पष्ट केले आहेत का? 'दलित आशे'च्या आधारावर भारतीय राज्यव्यवस्थेने तिच्या प्रगतीच्या शक्यता कशा प्रकारे मर्यादित केल्या आहेत? सोपं करून सांगायचं तर राज्यव्यवस्थेची आशा दलित आशेच्या बरोबरच कार्यरत असते. दोन्ही अगम्य आणि गुणवान आहेत. ज्या दिवशी 'दलित आशा' संपेल, त्याच दिवशी दलितांसाठीची राज्यव्यवस्थेची आशाही संपेल. हा अंत भारतीय राज्यव्यवस्थेसाठी आणि या व्यवस्थेबरोबर राहणाऱ्या सर्वांसाठी एक संकट असेल.

दलित जीवन

दलित जीवन आणि आध्यात्मिकता युगानुयुगं छिन्नविछिन्न झालेल्या अवस्थेत आहेत. मानवी शोषणाला दलित जीवनानं वेळोवेळी केलेला प्रतिरोध मानवतेविरोधातील जातीयवादी शक्तींनी नेहमीच मोडून काढण्याचा प्रयत्न केला आहे. त्यामुळे दलित जीवन वेदनादायी बनलं आहे. समृद्ध अशा दलित अध्यात्माचा अन्वयार्थ लावत असतानाच हे पुस्तक दलितांच्या वस्त्या आणि तिथल्या लोकांच्या जीवनात डोकावतं. पोलिसी हिंसाचार, अमली पदार्थांचं सेवन आणि सामाजिकदृष्ट्या लाजिरवाणं अस्तित्व यांचं या वस्त्यांमधलं स्वरूप दाखवत असतानाच दलित आणि दलितेतरांच्या उच्चभ्रू वर्तुळांकडेही भिंग लावून पाहण्याचं काम हे पुस्तक करतं. दलित आशावाद निर्माण करण्याचा प्रयत्न करतं. 'दलित अध्यात्म' हे आस्तिकतेच्या धार्मिक संकल्पनांपलीकडे जाण्याचा प्रयत्न करत आहे.

दलितांमधील वर्चस्ववादाच्या आविष्कारांमुळे आजवर चालत आलेल्या,

आजही पद्धतशीरपणे सुरू असलेल्या वर्चस्ववादाच्या प्रकल्पाला बळकटी मिळाली आहे. 'दलित अध्यात्म' भारतीय उपखंडात वेगवेगळ्या रुपांत अस्तित्वात आहे. पूर्वजांच्या स्मृती आणि त्यांच्या समतावादी वृत्तीची पाठराखण करण्यामुळे दलित समूहमनावर अनेक जखमा झाल्या आहेत. तथापि, हा पैलू दलितांना लढण्यासाठी बळ देतो, भारून टाकतो.

'दलित अध्यात्म' राज्यसंस्थेच्या धर्मनिरपेक्षतेच्या संकुचित विचारसरणीपलीकडे जाणारं आहे. हे अध्यात्म दैवी आशेवर जगतं. हे दैव चिरफाळलेलं आणि आशावादाच्या अनेक तुकड्यांत विखुरलंय.

कांचा इलया याचं वर्णन 'देव-देवतांची चैतन्यशील संस्कृती' असं करतात. इथे आध्यात्मिक दलित आणि शूद्रांच्या संस्कृती-निर्माणाच्या तत्त्वज्ञानाला मदत करतात.[१२] शोषित जातसमूहांनी त्यांचा आध्यात्मिक आनंद धर्मगुरुंच्या पायाशी ठेवलेला नाही वा त्यात भेदभावाला जागा नाही. दलितांच्या जीवनानुभवातील देव- देवता अधिक तर्कसंगत आहेत. त्यावर त्यांची श्रद्धा असते आणि ते ब्राह्मणी परिमाणं झुगारून देतात. यातील बहुतांश देव-देवता दलितांच्या पूर्वजांची निर्मिती आहेत आणि त्यांनी ब्राह्मणांविरुद्ध बंड केलं आहे. 'सामूहिक देव' ही संकल्पना दलित समूहाचं ऐक्य बांधून ठेवते. त्याचं एक उत्तम उदाहरण म्हणजे कुलदेवता. विशिष्ट जातीसमूहांची एक सामायिक देवता. 'दलित कुलदेवता' ब्राह्मण व इतर जातींच्या देवतांपेक्षा भिन्न आहेत. दर वर्षी या देवतांचं स्मरण करण्यासाठी आणि त्यांच्याप्रती असलेला भक्तिभाव अर्पण करण्यासाठी तीर्थयात्रा केली जाते. लहान मुलांची नावं या यात्रेत कुलदेवतेच्या उपस्थितीत ठेवली जातात, त्यांचे केस कापून अर्पण केले जातात आणि या कुलदेवतांसमोर नवसही केले जातात. कुल-विशिष्ट देवता, दलित आणि त्यांच्या सामूहिक कुलदेवतेशी असलेल्या संबंधांत ब्राह्मण पुजाऱ्याची मध्यस्थी नसते. इथे दलित पुजारी धार्मिक समारंभ करतात. मुलांना आवडेल त्यानुसार प्रार्थना करण्याचं स्वातंत्र्य त्यांना असतं. गुंतगुंतीच्या ब्राह्मणी पद्धतीप्रमाणे इथे बंधनं आणि संकेतांमधून आध्यात्मिकता जागी केली जात नाही.

दलित ब्राह्मणी दैवतांच्या प्रतिष्ठेचा तिरस्कार करतात; कारण या देवता कांचा इलया म्हणतात त्याप्रमाणे, 'आध्यात्मिक फॅसिझम'[१३]चं रूप धारण करतात. इलया यांच्या म्हणण्यानुसार हे लोकशाहीविरोधी गटातील हिंसाचाराचं मूर्त रूप आहे. दडपशाहीतून शोषण करण्याच्या तत्त्वांवरच हिंदू धर्म आधारलेला आहे. अशा प्रकारे, अ-भौतिक मूल्यांच्या नैसर्गिक आज्ञापालनात दलितत्वाचा आत्मा वसलेला आहे.

दलित क्षण

दलित समुदाय सध्या 'हार्लेम रिनेसाँ' सदृश काळातून जात आहे. आता ते मोठ्याने आणि स्पष्टपणे शब्दांतून आणि कृतीतून अभिव्यक्त होत आहेत; अधिकाधिक जागतिक बनत आहेत. त्यांच्यापर्यंत पोचणं अधिक सोपं झालं आहे.

संवादांचं नवनवीन तंत्रज्ञान आणि स्वातंत्र्याच्या नवीन अभिव्यक्तींच्या या क्रांतिकारक युगात आता दलितसमूह न्याय व लोकशाहीच्या व्यवस्थांमध्ये त्यांची हक्काची जागा मागत आहेत. दलित हे नुकतेच 'मुक्त झालेले अस्पृश्य' आहेत. घटनात्मक मुक्तता मिळवणारी दलितांमधली दुसरी पिढी आता आपल्या जन्मजात बेड्यांमधून आणि राखीव वस्त्यांमधून बाहेर पडून ब्राह्मणी सामाजिक संहिता मोडून काढण्याचा प्रयत्न करत आहे.

मात्र या साऱ्यासमोर अनेक कठोर आव्हानं दिवसेंदिवस अधिक बळकट होणाऱ्या सजातीय विवाहांनी निर्माण केली आहेत. सजातीय विवाहांमुळे जातप्रवृत्ती अधिक कठोर बनत चालल्या आहेत. तमिळनाडूमधील शंकर नावाच्या बावीस वर्षीय दलित मुलाने त्याचं प्रेम असणाऱ्या मुलीशी लग्न केलं. त्यानंतर तथाकथित उच्च जातीच्या मुलीच्या पालकांनी त्याला ठार मारलं.[१४] तेलंगणातील एकवीस वर्षांची एक गर्भवती तरुणी आपला दलित जोडीदार प्रणयकुमारसह रुग्णालयाबाहेर पडत असताना प्रणयकुमारची (प्रणयकुमार तेवीस वर्षांचा होता.) हत्या करण्यात आली.[१५]

अनेक दलित आबालवृद्धांना पक्कं माहीत असतं की, ते केवळ दलित असल्यानं अनेकवेळा अस्तित्वाची लढाई जवळजवळ हरले आहेत. एक रोहित वेमुला घडलाच आहे.[१६] कदाचित आपल्या आसपास आणखी एखादा रोहित जातीयवादी फौजांच्या विळख्यात अडकून पडला असेल. दलित अस्मिता नेहमीच कोंडवाड्यात अडकून पडलेली आहे. इतरांकडून दलितांना माणूस म्हणून ओळख मिळावी, त्यांची दखल घेतली जावी, यासाठीच ही संपूर्ण चळवळ चर्चा करत आहे. आंबेडकरांनी सांगितल्याप्रमाणे जातींच्या क्रूर हिंदू व्यवस्थेचं पालन करण्यास नकार देणं, ही ग्रामीण व शहरी दलित वर्गाला झालेली जाणीव आहे. हा हिंदू सामाजिक संरचनेमध्ये सुधारणा करण्याचा प्रयत्न नाही तर स्वतःच्या बळावर केलेली समतेची मागणी आहे.

बहुचर्चित रोहित वेमुला घटनेतून हे सिद्धच झालंय की शहरांमध्ये जातीय हिंसाचार मोठ्या प्रमाणात फोफावलाय. या घटनेचा दुसरा पैलू म्हणजे दलितांच्या संस्थागत हत्येचं निर्लज्ज समर्थन आणि त्याकडे केलेली डोळेझाक. या घटनेत

राज्यव्यस्थेची भूमिकाही सहआरोपीचीच आहे. हैदराबाद मध्यवर्ती विद्यापीठाचे कुलगुरू अप्पा राव या गुन्ह्यातील आरोपी असतानाही पंतप्रधान नरेंद्र मोदींनी त्यांचा सत्कार केला.[१७] कायदा मोडणाऱ्या आणि जातीय गुन्ह्यात सहभागी असणाऱ्या व्यक्तीचा सन्मान करणं मोदींनी टाळायला हवं होतं. ब्राह्मणवादी मानसिकता ही फॅसिस्ट आहे. कोणत्याही प्रकारची जबाबदारी न घेता जातीय गुन्हे करत राहणं, हे अशी मानसिकता असणाऱ्यांच्या अंगवळणीच पडलं आहे.

दलित भावनेला आपलंसं करणं ही केवळ पुस्तकी कल्पना किंवा विद्याशाखीय सिद्धंतन नाही. दलितांना एका प्रमुख कथनात समाविष्ट करून घेण्याची महत्त्वाकांक्षा हे पुस्तक बाळगतं. वाचकांना स्थानिक आणि जागतिक पातळीवर कार्यरत असणाऱ्या जातीच्या भयानक संरचनेची माहिती देण्याचं आणि लयाला न जाणारं ब्राह्मणी वर्चस्व दाखवून देण्याचा प्रयत्न या पुस्तकातून केला आहे. सार्वत्रिक शांतता आणि बंधुता निर्माण करण्याचा प्रयत्न करताना जगातील लोकप्रिय सामाजिक चळवळींना उपखंडातील ३०० दशलक्ष लोकांच्या दडपणुकीकडे दुर्लक्ष करणं परवडणार नाही. जर न्यायिक आदर्शांचा पुरस्कार करायचा असेल तर या उद्देशासाठी असलेली तळमळ जोरकसपणे मांडावी लागेल. कुठल्याही पुरोगामी चळवळीची क्षमता यासंदर्भात विस्ताराने उलगडून दाखवावी लागेल. जातीय दडपशाही आणि त्याची कारणं उघडकीस आणावी लागतील, तसंच त्यांना आव्हान द्यावं लागेल. त्यासंबंधीच्या चुकीच्या धारणा मोडून काढाव्या लागतील. तिसऱ्या प्रकरणात विविध प्रकारच्या दलित अस्तित्वाच्या दृष्टिकोनातून अशा ऐतिहासिक घटनांची चर्चा केली आहे.

~

एकदा मला बंगळुरूमधील काही प्रशासकीय (बहुसंख्य दलित होते) अधिकाऱ्यांनी आयोजित केलेल्या एका कार्यक्रमाला आमंत्रित केलं होतं. कार्यक्रमाला सर्व उच्च मध्यमवर्गीय लोकांनी हजेरी लावली होती. त्या सगळ्यांच्या किशोरवयीन मुलांच्या मनगटावर अत्याधुनिक स्मार्ट घड्याळं होती, हातात आयफोन्स होते. ती मुलं त्यांच्या शाळेच्या प्रोजेक्टबाबत चर्चा करत होती. 'अवकाशातील जीवन' हा विषय होता. एका मुलानं त्याच्या भन्नाट कल्पना सांगितल्यानंतर, कार्यक्रमाचे यजमान असलेल्या त्याच्या आई-वडिलांनी त्या मुलाला 'नासा'मध्ये (अमेरिकन अवकाश संशोधन संस्था) पाठविण्याच्या शक्यतेवर चर्चा सुरू केली.

अवकाशातील जीवनात रस असणाऱ्या त्या विद्यार्थ्यांना मी भारतातील सामाजिक समस्यांबद्दल त्यांची मतं विचारली. त्यावर त्यांनी 'जातीचा प्रश्न आता जुना झाला आहे,' असं सांगितलं. त्यावर तिथे बसलेले त्यांचे पालक लगेचच अस्वस्थ झाले आणि त्यांच्या मुलांच्या प्रतिसादाला त्यांनी होकार दिला. दलित

मध्यमवर्गीयांची स्वप्नं अजूनही बाळबोध आहेत; कारण आता ती शोषकांचं अनुकरण करण्यात गर्क आहेत. केवळ एका पिढीच्या कालावधीतच आत्यंतिक द्रारिद्र्यातून उत्पन्नावर मालकी असण्यापर्यंतचा प्रवास झाल्याने ते एका वेगळ्याच जगात वावरत आहेत. हे जग त्यांच्या पूर्वजांनी कधीच अनुभवलेलं नव्हतं. समाजाच्या मुख्य प्रवाहातील या स्थानामुळे ते कात्रीतही सापडले आहेत. या नवीन स्थानामुळे त्यांच्यावर दैनंदिन वर्तनव्यवहारात समतेची वागणूक, संवादांत सन्मानाचं स्थान मिळवण्याची अतिरिक्त जबाबदारी येऊन पडली आहे. यातून एक असमान सत्ता संबंध निर्माण झाला आहे. त्यांच्या महत्त्वाकांक्षा व ध्येयांमध्ये अनेक बदल झाले आहेत. त्यातून प्रसंगी इतर दलित समुदायाच्या संदर्भात त्यांचे काही वेगळे राजकीय, सामाजिक, आर्थिक आणि सांस्कृतिक दृष्टिकोन तयार होत असतात. दलित कष्टकरी वर्गापेक्षा दलित मध्यमवर्गाची त्यांच्याकडील क्रयशक्तीमुळे जास्त दखल घेतली जाते. त्यांना व्यक्त होण्यास अधिक अवकाश मिळतो. यावर चौथ्या प्रकरणात चर्चा केली आहे. सध्या मध्यमवर्गात मोडणाऱ्या दलितांचं अस्तित्व आणि त्यांची गरीब दलितांप्रति आवश्यक असलेली बांधिलकी याचाही वेध त्या प्रकरणात घेतला आहे. बऱ्याचदा दलित मध्यमवर्ग स्वत:कडे संपूर्ण दलितांचं नेतृत्व घेऊन आपलं स्थान गुंतागुंतीचं करतो. दलित समूहाचा मूलभूत प्रतिनिधी बनण्याच्या धडपडीत त्याच्याकडून अपेक्षापूर्ती मात्र होत नाही.

राज्यव्यवस्था व तिच्या नवउदारमतवादी हस्तकांना दलित भांडवलशाही रेटण्याची तीव्र इच्छा आहे. सरंजामशाहीची आर्थिक व्यवस्था हळूहळू भांडवलशाही आणि समाजवादी राज्यव्यवस्था या नव्या मिश्र स्वरूपात बदलली आहे तर सरंजामशाहीचा सामाजिक पैलू अतिशय व्यापक झाला आहे. भांडवलशाहीच्या मूळ रुपाने त्याच्यासह शोषणाच्या प्राचीन संरचना पुन्हा जन्माला घातल्या आहेत. श्रमाची पिळवणूक आणि श्रमाच्या उत्पादक मूल्याचं शोषण यावरच भूमिहीन शेतमजुराची किंवा आधुनिक औद्योगिक समाजाची अवस्था आधारलेली होती. सत्तेचा हा गैरवापर भांडवलशाहीच्या अंमलबजावणीच्या केंद्रस्थानी आहे.

भांडवलशाहीबाबत निरीक्षण नोंदवताना अनुपमा राव म्हणतात, ‘‘भांडवलशाहीनं दलितांचं अस्तित्व जातीच्या सांस्कृतिकीकरणाबाहेर ठेवलं.’’[१८] दुसरीकडे बालमुरली नटराजन जातीयवादाचा अंत रोखणाऱ्या सांस्कृतिक मतप्रणालीची पुनर्चिकित्सा करतात. त्यांचा असा दावा आहे की, जातीव्यवस्थेला लावलं गेलेलं सांस्कृतिक सौंदर्यवादाचं बिरुद ही एक आधुनिक संकल्पना आहे. ही संकल्पना एखाद्या ओळखीचं वांशिकीकरण करते आणि मग ती ओळख सकारात्मकरित्या पुढे येते. जात ही एक सांस्कृतिक गोष्ट असल्याने तिथे उतरंड किंवा शोषण नाही; फक्त आंतरसांस्कृतिक संघर्षाचे ताण आहेत, भारताच्या आंतरसांस्कृतिक विविधतेचा

हा एक मूलभूत भाग आहे, या निष्कर्षाला त्यामुळे मान्यता मिळते. यातून अनेक गैरसमजुतींचा एक कमकुवत विरोधाभास समोर येतो – म्हणजे आहे त्या रचनेत जातीव्यस्थेमध्ये सुधारणा होऊ शकतात, की धार्मिक समाजाचं पावित्र्य मिळवण्यासाठी ती संपवली पाहिजे? की ऐतिहासिक ओळख कायम ठेवण्यासाठी ती टिकवली पाहिजे?

जातीयवादाच्या अशा पवित्र आवृत्त्या व्यवस्थेच्या सर्वच भागधारकांनी निर्माण केल्या आहेत - मग ती राज्यव्यवस्था असो की नागरी समाज असो. पवित्र आणि धर्मनिरपेक्ष समजल्या जाणाऱ्या खासगी आणि सार्वजनिक क्षेत्रांतही हे घडत आहे. जातीला चिकटवलेलं हे सांस्कृतिकतेचं बिरुद, संस्कृती टिकवून ठेवणारी व्यवस्था म्हणून जातीला उत्तेजन देतं. म्हणूनच, जातीव्यवस्था ही जतन करण्याची, नष्ट न करण्याची गोष्ट बनते. जातीयवादाचा हा प्रतिध्वनी अनेक सार्वजनिक अवकाशांतून उमटताना दिसतो. जातीय उतरंडीत दिसणाऱ्या भेदभावाला एक वेगळंच गोंडस नाव दिलं जातं आणि मग 'सांस्कृतिक' जातीयवादाला जातीयवादाचं वैध स्वरूप मानलं जाऊ लागतं.[१९]

भांडवलशाहीचं अगदी सोप्या शब्दांत केलं गेलेलं पुनरुत्थान तिच्या विध्वंसक क्षमतेच्या तपशीलास अस्पष्ट करतं. जातीची वैश्विक विशेषता आणि तिचे मूळ अनुभव नाकारून, भांडवलशाहीवर लक्ष केंद्रित असलेला संघर्ष श्रमाचं मूल्य सांगतो; मात्र तो दलितांच्या कलंकित शरीरांच्या दुरवस्थेबाबत भाष्य करत नाही.[२०] कामगार, श्रमिक हे एक सकारात्मक मूल्य तयार होतं, पण दलितांचं तसं होत नाही. दलितांना भांडवली जीवनाचं एक विपर्यास स्वरूप त्यांच्या जगण्याचं ध्येय म्हणून दाखवलं जातं. पाचव्या प्रकरणात याबद्दलच चर्चा केली आहे. वैयक्तिक कथनं, आफ्रिकन-अमेरिकन कथनं आणि भांडवलशाहीचा दलितांना आलेला अनुभव हे सारं एकत्र गुंफण्याचा प्रयत्न केला आहे.

एकदा हार्वर्डच्या क्लबनं आयोजित केलेल्या एका सहलीला मी गेलो होतो. हिवाळ्यात 'न्यू हॅम्पशायर'मधल्या पांढऱ्याशुभ्र पर्वतांमध्ये गिर्यारोहण करण्याचा तो दोन दिवसांचा दौरा होता. दोन दिवसांच्या त्या खडतर शारीरिक आणि मानसिक श्रमांमुळे विसाव्यासाठी आम्ही सगळे एकत्र जमलो होतो. सुरुवातीच्या थोड्याशा औपचारिक, अवघडलेपणाच्या संभाषणानंतर एका फ्रेंच माणसानं उत्सुकतेनं आणि काहीशा संकोचानं भारतीय पूर्वग्रहांबाबत विचारलं. हे विचारावं की नाही, याबाबत त्याला खात्री नव्हती. कारण त्याला वंशभेदी किंवा अज्ञानी गोरा युरोपियन असं म्हटलं जाण्याची भीती वाटत होती. पण रमचे दोन घोट रिचवल्यानंतर त्यानं हिंदू धर्म आणि त्याच्या तत्त्वप्रणालीबद्दल प्रश्न विचारायचं धाडस केलं. हा फ्रेंच माणूस भौतिकशास्त्रात पीएच.डी. करणारा विद्यार्थी होता.

हार्वर्डमधल्या हिंदू मित्रांनी त्याला हिंदू धर्म आणि भारतीय संस्कृतीबद्दल बरंच काही सांगितलं होतं. भारतात सामाजिक आणि सांस्कृतिक मागासलेपणाला जागा नाही, विसाव्या शतकाच्या पूर्वार्धात लिहिलेल्या साहित्यात आपण भारताबद्दल जे वाचतो, पाहतो उदा., ही गारुड्यांची भूमी आहे, लोक रस्त्यावर शौचाला बसतात, स्त्रियांबद्दलचे पूर्वग्रह, स्त्रियांवरील हिंसा, जातीभेद इ. गोष्टी आता इतिहासजमा झाल्या आहेत, असं त्याला सांगितलं होतं. भारताची त्याच्यासमोर ठेवलेली प्रतिमा आदर्श होती. ब्रिटिश भारतात येण्याआधी भारत म्हणजे जणू 'सोनेरी हंस' होता आणि ब्रिटिशांच्या आगमनानंतर त्यांनी २०० वर्षांच्या त्यांच्या राजवटीत भारताची ही ख्याती धुळीस मिळवली.

'न्यू यॉर्क टाइम्स' आणि 'ल माँडे' मधील, भारतातील लैंगिक आणि जातीय हिंसेबाबतच्या बातम्या वाचून त्याच्या सहकाऱ्यांनी भारताबाबत जे सांगितलं आहे, त्यावर विश्वास ठेवणं त्याला कठीण जात होतं. त्यातच अपघातानं त्याला यूट्यूबवर एक माहितीपट सापडला. त्याच्या भारतीय मित्रांनी त्याला सांगितलेल्या भारताच्या प्रतिमेच्या अगदी विरुद्ध माहिती त्यात होती. त्यामुळेच पाश्चिमात्य माध्यमं भारताविषयीच्या असूयेपोटी भारताच्या प्रगतीबद्दल खरी माहिती पुढे आणत नाहीत. याची त्याला खात्री करून घ्यायची होती. भारताबद्दल काहीही वावगं बोललेलं तसंच भारताची प्रतिमा संकुचित करण्याचा प्रयत्न आम्ही खपवून घेणार नाही, हे त्याच्या भारतीय मित्रांनी स्पष्ट केलं होतं. भारतातील विषमतेवर केलेला 'रिपोर्ताज' हा पाश्चिमात्य माध्यमांनी स्वत:च्या व्यक्तिगत फायद्यासाठी लावून धरला होता, अशी त्याची ठाम धारणा होती. याबाबत काहीही विचारणं म्हणजे गुन्हाच झाला होता जणू...आणि तसं विचारणाऱ्यांवर मग भारतीयांसोबत वंशभेद केल्याचा आरोप होत असे.

सद्यस्थितीत भारतात जातीचं महत्त्व उरलेलं नाही, अशी जात नाकारण्याची एक ठाम धारणा आहे. याच कारणामुळे जात आणि जातीयतेचं स्वरूप समाजमाध्यमांवरुन दररोज मोठ्या प्रमाणात मांडलं जातं आणि त्याला मोठा प्रतिसादही मिळतो आहे. भारतातील जातीव्यवस्थेसाठी मुख्यत: ब्राह्मण जबाबदार आहेत. त्यांनी जातीव्यवस्थेची निर्मिती केली आहे आणि ती अव्याहतपणे चालू राहील, याची तजवीजही केली आहे. युगानुयुगे, पिढी दर पिढी ब्राह्मणांनी आपल्या वारसांना जातीयतेची सोपी रणनीती दिली आहे. या वारसांनीही कोणताही प्रश्न न विचारता, जातीआधारित विषम व्यवस्थेचं रहाट निर्लज्जपणे सुरू ठेवलं. ब्राह्मणांनी आपलं शोषकाचं स्थान कायम टिकवण्यासाठी सर्वच सत्ताधीशांशी नेहमी जुळवून घेतलं. मात्र ऐतिहासिक दस्तवेजांमध्ये काही साहसी ब्राह्मणांचीही नोंद आहे. या ब्राह्मणांनी आणि ब्राह्मणेतर उच्चजातीयांनी समाजातील सनातनी

व्यवस्थेला सुरुंग लावण्याचं धाडस केलं, निरर्थक जातीव्यवस्थेला आव्हान दिलं.

फुले आणि आंबेडकरांना मानणारे काही जातविरोधी, विद्रोही ब्राह्मण होऊन गेले. त्यांनी दलितांच्या उत्थानासाठी, जातनिर्मूलनाच्या कार्यासाठी आपलं आयुष्य वेचलं. सहाव्या प्रकरणात या व्यक्तिमत्त्वांचं महत्त्व उलगडून सांगण्याचा प्रयत्न केला आहे. सद्यकालीन ब्राह्मणांना, आंबेडकरवादी ब्राह्मणांच्या वारसांना आज जातीआधारित विषमतेबाबत कठोर भूमिका घेत सक्रीय होण्यास नेमकी कशाची अडचण आहे, याचंही विश्लेषण करण्याचा प्रयत्न सहाव्या प्रकरणात केला आहे. अनेक उदारमतवादी ब्राह्मण, 'उच्चजातीय' मंडळी जातीवादाला विरोध करतात, पण जातीव्यवस्थेला त्यांनी दिलेल्या नकारामुळे व्यवस्था बदलत नाही की दलितांची स्थितीही. मूलभूत मानवतावादी भूमिका घेऊन, 'सांस्कृतिक आत्मघातकी बॉम्बर' बनून विषमतेची जुनी रचना उद्‌ध्वस्त करण्याच्या विचारापेक्षाही निष्क्रीय उदारमतवादाशी याचा संबंध आहे.

आंतरराष्ट्रीय अ-दलितवाद

हे पुस्तक जागतिक संघर्षांच्या सिद्धांतांवर आधारलेलं आहे. जागतिक सहभावना निर्माण करण्यासाठी 'जात' हा एक महत्त्वाचा घटक आहे, हे ओळखून तशी मांडणी करण्याचा प्रयत्न आहे. वसाहतोत्तर काळात निर्माण झालेल्या सहभावनांनी 'थर्ड वर्ल्डिझम'चा विकास झाला.

साम्राज्यवादविरोधी राष्ट्रवादी भावनांच्या आधारे ही संकल्पना विकसित झाली. वर्गीय विषमतेच्या मुद्द्यावर आधारित एकजुटीची हाकही या संकल्पनेअंतर्गत दिली गेली होती. पण त्यामुळे नव्यानं निर्माण झालेल्या राष्ट्रांमधील अंतर्गत संघर्षाच्या मुद्द्यांकडे दुर्लक्ष केलं गेलं. त्यामुळेच स्वतंत्र राष्ट्र राज्याच्या उत्तराधिकाऱ्यांनी, त्यांच्या अस्तित्वाला, विशेषाधिकारांना धक्का बसणार नाही, अशा प्रश्नांवर संघर्ष सुरू ठेवून आपलं वर्चस्व कायम ठेवलं. यातले बहुतांशी सगळे सामाजिक उतरंडीत वरच्या स्थानावरचे होते. ऐतिहासिकदृष्ट्या गरीब आणि शोषित लुटीच्या आणि आत्यंतिक गरिबीच्या सावटाखालीच जगू लागले. त्यांच्या शोषणामुळे कोणतीही सामाजिक क्रांती होऊ शकली नाही. आज नवउदारमतवादी भांडवली व्यवस्था आणि तिच्या भागधारकांनी या वर्गाला मरणाच्या खाईतच लोटलेलं आहे. यातून पुन्हा वर्गीय संघर्ष उभा राहण्यासाठी चेतना मिळते, पण अंतर्गत जातीआधारित संघर्ष मात्र विसरला जातो. या ऐतिहासिक चुका टाळण्यासाठी आणि समस्येच्या योग्य मांडणीसाठी मला यावरील वादचर्चेला नवी दिशा देणं आवश्यक वाटतं. समकालीन जागतिक समस्यांवर काम करताना

जाती-आधारित जागतिक एकजूट, हस्तक्षेप आणि जागतिक चळवळ का महत्त्वाची आहे, हे सांगण्याचा प्रयत्न मी करणार आहे.

स्थलांतरित दलित १९६० पासून पाश्चिमात्य अवकाशात सक्रिय आहेत. भारतातल्या वसाहतोत्तर काळातील सरकारी प्रकल्पांनी प्रशासकीय व्यवस्थापनावर लक्ष केंद्रित केलं. तर गैरसरकारी क्षेत्रानं गरिबी आणि आरोग्यासारख्या विकासाच्या मुद्द्यांकडे आपला मोहरा वळवला. त्याच दरम्यान सामाजिक न्यायाच्या चळवळींनी मोठ्या प्रमाणात अस्तित्वात असलेल्या सामाजिक आणि आर्थिक विषमतेवर कार्य करण्यास प्राधान्य दिलं. तरीही दलितांचे प्रश्न हा आजवर जागतिक चिंतेचा विषय का बनू शकला नाही? नावाजलेल्या सामाजिक-सांस्कृतिक चळवळींनी आजवर ३० कोटी दुर्दैवी लोकांच्या दयनीय आयुष्याकडे दुर्लक्ष का केलं? ज्यांचं नुसतं अस्तित्वही अपवित्र मानलं जातं, त्या परीघाबाहेर ढकलल्या गेलेल्या लोकांच्या वाढत्या समस्यांबाबत सहअनुभूती का दाखवली जात नाही? आपले मानवी अधिकार मिळवू इच्छिणाऱ्या अस्पृश्यांच्या समस्या केवळ धार्मिक-सामाजिक रचनेच्या आलेखाद्वारेच मांडल्या जातात. कनिष्ठ जात समूहांसाठी बंड करून आपली अस्मिता मिळवणं अशक्य आहे. अपवाद केवळ 'हैतीयन क्रांती'चा आणि आफ्रिकेतील इतर उठावांचा आहे. या क्रांतीच्या कथा आजही अभिमानानं सांगितल्या जातात. इतिहासातील अस्पृश्यांच्या संग्रहित आठवणी ब्राह्मणी दस्तऐवजांमध्ये चुकीच्या पद्धतीनं हाताळल्या आहेत. त्यामुळे विद्रोही चळवळीला सुधारणावादी चळवळीच्या रुपात पेश केलं जातं. हे करताना विद्रोही चळवळीचा क्रांतिकारी उद्देश, झपाटलेपण याला कात्री लावली जाते आणि सत्ताधाऱ्यांच्या विलीनीकरणाच्या प्रारुपाशी जुळून घेत दुय्यम नागरिक बनण्याच्या प्रक्रियेपर्यंत सुधारणावादी चळवळी गेल्याचं सूचनही त्यातून होतं.

त्यामुळे प्रचलित चळवळी आणि इंटरनेट वापरणाऱ्या समाजमाध्यमांवरील कार्यकर्त्यांसाठी, त्यांच्या 'विविधतेच्या' कल्पनेत, पीडेची व्याख्याच वेगळी आहे. त्यांच्या दृष्टीने हा त्रास एक तर मानसिक असतो किंवा पीडितांचं दुःख समजून घेण्याची त्यांची पातळी बौद्धिक आकलनापर्यंतच मर्यादित असते. त्रासाची मानसिक अवस्था वर्चस्ववादी असते कारण त्यात सर्वाधिक ऐकू येणाऱ्या, वाचल्या जाऊ शकणाऱ्या कथनांनाच प्राधान्य दिलं जातं. जातीच्या प्रश्नावर बोलताना जेव्हा कान आणि डोळे झाकून घेतले जातात, तेव्हा 'विविधता' गैरहजर असते. काय खेळी आहे ही! मोठ्या शहरांतील लोक जोवर या चळवळींचं दिशादिग्दर्शन करत राहतील, तोवर विविधता येणारच नाही. चळवळीत वर्चस्ववाद राहणारच. दलित, काळे, क्वीअर या सामाजिकदृष्ट्या अल्पसंख्याक समूहासाठी आपण लढतो आहोत, असा कुणीही दावा केला तरी ती विविधता येऊ शकणार नाही.

वरून-खाली अशा उंतरडीयुक्त दृष्टिकोनानं एक विसंगत समज तयार केला आहे. अमेरिकेतली आणि जगभरातली विद्रोही काळी चळवळ वैश्विकतेला प्रेमानं आपलंसं करते. ही चळवळ 'पॅन-इझम'वर आधारलेली आहे. उदा., पॅन इंडियन - संपूर्ण भारतभर, पॅन सदर्न - संपूर्ण दक्षिण इ. मात्र त्यात खोलवरच्या बदलांचा अभाव आहे. दलित चळवळ आणि दलितांकडे जागतिक संघर्षात मांडता येईल, असा अनुभवांचा एक वेगळा साठा आहे. राज्यव्यवस्था आणि समाजानं दिलेल्या नकारांमधूनही आपलं अस्तित्व अधोरेखित करण्याची क्षमता त्यांच्यात आहे. तगून राहण्याचे विविध मार्ग अवलंबत मानवी शोषणाच्या सर्वांत जुन्या स्वरूपावर हल्ला करण्याचा दलित समूहांचा प्रयत्न, विशेषत: दमनकारी व्यवस्थेच्या विरुद्धचं जातविरोधी धार्मिक युद्ध, हे त्याचं एक उदाहरण म्हणून सांगता येईल. जागतिक पातळीवर हक्कांवर होणाऱ्या संवादाचा भाग म्हणून दलित आपल्या सामूहिक अपयशांना भूतकाळातील चुकांवर काम करण्याची आणखी एक संधी देतात. जगातील सर्वांत जुन्या विषमतामूलक व्यवस्थेचा पुरावा म्हणजे दलित. त्यांची मनं, शरीरं, जगाबद्दलची मतं, 'प्रतिकार करा, दीर्घकाळ जगा आणि खंबीर राहा', या त्रिसूत्रींचे स्रोत आहेत.

अनुभवजन्य पुरावे आणि वैचारिक मांडणीच्या आधारे मला दलितांच्या खऱ्याखुऱ्या शोषणाची मांडणी करून, या मोठ्या तरीही दुर्लक्षित समूहाकडे प्रचलित सामाजिक चळवळींचं लक्ष वेधायचं आहे. प्रचलित सामाजिक न्यायाच्या चळवळीत सध्या पाच जागतिक समस्या मुख्य प्रवाहात आहेत. वंश, लैंगिक विषमता, हवामानबदल, भांडवलशाही आणि आदिवासींचे हक्क. या प्रत्येक समस्येबाबत केल्या जाणाऱ्या कृती कार्यक्रमाला आंतरराष्ट्रीय पातळीवर माध्यमांमध्ये मोठी प्रसिद्धी मिळते, त्याचा प्रतिध्वनी आंतरराष्ट्रीय संस्थांमध्येही उमटतो. वंश आणि लैंगिक विषमता जशी थेटपणे दिसून येते, तसं जातीय भेदभावाचं नाही. तो ठळकपणे दाखवता येत नाही. त्यामुळे या युक्तिवादामागे लपणाऱ्या उच्चजातीय वर्चस्ववाद्यांना शोषितांच्या वतीने बोलता येईल, अशा जागा पटकावण्याची भुरळ पडते.

प्रबळ जातीतील लोकांना जगभरातील संस्कृती आणि अवकाश सहज उपलब्ध असल्याने ते दलितांशी संबंधित समस्यांचा बाजार मांडतात. तसं करून विकासाच्या मुद्द्यांवर काम करण्याऱ्या जागतिक संस्थांचं लक्ष त्यांना वेधून घ्यायचं असतं. विकासाशी संबंधित प्रारुप देणारा आणि घेणारा यांच्यातील विषम संबंधांचं पुनरुत्थान करणारं असतं. त्यामुळे दलितांना कायमच घेणाऱ्याच्या खालच्या भूमिकेत ठेवलं जातं. दलितांसोबत उच्चजातीयांचं असं श्रेणीबद्ध रीतीनं जोडलं जाणं, मूळ शोषणव्यवस्थेला मुळापासून उखडून टाकण्याच्या दलितांच्या

विद्रोही विचाराला बाजूला सारतं. किंबहुना ते विकासाची नवनवीन प्रारूपं मांडतं. कधी हे प्रारूप उदारमतवादी धारणा असलेल्या कल्याणकारी राज्याचं असतं..तर कधी प्रकल्प स्वरूपात टप्प्याटप्प्यानं एखाद्या समूहाचा विकास करण्याचं प्रारूप मांडलं जातं. यामध्ये शोषणाचा प्रतिध्वनी उमटवणाऱ्या रचना (एको चेंबर्स) मुळापासून नष्ट करण्यासाठी शोषितांनी दिलेली हाक दुर्लक्षित केली जाते. विकासाची अशी प्रारूपं जगभरच नवउदारमतवादी नियंत्रणाखाली आहेत. जगभरात जिथे जिथे शोषितांनी, आपल्या हक्कांसाठी आवाज बुलंद केलाय, त्या प्रत्येक ठिकाणी काम करण्यासाठी या प्रकल्पांना निधी मिळतो. ही प्रारूपं नवउदारमतवादी वित्त भांडवलाची वाहक असून शोषितांच्या मनात खदखदणारा असंतोष शांत करण्यासाठीच त्यांची नियुक्ती केलेली आहे. शिवाय प्रशासकीय यंत्रणेचा वापर करून शोषितांची बंड थोपवण्याचं, आणि होऊ घातलेल्या संभाव्य क्रांतीला पायबंद घालण्याचं काम केलं जातं. अशा संस्थांमध्ये काम करणारे लोक, त्या त्या संस्थांचे अनेक देशांतील प्रमुख हे बहुधा नवउदारमतवादी आक्रमकतेच्या हातात हात घालून काम करणारे उच्चजातीय लोक असतात. कदाचित त्यामुळेच संयुक्त राष्ट्रसंघ आणि इतर महत्त्वाच्या व्यासपीठांवर आंतरराष्ट्रीय स्तरावर सक्रीय असलेलं जातविरोधी कार्य उभं राहिलेलं नाही. संयुक्त राष्ट्रसंघाची स्थापना १९४५ मध्ये झाली तेव्हापासून आजपर्यंत संयुक्त राष्ट्रसंघाच्या आमसभेत जातीय हिंसाचाराचा निषेध करणारा एकही ठराव मंजूर केलेला नाही. हे एकच उदाहरण पुरेसं बोलकं आहे. यातून हे दिसतंय की जगातील नवउदारमतवादी विकास संस्थांच्या लेखी ३० कोटी दलितांच्या जगण्याला किंमत नाही.

~

दिसून न येणाऱ्या पण अस्तित्वात असलेल्या मानसिक, शारीरिक आणि समूहावरील-जातीय हिंसाचाराकडे गंभीरपणे पाहिलं पाहिजे. जात जितकी सांस्कृतिक, सामाजिक, राजकीय, आर्थिक आहे, तितकंच जातीचं जतन जैव-वैयक्तिकही आहे. 'दुसऱ्यावर', 'आपल्यापैकी नसणाऱ्यावर' हिंसा करण्यासाठी व्यक्तिगत पातळीवर योजल्या गेलेल्या कृत्यांचा यात समावेश होतो. 'खालच्या' समजल्या जाणाऱ्या लोकांना त्रास देण्यासाठी हा हिंसाचार केला जातो. या व्याख्येद्वारे, मी हिंसाचारातल्या वैयक्तिक सहभागावर लक्ष केंद्रित करू इच्छितो. 'समूहानं केलेली हिंसाचाराची कृती,' या घिसापिट्या दाव्याने व्यक्तीच्या वैयक्तिक सहभागाला दुर्लक्षित केलं जाऊ नये आणि त्यांतून त्याची सुटका होऊ नये. 'नात्सी नरसंहारा'सारख्या भयंकर घटनांमध्ये, व्यक्तीनं केलेल्या वैयक्तिक गुन्ह्यांनी एक वेगळा आयाम आणला. 'नात्सी नरसंहारा'च्या सिद्धांतांनी गुन्ह्यातील वैयक्तिक सहभागींना स्वतंत्रपणे दोषी ठरवलं आहे.

राष्ट्रीय कर्तव्याचा भाग असलेल्या असहमती, मतभेदाचं स्वागत जातीभेदानं ग्रासलेल्या भारतात अजूनही झालेलं नाही. दलितांमध्ये वांशिक-राष्ट्रवाद जबरदस्तीने पसरवला जातो आहे. 'भारतीयत्वा'च्या मोठ्या कार्यक्रमाअंतर्गत दलितांचं 'राष्ट्रीयीकरण' होत आहे. 'प्रजासत्ताकदिनी', 'स्वातंत्र्यदिनी' किंवा बाबरी मशीद पाडताना, 'गोध्रा हत्याकांडा'च्या वेळी 'भारतमाते'च्या नावाने झालेल्या उन्मादाच्यावेळी ते दिसतं. लोकप्रिय राष्ट्रवादाची प्रत्येक कृती पारंपरिक उच्च-नीचतेची उतरंड मानणारी आणि धूर्तपणे अल्पसंख्याकांवर हल्ले करणारी असते. जातीआधारित समाजात, भांडवलशाही आणि नव-उदारमतवादाच्या बाजारकेंद्री लालसेनं आणि हिंदू उजव्यांनी या राष्ट्रवादाचा प्रसार केला आहे. यांतून आत्मटीका करण्याच्या, लोकशाहीस पोषक अशा प्रवृत्तीचा अंतर्भाव असलेल्या समृद्ध परंपरांच्या राष्ट्रीय स्वभावाची मोठी हानी झाली आहे.

दलितांच्या मृत्यूची बातमी येते तेव्हा वार्तांकनाच्या पानांमधून दलित जीवनांचा अंध:कार थरारून उठतो. सनसनाटीसाठी चटावलेली ब्राह्मणी माध्यमं, एखादी क्रूर घटना शोधून काढून प्रेक्षकांना ती बातमीरूपात कधी सांगता येईल, याची वाटच बघत असतात. एका हुशार विद्यार्थ्याच्या मृत्यूची शोकांतिका जगभरातल्या अनेक महत्त्वाच्या विद्यापीठांच्या आवारांना धडकते. जगभरातल्या अनेक नामांकित प्रकाशनांमध्ये पुस्तक परीक्षणांच्या विभागात, एखाद्या (दलित) लेखकानं लिहिलेल्या जीवनानुभवांची दखल घेतली जाते. दलितांच्या जीवनकथांची उभी- आडवी वीण जगभर पसरली आहे.

कर्नाटक, तमिळनाडू, महाराष्ट्र, उत्तर प्रदेश, राजस्थान,

पंजाब, बिहार आणि केरळमध्ये दलित अजूनही उच्चजातीयांच्या सामाजिक बहिष्काराशी गावोगावी झगडत आहेत.

सामूहिक बलात्कारांच्या प्रकरणात दलित स्त्रिया अजूनही न्यायाच्या प्रतीक्षेत आहेत.

बलात्कार केलेले जीव, धिंड काढलेली नग्न शरीरं भर रस्त्यावर न्यायासाठी तळमळत आहेत.

'गुणवत्ते'च्या बालीश वादविवादापुढे तळपणारी दलितांची हुशारी शिक्षणसंस्थांची झोप उडवण्यासाठी त्यांच्या दारांवर टकटक करत उभी आहे.

महाविद्यालयांतला दलित विद्यार्थ्यांचा स्वायत्त राजकीय व्यवहार पाहिला जातोय नकारात्मक चाल म्हणून.

मानवी मैला साफ करणाऱ्या कामगारांच्या मृत्यूंची संख्या बनतेय वर्तमानपत्रांचा मथळा.

आपण गात राहतो भारतातील प्रगत नागर समाजाची आणि संस्कृतीची

थोरवी;

मात्र दलित मरतो तेव्हाच त्याची वा तिची दखल घेतली जाते.

जेव्हा जग मर्यादित यशासह अनेक प्रश्नांची उत्तरं शोधत असतं

जेव्हा सामाजिक चळवळी पूर्ण ताकदीनं नव्या साथींसोबत नवे बंध निर्माण करण्याचा प्रयत्न करतात

जेव्हा पारिस्थितीकीय अरिष्टं, उत्पन्नाची काहीच साधनं नसलेल्या तळाच्या माणसावर आघात करतात,

जेव्हा नवउदारमतवादी संकटं, उदरनिर्वाहाच्या मार्गांचा जागतिक भांडवलाच्या राक्षसांना बळी देतात,

जेव्हा शिक्षणशास्त्रं नैतिकतेचा अंधकार दर्शवण्यास असमर्थ ठरतात.

जेव्हा शिक्षक आपल्या विद्यार्थ्यांना, मानवी शोषणाच्या बाबतीत उत्तरदायित्वाचा अभाव कुठे कुठे आहे, हे स्पष्ट करून सांगू शकत नाहीत

जेव्हा भारत 'प्रकाशमान' आहे आणि जनता अंधकाराशी लढतेय

जेव्हा बँका राज्य करताहेत नि सरकारं आदेशांचं पालन करताहेत

जेव्हा उच्चभ्रू सत्ताधाऱ्यांच्या ऐषोआरामासाठी लोकशाही तिची बटीक बनते

जेव्हा लैंगिक अल्पसंख्याकांची चळवळ दलित क्वीअर आणि तृतीयपंथीयांची सक्रीयपणे पाठराखण करण्यास नकार देते

जेव्हा अकादमिक क्षेत्रात दलित विश्व जाणून घेण्यासाठी एखादा सविस्तर अभ्यासक्रम नसतो

जेव्हा संशोधन संस्था भूत आणि वर्तमानकालीन दलित जीवनाचा अभ्यास करण्यासाठी कटिबद्ध नसतात

जेव्हा एखादी आई तिच्या तीन वर्षांच्या लेकीला गमावल्यानंतर अश्रूंचा बांध रोखू शकत नाही

जेव्हा मंदिरातला पुजारी 'धार्मिक कारणांसाठी' दलित स्त्रियांवर बलात्कार करतच राहतो[२१]

जेव्हा प्रबळ जाती देशाची लूट करणं सुरूच ठेवतात

जेव्हा आंतरराष्ट्रीय डावी चळवळ प्रामाणिकपणे भारतातील त्यांच्या शोषित कॉम्रेड्सचा ताबा घेते

जेव्हा इतर समूहांमधली सहभावना हा प्राधान्याचा मुद्दा असतो

जेव्हा तुरुंग शोषित जातींतल्या लोकांनी भरून गेलेले असतात

जेव्हा आपल्या अठरा वर्षांच्या मृत मुलाचं दफन करण्याकरता लागणारे पैसे मिळवण्यासाठी बापाला कुणापुढे चार पैशांची भीक मागावी लागते

जेव्हा जगातली सरकारं आणि आंतरराष्ट्रीय संस्था आवाज नसलेल्या माणसांच्या

अस्तित्वाची दखलच घेत नाहीत

जेव्हा एखादी म्हातारी रस्त्यावर भीक मागून पोट भरते

जेव्हा माणसं प्राण्यांना कुरवाळतात; पण त्यांच्या घरात दलितांची सावली पडणंही निषिद्ध मानलं जातं.

जेव्हा, जात नव्हे तर धर्म ही मुख्य समस्या आहे, असं नास्तिक म्हणतात

जेव्हा दलित दलितच राहतो आणि ब्राह्मण ब्राह्मणच

जेव्हा गरिबी आणि आरोग्यक्षेत्राच्या खासगीकरणामुळे औषधोपचाराच्या अभावी, एक मुलगा आपल्या वडीलांना गमावून बसतो

म्हणून, जोवर पुरोगामी आपल्या विशेषाधिकारांवर जाहीरपणे टीका करण्याची भूमिका घेण्याचं धाडस दाखवत नाहीत आणि या विशेषाधिकारांचा त्याग करत नाहीत

जोवर, जात हाच विद्रोहींचा मुख्य कार्यक्रम नसेल

जोवर विवेकवादी लोक शिक्षणासाठी अग्रहारांकडे शिकवण्यासाठी जायचं थांबवणार नाहीत

जोवर दलितांचं शोषण ही जगाची समस्या बनणार नाही

जोवर दलित शास्त्रज्ञ संघटित होणार नाहीत

जोवर सर्जनशीलतेच्या क्षेत्रात दलित सिनेमा यशस्वी ठरणार नाही

जोवर मुख्य प्रवाहात दलित रॅप ही विद्रोहाची परिभाषा म्हणून स्वीकारली जाणार नाही

जोवर यशस्वी दलित व्यक्ती, आपल्या भविष्याची काळजी बाजूला करून निडरपणे स्वत:ची ओळख सांगू शकत नाही

जोवर कास्टमस्टगो (जात गेलीच पाहिजे)चा पूर्ण स्वीकार होत नाही आणि #दलितलाईव्जमॅटरला (दलितांचं जीवन महत्त्वाचं आहे) प्राधान्य मिळत नाही

जोवर माझी आई, जातवर्चस्ववादी राज्यात, माझा मुलगा घरी सुरक्षित परत येईल का, हा विचार मनात न आणता निर्धास्तपणे झोपू शकत नाही,

तोवर जात महत्त्वाचीच राहणार आहे.

~

जोवर आपण जात नष्ट करत नाही तोवर ती महत्त्वाची राहणार आहे.

जेव्हा माझी आई प्रेमाबद्दल बोलते, तेव्हा प्रेमात समतोल साधण्याकडे तिचा कल असतो. त्यात इतरांना इजा करण्याच्या विचाराला थारा नसतो. जातीय हिंसेच्या सुरचित दबावाखाली ती जगत राहते. जातीयवाद्यांशी लढताना, डळमळून न जाता जो आत्मविश्वास तिने दाखवला, त्यातून तिच्या मुलांभोवती एक भक्कम तटबंदी निर्माण झाली आहे. तिच्यातली करुणा, प्रेम यामुळे आमच्या

मनातली भीती कधीच गळून पडली आणि आम्ही खंबीर झालो. तिच्या सबंध आयुष्यात आम्हाला आशा दिसते आणि तिला आमच्यात जातीचे साखळदंड तोडण्याचा धाडसी प्रयत्न दिसतो. म्हणूनच जात महत्त्वाची आहे.

मे २०१९

डॉ. सुरज एंगडे,

केंब्रिज,एमए

१

दलित असणं

माझ्या संतापाच्या धारदार पात्याने मला तुमची जाड, जातीयवादी त्वचा
कापून काढून दे
माझ्याविरुद्ध वापरल्या गेलेल्या सगळ्या गोष्टी तिथूनच जन्मल्या आहेत

मी भर वाळवंटातून वाहणाऱ्या मधुर वाऱ्यासारखा आहे

तो कुणाच्याच मालकीचा नसतो

त्याला कवेत घ्या, त्याच्या स्पर्शाचा आनंद घ्या
आणि आत्म्याच्या गाभ्यापर्यंत तो अनुभवा

तो कुणाहीबरोबर राहत नाही
ते एक अस्थायी सुख आहे

– सुरज एंगडे

प्रत्येकक्षणी मरत असताना जगायचं कसं ते मला सांगा
...मला लोकांमध्ये परकीय असल्यासारखं वाटतं
अनौरस आयुष्याचं ओझं वाहताना

– यशवंत मनोहर, 'अल्टिमेटम'१

माणसाने प्लेटो आइन्स्टाइन आर्किमिडीस सॉक्रेटिस
मार्क्स अशोक हिटलर कामू सार्त्र काफ्का
बोदलेअर रेम्बो इझरा पाउंड हापकिन्स गटे
दोस्तोव्हस्की मायकोव्हस्की मॅक्झीम गॉर्की

एडिसन मिडिसन कालिदास तुकाराम व्यास शेक्सपीअर
ज्ञानेश्वर वगैरे वगैरेंना त्यांच्या शब्दांसकट गटाराचे
मेनहोल उघडून त्यात सलंग सडत ठेवावे
येसूच्या पैगंबराच्या बुद्धाच्या विष्णूच्या वंशजांना फाशी द्यावे
देवळे चर्च मशिदी शिल्पे म्युझियम्स कुस्करुन टाकावे
पंड्यांना बंड्यांना तोफेच्या तोंडी द्यावे त्यांच्या रक्ताने
भिजलेले रुमाल शिलालेखावर कोरून ठेवावेत
– नामदेव ढसाळ ('गोलपिठा' या संग्रहातून, १९७२)[२]

मी ब्राह्मणांच्या आणि ब्राह्मण्यवादी जगात राहतो. जिथे पहावं तिथे ब्राह्मण आणि ब्राह्मण्यवादी सत्तास्थानी आहेत, तिथे ते तगून राहिले आहेत आणि आपल्याला विशेष सामाजिक स्थान मिळालेलं आहे, याची दखल न देता स्वतःच्या कृत्यांच्या उत्तरदायित्वापासून ते दूर आहेत. मी पाहतो की प्रत्येक क्षेत्रात- मग ते सांस्कृतिक असो, व्यापार, कला, धार्मिक क्षेत्र असो की ज्ञानसंपादन, राजकारणाचं क्षेत्र असो- ब्राह्मण दर दिवशी माझं आयुष्य मूल्यहीन, काडीचंही महत्त्व नसलेलं कसं दिसेल, यासाठी प्रयत्न करत राहतात. मी माणूस नाहीए, तर मी दलित आहे. मी कुणाचा सहकारी नाही, मी दलित आहे. मी कुणाचा मित्र नाही, मी दलित आहे. मी एखाद्या महत्त्वाच्या क्षणाचा साक्षीदार, भागीदार नाहीए तर मी केवळ दलित आहे. ब्राह्मण दलितांना त्यांच्या आयुष्यातून बाहेर घालवण्यासाठी जगतो. एखादा उत्सव असो की दैनंदिन जगणं, दलितांना काठावरच ठेवलं जातं. तरच ब्राह्मण त्यांचं ब्राह्मण्य जिवंत ठेवू शकतात.

ब्राह्मणी समाजाच्या दृष्टीनं मला मुक्तपणे, जगाच्या कोणत्याही कोपऱ्यात हवं तसं जगण्याचा अधिकार नाही. मला सतत 'इतर' म्हणून पाहिलं जातं आणि माझ्याबद्दल मतं बनवली जातात. ब्राह्मण आणि त्यांचं विश्व हे महत्त्वाचं आणि माझं विश्व दुय्यम अशा जगात मला जबरदस्तीनं राहावं लागतं. ज्या गोष्टींशी माझा काही संबंधच नाही, त्यांची जबाबदारीही बळजबरीनं माझ्या खांद्यावर टाकली जाते. त्यामुळे मला एकाचवेळी दोन आयुष्यं जगावी लागतात. एक स्वत:साठी आणि एक ब्राह्मण आणि ब्राह्मणी जगासाठी. सार्वत्रिकपणे आढळून येणारं ब्राह्मणांचं लांगूलचालन माझ्याही अस्तित्वाशी जोडलेलं आहे. उच्चभ्रू ब्राह्मणांचा एक गट सद्यस्थितीतलं वातावरण नियंत्रित करण्यासाठीच काम करतो. तो केवळ दलितांना, ब्राह्मण पोटजातींतील लोकांनाच कमी किंवा दुय्यम लेखत नाही, तर त्यांच्या आसपासच्या प्रत्येकालाच स्वत:पेक्षा हीन समजतो.

उत्तर प्रदेशमधल्या काही कार्यकर्त्यांकडून चालवल्या जाणाऱ्या एका दलित-आदिवासी न्यूज पोर्टलला मी सबस्क्राईब केलं आहे. दलितांशी संबंधित अनेक बातम्यांचं एक बातमीपत्र ते दररोज प्रकाशित करतात. दलितांचे मृत्यू, बलात्कार याबाबतच्या बातम्या नेहमी प्रकाशित केल्या जातात. पाच वर्षांपुर्वी दर दिवशी अशा चार ते सहा बातम्या पोर्टलवर दिसत असत. आज दिवसाला अशा दहा ते चौदा बातम्या वाचायला मिळतात. या बातम्या म्हणजे समकालीन दलित परिस्थितीचं एक बोलकं उदाहरण आहेत.

मी लंडनमध्ये असतानाचा एक प्रसंग आठवतो. सकाळचे पावणेआठ वाजले आहेत. आठवड्याभरापासून आकाश करडंच आहे आणि लंडनच्या कंटाळवाण्या हिवाळ्यात भुरभुर पाऊस पडतोय. अर्धवट झोप झालेल्या अवस्थेतच मी उठतो, अजूनही पलंगावरच उबदार पांघरुणात आहे. अर्धमिटल्या डोळ्यांनीच मी जवळ पडलेला मोबाइल, लॅपटॉप घेतो. आजूबाजूला काय घडतंय, हे जाणून घेण्यासाठी कॉल्स, मेसेज, फेसबुक, इमेल सगळं तपासून पाहतो. तेवढ्यात मला मी सबस्क्राईब केलेल्या बातमीपत्राचा एक ग्रुप ईमेल आलेला दिसतो. सवयीप्रमाणे मी तो वाचू लागतो. खूप आतुरतेने त्यात एखादी सकारात्मक बातमी शोधू लागतो. जातीच्या अंधकारमय साम्राज्यावर मात करत झळाळणारी एखादी दलित गुणवत्तेबाबतची बातमी किंवा नागरी अधिकारांबाबत न्यायालयात प्रलंबित असणाऱ्या एखाद्या याचिकेवरील निर्णय, असं काहीसं वाचायला मिळेल असं वाटत असतं, पण एव्हाना सकाळी उठल्यावर निराशाजनक बातम्या वाचायला मिळणं नित्याचंच झालं आहे. पहिल्या तीन बातम्या जर दलित अत्याचारांच्या असतील, तर पुढचं संपूर्ण न्यूज लेटर वाचणं मला क्वचितच शक्य होतं.

नामवंत चित्रपट दिग्दर्शक के. स्टॅलिन यांचा 'इंडिया अनटच्ड' नावाच्या एका माहितीपटाचं परीक्षण आलं होतं. मी तो माहितीपट एकोणीस मिनिटं बघितला आणि स्वत:ला थांबवू शकलो नाही. डोळ्याला धारा लागल्या होत्या. डोळे वाहतच होते. मी खोलीतून बाहेर पडलो. चालताना पावलागणिक त्या माहितीपटातली दृश्यं आणि त्यामुळे आठवलेल्या बऱ्याच गोष्टी डोळ्यांसमोर तरळत होत्या. डोळे अजूनही वाहतच होते. गुजरातमधल्या एका शाळेत आमच्या मुलांना क्रूरपणे वागवलं जात होतं, त्यांची दडपणूक केली जात होती. ती दृश्यं पाहणं मला मानसिकरित्या झेपलंच नाही. शाळेत जाणाऱ्या दलित मुलींना शाळेचा परिसर व संडास जबरदस्तीनं स्वच्छ करायला लावलं जात होतं. चहा करण्याचं कामही त्यांच्यावरच टाकलेलं होतं. 'तुम्ही हे साफसफाईचं काम का करता?' असं जेव्हा दिग्दर्शकानं त्यांना विचारलं, तेव्हा निरागस चेहऱ्यानं त्यांनी उत्तर दिलं, "आम्ही जर संडास साफ केले नाहीत तर आम्हाला मारतील."

त्यावर दिग्दर्शकानं आणखी एक प्रश्न विचारला, "सगळेच विद्यार्थी कामं करतात का?" त्यावर "पटेल आणि शिरोया जातीचे विद्यार्थी सोडून." असं उत्तर त्या मुलींनी दिलं. या उत्तराने तो गोंधळला आणि आपल्याला काहीच कळलं नसल्याचं त्याने मुलींना सांगितलं. त्यावर "हो, तुम्हाला कळतंय हे"[३] असं एक मुलगी भीतीमिश्रित आश्चर्यानं पटकन उद्‌गारली. या उदाहरणाचा मथितार्थ असा की, हा जातीआधारित छळच आहे आणि आमचं शोषण का होतंय, आम्हाला निकृष्ट दर्जाच्या जीवनमानात का जगावं लागतंय, हे आम्हाला जसं माहीत आहे तसंच ते जगालाही माहीत आहे.

चालता चालता अचानक माझं मन थांबतं आणि मी सातत्याने दलितांच्या मनांवर होणाऱ्या अत्याचारांचा विचार करू लागतो. हे अत्याचार दलितांच्या मनात न्यूनगंड निर्माण करतात– आपल्या अस्तित्वातच काही तरी न्यून आहे, असा विचार करायला त्यांना भाग पाडतात. मग या धारणेला विरोध म्हणून मी श्रेष्ठ - कनिष्ठ या शब्दांचा वापरच करू नये, असं ठरवतो. 'व्हाय नॉट लोअर कास्ट' अशा शीर्षकाचा लेख काही दिवसांनी मी त्याच न्यूज पोर्टलसाठी लिहिला. तो नंतर एका ऑनलाईन मानवाधिकार मासिकातही प्रकाशित झाला. 'ज्याप्रमाणे अमेरिकेतल्या विद्रोही काळ्या चळवळीनं पांढऱ्या क्रूर दृष्टीकोनाला आव्हान देत रंगावरून मानल्या जाणाऱ्या भेदमूलक धारणाच उखडून टाकल्या, त्याचप्रमाणे श्रेष्ठता - कनिष्ठता ठरवणाऱ्या, दर्शवणाऱ्या धारणाच नाकारत दलितांची स्व-जाणीव अग्रभागी आली पाहिजे. उच्च-नीचपणा किंवा एकंदर माणसांतील उतरंड दर्शवणाऱ्या अशा सर्व शब्द-संकल्पनांना पूर्णपणे मूठमाती दिली पाहिजे. यामुळे फक्त मानसिक स्वातंत्र्यच मिळेल असं नाही तर तो दलित अभिव्यक्तीच्या दिशेने जाण्याचा मार्गही आहे.' अशी मांडणी मी त्या लेखात केली आहे. मी माझ्यावर लादलेल्या एका ओळखीला उत्तर देतोय, जी मी निर्माण केलेली नाही, तर ती माझ्यावर आणि माझ्या समूहावर लादली गेली आहे.

जात ही सहअस्तित्वाला विरोध करणारी एक संस्था आहे. माणसांमध्ये मूलभूत सारखेपणा आहे, साम्य आहे या भावनेलाच ती विरोध करते. किंबहुना ती अतिशय स्पष्टपणे माणसांची उतरंड असलेल्या समूहविभाजनालाच प्रोत्साहन देते. विविध जातीसमूहांमध्ये मानवी बंधांवर आधारलेला एक अभेद्य एकोपा निर्माण करता येणं अतिशय अवघड आहे, त्याला अनेक मर्यादा पडतात. या प्रकरणात आपण जातीच्या प्रश्नावर मानवीय सापेक्षता लक्षात घेऊन विचार करणार आहोत. यात 'इतर' असल्याची जाणीव, अस्तित्व, अस्तित्वभान आणि प्रेम यांचा समावेश होतो.

भारतात मानवी प्रेम असणं, नसणं यासाठी वापरली जाणारी सर्व रूपकं

'जाती'च्या वादचर्चेभोवतीच फिरणारी आहेत. व्यक्तीचं जातीय स्थान शोधत असताना त्याच्या गाभ्याशी 'इतरपणा'ची भावना असते. ती दृश्य - अदृश्य दोन्ही स्वरूपात असते; किंबहुना त्याची दृश्यमानता अतिशय गंभीर आणि हिंसक रूप धारण करू शकते. कोणताही दलित, त्याची दलित अस्मिता जाहीरपणे सांगतो किंवा जातीय संस्कृती जेव्हा जाहीरपणे मिरवतो, तेव्हा त्याला बेदखल केलं जातं. समतेची आस असलेली त्यांची दलित अभिव्यक्ती उघडपणे दिसली तर त्यांना कानकोंडं केलं जातं, सार्वजनिक अवकाशात उच्चजातीय मित्रांकडून एकटं पाडलं जातं. हे करताना एकतर दलित संस्कृती, खाद्यसंस्कृती, सण-समारंभ, भाषा आर्थिक परिस्थिती यावरून अपमानजनक वागणूक दिली जाते किंवा मग दलित राजकारण्यांना हिणवलं जातं, त्यांची खिल्ली उडवली जाते. दलितांना अभिव्यक्तीसाठी मिळालेल्या प्रत्येक संधीकडे तुच्छतेने बघून त्यांना अव्हेरलं जातं.

मी इंग्लंडमध्ये शिकायला होतो तेव्हा तिथल्या भारतीय मित्र-मैत्रिणींसोबत वेळ घालवायचो. आम्ही चांगल्या चर्चा करायचो. अगदी स्वयंपाकही एकत्र करायचो. घरापासून खूप दूर असलेल्या देशात तिथल्या माझ्या भारतीय मित्रांमुळे मला बरं वाटायचं. खाणंपिणं, वागण्याबोलण्याच्या सारख्या सवयी असलेल्या मित्रांमुळे मला खूप छान वाटत असे. पण दोन महिन्यांनंतर याच मित्र-मैत्रिणींनी अंतर बाळगून राहायला सुरुवात केली.

दलितांवर होणाऱ्या अत्याचारांविरोधात मी अनेकदा फेसबुकवर पोस्ट लिहायचो आणि जशा माझ्या पोस्ट किंवा अपडेट्स त्यांच्या टाइमलाइनवर दिसू लागल्या, तसं त्यांच्यातल्या काही जणांनी मला ब्लॉक केलं. जे तुलनेनं माझ्या जास्त जवळचे होते, त्यांनी माझ्या पोस्ट्सवर चर्चा - संवाद करणंच सोडून दिलं.

एके दिवशी माझ्या एका भारतीय मित्राच्या घरी संध्याकाळी मला आमंत्रित केलं होतं. मी त्याच्या घरात प्रवेश करताच तिथल्या वातावरणात, त्यांना मी नको असल्याचा सूर मला जाणवला. कुणालाही माझ्याशी बोलण्यात रस नव्हता. मी बोलायला लागलो की ते माझ्याकडे न पाहता भलतीकडेच पाहायचे. माझ्या बोलण्याला प्रतिसाद दिलाच तर तो मोठ्या आवाजात दिला जायचा. माझ्या प्रतिष्ठेवर, माझ्या समूहावर होणाऱ्या मर्दानी हल्ल्यांनी मी पुरता घेरलो गेलो होतो. त्या सगळ्यांमध्ये हिंदू बनिया आणि सिंधींपासून शीख, ब्राह्मण, जैन अशा अनेक जातसमूहांचे मित्र होते. त्यांच्यापैकी कुणालाही माझी दलित अभिव्यक्ती सहन होत नव्हती. आंबेडकरांचा मानहानीपूर्वक उल्लेख करून ते मला चिडवू लागले. त्यातल्या ज्या सिंधी मित्राला मी माझा जवळचा मित्र समजत होतो, त्याने सगळ्यांसमोर सुरेखा भोतमांगेचा उल्लेख 'चवचाल स्त्री' म्हणून केला. (सुरेखा

भोतमांगे ही खैरलांजी हत्याकांडात मारली गेलेली दलित स्त्री होती). या खटल्याची काहीही माहिती नसलेला तो मित्र तिच्यासाठी अगदी सहज असा शब्द वापरून गेला. ब्राह्मण त्यांचं काम करत आहेत असं म्हणत तो ब्राह्मणांचं समर्थन करू लागला. मग त्याने आरक्षणामुळे त्याच्यासारख्या लोकांना सोसायला लागणाऱ्या 'शोषणा'चा मुद्दा काढला. 'ब्राह्मणांच्या समस्यांचा विचार कोण करणार? त्यांच्यावर होत असलेल्या अत्याचारांचं काय?' असं त्यानं ओरडून विचारलं. त्यावेळी त्या खोलीतल्या मित्रांच्या घोळक्यानं माझं खच्चीकरणच केलं होतं. माझी जवळपास खात्रीच पटली की, आता आपण इथून निसटून जायचं म्हटलं तरी हे लोक आपल्याला जाऊ देणार नाहीत आणि कदाचित प्रकरण मारहाणीवर जाईल. शेवटी कोणताच पर्याय दिसत नसल्यानं आणि परिस्थिती आणखीच चिघळतेय हे पाहून मी त्यांना माझी भूमिका समजावून सांगायचा प्रयत्न केला.

हा प्रसंग उद्भवण्याचं मुख्य कारण म्हणजे मी 'भारतीय समाजातील जात आणि लिंग' या विषयावर तयार केलेलं एक प्रेझेंटेशन. आंतरराष्ट्रीय मानव अधिकारांच्या कोर्ससाठी (अभ्यासाचा भाग म्हणून) तयार केलेल्या त्या प्रेझेंटेशनची माहिती माझ्याच एका शीख वर्गमित्राने त्या ग्रुपमध्ये सांगितली होती. त्यानंतर उद्भवलेल्या त्या तणावपूर्ण प्रसंगाने मी कोड्यात पडलो. एक सिंधी व्यक्ती - जिने कधी ब्राह्मण देव-देवतांची पूजाही आयुष्यात केलेली नसेल – ब्राह्मणांच्या वर्तनाचं समर्थन करत होती. ब्राह्मणांवरच्या माझ्या चिकित्सेवर एका शीख मुलीनं आक्षेप घेतला होता. तसं पाहता शीख धर्मातील रीतीरिवाज, धार्मिक कार्ये हिंदू धर्मापासून, ब्राह्मणांच्या आचार-विचार-वर्तनांपासून इतकी वेगळी असताना तिनं ब्राह्मणांचं समर्थन करण्याचं काहीच कारण वरकरणी तरी मला दिसत नव्हतं.

नंतर मग मला डॉ. आंबेडकरांच्या आयुष्यातल्या काही घटना आठवल्या. आंबेडकरांच्या उच्चजातीय मित्रांनीही त्यांच्या घरांमध्ये आंबेडकरांचं कधी मनापासून स्वागत केलं नव्हतं. 'वेटिंग फॉर अ व्हिसा' या आपल्या आत्मकथनात आंबेडकरांनी त्यांचे बडोद्यातले अनुभव सांगितले आहेत. बडोद्यात त्यांना नोकरी मिळाली होती पण राहण्यासाठी जागा काही मिळत नव्हती. त्यामुळे ही अडचण सोडविण्यासाठी ते त्यांच्या एका हिंदू मित्राकडे गेले. तो मित्र उदार अंत:करणाचा आणि आंबेडकरांशी खास मैत्री असणारा असा होता, असं वर्णन खुद्द आंबेडकरांनीच केलं आहे. पण तो मित्र आंबेडकरांना राहण्याच्या जागेसाठी मदत करू शकला नाही. मग ते दुसऱ्या एका मूळ ब्राह्मण पण ख्रिश्चन धर्म स्वीकारलेल्या मित्राकडे गेले. पण तोही त्यांची ही अडचण सोडवू शकला नाही. त्यानंतर आंबेडकर एका पारशी गेस्ट हाऊसवर राहायला गेले; कारण 'त्या धर्मात (झोराष्ट्रीयन) अस्पृश्यतेला स्थान नाही.' असं असलं तरी तिथल्या पारशी जागामालकाकडून आंबेडकरांना

वेगळी वागणूक मिळालीच. तिथं जाऊन दहा दिवस होत नाहीत, तोच संतापलेल्या डझनभर पारशी लोकांच्या टोळक्यानं, हातात लाठ्याकाठ्या घेऊन आंबेडकरांचा पाठलाग केला. उंचेपुरे, धिप्पाड असे ते पारशी संतापलेले होते. त्या संतापलेल्या आणि कट्टर पारशींचा जमावही त्यांच्या जागेत एखादा अस्पृश्य माणूस येऊन राहतोय, ही गोष्ट सहन करू शकला नाही. मग भलेही त्यांचा धर्मविचार हिंदू जातसंकल्पनांपासून कितीही वेगळा का असेना.

मलाही बिगर हिंदू मित्र-मैत्रिणींकडून आलेला अनुभव डॉ. आंबेडकरांच्या अनुभवापेक्षा वेगळा नव्हता. माझ्यासोबतच्या त्या प्रसंगाने तर हे सिद्धच केलं की जगभरात कुठेही दलितांना त्यांच्या ओळखीशी, अस्मितेशी तडजोड करावीच लागते. विशेषाधिकार असणाऱ्या जातींचे धनी असलेल्या मित्र आणि सहकाऱ्यांना अपेक्षित असंच अभिव्यक्त व्हायचं, त्याहून वेगळं काही घडलं तर त्याचं स्वागत केलं जाणार नाही, स्वीकार केला जाणार नाही. एखादा व्यक्ती त्याला होणारा त्रास, छळ इतरांसमोर मांडायचं धाडसच करू शकणार नाही, या साऱ्याची दक्षताच जणू हा विशेषाधिकारप्राप्त समूह घेत असतो.

असं असलं तरी 'दलित' ही काही एकसाची, एकाच छापाची ओळख नाही, त्यामुळे त्याबाबतचा एकसाची दृष्टिकोनही 'दलित असण्यावर' एक ओझं बनून जातो. दलितांमध्ये विविध प्रकारचे सांस्कृतिक भेद आणि जीवनानुभव आहेत. 'दलित असणं' हा समावेशकता आणि वगळलं जाणं या दोन्ही दृष्टीनं एक विशाल विभाग आहे. तो स्वीकारला जाणारा आणि वगळला जाणाराही आहे. दलित सहसा जातीबद्दल बोलत नाहीत, किंबहुना ते त्यांचं आयुष्य जातीय पराभवात जगतात. दलितांचं जगणं, अभिव्यक्ती कशी असते हे अनुभवण्यासाठी एखाद्याला दलित वस्त्यांमध्ये जावं लागेल. लग्न, सण-समारंभ यांसारख्या तिथल्या सामाजिक कार्यक्रमांमध्ये सहभागी व्हावं लागेल. दलितांच्या भवतालात एक वैश्विकता आढळते. ते फक्त ब्राह्मणी संस्कृतीच विचारात घेत नाहीत, तर स्वतःची 'बहुजन' ही ओळख समर्थ करत असताना आफ्रिका, काळे आणि आदिवासी समूह यांचीही त्यांना जाणीव असते.

'दलित प्रेम'

जातीव्यवस्थेसारखी मोठी हानिकारक व्यवस्था आणि दलितांची स्थिती जाणून घेण्यापूर्वी आपण दलितांच्या अस्तित्वाचे सामूहिक अनुभव जाणून घेतले पाहिजेत. पिढ्यान्‌पिढ्या दलितांवर लादलेल्या न्यूनगंडांतूनही दलितांनी आपलं अस्तित्व कसं टिकवून ठेवलं? कोणत्या प्रेरणेने, आशेने त्यांनी पुढच्या पिढ्या जन्माला

घातल्या आणि बदल होईल, अशी आशा बाळगली? असे कोणते महत्त्वाचे घटक आहेत की ज्यामुळे त्यांनी सगळी हिंमत एकवटून, सगळ्या शक्तिशाली लोकांना, या व्यवस्थेला टक्कर दिली? (ब्राह्मणी दहशतवादाच्या भीतीमुळे निराश न होता) अनेक प्रश्न आहेत आणि त्यांची उत्तरंही अनेक आहेत.

आपल्या शोषकाशी संवाद करण्याची तयारी ठेवणं आणि हा संघर्ष सोडविण्यासाठी ठामपणे प्रतिबद्ध असणं, हे दलित मानवतेच्या मुळाशीच आहे. दलितत्त्व निर्माण होतं तेच मुळी दु:खं आणि औदासिन्याच्या उघड्या-बोडक्या माळरानावर. प्रेम रुजवण्याची ताकद बाळगून अंधकारलेल्या भवतालातही 'दलित प्रेम' आपलं अस्तित्व टिकवण्याचं धाडस करतं. प्रेमावर विश्वास ठेवणं, हा जणू या समूहाचा एक अलिखित संकल्पच आहे आणि इथूनच दलितांच्या आयुष्यात सहभावनेचा उगम होतो. 'दलित प्रेम' या गोष्टीनंच 'दलित समूहा'ला जिवंत ठेवलंय आणि एका मोठ्या विध्वंसापासून त्याचं रक्षण केलंय. 'प्रेम' हे या समूहाचं एक सामर्थ्यशाली नैतिक बळ आहे आणि ते समजून घेणं आवश्यक आहे. दुसऱ्यावर प्रेम करणं, समानुभूतीचा अभाव असणाऱ्या एखाद्या अज्ञानी व्यक्तीला जवळ करणं यातून अंत:स्तरावरील द्वेष कसा पुसून टाकावा, एखाद्यावर जीवतोड प्रेम कसं करावं हे 'दलित समूहा'नं दाखवून दिलं आहे. जातीं-भेदांधारित समाजात प्रेम करणं ही एक हिंसा आहे, आणि प्रेम म्हणजे समाजातील कायदेविषयक, नैतिक आणि लैंगिक आचारसंहितेचा भंग करणंही आहे. ही आचारसंहिता 'आदर्श परंपरा' म्हणून खपवल्या जाणाऱ्या धार्मिक कथनांमध्ये अधोरेखित केली गेली आहे. या लादलेल्या चौकटींना प्रश्न करण्यातूनच 'दलित प्रेमा'च्या प्रक्रियेचा उगम होतो.

ब्राह्मणी कर्मकांड आणि सामाजिक व्यवस्थेच्या पकडीमुळेच दलित आतापर्यंत मारले गेले आहेत, त्यांच्यावर बलात्कार केले गेले आहेत, त्यांचा छळ करण्यात आलाय, त्यांचा अपमान झाला आहे. हे सामाजिक संकेत अथवा प्रथा-परंपरा दलितांनी निर्माण केलेल्या नाहीत; त्यात त्यांचा यत्किंचितही सहभाग नाही, तरी या प्रथांच्या साखळदंडांनी दलितांच्याच गळ्याभोवती फास आवळला गेलाय. इतक्या क्रूर घटना घडवून आणल्या गेल्यानंतरही या समूहानं आपल्यावरील ऐतिहासिक जखमांची भळभळ, त्या खुणा विसरण्याचा प्रयत्न करून आपल्या पुढच्या पिढ्यांना इतरांशी प्रेम आणि सद्भावनेनं वागण्याचे धडे दिले आहेत. (विवेकाला आत्यंतिक महत्त्व दिलं आहे.)

तीव्र स्वरूपाच्या शोषणाच्या पार्श्वभूमीवरदेखील प्रेम व्यक्त करण्याचे धाडस करून 'दलित समूह' मानवतेची आदर्श मूल्ये प्रत्यक्षात आणतो. दलित जडणघडणीच्या परंपरेत रुजलेली ही मूल्ये पुढील पिढ्यांनी त्यांच्या मनांमध्ये

आणि शरीरांवर वागवावीत म्हणून त्यांच्यामध्ये संक्रमित केली जातात.

माझ्या आजीच्या दैनंदिन जीवनात 'दलित प्रेमा'चा आविष्कार मला दिसतो. तिचे तिच्या नातवंडांवरील प्रेम तिच्या प्रेमाच्या चळवळीवरील दृढ विश्वासावर उभे राहिले आहे. तिच्याकडील सगळे प्रेम ती तिच्या पुढच्या पिढ्यांकडे सोपवते. बाहेरच्या जगातील क्रौर्यापासून बचाव करण्यासाठी तिच्या या प्रेमाने तिच्या नातवांभोवती एक सुरक्षित तटबंदी बांधली आहे. इतरांमधील प्रेममय करुणेचा शोध घेणे आणि प्रेमाचे मूल्य जगात पसरवणे, हेही तिच्या प्रेमाचे एक कार्य आहे. आपण ज्या व्यवस्थेत राहतो, त्या व्यवस्थेतल्या अंगभूत कौर्याची तिला चांगलीच जाण आहे. तिने ते अनुभवले आहे. काळाच्या पावलांची साक्षीदार असलेली माझी अशिक्षित, इतरांच्या घरी काम करणारी आजी – माझी आई – आशेचा किरण तेवता ठेवत जगतेय. त्याला साथ आहे ती तिच्या प्रेम करू शकण्याच्या अद्वितीय क्षमतेचीच. समाजविघातक गोष्टींना तिने परखडपणे केलेला विरोध आणि त्याविरोधात लढण्याची आस हे सारे तिला तिच्या आजीकडून वारशाने मिळालेल्या, संवेदनशीलतेने प्रेम करण्याच्या मूल्याचे बाळकडू आहे. जे लोक केवळ प्रेम करण्याचा वसा टाकून न दिल्यामुळेच अस्तित्वात आहेत, अशा लोकांची ती प्रतिनिधी आहे. ज्या व्यवस्थेने या लोकांना उद्ध्वस्त करण्याचे ठरवले होते, त्या व्यवस्थेविरोधात दोन हात करण्याचे बळ प्रेमानेच त्यांना दिले आहे. माझ्या आजीच्या विशुद्ध प्रेमाला हजारो वर्षांचा इतिहास आहे. माझ्या चेहऱ्यावरचा तिचा मऊशार स्पर्श, माझे गाल धरणारे तिच्या हातांचे तळवे, अश्रूंनी चमकणारे तिचे डोळे म्हणजे मला माझ्या पूर्वजांचे दर्शन घडविणारी एक खिडकी आहे. या पूर्वजांचे माझ्या अंगात खेळणारे रक्त हे 'दलित प्रेमा'चे प्रतीक आहे.

एखादी व्यक्ती माझ्याकडे प्रेमानं पाहते, तेव्हा मला त्यात 'दलित प्रेमा'चा साक्षात्कार होतो. अशावेळी मी त्या मनमोकळेपणानं त्या व्यक्तीशी बोलतो. माझं सारं काही खाणं-पिणं, घर, माझं मन मी प्रेमानं त्या व्यक्तीसोबत वाटतो.

मला जीनिव्हातला एक प्रसंग आठवतोय. ते उन्हाळ्याचे दिवस होते. एका प्रसन्न सकाळी मी आणि माझा सहकारी टेबल टेनिस खेळायला गेलो होतो. आम्ही खेळत असताना शेजारून एक तरुण जोडपं जात होतं. त्यांनी आम्हाला, त्यांनाही खेळात सहभागी करून दुहेरी डाव खेळायची विनंती केली. आम्ही आनंदानं होकार दिला. तासाभराच्या आतच आमचा डाव संपला; पण तेवढा वेळ आम्ही अगणित वेळा हसलो. मजा आली. वारा जोरात वाहत असूनही आम्ही खेळलो. आम्हाला खरंच खूप मजा आली. खेळ संपल्यावर त्या जोडप्याला निरोप देण्यापूर्वी मी त्यांना माझ्याकडे जेवायला येण्याचं आमंत्रण दिलं. माझ्या

आमंत्रणाने ते थोडेसे चपापले आणि त्यांचं इतर काही नियोजन असल्यामुळे त्यांना यायला जमणार नाही, असं त्यांनी सांगून टाकलं.

त्यानंतर माझ्या इटालियन सहकाऱ्याने माझ्या अति मोकळ्याढाकळ्या स्वभावाची मला जाणीव करून दिली. मी त्या जोडप्याला थेट जेवणाचं आमंत्रण दिलं आणि लोकांना असं पटकन कुणी त्यांच्या घरी जेवणाचं आमंत्रण दिलेलं वा सलगी आवडत नाही, त्यांना त्याची सवय नसते असं ती म्हणाली. मी गोंधळून गेलो. मला वाटलं की आम्ही एकत्र खूप छान वेळ घालवला आहे. जेवणाच्या निमित्तानं तसाच आणखी वेळ घालवू शकतो. पण माझ्या सहकाऱ्याला ते शिष्टाचारबाह्य वर्तन वाटलं होतं. मला वाटलं ते युरोपियन आहेत आणि युरोपियन लोकांमध्ये पाहुणचाराची काही वेगळी रीत असेल आणि मी भारतीय शिष्टाचारानुसार त्यांना आमंत्रित केल्याने काही गडबड झाली असेल. मग मी माझ्या एका भारतीय मित्राशी यावर चर्चा केली. त्याला मी म्हटलं, आपण भारतीय लोक पाहुणचाराच्या बाबतीत किती मोकळेढाकळे असतो, किती सहज आपण लोकांना घरी आमंत्रित करतो. पण त्यावर त्या मित्रानंही नकारात्मक मत दिलं. त्याच्या मतेही, माझं त्या जोडप्याला असं थेट जेवणाचं आमंत्रण देणं योग्य नव्हतं आणि तो माझ्या जागी असता तर त्यानेही असं काही केलं नसतं. एखाद्या माणसाला जाणून घ्यायला वेळ लागतो आणि एखाद्याशी मैत्री करण्याआधी तो माणूस कसा आहे, हे पुरेसं कळणं गरजेचं आहे, असंही तो म्हणाला.

त्यानंतर मी इंग्लंडला परत गेलो आणि तिथल्या 'दलित समूहा'च्या संपर्कात राहू लागलो. त्यांच्याशी पहिल्यांदाच बोलत असताना, तिथल्या एका ब्रिटिश दलित व्यक्तीनं मला लगेचच त्यांच्या घरी राहायला येण्याचं आमंत्रण दिलं. मी तिथे गेलो. खूप मोठं आणि सुंदर घर होतं. मी तिथं जेवलो व रात्री तिथेच राहिलो, त्यांच्यासोबत वेळ घालवला.

या घटनेनंतर काही वर्षांनी मी माझ्या एका दलितेतर मित्रासोबत भारतात प्रवास करत होतो. मी जिथं जिथं गेलो, तिथं दलितांनी मोठ्या प्रेमानं आमचं स्वागत केलं. त्यांच्या घरी आमंत्रित केलं. मी नांदेडला माझ्या घरी परत आल्यानंतरही पाहत होतो की बरेच लोक आमच्या घरी भेटायला यायचे, पप्पांसोबत गप्पा मारायचे, भरपूर वेळ घालवायचे. माझे आई-वडिलही त्यांना प्रेमानं भेटायला येणाऱ्या कोणत्याही व्यक्तीचं खूप आपुलकीनं स्वागत करायचे. आमचं घर त्या प्रत्येकासाठी नेहमी उघडं असायचं. नंतर माझ्या लक्षात आलं की, फक्त 'दलित समूह'च घरी येणाऱ्या-जाणाऱ्या लोकांचं इतक्या मोठ्या मनानं स्वागत करतो; कारण त्यांना विश्वासाच्या आधारावर तयार झालेल्या 'प्रेम' या भावनेचं, मूल्याचं महत्त्व समजलेलं होतं. त्यामुळे त्यांच्याशी कुणी जराही प्रेमानं, आपुलकीनं,

विश्वासानं वागलं, तर ते त्याच्या पदरात भरभरून देतात.

'दलित प्रेमा'ला आपलंसं केलं पाहिजे. 'दलितांचं प्रेम' हे आपण म्हणतो, त्यापेक्षा कितीतरी अधिक गहिरं, सद्भावना आणि समर्पणाची भावना असलेलं आहे. साखळदंडात अडकवलेल्या मनाने आजवर न अनुभवलेली स्वातंत्र्य आणि मुक्तीची अनुभूती या प्रेमात आहे. हे प्रेम भौतिक आशा-आकांक्षांमध्ये अडकून पडलेलं नाही. एखाद्याच्या नैतिकतेला जास्त महत्त्व देणारं आणि त्या व्यक्तीची काळजी घेणारं, असं हे प्रेम आहे. क्रोध आणि हिंसेने भरलेल्या या भौतिक आशा-आकांक्षांच्या जगात एखाद्या व्यक्तीची काळजी घेण्याचा गुण हरवूनच गेला आहे. 'दलित प्रेम' हा एक आध्यात्मिक अनुभव आहे, अलौकिक अनुभूती आहे. असं असलं तरी आपल्याला हवंहवंसं वाटणारं प्रेम मिळविण्याकरता आपणही प्रेम द्यायला शिकलं पाहिजे. प्रेमाची देवाण-घेवाण ही दुसऱ्या व्यक्तीला समजून घेण्याची पूर्वअट आहे; पण सामाजिकदृष्ट्या खालच्या समजल्या गेलेल्या दलितावर प्रेम करण्याचं धाडस कोण करू शकेल? वर्चस्ववादी, शोषक, उच्च जातींच्या क्रूर- अमानवी मानसिकतेतून असुरक्षित झालेल्या व भरडल्या जाणाऱ्या दलितावर प्रेम कोण करेल?

एखाद्या 'तिरस्करणीय' दलितावर प्रेम का करावं? कारण 'दलित प्रेम' व्यक्तीच्या न शोधल्या गेलेल्या 'स्व'च्या गाभ्यामध्ये दबलेल्या स्थितीत असलेल्या प्रेमाचं प्रतिनिधित्व करतं. 'दलित प्रेम' हे सुख-दु:खाचा एक सुंदर आविष्कार आहे. भूतकाळातल्या जखमांवर फुंकर घालणारं आणि भविष्यातल्या शक्यतांमध्ये जाणीवपूर्वक रममाण होणारं, विश्वास दाखवणारं प्रेम म्हणजे 'दलित प्रेम'. इतरांवरील प्रेमातून स्वत:वर प्रेम करणं, स्वत:च्या बाह्य जगातील भीतींच्या माध्यमातून स्वत:कडे बघणं म्हणजे 'दलित प्रेम'. 'दलित प्रेम' साधं आहे आणि म्हणूनच ते चुकीच्या पद्धतीने समजून घेतलं जातं.

अशा प्रकारचं प्रेम प्रत्येकाला हवंहवंसं वाटतं; पण त्याला ते मिळत नाही. ते विचारी आहे आणि एखाद्या मुक्त आणि प्रबुद्ध माणसाच्या ठायी ते असतं. प्रेम, समानुभूती आणि सत्यता एखाद्याच्या अस्तित्वाचा तर्क बांधू शकतात. त्यामुळे जेव्हा आपण दलितांना एका राष्ट्राच्या मर्यादेत बांधतो तेव्हा आपण 'दलित प्रेमा'च्या वैश्विकतेला कमी लेखतो. दलित म्हणजे आपल्याला अहंगंड आणि क्रूर संवेदनशीलतेच्या अपराधी भावनेतून मिळणाऱ्या एका 'सुप्त आनंदा'च्या पानावरची तळटीपच जणू.

'दलित प्रेम' म्हणजे विविध शक्यता आणि तीव्र दु:खाचा समन्वयच आहे. तो अप्रेमाचा नकार नाही तर ती अनेक शक्यतांची जणू एक चळवळच आहे. प्रेम न मिळालेल्यांवर प्रेम करणं, या एकमेव निष्ठेतून आलेला तो विश्वास आहे.

मानवतेच्या दु:खाला मूर्त रूप देणाऱ्या, दखल घेतल्या न गेलेल्या अशा समाजगटातील हे प्रेम न मिळालेले लोक आहेत. आपल्या पूर्वजांकडून आपल्याला अस्तित्वाकरता झगडण्याचा वारसा मिळालेला आहे, यावरील त्यांचा विश्वास दृढ करण्याचं काम 'दलित प्रेम' करतं. खरं तर हे जीवनाचं एक प्रारूप आहे. ते मरणोन्मुख अवस्थेतील प्रेमामध्ये प्राण फुंकायला शिकवतं.

जीवनसंघर्ष आणि आशा यांतील संघर्षावर हे प्रेम वाढतं. आयुष्यातील निरर्थकतेच्या धारणांवर मात करण्याचा एकमेव मार्ग म्हणजे 'दलित प्रेम'! 'दलित समूहा'चे अधिकार हिरावून घेतले गेले आहेत, स्वप्नांची शकलं झाली आहेत. त्यांच्या समूहांतील हाडामासाची माणसंच मारून टाकलेली आहेत; तरीही हे समूह ह्या प्रेमाचा शोध घेत आहेत. 'दलित प्रेम' नाजूक, मृदू आणि फुलपाखरासारखं हलकं आहे. त्याची मुळं दु:खात रुजलेली आहेत आणि त्याचवेळी हे समूह त्या दु:खांतून बाहेर पडण्याची आकांक्षा धरून आहेत.

'दलित प्रेमा'च्या संकल्पनेबद्दल भारतानं ऋणी असलं पाहिजे. 'दलित प्रेम' जर अस्तित्वात नसतं तर क्रोधानं जळणाऱ्या, प्रतिशोधाच्या आगीत धुमसणाऱ्या संघटना इथं तयार झाल्या असत्या. दलितांमध्येच 'दलित वर्चस्ववाद' जोपासणारी चळवळ तयार होऊन दलितेतरांचा द्वेष करण्याची पद्धत रूढ झाली असती. हे दलितेतर दलितांवर अन्याय करणारे, त्यांची हिंसा करणारे आहेत. इतकं की जणू दलितांचे मुडदे पाडल्याशिवाय ते जगूच शकणार नाहीत. भारतीय इतिहासात जातीय हिंसाचाराच्या घटना वारंवार घडल्या असत्या; पण दलितांच्या चळवळीचा इतिहास अहिंसक राहिलेला आहे. हिंसेऐवजी संवाद करून एखादा प्रश्न मार्गी लावण्यावर दलितांचा भर आहे; मात्र हे वास्तव फारसं समजून घेतलं गेलेलं नाही. किंबहुना या मुद्द्याची दखलच घेतली गेलेली नाही.

एखाद्या समूहानं विरोधाचं अस्त्र म्हणून संपूर्ण अहिंसक मार्गाचा स्वीकार केल्याचं एकही उदाहरण भारतीय इतिहासात सापडत नाही.

माझा जिवलग आणि विचारवंत कॉर्नेल वेस्ट आपल्याला आत्मपरीक्षण करायला लावतो. कोणत्या ध्येयासाठी आपण आपलं आयुष्य धोक्यात घालू शकतो, याचा विचार करायला तो भाग पाडतो. अशा वेळी दलित ऐहिक परिस्थितीला उत्तर देतो. मानवतेच्या हितासाठी स्वत:ला समर्पित करण्याची तयारी दाखवून दलित त्यागाचं उदाहरण म्हणून उभा राहतो. 'दलित संघर्ष' द्वेषावर मात करून प्रेम करायला शिकवतो. एखाद्या लैंगिक अल्पसंख्याक व्यक्तीच्या अनुभवाच्या जवळ जाणारा हा अनुभव आहे. 'दलित प्रेम' हा वास्तवाच्या भानाने अंगावर काटा आणणारा आणि प्रसंगी थरकाप उडवणारा असा एक सखोल प्रवास आहे.

'दलित प्रेम' म्हणजे सार्वत्रिक शांततामय वातावरण निर्माण करण्याचा अनुभव देणारा आमचा एक कार्यक्रमच. जातींच्या दुर्धर आजारातून मुक्तता मिळवण्यासाठी हे एक गुणकारी औषध आहे. हे एका समूहाचं गहिरं सामर्थ्य आहे. दुर्लक्षिलेल्या व्यक्तींना प्रेमानं, सहभावनेनं सामावून घेणारा आणि सद्भावनेचं मूल्य जोपासणारा एक विशाल प्रवाह म्हणजे 'दलित प्रेम'. भोवतालच्या कडव्या, अतिरेकी धारणा असणाऱ्या समूहांपासून दलितांना वाटणाऱ्या भीतीचं उच्चाटन करण्याच्या प्रक्रियेतच विकसित होणारं हे 'दलित प्रेम' ही एक असामान्य, अपवादात्मक गोष्ट आहे. खरं तर भारतातील ठरवून केल्या जाणाऱ्या विवाहांची पद्धत, 'दलित प्रेम' अधिक वृद्धिंगत होईल की काय, अशा समाजाला वाटणाऱ्या भीतीतूनच तयार झाली आहे. कारण न्याय, सद्भावना, क्षमाशीलता ही मूल्यं सनातनी डोक्यांत रुजवण्याची आणि तिथे मानवीयतेचं पोषण करण्याची ताकद 'दलित प्रेमा'त असते. त्यामुळे पूर्वग्रहांची झापडं लावलेल्या समाजाने 'दलित प्रेमा'ला निषिद्ध मानलं आहे. ठरवून केलेल्या विवाहांच्या रूढीमुळे इथल्या जातीय समाजानं, प्रेम करण्याची-मिळवण्याची क्षमताच गमावली आहे.

त्यामुळेच तात्कालिक, केवळ भौतिक सुखाच्या अपेक्षांमध्ये अडकून पडलेल्या प्रेमाला दूर सारून त्याऐवजी नैसर्गिक, गहिऱ्या, एकमेकांना समजून उमजून घेणाऱ्या, संवादी आणि अनेक शक्यतांना, आशेला जन्म देणाऱ्या प्रेमाला हा जातीय समाज मुकला आहे. ठरवून केल्या जाणाऱ्या लग्नांमध्ये, एकमेकांना समजून घेत, शिकत - शिकवत, एकमेकांसोबत समृद्ध होऊन एकमेकांमधलं अंतर नष्ट करून टाकण्याच्या प्रक्रियेला थाराच नसतो.

जातीच्या साखळदंडांमध्ये अडकलेलं प्रेम हे केवळ भिन्नलिंगी नातेसंबंधांबाबतच्याच धारणा बाळगतं. लिंगभाव, लैंगिकता आणि जातीच्या पलीकडे जाऊन 'प्रेम' ही एक अत्युच्च मानवी भावना आहे, असा विचार करण्यासाठीचा योग्य तो अवकाश जातीत अडकून पडलेल्या प्रेमाला मिळत नाही. आंतरजातीय समलिंगी नातेसंबंधांबाबत बोलताना भारतातील दलित 'क्वीअर चळवळी'चा एक महत्त्वाचा आवाज असलेला ध्रुबो ज्योती सांगतो, "जातींमुळे आमची मनं दुभंगलेली आहेत आणि प्रेम आता त्यांना पुन्हा जोडू शकत नाही."[४] अशा प्रकारच्या प्रेमाची रचना ही जात्यंध नसणाऱ्या व्यक्तीच्या प्रेम करण्याच्या नि मिळवण्याच्या क्षमतेवर अवलंबून असते. त्यामुळेच भारतातल्या मिश्र लैंगिक भावना असलेल्या आणि तृतीयपंथीय वर्तुळांतील व्यक्तींनाही जातीचे गुणधर्म/ वैशिष्ट्यं चिकटलेली दिसतात.

"वंचितांमध्ये 'स्व'ची जाणीव निर्माण करण्याचा शेवटचा प्रयत्न म्हणजे प्रेम"[५], असं कॉर्नेल वेस्ट म्हणतात.

त्यातच भर घालणारं माझं म्हणणं आहे की, बिगर-राजकीय प्रेम म्हणजे मागण्यांशिवाय केलेलं निदर्शन आहे. प्रेमाला राजकीय दृष्टिकोनातून पाहिलं पाहिजे आणि त्याच दृष्टिकोनातून त्याला पाठिंबा मिळाला पाहिजे. प्रेम करणं आणि प्रेमात एकत्र समृद्ध होणं ही एक बंडखोरीच आहे. त्यामुळेच प्रेमाची आवश्यकता आणि प्रेम नाकारलं जाणं, या दोन परस्परभिन्न गोष्टी असुरक्षिततेने ग्रासलेल्या मनांमध्ये नांदत असतात. एखाद्या व्यक्तीला प्रेमात दुसऱ्या व्यक्तीकडून जे हवं असतं ते सगळंच 'दलित प्रेम' देऊ करतं, त्यामुळेच हे प्रेम हवंहवंसं वाटतं. मात्र या आसक्तीचं मूळ, जातीव्यवस्थेने लादलेले नियम तोडण्याच्या इच्छेतच दडलेलं असतं. जात आणि जातीव्यवस्थेनं काही नियम/ सामाजिक करार लादलेले असतात आणि त्यांचं उल्लंघन होऊ नये, अशी रचनाही या व्यवस्थेत असते. त्या नियमांनाच मूठमाती देणारं 'दलित प्रेम' म्हणूनच हवंहवंसं वाटतं आणि त्याचवेळी ते समाजात तिरस्करणीयही ठरतं.

आखून दिलेल्या सर्व मर्यादा उल्लंघून जाण्याची, खाच-खळग्यांतून वाट काढत आशेच्या प्रदेशात जाण्याची जोखीम पत्करणारं हे प्रेम अखेर ब्राह्मणी शिष्टाचार संहितेवरच हल्ला चढवतं. म्हणूनच जेव्हा एखाद्या इच्छित दलिताचा दलितेतराकडून स्वीकार केला जातो, तेव्हा 'दलित प्रेमा'चा ताबडतोब खून केला जातो. तरुण, वृद्ध अशा हजारो दलितांच्या कत्तल केलेल्या शरीरांचे ढिगारेच्या ढिगारे मांसाचा व्यापार करणाऱ्या जातीयवाद्यांच्या बाजारात पडलेले आहेत. अशा प्रकारच्या जातीय हत्या दुर्लक्षित राहतात आणि त्यांची जागा जातीच्या खोट्या प्रतिष्ठेपायी केली जाणारी हत्याकांडं घेतात. समाज काही तथाकथित आणि जातनिरपेक्ष ऑनर किलिंगचा (जातीच्या खोट्या प्रतिष्ठेपायी केलेल्या खुनांचा) निषेध करतो आणि 'अस्पृश्यता पाळूच नये', या संविधानिक, नैतिक जबाबदारीतून जातवर्चस्ववाद्यांची सुटका होते. प्रणयकुमार, शंकर, रेखाकुमारी, मृदूलकुमार, सोनीकुमारी, मनोज शर्मा, कुमार, अमित आणि ज्योती, अंकित, राम आणि अशा कित्येकांच्या सुंदर आणि मौल्यवान आयुष्याचा विनाश करण्यात आलाय. 'दलित प्रेमा'तून त्यांना भावलेली मूल्यं त्यांनी अंगीकारली होती, त्याचा स्वीकार केला होता. हे खुपणाऱ्या जातवर्चस्ववाद्यांनी त्यांच्या प्रेमाला हिंसक विरोध केला. अशा कत्तल करून टाकलेल्या व्यक्तींमध्ये फक्त दलितांचाच समावेश आहे असं नाही, तर त्यात सर्व जातीय व्यक्तींना जीव गमवावा लागला आहे.

मानसिक ताणतणाव हा दलित मुलांच्या पाचवीलाच पुजलेला आहे. जन्मापासून आंदण मिळालेला हा मानसिक तणाव पुढे पुढे त्या व्यक्तीची मानसिक स्थितीच बनून जातो. लहानपणीच मुलांना आजूबाजूला जी हिंसा पाहावी लागते, त्याचा

असा काही परिणाम त्यांच्यावर होतो की, पुढे जाऊन एक तर त्यांना वाळीत तरी टाकलं जातं किंवा ती गुन्हेगारीकडे तरी वळतात. अमेरिकेत नागरी हक्कांसाठी काम करणारे वकील ब्रायन स्टीवन्सन फाशीची शिक्षा सुनावण्यात आलेल्या कैद्यांचं समुपदेशन करण्याचं काम करतात. कायद्याचा ध्यास घेतलेल्या आधुनिक समाजात, आजच्या काळात एखादी व्यक्ती गुन्हेगार कशी बनते, याचं त्यांनी विवेचन केलं आहे. फाशीची शिक्षा सुनावण्यात आलेल्या जेवढ्या कैद्यांची बाजू त्यांनी लढवली आहे, त्या सर्वच कैद्यांना मानसिक आरोग्याच्या समस्यांनी ग्रासलेलं होतं. लहानपणी हिंसा, शोषण आसपास बघितल्याने, कुटुंब किंवा भवतालाकडून त्यांचं शोषण झाल्याने त्यांची जी मानसिक दुरवस्था झाली, त्याचीच मुळं त्यांच्या मनात राहिली आणि बालपणी झालेल्या शोषणाचा त्यांच्या मनावर झालेला आघात पुढे त्यांच्या समाजविघातक वर्तनात बदलला. अशा कृतींमुळे मग त्या लहान मुलांना कायदेशीर प्रक्रियेला सामोरं जावं लागलं. त्यामुळे त्यांचं हिंसक गुन्हेगारांमध्ये रूपांतर झालं आणि त्यांना तुरुंगवास भोगावा लागला. त्यात भर म्हणजे तुरुंगातलं भयंकर वातावरण, तुरुंग व्यवस्थेनं त्यांचं अमानवीकरण केलं.

'जस्ट मर्सी'[६] या सिनेमात गुन्हेगारांच्या ज्या कथा सांगितल्या आहेत, त्यातील गुन्हेगारांची पार्श्वभूमी पाहिली तर त्यांचं बालपण सामाजिक, आर्थिक आणि वांशिक भेदभावांमुळे मनावर झालेल्या आघातांनी व्यापल्याचं दिसतं. याच तर्काने भारतीय जातीव्यवस्थेकडे पाहिलं पाहिजे. दलित ज्या परिस्थितीत राहतात ते पाहिलं तर ते एखादं 'मुक्त कारागृह'च आहे, असं वाटतं. बालपणापासूनच त्यांच्याकडे कठोरपणे पाहिलं जातं. त्यांच्यावर कडक नियम लादले जातात आणि त्यांच्यावर वेळोवेळी जाचक जातीय नियमांचा बडगा उगारला जातो. जातीव्यवस्थेच्या लाभधारकांकडून त्यांचं शोषण केलं जातं. त्यांना मारहाण केली जाते, मानसिक त्रास दिला जातो. निर्दयी घरमालक, शिक्षक, शेजारी, प्रशिक्षक, शिकवणी घेणारे अशा अनेक व्यक्तींनी केलेला अपमान, हेटाळणी, शिव्या-अपमानजनक बोलणं अशा गोष्टींनी त्यांच्या मानसिक दुरवस्थेत भरच पडते. अशा स्थितीत मानसिक आरोग्यासाठी समुपदेशन, मानसोपचार घेणं परवडणारंही नसतं. त्यामुळे मनावरचे हे आघात, जखमा दलित आयुष्यभर वागवतात. भावनिक ताणतणावांच्या ओझ्याखाली दबून जातात. जेव्हा ही मुलं मोठी होतात, तेव्हा त्यांचं वर्तन नियंत्रित करण्याचा प्रयत्न दुपटीने वाढतो. त्यांनी जे करू नये असं इतरांनी ठरवलेलं असतं, ते त्यांनी केलं तर त्यांना भ्रमिष्ट/ अविवेकी ठरवलं जातं आणि त्यांच्या मानसिक अस्थिरतेसाठी त्यांनाच मारहाण केली जाते.

नांदेडमध्ये मी ज्या दलित वस्तीत राहत होतो, तिथल्या तीन विवाहित

महिलांनी स्वत:ला जाळून घेतलं होतं. ज्या तरुण विद्यार्थ्यांना मानसिक ताणतणाव सहन झाले नाहीत, त्यांनी शिक्षण अर्धवट सोडून दिलं. ज्यांचं बालपण मानसिक आघातांनी भरलेलं होतं अशा अनेक बापांनी दारूच्या व्यसनात स्वत:ला बुडवून टाकलं. लहानपणी मी ज्यांच्यासोबत खेळलो, वाढलो त्या माझ्या मित्रांची गणना आता गुन्हेगार म्हणून केली जाते. त्यांच्या माझ्यातला फरक हा की, मला ज्या संधी माझ्या आई-पपांनी दिल्या, तशा संधी त्यांचे आई-बाप, कुटुंब त्यांच्या परिस्थितीमुळे त्यांच्या मुलांना देऊ शकले नाहीत. त्यांचे आई-वडील बहुतेकदा दारू प्यायलेले असायचे आणि मुलांना मारहाण करायचे. अशा वातावरणात वाढलेली अनेक मुलं मग पुढे कमी वयातच अंमली पदार्थांची नशा करू लागली आणि व्यसनाधीन झाली.

अवि नावाचा माझा एक मित्र क्रिकेट स्टार होता आणि तो आमच्या टीमचा कॅप्टनही होता. लोक त्याच्या खिलाडूवृत्तीचं कौतुक करायचे. त्याला क्रिकेटचं कसलंही प्रशिक्षण मिळत नव्हतं की आई-वडिलांचा पाठिंबाही नव्हता. त्यामुळे काही दिवसांतच तो फक्त पैशासाठी क्रिकेटच्या मॅचेस, सामने खेळू लागला. क्रिकेट हा एक खेळ आहे, हे तो जणू विसरलाच. त्याच्या या वेडापायी तो लवकरच पैशाला सोकावलेला एक जुगारी बनला. तो लॉटरी आणि पैशाशी संबंधित इतर अनेक खेळ खेळू लागला. नंतर तर तो गांजाही ओढू लागला. नशेसाठी गोळ्याही घेऊ लागला आणि मग दारूशी त्याची मैत्री झाली. आज जेव्हा कधी मी अविला पाहतो, तेव्हा तो माझ्यापासून लपायचा प्रयत्न करतो. मला सामोरं जाण्याचं धाडस त्याच्यात नाही. एक हुशार आणि सुंदर दलित मुलगा आता तुरुंगात जाण्याच्या वाटेवर आहे. अशा भयंकर परिस्थितीत प्रश्न पडतो की, दलित वस्ती कशी जिवंत राहते आणि पुढे जाते? मी असं म्हणेन की हे 'दलित प्रेमा'मुळेच शक्य होतं. प्रेमाची नैतिक परिमाणं आणि प्रेम करण्याच्या सर्व मर्यादांना उल्लंघून टाकणारी क्षमता ही 'दलित प्रेमा'ची बलस्थानं आहेत. या प्रेमानंच अनेकांचं संरक्षण केलं आहे. खूप जणांचं नाही तरी किमान आयुष्यात आपल्या ध्येयापासून भरकटणाऱ्या तरुणांचं रक्षण निश्चितच या प्रेमानं केलं आहे. ज्या दलितांनी आपल्या आयुष्यात काही मौल्यवान मिळवलं आहे, यशप्राप्ती केली आहे, ती 'दलित प्रेम' आणि काळजीच्या जोरावरच. अनेक दलित समाजविघातक कृत्यांकडे वळले नाहीत, समाजानं त्यांना गुन्हेगार म्हणून घोषित करण्याचा वारंवार प्रयत्न करूनही त्यांनी स्वत:ला गुन्हेगारी, समाजविघातक कृत्यांपासून दूर ठेवलं, याचं श्रेय 'दलित प्रेमा'लाच जातं.[७] 'दलित प्रेमा'चा इतिहास जपणं, त्या इतिहासाशी असलेली बांधिलकी जपणं यांतूनच तर दलितांना जगण्यासाठी बळ मिळतं आणि ते तग धरून राहतात.

त्यामुळेच 'दलित प्रेम' ही केवळ प्रेमाच्या नैतिकतेची सरधोपट पुनरावृत्ती नाही. हे प्रेम आध्यात्मिकपणे रुजलेलं आहे. ते 'स्व शी' नेहमी संवाद करणारं आणि आत्मपरीक्षण करणारं आहे. इतरांचा चांगुलपणा ओळखणारं आणि त्यांच्या अस्तित्वाची कदर करणारं, काही वाईट दिसलं तर ती माणसाची मर्यादा, असा विचार करणारं हे प्रेम आहे. आत्मपरीक्षण हा 'दलित प्रेमा'चा अविभाज्य भाग आहे.

नांदेडमधील एका दलित-मुस्लीम तृतीयपंथीयांच्या समूहानं त्यांचा अनुभव मला एकदा सांगितला. त्यांना अनेकदा विविध ओळखी धारण करून वावरावं लागायचं. दलितांमधील सामाजिक न्यायाची चर्चा करणाऱ्या वर्तुळांमध्ये शोषणमूलक उतरंडीची नेहमी चर्चा व्हायची; पण त्यात या गटातील व्यक्तींना आलेल्या अनुभवांचा सामावेश नसायचा. शोषणव्यवस्थेतल्या त्यांच्या स्थानाबद्दल काहीच चर्चा व्हायची नाही. एक सुप्रसिद्ध ट्रान्सपर्सन असलेली त्यांची नेता आपल्याच कोशात राहणारी कार्यकर्ती म्हणून ओळखली जायची. जगातील अनेक 'क्वीअर' कार्यकर्त्यांची ती अतिशय लाडकी होती.

"आजच्या आमच्या दुर्दैवी अवस्थेला फक्त तीच जबाबदार आहे. आम्ही तिच्यासोबत रॅलींमध्ये गेलो, आम्हाला वाटलं ती आमच्या प्रश्नांना वाचा फोडेल पण त्याऐवजी तिनं स्वत:ची प्रसिद्धी करून घेतली. तिला भरपूर पैसा मिळाला, त्यामुळे तिचं चांगलं घर झालं. तिचं भविष्य सुरक्षित झालं; पण त्यानंतर तिनं कधीही आमच्याकडे (दलित तृतीयपंथीय) ढुंकूनही पाहिलं नाही. ती एक धूर्त ब्राह्मण आहे," कृपा नावाची एक तृतीयपंथी दलित कार्यकर्ती रडवेली होऊन सांगत होती.

आपल्या समाजाच्या एका मोठ्या भागानं ट्रान्सजेंडर किंवा तृतीयपंथीयांबाबतच्या कथनालाच निषिद्ध मानलं आहे आणि या तृतीयपंथींच्या कल्याणाची जबाबदारी असणारा त्यांचा समूह, जो सर्व प्रकारच्या शोषणाविरुद्ध उभा असतो, त्यांच्या अनुभवांना सहज नजरेआड करतो. खरं तर अनेकदा 'क्वीअर समूह'च 'दलित क्वीअर' आणि तृतीयपंथीयांच्या शोषणात थेटपणे सामील असतो.

इतिहासात डोकावून पाहिलं तर, दलित चळवळीनं तृतीयपंथीय, वेश्या यांच्या हक्कांसाठी, दलितांच्या प्रश्नांइतकाच संघर्ष केला आहे. दलित पँथरचे झुंजार नेते नामदेव ढसाळ यांनी दलित, तृतीयपंथीय आणि वेश्यांच्या प्रश्नांसाठी त्यांना एकत्र करून 'समता मोर्चा' काढला होता. या एकीने जातीआधारित पूर्वग्रहांचं, धारणांचं उच्चाटन करण्यासाठी, जातीयतेचा विरोध करण्यासाठी 'अरे जात पात को हटाव रे' अशी घोषणा दिली होती.[८]

असं असलं तरी आता राष्ट्रीय पातळीवर असे प्रयत्न बघायला मिळणं मुश्किल आहे. सार्वजनिकरित्या मतभेद प्रकट करणारा दलित फक्त दलित स्त्री-पुरुषांच्या प्रश्नांचं शोकगीतच आळवतोय आणि त्याचा प्रतिध्वनी उमटतोय तो केवळ भिन्नलिंगी नातेसंबंध मान्य असणाऱ्या, तृतीयपंथीय आणि एकूणच लैंगिक अल्पसंख्याकांविरोधी असणाऱ्या ब्राह्मणी अवकाशात. ब्राह्मणी संरचनेला प्रतिउत्तर देणारा, परंतु ब्राह्मणी व्यवस्था कायम ठेवणारा एक सुरक्षित अवकाश दलितांनी तयार केला आहे. दलित ब्राह्मणी संरचनेला आव्हान देतात; पण ती संरचना नष्ट करण्याची इच्छा मात्र दाखवत नाहीत. त्यामुळे ते आपल्या हक्कांसाठी करत असलेल्या वाटाघाटी, हाच त्यांच्यासाठी स्वातंत्र्याच्या उद्घोषाचा मार्ग बनतो आणि अशा प्रकारच्या वाटाघाटींमधून सर्वाधिक शोषित असलेल्या अशा दलितांच्या हाती फारसं काहीच लागत नाही.

दलित विनोद

आजचं बाजारप्रणित आणि स्वार्थी जग जातीव्यवस्था बळकट करून भरपूर फायदे मिळवतं. ज्या शोषकांनी दलितांना दुय्यम समजलं आहे, अशा शोषकांच्या घृणास्पद वर्तन, इच्छांमार्फत त्यांचं शोषण केलं जातं आणि या शोषणाचं स्वरूप बहुपदरी आहे. उदा., सौंदर्याच्या सवर्ण कल्पनांसमोर दलित सौंदर्याचं काही अस्तित्वच नसतं. टी.व्ही, सिनेमा, जाहिरातींमध्ये ब्राह्मणी सौंदर्य कल्पनांची मक्तेदारी आहे. इथल्या कार्यक्रमांमध्ये दलित व्यक्तिरेखेचं कौतुक केल्याचं, त्यांची योग्य दखल घेतल्याचं चित्र कधीच पाहायला मिळत नाही. लोकप्रिय सांस्कृतिक प्रवाहांतून दलितांमध्ये फार मोठ्या प्रमाणात न्यूनगंड रुजवला जातो. टोनी मॉरिसन याला 'इंटर्नल डेथ' (आंतरिक मृत्यू) म्हणतात.[१]

दलितांचं वक्तृत्वकौशल्य, मांडणी हे मुद्देही बहुतांश जगानं दुर्लक्षित केलेले आहेत. दलित अभिव्यक्तीचा हा एक वेगळा प्रकार सत्ताहीनांचा आवाज बळकट करतो. मात्र वर्चस्ववादी जातींनी दलित वक्तृत्वाला समान दर्जा दिलेला नाही, त्याकडे गुणवत्ताहीन म्हणूनच पाहिलं. ब्राह्मणी संस्कृती तर दलित अभिव्यक्तीच्या विविध आविष्कारांना संपवून टाकण्यासाठी आतुरच आहे. दलितांची भाषा, विद्रोह, अभिव्यक्ती या बाबी नेहमीच इतरांसाठी अपरिचित, अनुल्लेखित राहिल्या. संस्कृती, प्रथा-परंपरा, सण-उत्सव, धार्मिक कार्ये हे सारं भारतीय विविधतेचे अनेक अर्थ सामावून घेत नाही.

भारतातल्या कोणत्याही वर्चस्ववादी जातीच्या व्यक्तीला दलित संस्कृती म्हणजे काय, असा प्रश्न विचारा. इतरांप्रमाणेच ती व्यक्तीही या प्रश्नाने गोंधळून

जाईल; कारण दलितांचं स्वतंत्र असं वर्तुळ किंवा संस्कृतीच नाही, असा एक सर्वसाधारण समज बळावलेला आहे. दलित म्हणजे ब्राह्मणी संस्कृतीच्या उरल्यासुरल्या शिळ्या अन्नावर गुजराण करणारे केवळ एक जोड-उत्पादन आहे. दलितांच्या खासगी वर्तुळांमध्ये वापरल्या जाणाऱ्या समृद्ध बोली, विविध जीवन वैशिष्ट्ये यांची सामान्य लोकांना माहितीही नसते, मग दखल घेणं तर दूरची गोष्ट.

सार्वजनिक आणि खासगी वर्तुळांमध्ये दिसणारी त्यांची खणखणीत अभिव्यक्ती ही पर्यायी दलित प्रतिसांस्कृतिक घटकांची वाहक आहे. हे सांस्कृतिक घटक जपले जातात, वृद्धिंगत केले जातात, पुढच्या पिढ्यांकडे हस्तांतरित केले जातात. हे सांस्कृतिक घटक या समूहाची विश्वासार्हता जपणारे आहेत. खासगीपणे जपली गेलेली संस्कृती म्हणजे अस्तित्वाच्या लढाईच्या सूक्ष्म पैलूंचा खजिना आहे. विविध बोलींचा लहेजा, शब्दोच्चारांची विविधता हे सारं दलित जीवनाच्या विविध आविष्कारांमध्ये दिसतं. त्यांच्या विविधरंगी मांडणीत या गोष्टींचं प्रतिबिंब दिसतं.

शोषणासाठी ब्राह्मण दोषी आहेत ही धारणा केंद्रीभूत असलेली नाटकं आणि विनोद, भाषा, स्वर, उच्चार यांचे विविध प्रकार, तसंच वंचितांच्या शोषणाचं प्रतीक असलेले वाडे म्हणजे दलितांची सार्वजनिक, सांस्कृतिक बंडखोरी आहे. दलित वर्तुळांमध्ये विनोदबुद्धीला अतिशय महत्त्व आहे.[१०] चिडवणं, विनोद करणं, कुटुंब-मित्रमैत्रिणी-सामाजिक वर्तुळामध्ये एकमेकांना टपल्या मारणं हे सगळं दलितांना एकत्र बांधून ठेवतं. हास्य अनेकांमध्ये एक बंध तयार करतं आणि तो दलित मानवीयतेचा पाया आहे. मोठ्याने हसणं खिदळणं हा दलितांच्या आयुष्यात एकमेकांची उर्जा वाढविण्याचा एक सृजनशील मार्ग आहे. एखाद्यासोबत हसणं आणि एखाद्यावर हसणं यांत दोन उद्देश असतात. एखाद्याची चेष्टा करणं आणि सगळ्यांनाच हसण्यासाठी त्या क्षणाचा एकत्र आनंद घेण्यासाठी उद्युक्त करणं, हे ते दोन उद्देश. दलित मानवीयता समजून घेण्यासाठी हास्य ही एक महत्त्वाची संवेद्य अभिव्यक्ती आहे. हे हास्य दुःखाला विरोध करतं, दुःखासह नांदतं. दुःखाच्या पठारावर मोठमोठ्यानं हसणं ही एक तडजोडीची कृती आहे; जी सामान्य दलित माणसाला आयुष्याचं एक तत्त्वज्ञान स्वीकारण्यासाठी सक्षम करते. दुःख हे जगण्याचा भाग म्हणून स्वीकारा आणि तरीही मुक्त हास्यातून आनंदाच्या डोहात उडी घेण्यासाठीचे क्षण शोधत राहा.

सिग्मंड फ्रॉईडनं हास्याचा संबंध तीन भिन्न कृतींशी असल्याचं स्पष्ट केलंय. थट्टा-विनोद करणे, लोकांना हसवणे आणि विनोदबुद्धी.[११] हजरजबाबी, शाब्दिक चातुर्याने परिपूर्ण अशा टिप्पण्यांच्या स्वरूपात विनोदबुद्धीचे दोन प्रकार पडतात. पहिल्या प्रकारात ज्या व्यक्तीची चेष्टा केलेली आहे, तोही चेष्टा करणाऱ्या

व्यक्तीबरोबर त्या चेष्टेचा आनंद घेतो. दुसऱ्यामध्ये ज्या व्यक्तीची चेष्टा केली जाते, ती व्यक्ती विनोदनिर्मितीत प्रत्यक्ष सहभागी नसते; मात्र चेष्टेचा विषय बनलेली असते. या प्रक्रियेमध्ये विनोदबुद्धीचा स्वीकार एक नियम म्हणून केला जातो आणि प्रत्येकालाच विनोद, थट्टा करण्याची मोकळीक मिळते. हा अनुभव इतर कोणत्याही बौद्धिक कृतीतून मिळत नाही, असं फ्रॉईड म्हणतो. त्यामुळे अशी विनोदबुद्धी व्यक्तीमधल्या अहंच्या अभेद्यतेला एक प्रकारची सुरक्षितता देते. त्यामुळे अहं सुखावतो आणि समोर कसलाही धोका नाही, हे पाहून विनोदबुद्धी बंडखोरीचं स्वरूप धारण करते.[१२] बंडखोरी हाच विनोदाचा मुख्य उद्देश आहे. विनोदाच्या माध्यमातून एखादा आपल्या भावना व्यक्त करू शकतो.[१३] त्यामुळे जे दलित ब्राह्मण आणि ब्राह्मणी संरचनेवर टीका करतात, ते केवळ त्यांच्या भावना अभिव्यक्त करत नाहीत तर शोषकांपेक्षाही आपण वरचढ वा श्रेष्ठ ठरू शकतो, हे दाखवून देण्याचा ते प्रयत्न करतात. अशा कृत्यांमधून ते समविचारी दलितांमध्ये एकोपा निर्माण करण्यासाठी एक अवकाश तयार करत असतात. परिस्थितीकडे खालून वर पाहण्याच्या दृष्टिकोनातून तयार होणाऱ्या कथनामध्ये मोलाची भर घालणाऱ्या विनोदाभोवती दलितांची सामूहिक चेतना जागवली जाते.

म्हणूनच दलित चिकित्सेअंतर्गत तरुण आणि प्रौढ दलितांनी केलेले विनोद हे पुरेसे स्पष्ट असतात. विनोदाच्या विषयाला संरक्षित करण्याचा कुठलाही छुपा प्रयत्न ते करत नाहीत. मराठीत असे अनेक थेट विनोद आहेत, जे ऐकणाऱ्यापर्यंत पोचवायचं उद्दिष्ट बाळगतात.

> 'थुहियान ठुस, का रे बामना पादला तूच!' (का रे ब्राह्मणा, तूच एकटा कसा पादतोस?) इथे पादण्याची क्रिया ढेरपोट्या, इतरांच्या औदार्याचा गैरफायदा घेऊन स्वत:ची खळगी भरणाऱ्या ब्राह्मणाच्या प्रतिमेशी जोडली आहे. म्हणून जर कोणी पादला तर तो पादरा ब्राह्मण.
>
> 'बापट हलकट, कोमटी तेलकट' (विकृत ब्राह्मण, तेलकट दुकानदार) ही म्हण दुकानात दिवसभर आळशीपणा करणाऱ्या दुकानदाराच्या बेंगरुळपणाकडे निर्देश करते.
>
> 'सावकार टाळूवरचं लोणी खातो' हा वाक्प्रचार किंवा 'भटा निभर खाता', 'चिकट मारवाडी', 'धाबडा सावकार' असे शब्द ब्राह्मण

किंवा बनियाप्रमाणे करुणा आणि समानुभूतीचा संपूर्ण अभाव असणाऱ्या लोकांचा उपहास करण्यासाठी वापरले जातात. या लोकांकडे निर्दयी म्हणून पाहिलं जातं. त्यामुळे त्यांच्यावर केलेला विनोद आणि त्यावर मोठ्याने हसणं हा त्यांच्या वृत्तीचा केलेला निषेधच होय. ही हास्य निषेधाची चळवळ आहे. दलित जीवनातील विनोदनिर्मितीचे हे स्रोत मुख्य धारेतील भारतीय अनुभवविश्वाला अपरिचितच राहिले आहेत.

अशा प्रकारे निषेध करणारे शब्द, वाक्प्रचार यांना भाषेतही औपचारिक स्थान मिळालेलं नाही. सामान्यांची सामान्य भाषा ही अडचणीत सापडलेली आहे आणि तिचं मोल अजून गणलं गेलं नाही. त्यामुळेच ज्या दलित लहेजात, स्वरात दलित संस्कृती दडलेली आहे, त्यालाही दुर्लक्षितच ठेवण्यात आलं आहे. दलितांचा प्रतीकांनी समृद्ध असलेला कोश अजून पुरेसा धुंडाळलाच गेलेला नाही. इंग्लिश भाषेला नेतृत्वभाषा म्हणून संदर्भित करताना एनगुगी वा थिआँग भाषा वसाहतिक पद्धतीने कशी लादली गेली याबद्दल बोलतात. आपले प्रश्न मांडण्यासाठी एखाद्याला जेव्हा या भाषेचा वापर करणं भाग पडतं, तेव्हा तो सांस्कृतिक भडिमार असतो. 'सांस्कृतिक बाँब' लोकांचा स्वतःच्या नावावरील, भाषेवरील, पर्यावरणावरील, संघर्षाच्या इतिहासावरील, त्यांच्यातील एकीवरील, क्षमतेवरील आणि अंतिमतः त्यांचा स्वतःवरील विश्वास उद्ध्वस्त करण्यासाठी उपयुक्त असतो.[१४] दलित अनुभवाची जर दखल घेतली गेली नाही, या अनुभवाच्या विनोदबुद्धीतून, भाषेतून जर त्याचा अभ्यास केला गेला नाही तर दलितांचं सार्वजनिक आणि खासगी विश्व पुसलं जाण्याचा मोठा धोका आहे.

भारतीय मुख्यधारेतील विनोद म्हणजे केवळ एक मनोरंजन

दलित विनोदात दिसणारी विनोदबुद्धी, चिकित्सा, राजकीय भान दलितेतर विनोदाशी संबंधित वर्तुळांमध्ये नाही. 'दलितेतर राजकीय स्टँड-अप कॉमेडी'मध्येही दलित विनोदासारखा टोकदारपणा, बंडखोरी नाही. निषेध नोंदवणाऱ्या विनोदाची 'भारतीय स्टँड-अप कॉमेडी'मध्ये कमतरताच आहे. केवळ वेळ घालविण्यासाठी, आत्मटीकेला अजिबात वाव नसणारा मनोरंजनाचा एक प्रकार म्हणजे 'भारतीय स्टँड-अप कॉमेडी.' विसाव्या शतकाच्या उत्तरार्धात या प्रकाराने चांगलाच जोर धरला. तोपर्यंत 'स्टँड-अप कॉमेडीयन्स मनोरंजन'पर कार्यक्रमांमध्ये भर घालण्यासाठी म्हणून सहभागी व्हायचे. निवडणुका, नेत्यांच्या रॅली, गाण्यांचे कार्यक्रम, वाढदिवस

किंवा इतर खासगी समारंभांत दोन कार्यक्रमांच्या मधल्या वेळेत (पाच ते पंचवीस मिनिटं) 'भारतीय स्टँड-अप कॉमेडियन्स'ना सादरीकरण करण्यास वाव मिळत असे. अशा वेळी हे कलाकार एकतर नकला करत किंवा मग शब्दचार्तुयांतून, टोमणेवजा शेरेबाजीतून विनोदनिर्मिती करत. मर्यादित वेळ आणि अवकाशात त्यांना समकालीन मुद्द्यांना स्पर्श करावा लागे. हिंदी सिनेमांतून कॉमेडीसाठी प्रसिद्ध झालेली अनेक नावं आहेत. जॉनी वॉकर, मेहमूद, कादर खान, जॉनी लिव्हर, केश्तो मुखर्जी, शक्ती कपूर आणि गोविंदा ही काही नावं. त्यांच्या साध्यासुध्या विनोदाला खेड्यांपासून शहरांपर्यंत लोकांचा चांगला प्रतिसाद मिळाला. या सगळ्यांपैकी फक्त जॉनी लिव्हरलाच स्टँड-अप कॉमेडी करण्याची पार्श्वभूमी होती. हिंदी सिनेमात प्रवेश केल्यानंतरही त्यानं स्टँड-अप कॉमेडी करणं सोडलं नाही.

त्यानंतर एकविसाव्या शतकाच्या पहिल्या दशकात व्यावसायिक स्टँड-अप कॉमेडीची मोठी लाट आली. मुख्य धारेतील केबल सुविधा पुरवठादारांनीही असे विनोदी कार्यक्रम स्वतंत्रपणे प्रसारित करण्याची सुरुवात केली आणि अचानकच स्टँड-अप कॉमेडी हे मुख्य प्रसारण (प्राईम टाईम) वेळेत प्रसारित केलं जाणारं मनोरंजन ठरलं. अशा कार्यक्रमांनी अनेक वर्षं लोकांना हसवलं. एरवी रटाळ वाटणाऱ्या लिंगभाव, प्रादेशिकता आणि धर्म इ. विषयांना विनोदात स्थान मिळू लागलं. विनोदी कार्यक्रमांच्या या लाटेला भरपूर यश मिळालं आणि त्यामुळे प्रादेशिक भाषांतील केबल सुविधा पुरवठादारांनाही असे प्रादेशिक कार्यक्रम प्रसारित करण्यास प्रोत्साहन मिळालं. अशा प्रकारे विनोदी कार्यक्रमांना देशभरातच एक मध्यवर्ती स्थान मिळालं. अन्यथा दररोज बातम्यांमध्ये सांगितले जाणारे बलात्कार, हिंसाचार, घोटाळे हे सारं लोकांच्या चर्चेत केंद्रस्थानी असायचं. विनोद, विनोदी कार्यक्रमांचं सर्वदूर कौतुक होऊ लागलं आणि 'स्टँड-अप कॉमेडियन्स'ना त्यांच्या कलेचा चांगला मोबदलाही मिळू लागला.

त्यानंतरचं एकविसाव्या शतकाच्या दुसऱ्या दशकात वैयक्तिक कॉमेडी सादरीकरणाचं युग सुरू झालं. या विनोदनिर्मितीनं मग इंटरनेट (आंतरजाल) आणि युट्यूबचा अवकाश व्यापून टाकला. या काळातला कॉमेडियन्सचा नवा समूह नवीन आशय तयार करू लागला. आजच्या काळातली तरुण पिढी, शहरी-सुशिक्षित, इंग्रजी बोलणारा तरुणवर्ग हा या विनोदी आशयाचा प्रेक्षकवर्ग (उपभोक्ता) आहे. केबल टीव्हीच्या प्रेक्षकांना कधीच पाहायला मिळाला नाही, असा ताजा विनोद पाहण्यासाठी लक्षावधी वापरकर्ते इंटरनेटकडे वळले. या विनोदी कार्यक्रमांना लवकरच अभूतपूर्व प्रसिद्धी मिळाली. सध्याचा काळ म्हणजे भारतीय स्टँड-अप कॉमेडी साठीचा सुवर्णकाळ आहे.

नवीन विनोदवीरांच्या यूट्यूब पिढीने पारंपरिक चित्रपटकेंद्री विनोदाच्या रचनेला आणि गतिशास्त्राला आव्हान दिलं. त्यांनी त्यांच्याबरोबर एक नवीन ऊर्जा आणली. 'एआयबी', 'ईस्ट इंडिया कॉमेडी', 'द व्हायरल इंडियन', 'टीडब्ल्यूटीडब्ल्यू,' 'बीइंग इंडियन' आणि 'बॉलिवूड गांडू' अशा अनेक विनोदी युट्यूब चॅनल्सवरची निर्मिती अगदी व्यावसायिक पद्धतीने केलेली होती आणि लाखो लोक हे कार्यक्रम बघत होते. सांस्कृतिक संकेतांना धुडकावून लावण्याचा उघड दावा करणाऱ्या कॉमेडी क्लबजनी 'असंस्कृत' म्हणून हिणवल्या गेलेल्या अपशब्दांना, वाक्प्रयोगांना सामावून घेतलं आणि त्यांना शाब्दिक कोट्यांचं रूप दिलं. त्यांच्या प्रहसनात एखाद्याला अगदी उघडपणे 'सॅटर्डे नाईट लाइव्ह', 'कॉमेडी सेंट्रल' या अमेरिकन टीव्हीवर अतिशय प्रसिद्ध असलेल्या कार्यक्रमांचा आणि 'रोस्ट' सारख्या संकल्पनांचा प्रभाव जाणवेल. यूट्यूबवरील लोकप्रिय कॉमेडी चॅनल्सनी सेन्सॉरशिप, बंदी, वांशिक द्वेष, प्रेमविवाह विरुद्ध ठरवून केलेला विवाह, राजकारण, बॉलिवूड यांसारखे सामाजिक विषय निवडले आणि त्यासंबंधीची चांगली खपेल, अशी टीका-टिप्पणी करायला सुरुवात केली.

या सगळ्यामध्ये अमेरिकेतील त्यांच्या व्यवसायबंधूंनी विनोदातून वंशभेदावर केलेल्या राजकीय आणि टोकदार टीकेकडे मात्र त्यांचं दुर्लक्ष झालं. अमेरिकन कॉमेडी लोकप्रिय झाली कारण नव्या दमाच्या आफ्रिकन-अमेरिकन कलाकारांनी प्रस्थापित सांस्कृतिक विश्वात नवे विषय, नवे आवाज, ताजा आशय यांची भर घातली. बर्नी मॅक, मार्टिन लॉरेन्स, एडी मर्फी, व्हुपी गोल्डबर्ग, डेव्ह चॅपेल, ख्रिस रॉक, केविन हार्ट, जॉर्डन पील, कीगन मायकल की, लेस्ली जोन्स इत्यादी कलावंतांनी अतिशय परखडपणे अमेरिकन वंशभेदावर सामाजिक-सांस्कृतिक अंगाने टीका केली. अमेरिकन नागरिकांच्या डोळ्यांवर असलेल्या वंशभेदाच्या पट्टीची विनोदाच्या माध्यमातून त्यांना जाणीव करून देताना ते जराही कचरले नाहीत. काळ्या व्यक्तींच्या शरीराविषयी समाजात रुजलेल्या पूर्वग्रहदूषित धारणा, लिंग, लिंगभावासंबंधी मुद्दे, गुन्हेगारी, न्यायव्यवस्था, राजकारण, हॉलिवूड, संगीत असे अनेक महत्त्वाचे विषय त्यांनी विनोदाच्या माध्यमातून व्यवस्थित हाताळले. सार्वजनिक अवकाशात ज्या विषयांवर लोकांनी भरपूर चर्चा करायला हवी, टीका, मूल्यमापन करायला हवं, अशा प्रत्येक विषयाला त्यांनी विनोदाच्या माध्यमातून हात घातला.

भारतात मात्र विनोदनिर्मिती करणारे कलाकार तेवढे प्रगल्भ नाहीत. दलित विनोदबुद्धीतून सामाजिक संरचनेला जसं आव्हान दिलं जातं तशी विनोदनिर्मिती हे कलाकार करत नाहीत. अमेरिकन कलाकार ज्याप्रमाणे विनोदांतून सामाजिक, सांस्कृतिक विषय हाताळतात, त्याच्या जवळपासही भारतीय कलाकार जात

नाहीत. भारतीय विनोदवीर जे विषय घेतात त्यात जातीभेदांमुळे झालेलं ऐतिहासिक शोषण, अस्पृश्यता यांसारखे विषय कधीच दिसत नाहीत. क्वचित कधीतरी जातवर्चस्व आणि त्यांतून मिळणारे विशेषाधिकार यावर बोलतात आणि क्वचितच भारतीय समाजाच्या रोगटपणावर काही विस्तृत भाष्य करतात. सहसा मध्यमवर्गीयांना भावणारे विषय हाताळण्यातच ते समाधान मानतात. वर्चस्ववादी जातींच्या दृष्टीने असे विषय महत्त्वाचे आहेत; पण या आजच्या समृद्ध विनोदयुगाच्या प्रकाशात काही मोजके अपवाद वगळता, वर्ग, धर्म, हुकूमशाही यांच्या जोडीने जातीव्यवस्थेवर प्रहार करणारं कुणी दिसत नाही.[१५] त्यामुळेच आपण दलित विनोदबुद्धीच्या आंतरिक वर्तुळांचा शोध घेतला पाहिजे. असे अवकाश जसे प्रस्थापित धारणांविरोधात बंडखोरी करतात तसेच ते शोषितांच्या जखडून ठेवलेल्या विचारांवर मलमासारखं कामही करतात. शिवाय अन्य भारतीयांना परिचित नसलेल्या कलेच्या प्रतिसंस्कृतीचं ते समर्थपणे वहनही करतात.

दलित वैश्विकता

ब्राह्मण्याची अनेक रूपं आणि सूत्रं आहेत. एखादी गोष्ट ब्राह्मणी प्रभावाखाली आणण्याची अतिरेकी वृत्ती तशी डोळ्यांनी उघडपणे दिसत नाही. त्यामुळेच ब्राह्मण जे काही करतात, ती प्रत्येक कृती म्हणजे हिंदूंचा कृती कार्यक्रम आहे, असं भासवलं जातं. यात ब्राह्मणी नेतृत्व असलेल्या संघटनांच्या विविध समाज विघातक कृत्यांचा समावेश होतो. ब्राह्मणेतर हिंदूंची जातविशिष्ट कर्मकांडं, संस्कृती, पूजा-आराधनेच्या पद्धती ब्राह्मणांच्या पद्धतींपासून खूप वेगळ्या आहेत. तरीही ब्राह्मण जे काही करतात, ते संपूर्ण हिंदू समाजाचं प्रतिनिधित्व करतं असा समज तयार केला जातो. गणेशोत्सव हे याचं एक उत्तम उदाहरण आहे. सनातनी चित्पावन ब्राह्मण असलेल्या बाळ गंगाधर टिळक यांनी या उत्सवाची सुरुवात केली. मोठ्या प्रमाणात लोक हा उत्सव दहा दिवस साजरा करतात. राष्ट्रीयत्वाची भावना लोकांमध्ये निर्माण करण्याच्या हेतूने सुरू केलेल्या या उत्सवाच्या अखेरीस गणेश मूर्तीचं नदी अथवा समुद्रात विसर्जन करण्याची पद्धत टिळकांच्या विचारातून रूढ झाली. इतरत्र हा उत्सव दहा दिवस साजरा केला जात असला तरी ब्राह्मणांच्या घरी मात्र तो तीन दिवसांत आटोपला जातो. इतकंच नाही तर विसर्जनाच्या वेळी फुलून आलेली लोकांची गर्दी ब्राह्मण गणपती पूजेत मात्र दिसत नाही. त्यांच्या घरातील गणपतीची मूर्तीही आकारानं लहान असते आणि घरगुती पद्धतीनं केवळ कुटुंबातच उत्सव साजरा केला जातो. इतर जातींच्या लोकांना उत्सवाचं आमंत्रण दिलं जात नाही. प्रथा पाळण्यापुरतं पेलाभर पाणी

मूर्तीवर शिंपडलं जातं. ब्राह्मणेतरांसारखा गणपतीवर अवाढव्य खर्च ब्राह्मण करत नाहीत. ब्राह्मणेतरांचा गणेशोत्सव ब्राह्मणांच्याच हस्ते, त्यांच्या सर्व धार्मिक सूचनांचं काटेकोर पालन करून साजरा केला जात असला तरी ब्राह्मण मोठ्या खर्चात योगदान देताना दिसत नाहीत.

वैश्विकता तिच्या सामायिकतेमुळे, ती प्रत्येकाचं प्रतिनिधित्व करत असल्यामुळे महत्त्वाची ठरते. पण दुसऱ्या बाजूला दलितांना अल्पसंख्याक ठरवलं जातं, दुय्यम दर्जाचे नागरिक समजलं जातं. दलित वैश्विकतेची कल्पनाच कधी मुख्य धारेच्या सामाजिक, राजकीय विचारांमध्ये आणि कृतीमध्ये दिसली नाही. दलितांबाबतचा विचारप्रवाह हा दलित जीवनानुभवाशी वास्तविक संबंध नसलेला आणि रम्य कल्पनांवर आधारलेला आहे. त्यामुळे उच्चजातीय सामाजिक वर्तुळांमध्ये दलितांबाबत पूर्वग्रहदूषित धारणा रुजवल्या जातात तेव्हा दलितांच्या वैश्विकतेची साधी दखलही घेतली जात नाही. दलितांबाबत जे काही सिद्धांतन झालं आहे, ते धर्मगरूंनी उच्चासनावर बसून संस्कृतमधून केल्यासारखं आहे. त्यातून दलितांचे भौतिक अनुभव जाणीवपूर्वक दुर्बोध केले जातात. वस्तुत: हे अनुभव मानवी शोषणाच्या जागतिक अनुभवांमध्ये रुजलेले आहेत.

दलित समूह हा एका साच्यात बसवलेला आणि स्थितीशील आहे, असं चित्र निर्माण केलं जातं. दलित समूहातील तो किंवा ती स्वत:ला न्याय मिळावा यासाठी अजिबात आग्रही नसलेले असे व्यवस्थेचे नम्र सेवक आहेत आणि जातीव्यवस्था कायम राहावी, यासाठी मदत करत आहेत. दलित जीवनाचं सिद्धांतनही ब्राह्मणी व्यवस्थेमार्फत केलं जातं. त्यामुळेच त्या चित्रणातला दलित प्रस्थापित व्यवस्थेला आव्हान देताना दिसत नाही. दलितांचे अनुभवही उच्चजातींयाच्या विशेषाधिकाराशी जोडले जातात. दलितांच्या जगण्यातील भौतिक अभावग्रस्तता त्यांच्याविषयीच्या चित्रणात मांडली जात नाही, आणि मग दलितांना महत्त्वाकांक्षाहीन ठरवलं जातं. संधीची समानता आणि आर्थिक स्थैर्यासाठी झगडणाऱ्या इतर शोषित समूहांशी दलितांच्या अनुभवाची तुलना केली जाऊ शकते, मात्र ब्राह्मणी संकल्पना (थिअरी) दलित परंपरेच्या जोखडात अडकलेले आहेत अशी मांडणी करते आणि त्याचं ऐहिक अस्तित्व नाकारते. दलित वैश्विकता स्वत:ला सर्व वर्तुळं, मर्यादांच्या पलीकडे नेते. वर्चस्ववादी अस्मितांच्या पलीकडे जात 'स्व'ची अस्मिता निर्माण करण्याचा प्रयत्न करते. तिसरं जग, ग्लोबल साऊथ किंवा मानवीयतेशी जोडलेली इतर अनेक आधुनिक बोधचिन्हं विविध अस्मितांचे वेगळेपण आणि अपवर्जनाच्या (वगळणं) पायावर उभी आहेत. स्वत:ला एका कप्प्यात बंदिस्त करून टाकण्याचं हे आवाहन एका बाजूला असताना दलित वैश्विकता मात्र सर्वसामान्य मानवीयतेची - जिथे सर्व माणसं एकत्र असतील आणि मानवीयतेचा

एक वैश्विक दृष्टिकोन असेल, अशा परिस्थितीची मागणी करते. सद्‌भावना, समानुभूती असलेली मैत्री, सहभाव, दलितांमधील मानवीयतेची परंपरा अधोरेखित करते.

समकालीन भारताची संकल्पना हा ब्राह्मणांनी आखलेला एक ब्राह्मणी कार्यक्रम आहे. सर्वच क्षेत्रांतील मोक्याच्या जागांवर त्यांचाच वरचष्मा दिसतो. भारतात सर्वत्र त्यांच्याशिवाय इतर समाजघटकांचं फारसं प्रतिनिधित्व दिसत नाही. भ्रष्टाचार, गैरव्यवहारांचा सुळसुळाट, राज्यसंस्थेचं अपयश हा ब्राह्मणी कार्यक्रमाचा परिणाम आहे तर दुसऱ्या बाजूला दलित वैश्विकता सातत्याने वाढणाऱ्या गैरव्यवहारांना नकार देणारी आहे. ही वैश्विकता सनातन धार्मिक आणि भांडवली शक्तींनी केलेल्या विध्वंसाचं सूक्ष्म दर्शन घडवते. अस्तित्वात असलेल्या विषमतामूलक व्यवस्थेला उलथवून टाकण्याचं आश्वासन देणाऱ्या अनेक पुरोगामी संघर्षांनी नवीन उतरंडी जन्माला घातल्या. उदा., साम्यवादी चळवळीने वर्गाची उभी उतरंड नष्ट करण्याचं आश्वासन दिलं. पण कष्टकरी वर्गाचं राज्य हा विषम व्यवस्थेची पाठराखण करणाराच नवा मार्ग ठरला. दलित चळवळ मात्र उभ्याऐवजी 'आडव्या' व्यवस्थेचं आश्वासन देते. या व्यवस्थेत कुणाच्याही जगण्याचं अमानवीकरण होणार नाही. दलित सन्मानाचं आयुष्य जगतील आणि तेच आयुष्य प्रत्येकाला मिळावं, हा त्यांचा प्रयत्न असेल.

दलित वैश्विकता जातीय उंतरंडीची संपूर्ण रचनाच उलथवून टाकून शोषितांच्या जीवनासाठी एका संपूर्ण नव्या समाजाची मागणी करते, जशी रविदासांनी बेगमपुऱ्याची कल्पना केली होती. ही वैश्विकता जुलमी हिंदू संरचनेला प्रखर विरोध करते, पण कोणत्याही व्यक्ती अथवा एखाद्या विशिष्ट समूहाचा द्वेष करणं शिकवत नाही. 'आमचा रोख एखाद्या व्यक्तीकडे नाही, तर व्यवस्थेकडे आहे'[१६] हे दलित पँथर्सनं अगदी स्पष्टपणे मांडलं आहे.

दलित मानवीयता प्रत्येकाला समताधिष्ठित वागणूक मिळावी, अशी मागणी करते. दलितांची गणना इतरांप्रमाणेच माणूस म्हणून केली जाण्याच्या हक्काची ती मागणी करते. गुजरातमधील दलित पँथर्सच्या सांस्कृतिक शाखेने 'मानवजातीतील इतरांप्रमाणेच आम्हालाही समान वागणूक मिळावी' अशी मागणी केली होती. दलित संघर्षाचा हाच प्रमुख उद्‌घोष आहे.[१७]

दलितत्वाबाबत गंगाधर पानतावणे म्हणतात, "दलितत्व हे एक सांस्कृतिक अस्मिता प्राप्त करण्याचं साधन असतं, ज्याद्वारे दलितांच्या अस्तित्वावर लादलेले न्यूनगंड काढून टाकण्याचा प्रयत्न केला जातो."[१८] डी. आर. नागराज असं विवेचन करतात की, 'दलितत्व ही विद्रोही चेतनेची अवस्था असते. ही चेतना

पूर्वग्रहदूषित धारणा असलेल्या हिंदू समाजाला प्रश्न विचारते, आव्हान देते. हा समाज दलितांप्रती असलेल्या सहानुभूतीची शेखी मिरवतो, त्याला चपराक लगावण्याचं काम ही विद्रोही चेतना करते. दलितत्वाची अभिव्यक्ती नव्याने संघटित झालेल्या समूहाच्या राजकीय-सांस्कृतिक अभिव्यक्तीमध्ये जोमाने उभी राहते. ही राजकीय-सांस्कृतिक अभिव्यक्ती सर्व प्रकारची मेहेरबानी, उपकार नाकारते. वर्चस्ववादी जातींच्या दमनकारी वृत्तीचं प्रतिनिधित्व करणाऱ्या आणि त्याचवेळी दलितांचा उद्धारकर्ता बनू पाहणाऱ्या राज्यव्यवस्थेलाही दलितत्व आव्हान देतं.[१९] 'स्वातंत्र्यासाठी चालवलेल्या संघर्षाची मदार पूर्णपणे शोषितांना अभिव्यक्त होऊ देण्यावर अवलंबून असते.' अशी मांडणी कॉर्नेल वेस्ट करतात. 'लाखो अस्पृश्यांच्या क्रोधातिरेकाचा हा हुंकार आहे'[२०], हे ओमप्रकाश वाल्मिकी यांचं प्रतिपादन 'दलित असण्या'च्या जवळ जातं.

जातीयवादी हितसंबंध असलेल्या अनेक समूहांमध्ये ब्राह्मण बनण्याची प्रवृत्ती जरी दिसत असली तरी दलित वैश्विकता हे एकूण ब्राह्मणी कार्यक्रमाला विरोध करणारं आयुध आहे. जगभरातील मानवतावादी प्रवाहांशी जोडून घेणं आणि संरचनात्मक विषमता नष्ट करण्यासाठी शोषितांना जातीयता, भांडवलशाही, पितृसत्ता आणि प्रादेशिकतेच्या कचाट्यातून मुक्त करणं हाच दलित वैश्विकतेचा उद्देश आहे.

आजच्या जगात दलित असणं म्हणजे सतत संघर्ष करणं होय. समाजानं लादलेल्या घृणास्पद परिस्थितीवर सतत चर्चा करणं, संघर्ष करणं, अधिकाधिक चांगलं काय करता येईल, ते पाहणं म्हणजे दलित असणं. शोषकांचा प्रभाव दलित जीवनानुभवाच्या मानसिक आणि भौतिक विचारप्रवाहावर पडलेला आहे. त्यामुळे दलित संस्कृतीची अंतर्बाह्य दखल सार्वजनिक अवकाशात गांभार्याने घेण्याची गरज आहे. दलित कला, संगीत, साहित्य यांना तातडीने अनेक संस्थांचा, व्यक्तींचा पाठिंबा मिळणं गरजेचं आहे. ही एक संधी आहे देशाला आत्मपरीक्षण करण्याची आणि आत्मभान मिळवण्याची. जग पाहणं आणि ते दलितांच्या आत्मीय स्पर्शातून व भावनिक कायापालटातून अनुभवणं हे एखाद्याच्या मानवीयतेत भर घालणारं ठरेल.

दलित असणं म्हणजे सामाजिक आणि आर्थिक विषमता उखडून टाकत प्रेम या मूल्याचा स्वीकार करणं होय. दलित स्वातंत्र्याची संकल्पना म्हणजे दुसरंतिसरं काही नसून 'दलित प्रेम', 'दलित विनोदबुद्धी' आणि 'दलित वैश्विकता' यांचाच प्रतिध्वनी आहे. आपण दलित अस्तित्व म्हणजे काय ते पाहिलं, आता आपण दलित जगाची व्यापकता पाहू.

पॅलेस्टिनी विचारवंत एडवर्ड सैद यांनी 'ओरिएंटलिझम'[२१] या त्यांच्या पुस्तकात वसाहतिकीकरणामुळे गुलाम झालेल्यांच्या 'अद्वितीयते'च्या (विशिष्टतेच्या) विविध पैलूंची चर्चा केली आहे. 'उप-आशियाई' म्हणून माझं 'वेगळेपण' समजून घेण्याच्या आधी मी आणि माझ्या इच्छा यामध्ये जे काही आडवं येईल, ते नाहीसं करण्याच्या प्रयत्नांत मी होतो. शोषणाचा चेहरामोहराच जाळून टाकणं, आणि त्याचे तुकडे तुकडे करण्याचा विचार माझ्यामध्ये, माझ्या अस्तित्वामध्ये एक सकारात्मक उर्जा भरत होता. मी अभावितपणेच इतरांनी न सांगताही गोष्टी सिद्ध करू पाहत होतो. एका अदृश्य व्यवस्थेच्या चौकटीत मी का जगत होतो? मी त्या व्यवस्थेचा भाग नव्हतो आणि कुठल्याही मर्यादशील व्यवस्थेला काहीही अर्थ नव्हता. माझं दलित अस्तित्व अगदी नकळत, अदृश्यपणे माझ्याकडे चालत आलं होतं. त्वचेआत झिरपलेलं ते दलितत्व अदृश्य होतं आणि तरीही मला अगदी स्पष्ट जाणवत होतं. एखादी काटेरी धमनी आतून टोचत असल्यासारखं. या सगळ्यामुळे होणाऱ्या घुसमटीचा प्रतिकार मला तेव्हा करता येत नव्हता. लोकांनी केलेली हेटाळणी, चेष्टा एखाद्या दुस्वप्नासारखा माझा पाठलाग करायचे. अचानकपणे त्याची आठवण आलीच तर रक्त उकळायचं, संताप व्हायचा; मात्र यावेळी होणारा संताप नुसता संताप नव्हता तर त्यात दहा हत्तींचं सामर्थ्य होतं. माझं शोषण करणाऱ्या शोषकाला उखडून फेकायची ताकद त्यात होती.

आपण स्वत:चं मूल्यमापन इतरांच्या नजरेतून, त्यांच्या दृष्टिकोनातून करतो. आपण जरी 'स्व' चा विचार दुसऱ्यानं आपल्याबाबतच्या लादलेल्या कल्पनांच्या चौकटीत केला नाही, किंवा स्वत:कडे एखाद्या भविष्यवेत्त्याच्या दृष्टीने पाहिलं नाही तरी आपल्या 'स्व' ची रूपरेखा एका संरचित दृष्टिकोनातून केलेली असते. आपली स्व प्रतिमा वा अस्मिता दुहेरी असते, तिची दोन रूपं असतात आणि त्यामुळे आपल्या अस्तित्वातील दखल न घेतलेल्या, अवमूल्यन केलं गेलेल्या एका 'स्व'चं शोषण केलं जातं. हा आपला शोषित 'स्व' बाहेरून आपल्याला पाहणाऱ्या हेटाळणीखोर नजरांनी अधिक दुखावतो. या नजरा एखाद्याकडे वस्तुनिष्ठपणे पाहण्याच्या क्रियेपलीकडे जातात. काळाच्या अनेक टप्प्यांवर हे काठावरून तुमच्याकडे पाहणारे लोक केवळ तुमचं निरीक्षण करत नाहीत, तर तुमचं अवमूल्यन करणारी शेरेबाजीही करतात. पाहणारा आणि पाहिलं जाणारा यांच्यामध्ये जेव्हा शोषणावर आधारलेले असमान सत्तासंबंध असतात तेव्हा ही नजर अधिकच वेदनादायक असते.

स्वत:ला दुसऱ्यांच्या नजरेतून बघणं म्हणजे काय, याचं विवेचन जीन-पॉल सार्त्र करतो.[२२] दुसऱ्यांच्या परिपूर्णतेच्या व्याख्येला आपण प्राधान्य देतो. त्यामुळे आपण सातत्याने आपल्या स्व-ओळखीची रंगीत तालीम करत असतो. या

सततच्या रंगीत तालमी मनुष्य स्वत:ला इतरांसमोर कशाप्रकारे उघड करतो, हे ठरवतात. हे आपलं 'आपल्यासाठीचं-अस्तित्व' असण्याशिवायचं केवळ 'आपलं अस्तित्व' बनतं.[२३] म्हणजे मी एक विशिष्ट कोणीतरी आहे; पण या शोषक बध्यांच्या आणि शोषितांच्या परस्परक्रियेत मी माझ्या स्वत:चाच चालक नाही. सार्त्र म्हणतो की, हे घडतं कारण, आपण स्वत:च्या स्वयंभूपणाचा स्वत:हून त्याग करून इतरांच्या आपल्याविषयी असलेल्या कल्पनांनी त्यांच्या हातातलं खेळणं बनतो. अशाप्रकारे स्वत्वाचा त्याग करण्याचं साहस आपल्याला आपल्या शरीर आणि मनात भिनलेल्या भयाच्या ऐतिहासिक अनुभवांमधून मिळतं.

हायडेगरच्या काल-अस्तित्वाच्या संकल्पनेच्या तपशीलात न जाता, एक महत्त्वाची नोंद इथं घेणं पुरेसं आहे. त्याच्या विश्लेषणानुसार अमुक व्यक्ती ही एका बांधीव कालावकाशात असते, म्हणून प्रत्येक क्रिया ही व्यक्तीच्या विशिष्ट कालातील क्रियेनुसार स्पष्ट होते. तेव्हा, ज्या व्यक्तींकडे स्वत:च्या अस्तित्वाची काळानुसार नोंद करण्याची सुविधाच नाही, त्यांचं काय? असा प्रश्न उपस्थित होतो. उदाहरणार्थ, माझ्या आईकडे तिच्या जन्माचा कोणताही दाखला नाही. तिला हे ठाऊक नाही की तिचा जन्म नेमका कधी झाला? काळावर मालकी असणं हा विशेषाधिकार असणाऱ्यांचं विशेष दूरदर्शित्व आहे.

या सगळ्या संदर्भात हे लक्षात येईल की, इतरांच्या त्यागाचा विचार न करता, ब्राह्मण हा त्याच्या आत्मकेंद्री अस्तित्वाला जोपासत असतो. ब्राह्मणी स्वीकृतीच्या ऱ्हास काळात दलित स्वतःसाठी आणि 'इतरांसाठी' सार्त्रच्या तर्कानुसार काम करतो.

काळ, स्वयंभूपणा आणि शासनवादी विचार या पार्श्वभूमीवर उपेक्षित राहिलेल्या लोकांच्या आयुष्याचा आपण विचार करणार आहोत. यासाठीच दलितवादाची पुनर्रचना करणं आवश्यक आहे, कारण स्वयंभूपणा आणि त्याची गुणवत्ता कमी होत चालली आहे. दलितवाद ही एक ठाम मांडणी आहे आणि त्यानुसार दलित हे इतिहासाचे मालक आहेत आणि त्यांचं 'असणं' तिथे अस्तित्वात आहे. सॉक्रेटिस आपल्याला वैश्विक शांती प्रस्थापित करण्यात सामान्यांच्या भूमिकेची आठवण करून देतो. विशेषाधिकार असलेल्यांनी जर समाजाच्या प्रेरणा आणि शक्तींबद्दल अधिकारवाणीने भाष्य करायचं ठरवलं तर शोषणाची मालिका खंडित होणारच नाही. प्लेटोचा मोठा भाऊ ग्लाऊकोन याच्याशी सॉक्रेटिसचा एका काल्पनिक शहराबद्दलचा– जिथे समाज न्याय आणि अन्याय यांत फरक करू शकतो. – एक संवाद पहा :

"जोवर तत्त्ववेत्ते सत्ताधीश म्हणून शहरांवर राज्य करत नाहीत किंवा

आज ज्यांना 'राजे' असं म्हटलं जातं, ते खरेखुरे तत्त्ववेत्ते होत नाहीत, जेणेकरून राजकीय सत्ता आणि तत्त्वज्ञान यांचा उत्तम मेळ साधला जाईल, आणि दोहोंपैकी एकाचाच पाठपुरावा करणाऱ्या अनेक गुणवैशिष्ट्यांना तसे करण्याबद्दल बलपूर्वक प्रतिबंध केला जात नाही, तोवर शहरांचं वाईटापासून संरक्षण करता येत नाही.''२४

२

नव दलितत्वाचा उदय

‘मला ठाऊक नाही माझा जन्म कधी झाला,
पण मला मारून टाकण्यात आलं होतं,
याच मातीत,
हजारो वर्षांपूर्वी...’

– कालेकुरी प्रसाद

‘चारित्र्य हा मानवी समाजनामक भव्य वास्तूचा पाया असतो, असं आंबेडकरांनी आम्हाला शिकवलंय. चारित्र्यात जेव्हा करुणा आणि नैतिकतेचा संगम असतो, तेव्हा समाज खरं सामर्थ्य प्राप्त करू शकतो.’

– बेबी कांबळे (‘जिणं आमुचं’)

‘सार्वजनिक अवकाशात न्याय जसा दिसतो,
खासगी अवकाशात कोमलता जशी दिसते,
त्याला प्रेम म्हणतात.’

– कॉर्नेल वेस्ट

‘वैफल्याच्या काळोखात ती
तिच्या झिंज्या विस्कटत असताना
नियमित जहर पिऊन अस्वस्थ मी अख्तर
बेंबीतल्या शहाऱ्यांत बोट खुपसून
तिच्या रौख जखमांत भडाभड ओकत काळे रक्त
“ऐ माँ बता मेरा धरम, कौन हूँ मै? क्या हूँ मै?”

"हिंदू है ना इस्लाम तू! दुनिया के वासना की बेदस्तूर चिंगारी तू!
धरम? धरम को मारती हूं इसपे । रंडियो का एकही धरम बेटे
गांड मराने का शौक है तो लवडा जेब मे रखो!"

– प्रकाश जाधव, 'दादर पुलाखाली'

वर्ण आणि लिंगाच्या निश्चित अशा संकल्पना घेऊन मी वाढलो नव्हतो. माझ्या हसत्या-खेळत्या विस्तारित कुटुंबात मी स्त्री आणि पुरुषांमध्ये समानतेने होणारा संवाद बघत मोठा झालोय. जोपर्यंत समोरची व्यक्ती मला उच्चजातीय समाजातलं माझं न्यूनत्व जाणवून देत नव्हती, तोपर्यंत 'जात' ही माझ्यासाठी अगदीच सर्वसाधारण बाब होती. त्यानंतर 'मोठे लोक' ही काय भानगड आहे, ते मला कळलं. 'मोठे लोक' असं आजी त्यांना म्हणायची, मग माझ्यासाठीही तो एक घालून दिलेला दंडकच झाला.

माझी शाळा 'कॉस्मो कास्ट' होती, अनेकविध जातींची मुलं तिथं शिकत होती. लोकशाहीला साजेसं वातावरण होतं. अशी वेगवेगळ्या जातींची मुलं आमच्या वर्गांमध्येही होती; पण तरी, 'उच्च'जातीय घरांमधून येणाऱ्या मुलांची संख्या 'खालच्या जातींमधून' येणाऱ्या मुलांपेक्षा अगदीच जास्त होती. वर्गातल्या साठपेक्षा अधिक विद्यार्थ्यांमध्ये फक्त तीन दलित मुलं आणि दोन दलित मुली होत्या. साहजिकच आम्ही तिघं दलित मुलं एकमेकांचे सोबती झालो. आमच्या सामूहिक अस्मितेची जाणीव आम्हाला कोणी करून देण्याची गरज पडली नाही. 'जय भीम' हे शब्द आमच्या तोंडी अगदी सहजतेने आले. वर्गातल्या पाच दलित विद्यार्थ्यांपैकी फक्त मीच गरिबीने ग्रासलेल्या परिवारातून आलो होतो, बाकी सगळे दुसऱ्या पिढीचे, उच्च मध्यमवर्गीय घरांमधून आलेले होते. याचा अर्थ मी उपेक्षितांमधलाही उपेक्षित होतो. मधल्या सुट्टीत डबा खाताना ही गोष्ट हटकून जाणवायची. माझ्या डब्यात त्यांच्यासारखं बटर सँडविच नाही तर चपाती आणि मेथीची भाजी असायची. माझ्या शालेय आयुष्यात मी बटर/ लोणी फार-फार तर सहा ते दहा वेळा खाल्लं असेल. एक तर बटर हा मुळात उपरा पदार्थ, त्यात आमच्या जेवणात त्याचं फार काही महत्त्व नव्हतं. आमच्यासाठी तर तूपसुद्धा मौल्यवान पदार्थ होता. माझी आई शंभर ग्रॅम तूप विकत आणायची, आणि आमचं पाच जणांचं कुटुंब ते तूप अख्खा हिवाळा पुरवून खायचो. त्यामुळे माझ्यासाठी तूपसुद्धा एक उच्चभ्रू खाद्यपदार्थ होता; माझ्या वर्गातल्या उच्चजातीय मुलांसाठी मात्र तो सहज उपलब्ध होता.

उच्चजातीयांच्या सामाजिक स्थानाशी तुपाचं खूप साधर्म्य होतं, खास करून ब्राह्मणांशी. 'बामनाची लेकरं तूप खाऊन बुद्धीनं चपळ व सुदृढ असतात,' असं

कास्ट मॅटर्स । ६९

माझी आई आणि आजी नेहमी म्हणायची. उच्चजातीय मुलांचं राहणीमान, जेवण आणि अभ्यास करायची पद्धतसुद्धा माझ्यापेक्षा कमालीची वेगळी होती. त्यांचे शिकलेले आई-वडील त्यांच्याशी सुशिक्षितांच्या भाषेत, म्हणजे इंग्लिशमध्ये त्यांच्या अभ्यासाविषयी बोलायचे. त्यांच्या घरांमध्ये त्यांच्यासाठी स्वतंत्र खोल्या होत्या, जिथे ते शांतपणे अभ्यास करू शकायचे. याऊलट मी एका खोलीत राहायचो व झोपायचो. तिथे ना अभ्यास करण्यासाठी एकांत होता, ना परीक्षेचा विचार करण्यासाठी निवांत वेळ. टीव्ही बघणं, चर्चा करणं, जेवणं, सगळं एकाच खोलीत व्हायचं. त्या खोलीचे पातळशा भिंतीनं दोन भाग केलेले होते. त्यातूनही माझे आई-वडील मला अभ्यासासाठी पूरक वातावरण द्यायचा नेहमी प्रयत्न करायचे, तरी शेजाऱ्या-पाजाऱ्यांचा त्रास होताच. मी माझ्या उच्चजातीय मित्रांसोबत थोडा वेळ घालवायचो, पण त्यांच्या घरात त्यांच्या खोल्यांमध्ये जाण्याची संधी क्वचितच मला मिळायची. मला आठवतंय, आठवीत असताना मी एकदा माझ्या एका मारवाडी मित्राच्या घरी गेलो होतो. त्याचे आई-वडील डॉक्टर होते. पहिल्यांदाच मी एका मारवाडी कुटुंबाच्या घरी गेलो होतो. ते अधूनमधून मारवाडीत बोलत होते; पण तिथली सगळी मुलं आणि त्यांच्या आई-वडिलांचा भर इंग्रजीतून बोलण्यावर होता. सगळ्या मुलांना एकत्र जेवायला बसवून ते त्या जेवणातील वेगवेगळ्या पदार्थांमधून मिळणाऱ्या जीवनसत्त्वांबद्दल चर्चा करत होते. त्या २५ मिनिटांच्या कालावधित मला 'क' जीवनसत्त्वाचं ज्ञान नव्याने मिळालं. त्यांच्या घरात मुलांच्या संगोपनासाठी अनुकूल वातावरण असल्यामुळे मुलांना शिक्षण देणंही सोपं होतं, आणि त्यामुळेच त्यांना त्यांचा पुढचा (करिअरचा) मार्ग निवडणंदेखील सुकर होतं. माझ्या इतर उच्चजातीय मित्रांच्या घरातही त्यांना पुढच्या शिक्षणासाठी दिशा दाखवणारे अनेकजण होते. त्यांच्या जातीय गोतावळ्यातच त्यांच्यासाठी त्यांच्या करिअरचा मार्ग आखलेला होता. बाजारपेठ आणि ज्ञान दोन्हीपर्यंत पोचण्यात त्यांना कुठलीच अडचण नव्हती. एका सहज-सोप्या संक्रमणातून ते अधिकाराच्या महत्त्वाच्या पदांवर जाऊ शकत होते आणि जातीव्यवस्थेच्या उतरंडीचे नियम व वृत्ती पुनर्निर्मित करू शकत होते. (याविषयी अधिक सहाव्या प्रकरणात.)

तर, भारतीय राज्यव्यवस्था आणि समाजात ब्राह्मणांचं वर्चस्व आहे. इथे कोणतीही मोठी गोष्ट, उपक्रम ब्राह्मण आणि इतर उच्चजातीयांच्या म्हणण्यानुसार चालतो. एका मोठ्या राजकीय पक्षाचे अध्यक्ष आणि उदारमतवाद्यांच्या गळ्यातील ताईत असणाऱ्या नेत्यानं एकदा त्यांचं पिढीजात जातीय वर्चस्व अधोरेखित करण्यासाठी, ते 'जानवेधारी' असल्याचं जाहीर केलं.[१] साधारण १.३५ अब्ज लोकांचं प्रतिनिधित्व करण्याच्या शर्यतीत असणाऱ्या या नेत्यानं त्याच्या ब्राह्मण

वर्णाची अगदी धडाडीनं जाहिरात केली. ब्राह्मणांप्रती असणाऱ्या या कळवळ्यामागे काही कारणंही आहेत. एक तर भारताच्या लोकसंख्येच्या साधारण ३ टक्के असणाऱ्या ब्राह्मणांशी सलोखा ठेवणं आणि दुसरं म्हणजे उच्चजातीय हिंदू मतदारांना त्यांच्या हिताचा दिलासा देणं. याला म्हणतात ब्राह्मणी वर्चस्वाची ताकद. भारतातली सगळी कर्मकांडं पौरोहित्य करणाऱ्या जातींच्या अधिपत्त्याखाली होतात.

भारतीय अंतराळ संशोधन संस्थेनं (ISRO) चांद्रयान, मंगळयान यांसारखे अनेक प्रकल्प राबवले आहेत. पण प्रत्येक वेळी, ब्राह्मणानं पूजा केल्यानंतरच अंतराळयान आकाशात उड्डाण करतं. इस्त्रोमधले सगळे संचालकदेखील ब्राह्मणी धार्मिक धारणांचा आपल्या कार्यपद्धतीत समावेश करून घेतात.[२] ज्योतिषशास्त्रानुसार काढलेले आकडे आणि आठवड्यातील विशिष्ट दिवस उपग्रहांचं प्रक्षेपण करण्यासाठी ठरवले जातात. अशा प्रकारच्या अंधश्रद्धा अंतराळ संशोधनाच्या क्षेत्रातही बळावलेल्या दिसतात. जर इस्त्रो ब्राह्मणांच्या नियंत्रणाखाली राहिली, तर ते जातीव्यवस्था अंतराळापर्यंत पोचवण्यासदेखील मागे-पुढे बघणार नाहीत.

हे चित्र सैन्यदलातसुद्धा पाहायला मिळतं. बराकींमध्ये नियुक्त केलेला पुरोहित कायम ब्राह्मणच असतो. दर रविवारी मंदिर परेडमध्ये हजेरी घेऊन सैनिकांना पूजेसाठी अनुशासित केलं जातं. सैन्यातील धार्मिक वर्चस्वाचं उदाहरण देताना निवृत्त अधिकारी लेफ्टनंट जनरल जी. एस. गुहा यांनी लिहिलं आहे की, गढवाल रायफल्स युनिट अतिशय श्रद्धेने १० दिवस दुर्गापूजा साजरी करतं आणि तिथं आदि शंकराचार्यांनी विष्णूची प्रतिष्ठापनादेखील केलेली आहे.[३] काही काळापूर्वी, निर्मला सीतारामन यांची संरक्षण मंत्री म्हणून नेमणूक झाल्यावर एका ब्राह्मण पुरोहितानं त्यांचा राजतिलकविधी केला होता.[४]

या ब्राह्मणी व्यवसायावर जोतिराव फुलेंनी त्यांच्या 'शेतकऱ्याचा आसूड' या पुस्तकात भाष्य करताना म्हटले आहे, 'हे ढेरपोटे 'भट-ब्राह्मण' सामान्य लोकांच्या मनातल्या भीतीचा फायदा उठवतात.' पुढे ते कष्टकरी शेतकऱ्यांचं उदाहरण देतात- 'शेतात दिवस-रात्र राबणारा शेतकरी त्याच्या घरच्या धार्मिक समारंभांसाठी पौरोहित्य करण्यासाठी ब्राह्मणांना बोलावतो. हे ब्राह्मण शेतकऱ्यांकडे जेवणात चपाती आणि तूप मागतात. शेतकरी स्वतःच्या मुलांना तूप खाऊ घालू शकत नाही; पण ब्राह्मणांसाठी मात्र कसंही करून तुपाची व्यवस्था करतो. कारण या स्वार्थी धर्मानं त्याच्या मनात भीती बसवलेली आहे. भारतातील ब्राह्मणांनी सर्वोच्च दर्जा प्राप्त करण्यासाठी प्रत्येक डावपेच अवलंबलेले आहेत आणि यामुळेच, पाळी आलेल्या स्त्रीपासून, माणसाच्या मृत्यूपर्यंत प्रत्येक गोष्टीचा केंद्रबिंदू ब्राह्मण होऊ पाहतो, कारण तसं केल्यानं तो प्रत्येकाच्या भीती आणि दुःखाचा पूर्णपणे

वापर करून शोषण करू शकतो. जन्माआधीच्या विधींपासून (गर्भदान) आणि जन्मानंतरच्या विधींपासून (जन्मकुंडली) लग्नापर्यंत आणि पुढे मृत्यूपर्यंत आणि मृत्यूनंतरच्या विधींपर्यंत (श्राद्ध) ब्राह्मणांनी लोकांची लूट करण्यासाठी रीतसर योजना करून ठेवल्या आहेत.' फुलेंच्या मते, ब्राह्मण फुकटे आहेत, ते सामान्य लोकांकडून पैसे उकळतात. ब्राह्मणांच्या भिक्षुकीवृत्तीचा उलगडा करताना ते पुढे विचारतात, 'अशा प्रकारचे एकलकोंडे, बढाईखोर भिक्षुक अजून कुठल्या देशात किंवा समाजात आढळतात का?' फुलेंनी इंग्रज सरकारसाठी नोकरी करून शूद्र आणि अति-शूद्र शेतकऱ्यांचं शोषण करणाऱ्या ब्राह्मणांवरसुद्धा ताशेरे ओढले आहेत. ब्राह्मणांचं वर्चस्व असलेल्या इंग्रज नोकरशाहीनंदेखील भारतातील शोषित जातींची पिळवणूक पुढे चालू ठेवली. ब्राह्मणांनी पसरवलेल्या अंधश्रद्धा भारताच्या विकासाच्या अध:पतनास कारणीभूत आहेत, आणि हे इस्रोच्या कोणत्याही क्षेपणास्त्र उड्डाणापूर्वी केल्या जाणाऱ्या प्रार्थनांमध्ये दिसून आलं आहे.[५]

राज्यघटना सामाजिक आणि आर्थिक समानतेला आणि वैज्ञानिक दृष्टिकोनाला महत्त्व देत असली, तरी ती पारंपरिक सत्ताधाऱ्यांच्या हातातील सत्तेच्या असमान वाट्याबद्दल स्पष्टपणे बोलत नाही. वर्तमानात प्रकट होणाऱ्या एका भयानक भूतकाळाकडे पूर्ण दुर्लक्ष झालं आहे. यामुळेच नुकसानभरपाई आणि वडिलोपार्जित विशेषाधिकार हे मुद्दे उच्चजातीयांच्या चर्चेचा भाग नसतात. ऐतिहासिक जबाबदारीच्या भानाच्या अभावामुळे स्वघोषित राष्ट्रवादी, धर्मवादी, वर्चस्ववादी आणि गुणवत्ताधारक निर्माण होतात आणि ते पंडित बनून भारतीय समाजाची विपर्यस्त आवृत्ती सगळ्यांसमोर मांडत फिरतात.

नियंत्रणव्यवस्थेवरच नसलेलं नियंत्रण

सरकारमध्ये मोठ्या प्रमाणात ब्राह्मण मंत्री आणि आमदारांचा भरणा असतो. नोकरशाही आणि निर्णयप्रक्रियेच्या सर्वोच्च पातळीवर ब्राह्मण पुरुषांचाच भरणा असतो. सामान्य माणसाचं भवितव्य ठरवणाऱ्या न्यायव्यवस्थेतसुद्धा ब्राह्मणांचंच वर्चस्व आहे. कलकत्ता उच्च न्यायालयाचे दलित न्यायाधीश सी. एस. कर्णन यांचंच उदाहरण घ्या. 'उच्चजातीय न्यायाधीश न्याय त्यांच्या हातात घेऊन दलित न्यायाधीशांविरुद्ध वापरतात. दलित न्यायाधीशांपासून सुटका करून घेण्याच्या मलीन उद्देशानं ते आपल्या हातातल्या सामर्थ्याचा गैरवापर करतात,' असं जेव्हा कर्णन म्हणाले तेव्हा त्यांच्यावर न्यायालयाचा अवमान केल्याचा आरोप करण्यात आला.[६]

माजी सरन्यायाधीश के. जी. बालकृष्णन वगळता इतर कोणाही दलिताला

आजपर्यंत सर्वोच्च न्यायालयात स्थान मिळालेलं नाही. न्यायाधीश कर्णन यांनी याआधी त्यांच्याविरुद्ध उच्चजातीय सहकाऱ्यांकडून होणाऱ्या भेदभावाविषयी तक्रार नोंदवली होती, आणि तीन वेगवेगळ्या प्रसंगी त्यांनी याबाबतीत न्यायालयीन कारवाई करण्याचाही प्रयत्न केला होता. अखेरीस त्यांची बदली मद्रास उच्च न्यायालयातून कलकत्ता उच्च न्यायालयात करण्यात आली. त्यांचे सहकारी, बार कौन्सिल आणि बार असोसिएशननं कर्णन यांची प्रतिमा मलीन केली. कलकत्ता उच्च न्यायालयातील बार असोसिएशननं कर्णन यांच्या वर्तणुकीचा निषेध करून, त्यांच्या कोर्टरुमचा बहिष्कार करण्याचं ठरवलं अशी माहिती मिळते. 'आम्ही एक सर्वसाधारण सभा भरवली, न्यायाधीश कर्णन यांच्या न्यायालयीन कार्यवाहींमध्ये कोणाचाही सहभाग असणार नाही, असा बहुमतानं निर्णय झाला.' असं कलकत्ता बार असोसिएशनच्या पत्रकात म्हटलं होतं. न्यायाधीश कर्णन, उच्च न्यायालयाचे (दलित) न्यायाधीश होते, त्यांना नंतर सहा महिन्यांचा तुरुंगवास झाला. अशी गोष्ट आजवरच्या भारतीय न्यायव्यवस्थेच्या इतिहासात इतर कोणत्याही न्यायाधीशाच्या बाबतीत घडलेली नाही. नमूद करण्यासारखी गोष्ट अशी आहे, की कर्णन यांच्या तक्रारीनंतर अनुसूचित जाती व जमाती अत्याचारविरोधी कायद्याअंतर्गत प्रतिबंधक कारवाई तर झालीच नाही, पण याऐवजी एका १२ न्यायाधीशांच्या खंडपीठानं त्यांच्याविरुद्धच 'न्यायालयाचा अवमान' खटला ऐकला ही एक खूपच दुर्मीळ गोष्ट आहे. ज्या दलिताचं संवैधानिक पद त्याच्या प्रभावी सेवेच्या आणि न्यायव्यवस्थेतील कुशाग्र बुद्धीच्या परिणामी त्याला मिळालं आहे, त्याच्या विरुद्ध झालेल्या अशा कारवाईकडे कसं पाहायचं? दलित कर्मचारी वर्गाला काय सहन करावं लागतं याची ही घटना जर निदर्शक असेल तर भारतातील सार्वजनिक आणि खासगी क्षेत्रात अशा दलित विरोधी कारवाया होतात, असं आपण निश्चित म्हणू शकतो.

यानंतर सात महिन्यांतच न्या. जे. चेलमेश्वर, न्या. रंजन गोगोई, न्या. मदन लोकूर आणि न्या. कुरियन जोसेफ या चार न्यायाधीशांनी एके दिवशी सकाळी पत्रकार परिषद घेऊन देशभरात खळबळ उडवली. देशातील लोकशाही धोक्यात आहे, असं त्यांनी या पत्रकार परिषदेतून सूचित केलं. त्यांनी भारताचे सरन्यायाधीश दीपक मिश्रा महत्त्वाचे खटले या चौघांपेक्षाही कनिष्ठ न्यायाधीशांना देऊन पक्षपातीपणा करत असल्याचा आरोप त्यांच्यावर केला. विधी क्षेत्रातील त्यांचे सहकारी न्या. बी. एस. लोया जे सोहराबुद्दीन फेक एनकाऊंटर खटल्याचा निकाल जाहीर करणार होते, यांच्या आकस्मिक मृत्यूचा मुद्दाही त्यांनी उपस्थित केला. सरन्यायाधीशांच्या हस्तक्षेपामुळे न्यायालयीन कामकाजावर विपरीत परिणाम होत असल्याचं या चार न्यायाधीशांचं म्हणणं होतं.

यावर पुढे काय झालं? न्यायाधीश कर्णन यांच्याप्रमाणे या चार न्यायाधीशांना, बहुसंख्य न्यायालयीन सहकाऱ्यांच्या टीकेला सामोरं जावं लागलं का? शासनानं त्यांचं म्हणणं फेटाळून लावून त्यांचीच तपासणी करण्याचे आदेश दिले का? त्यांना मानसिक आरोग्याची चाचणी घेण्यास भाग पाडलं गेलं का? त्यांच्यावरचे आरोप सिद्ध करून त्यांना तुरुंगात टाकण्यात आलं का?

भारताच्या पंतप्रधानांनी त्वरित न्यायमंत्र्यांना बोलावणं धाडून परिस्थितीचा आढावा घेतला. प्रसारमाध्यमांची काही दिवसांची करमणूक झाली. संपूर्ण देश - उजवे आणि डावे या सर्वांनीच या विषयावर गहन चर्चा केली आणि न्यायाधीशांच्या म्हणण्याकडे पूर्ण लक्ष दिलं. न्यायाधीश कर्णन यांच्यावेळी समाज माध्यमांवर कर्णन यांना मिळालेल्या पक्षपाती वागणुकीबद्दलच्या चर्चेनं जोर धरला असला, तरी प्रशासनातील काही दलितांनी मात्र या घटनेकडे एक इशारा म्हणून बघितलं.

अशा प्रकारच्या वारंवार घडणाऱ्या घटनांचा परिणाम म्हणून बरेच दलित अधिकारी निवृत्त झाल्यानंतरच त्यांच्या वाट्याला येणाऱ्या अपमान आणि मानहानीचा उल्लेख करतात आणि तेसुद्धा फक्त दलित वर्तुळांमध्येच. माझ्याशी बोलताना आपले अनुभव व्यक्त केलेल्या अशा निवृत्त अधिकाऱ्यांपैकी निदान ५० टक्के अधिकाऱ्यांनी सांगितलं की कार्यकालीन काळात त्यांच्यावर आत्मघाती दबाव लादण्यात आला होता. 'त्यांचं हे जातीयवादी जाळं प्रत्येक विभागात (सरकारी) पसरलंय. वरिष्ठ अधिकारी त्यांचे असतात. पोलीस, सीबीआय, राजकीय नेते आणि न्यायव्यवस्थासुद्धा त्यांचीच असते', असं एक निवृत्त पोलीस अधिकारी म्हणाले. त्यांनी त्यांचा एक अनुभव सांगितला. बऱ्याच प्रशासकीय अधिकाऱ्यांची मुलं शिकत होती त्या शाळेत त्यांनी त्यांच्या मुलांसाठी प्रवेश घेतला. स्वतः आंबेडकरवादी असल्यानं त्यांनी त्यांच्या मुलीला, आंबेडकरी अस्मितेचा अभिमान बाळगण्यास शिकवलं होतं. पण तिचा काळा रंग आणि तिच्या डब्यातलं मांसाहारी जेवण तिच्यावर जातीय रोष ओढवण्यासाठी पुरेसं ठरेल, हे त्यांच्या लक्षात आलं नाही. दलित वर्गमित्रांशी मैत्री करण्यापासून आपल्या मुलांना परावृत्त करणाऱ्या नोकरशहा पालकांनी तिचं 'विलगीकरण' अधोरेखित केलं होतं.

उदारमतवादी घटनात्मकता आणि आंबेडकरांची दूरदृष्टी

भारतातील दलित चळवळ पूर्णपणे आकारास येणं अद्याप बाकी आहे. सध्या ती निरनिराळ्या रूपांमध्ये, आकारांमध्ये अस्तित्वात आहे. अद्याप तिनं राजकीयदृष्ट्या पुराणमतवादी दलितांना व्यापक भारतीय लोकशाहीचा अनुभव देऊ शकेल, असा कुठला कार्यक्रम आखलेला नाही. दलित विचारवंत आणि राजकीय नेते

दोघेही आंबेडकरवाद किंवा दलितवादासाठी, सामूहिक मुक्तीचा जाहीरनामा बनेल असा एक कार्यक्षम सिद्धांत मांडण्याच्या प्रयत्नांत आहेत.

सामूहिक उत्थानासाठी पूर्णपणे घटनेवर निर्भर राहून हे विचारवंत युटोपियाचं स्वप्न पाहत आहेत. पण दलितांसाठी मुक्ती मिळवण्याचा मार्ग मात्र अजून उलगडलेला नाही. जेवढ्या लवकर भारतातील शोषितांना हे कळेल तेवढं चांगलं. पण यातून मुक्त होण्यासाठी फक्त घटनात्मकतेच्या मर्यादित संकल्पनांवर विसंबून राहून चालणार नाही. या संस्थेची मर्यादित नियंत्रणक्षमता बघता, घटना ही फक्त एक गाऱ्हाणं मांडण्याची जागा बनून राहिली आहे. त्यात कोणत्याही गोष्टीवर तात्काळ तोडगा नाही.

घटनेची भाषिक सुलभता आणि शोषितांपर्यंत पोहोचण्याची क्षमता अतिशय मर्यादित स्वरूपाची आहे. जमीनदारांच्या खऱ्याखुऱ्या आणि आर्थिक आसूडांपासून संरक्षण मिळवून देण्याची शाश्वती आपली घटना फारच कमी शेतकऱ्यांना देऊ शकेल. तसंच, देणेकऱ्यांच्या उपकारांवर जगणाऱ्या भिकाऱ्यांना घटनेचा दस्तऐवज समानता आणि स्वातंत्र्याची शाश्वती देऊ शकेल? घटनेची संकल्पनाच मुळात आदर्शवादी आहे. कोणालाच तिच्या मर्यादा माहिती नाहीत; पण तिच्या सखोलतेची वाहवा सगळे करत असतात. त्याची कुठलीही चाचणी न घेता. बरेच दलित, राज्यसंस्थेच्या मांडणीप्रमाणेच घटनात्मकतेला अंतिम शब्द, रामबाण उपाय मानतात. वास्तविक एखाद्याच्या चक्काचूर झालेल्या अहंकारावर मलम लावण्यापलीकडे घटना काहीच करत नाही. परंतु घटनेतील अंतर्भूत नियम आचरणात आणताना मात्र दलित त्यांच्या आत्मसन्मानाची हानी करून घेताना दिसतात. याचं कारण काय? तर हा घटनेचा दस्तऐवज जेवढा दलितांना जवळचा वाटतो, तेवढा इतर कोणालाही जवळचा वाटत नाही.[७] घटनेकडून असलेल्या सगळ्यांच्या अपेक्षा सारख्या नसतात. यामुळेच घटनात्मक नैतिकतेकडे 'सामायिक सद्‌गुण' म्हणून बघण्याला मर्यादा आहेत. अशा एकतर्फी व्यवहारात साहचर्य खूप दूरची गोष्ट आहे. जातीयवादांच्या धूर्त हेतूंना छेद देण्यासाठी मूलगामी, जहाल औषधाचा डोस देऊन परस्परता आणि सन्मानाला जागा करून द्यावी लागेल. हे जोपर्यंत होत नाही, तोपर्यंत पुढच्या कुठल्याच चर्चा वास्तव ईप्सित साध्य करू शकणार नाहीत.

जरी दलितांना घटनात्मक लोकशाही प्रजासत्ताक कितीही सबळ वाटत असलं, तरीही जेव्हा जेव्हा वास्तव त्यांचा दरवाजा ठोठवतं, तेव्हा त्यांच्या समस्यांचं निराकरण होण्याची आशा लोप पावत जाते. कामाच्या ठिकाणी असो किंवा एकत्र राहत असलेल्या घरांमध्ये, जेव्हा जेव्हा त्यांना भयावह अत्याचार आणि मानहानीला सामोरं जावं लागतं, तेव्हा तेव्हा घटनात्मकतेचं वचन निष्प्रभ

ठरतं. दलितांना बऱ्याचदा दुय्यम नागरिकत्वाची वागणूक दिली जाते. कामाच्या ठिकाणी अपेक्षित असलेला आदर आणि ओळख त्यांना त्यांच्या सहकाऱ्यांकडून मिळत नाही. माझ्या एका वरिष्ठ प्रशासकीय असलेल्या मित्रानं - तुषारनं (नाव बदललेलं), आयव्ही लीग स्कूलमधून उच्चशिक्षण घेत पदवी मिळवलेली आहे. त्यानं त्याला आलेला कटू अनुभव सांगितला. तो अमेरिकेला जाण्याआधी त्याच्या उच्चजातीय वरिष्ठ अधिकाऱ्यानी त्याला अतिरिक्त कार्यभार दिला. त्याला अतिरिक्त काम देण्यात येई, त्यामुळे त्याला कामासाठी जास्त वेळ द्यावा लागे. 'आयव्ही लीग' संस्थेत झालेल्या त्याच्या निवडीनं त्याच्या सहकाऱ्यांच्या मनात असुरक्षिततेची भावना निर्माण झाली. त्याला सतत तुच्छतादर्शक टोमण्यांना सामोरं जावं लागायचं. 'तू अर्थशास्त्र शिकून काय करणार आहेस? ते तुझं क्षेत्र नाही, आणि तुझ्या सध्याच्या कामाशी त्याचा काही संबंधही नाही.' असं म्हटलं जायचं. त्यानंतर त्याच्या मागे भ्रष्टाचारासंबंधी चौकशीचा ससेमिरा लावण्यात आला; जेणेकरून त्याला अमेरिकेला जायला उशीर होईल. पण त्याचं रेकॉर्ड स्वच्छ असल्यामुळे त्याला परवाना मिळाला आणि तो अगदी वेळेत अमेरिकेला पोहचू शकला. पण आपल्या सहकाऱ्याची प्रगती सहन न करू शकणाऱ्या मत्सरी, उच्चजातीय अधिकाऱ्यांमुळे त्याला या क्लेशदायी अनुभवांतून जावं लागलं. तो मित्र याबद्दल फार काही करू शकला नाही; पण त्याच्यासारख्या व्यावसायिक उंची गाठणाऱ्याला देखील घटनेतील समतेचं वचन वाचवू शकलं नाही.

दलित वर्तुळांमध्ये पडसाद उमटवणाऱ्या राज्यघटनेच्या मर्यादांपैकी एक आहे - दलित अस्मितेच्या आणि मुक्तीच्या विद्रोही संकल्पनेचा अभाव. जातीयवाद्यांना सुधारण्याची तत्त्वप्रणाली म्हणून घटनात्मकता बेभरवशाची ठरली आहे. सूर्य नारायण चौधरी वि. राजस्थान सरकार हा १९८८ सालचा खटला घटनात्मकतेच्या मर्यादा स्पष्टपणे दर्शवतो. या खटल्याअंतर्गत दलितांवर मंदिरांसारख्या धर्मस्थळांमध्ये प्रवेश करण्यास किंवा पूजा करण्यासाठी बंदी घालण्यास कायद्यानं मज्जाव केला गेला.

या खटल्याचा निकाल जाहीर करताना भारताचे सरन्यायाधीश जे. एस. वर्मा यांनी म्हटलं की, "अशा एखाद्या कायद्याची अंमलबजावणी करणं किंवा भारतीय संविधानातर्फे हक्काची खात्री देणं पुरेसं नाही. मुख्य बदल आपल्या हृदयात व्हायला हवा. इतरत्र नाही. कोणत्याही सामाजिक दुर्गुणाला समूळ नष्ट करायचं असेल तर समाजाने स्वत:हून पुढे यायला हवं." ते पुढे म्हणाले, "आपल्यासमोर उभी राहिलेली समस्या ही हरिजनांच्या (दलितांच्या) समतेला कायदेशीर स्वीकृती नसल्याचा परिणाम नाही. आपण जे खुलेपणानं नाकारू शकत नाही, ज्याला

आपण आव्हान देऊ शकत नाही, तेदेखील प्रामाणिकपणे स्वीकारायला कचरणं, नकार देणं याचा तो परिणाम आहे.''[८] जोपर्यंत समाज त्याचे पूर्वग्रह मान्य करायला तयार होत नाही, तोपर्यंत कायद्याच्या तरतुदी अपुऱ्याच पडणार आहेत, हेच न्या. वर्मा यांच्या निर्णयानं दाखवून दिलं. समाजमान्यतेशिवाय निष्फळ असणाऱ्या कायदाव्यवस्थेबद्दल आंबेडकरांचंही हेच म्हणणं होतं.

संविधानाला अभिजात मानून, आंबेडकरांच्या नावाखाली त्याची जाहिरात करणं दलितक्रांतीला महागात पडलं आहे. आंबेडकरांचं ध्रुवीकरण आपल्याकडे एक पूजनीय व्यक्ती म्हणून केलं गेलंय आणि भारतासारख्या देशात एखाद्याची पूजा करणं म्हणजे त्या व्यक्तीबाबतचा प्रत्येक चिकित्सक विचार नष्ट करणं. निरनिराळ्या विचारसरणींच्या, निमसामाजिक आणि राजकीय वर्तुळांमध्ये आंबेडकरांचा वापर फुटबॉलप्रमाणे खेळण्यासाठी केला जातो आणि सर्वजण दलितांनी मांडलेल्या आंबेडकरांच्या प्रतिमेची मजा घेतात. आंबेडकरांची प्रतिमा दलितांच्या कोणत्याही उद्रेकाची मुस्कटदाबी करण्यासाठी आणि उच्चवर्णीयांच्या फायद्यासाठी वापरली जाते. उच्चजातीय मंडळी आंबेडकरांना त्यांच्या तिरस्कार आणि हिंसेच्या कार्यक्रमांमध्ये सहभागी करून घ्यायला आनंदाने तयारच असतात. जेव्हा हे पुस्तक लिहिलं गेलं तेव्हा, २०१९मधल्या निवडणूक प्रचारात, प्रत्येक दलित नेत्यानं संविधानाचं रक्षण करण्याचा उच्चार केला. सामान्य लोकांचं लक्ष संविधानाकडे वळवणं, त्यांना सामाजिक न्याय, कल्याणकारी योजना, शिक्षण, आरोग्य, कर आणि कामगार वर्गाच्या संरक्षणासारख्या खऱ्या समस्यांपेक्षा आकर्षक वाटलं. दलितांचं घटनात्मकतेविषयीचं आकर्षण हा खरं तर एक विशेष चिकित्सेचा विषय आहे. कोणत्याही मुख्य प्रवाहातील दलित नेतृत्वानं आजपर्यंत संविधान आणि दलित उदासीनतेला संविधानानं दिलेलं प्रोत्साहन या वादाला चिकित्सकरित्या हात घालण्याची हिंमत केलेली नाही.

दुसरीकडे मात्र दलित विवेकवाद आणि त्यांच्यातील मूलगामी ऋजुता एक अभिजातपणा टिकवून ठेवते. हा अभिजातपणा, अधम ब्राह्मणवादी शक्तिविरोधात चिकित्सा करण्याच्या क्षमतेतून येतो. संविधानाचं लेखकत्व फक्त आंबेडकरांनाच बहाल करून, शासन तसंच जातीयवादी समाज अस्मितेच्या राजकारणासारख्या क्षुल्लक गोष्टींशी खेळत आहे. 'आंबेडकर हे आपल्या देशाचं वडिलधारं व्यक्तिमत्त्व आहे, कारण त्यांनी संविधान लिहिलं आणि म्हणूनच प्रत्येक दलितानं ते नीट समजूनही न घेता उचलून धरलं पाहिजे,' असा चाणाक्ष प्रचार समाजातल्या सत्ताधारी जातीनं चालवला आहे. संविधानाच्या लेखकत्वावर एकदा आंबेडकरांनी वैतागून राज्यसभेत म्हटलं होतं, 'मी फक्त एक मोलमजुरी करणारा माणूस होतो. मला जे करायला सांगितलं गेलं होतं, ते मी माझ्या मर्जीविरुद्ध केलं.'[९] त्यांच्या

या वक्तव्यानं संपूर्ण सभा अस्वस्थ झाली होती. आंबेडकरांना बोलतं करण्यासाठी वाद वाढवून सदस्यांनी आंबेडकरांना टोमणे मारले. त्यावर जोरदार उत्तर देत आंबेडकर म्हणाले:

> 'तुमच्यावर लागलेल्या लांच्छनासाठी, तुम्हाला मलाच जबाबदार ठरवायचं आहे... सर, माझे मित्र मला सांगतात की, मी संविधान लिहिलं. पण ते काहीही असलं तरी जर आपल्याला पुढे जायचं असेल, तर आपल्याला हे लक्षात ठेवावं लागेल, की आपल्याकडे बहुसंख्याक आहेत आणि आपल्याकडे अल्पसंख्याकही आहेत. आणि अल्पसंख्याकांकडे विशेष लक्ष पुरवल्यानं लोकशाहीची हानी होते, असं म्हणून आपण अल्पसंख्याकांकडे दुर्लक्ष करू शकत नाही.''[१०]

आंबेडकरांचं अल्पसंख्याक व बहुसंख्याक हे सूत्र फक्त कोणालातरी अल्पसंख्याक घोषित करण्यासाठीच्या आकडेमोडीच्या पलीकडे जाणारं होतं. अल्पसंख्याक, भारताचा एक अविभाज्य घटक आहेत; कारण स्वतःचा मोठा इतिहास असणाऱ्या प्रत्येक उपेक्षित समुदायाचा अल्पसंख्याकांमध्ये समावेश आहे. त्यामुळेच उदारमतवादी आणि धर्मनिरपेक्षतेच्या परिप्रेक्ष्यात बहुसंख्याक ही एक अपुरी श्रेणी आहे. कारण जातवर्चस्ववादी विचारसरणीनं एक सामायिक हिंदू अस्मिता तयार करण्यात महत्त्वाची भूमिका निभावली आहे. बहुसंख्याकांच्या हाती असलेल्या चातुर्वर्ण्य या अधिकृत सिद्धांताच्या प्रत्यक्ष आविष्कारासाठी जातीभेदाचं शस्त्र वापरून राजकीय आणि प्रशासकीय भेदभाव केला गेला आहे.[११] आंबेडकरांच्या मते, प्रत्येक समूह मुळातच असमानतेने वागत असतो.[१२]

खूप कष्टानं आंबेडकरांनी लिहिलेला दस्ताऐवज-संविधान, जाळून टाकण्याची भाषा त्यांनीच केली.[१३] त्यामागची भूमिका त्यांनी दोन वर्षांनी, १९ मार्च १९५५ रोजी, राज्यसभेतील त्यांचे सहकारी डॉ. अनूप सिंग यांनी विचारणा केल्यावर स्पष्ट केली. सिंग यांनी आंबेडकरांना त्यांच्या १९५३ च्या राज्यसभेतील विधानाची आठवण करून दिली. मग आंबेडकरांनी त्यांच्या सरळ स्पष्ट भावनेमागील तर्क मांडला. राजकीय उदारमतवाद टिकवायचा असेल तर सामान्य लोकांना संवैधानिक अधिकार दिले पाहिजेत, परंतु भारतीय समाज मुळातच विषमतेनं भरलेला असून त्याचा आर्थिक पायाही सरंजामी आणि भांडवलशाहीवादी आहे, त्यामुळे सामान्य माणसाला संवैधानिक अधिकार मिळण्याची अपेक्षा फलद्रूप होणं महाकठीण आहे, हे त्यांना दिसत होतं. त्यामुळेच जोवर सामाजिक विषमता नष्ट केली जात नाही, तोवर कायद्याची भाषा बोलणं निरर्थक आहे. आध्यात्मिक जगताचं नियंत्रण

करणाऱ्या ताकदवान जमीनदार आणि धर्मगुरुंच्या हातून कायद्याचा पराभवच होईल. देव आणि दानवांचं उदाहरण देत आंबेडकर म्हणतात,

> देवाला येऊन राहण्यासाठी आपण देवळं बांधली. पण त्याची प्रतिष्ठापना करण्याआधीच दानवांनी त्याची (देवाची) जागा घेतली. त्यामुळे देवळंच नष्ट करण्याव्यतिरिक्त दुसरं काय आपण करू शकणार होतो? दानवांनी या देवळांत येऊन राहावं असा तर आपला उद्देश नव्हता. आपला उद्देश देवांनी तिथे येऊन राहावं हा होता. जाळण्याची भाषा मी करतो, त्यामागे हेच कारण आहे.[१४]

एखादी न्यायिक संहिता जाळून टाकणं ही आंबेडकरांसाठी काही नवी गोष्ट नव्हती. सर्वांना समान अधिकार मिळावेत, या कल्पनेवर असलेल्या कट्टर विश्वासातून/धारणेतून तिचा उदय झाला आहे. कट्टर हिंदू समाजात त्यांनी टप्प्याटप्प्यानं केलेला हस्तक्षेप त्यांच्या मनुस्मृती दहनाच्या कृतीतून दिसून येतो. मनुस्मृती ही हिंदूची सर्वांत पुरातन अशी 'न्यायिक संहिता' होती.

कायद्याच्या सनातनी चौकटीचं प्रतिनिधित्व करणारी मनुस्मृतीसारखी संहिता उद्ध्वस्त करण्याचं त्यांनी दाखवलेलं धाडस त्यांच्या विद्रोही भूमिकेशी असलेल्या बांधिलकीचं द्योतक आहे.

~

राज्यसंस्थेच्या मांडणीचं वाहक म्हणून संविधान शासनकर्त्या जातींसाठी सोयीचं ठरतं. वर्चस्ववादी जात वर्तुळं (उदारमतवादी आणि पुरोगामी यांच्यासह) आंबेडकरांकडे संविधानाचा दाता, एक राष्ट्रवादी, क्रांतिकारी संविधानवादी म्हणून बघतात. मात्र आंबेडकरांचं फक्त संविधान निर्मितीतलं योगदान अधोरेखित करून, त्यांनी भारतीय वैचारिक वारसा समृद्ध करण्यासाठी दिलेलं महत्त्वाचं योगदान पुसून टाकलं जातं. जातीय हिंदू समाजावर त्यांनी केलेली कठोर टीका, नागरी समाजाच्या, मानवी हक्कांच्या चळवळींचं त्यांनी जवळपास एकहाती केलेलं नेतृत्व याबद्दल खूप कमी बोललं जातं. त्यांच्या वैचारिक आणि राजकीय संघर्षाबद्दल पुस्तकांमधून जाणीवपूर्वक भ्रम निर्माण केलेले आहेत. हक्कांसाठी लढा देणारे त्यांचे कृतिकार्यक्रम, क्रांतिकारक सुधारणा चळवळी, संस्कृतीची आणि धर्माची चिकित्सा हे सारं भारतीय ब्राह्मणी नियंत्रणाखालील शोषणाच्या इतिहासाच्या पार्श्वभूमीवर ऐतिहासिक ठरतं. भारतीय प्रजासत्ताकाच्या पहिल्या दिवसापासून या देशातील शोषितांसाठी नागरी हक्क आणि स्वातंत्र्याची निर्मिती करणारी व्यक्ती म्हणून आंबेडकरांनी भारताला जगात अभिमानाने मिरवण्यासाठी बरीच कारणं दिली आहेत.[१५] आधुनिक

जगाला बुद्धाचं तत्त्वज्ञान देऊ करून त्यांनी भारताला पुन्हा जगाच्या नकाशावर मनोधैर्य आणि पावित्र्य असणारा देश म्हणून प्रस्थापित केलं. या इतक्या बहुआयामी कामाचा पैस व्यापक असला तरी आंबेडकरांकडे केवळ संविधानाचे शिल्पकार म्हणूनच पाहिलं जातं.

संविधानाच्या लेखनामुळे आंबेडकरांच्या इतर क्षेत्रांतील, उदा. अर्थशास्त्र, कायदा, तत्त्वज्ञान, सामाजिक शास्त्रं, धर्म, मानववंशशास्त्र, भाषाशास्त्र, वित्त आणि न्यायतत्त्वशास्त्र इत्यादी क्षेत्रांतील प्रावीण्य, कामगिरी झाकोळून गेली. ज्या व्यक्तीनं आपली वैचारिक ताकद लोकांना संघटित करून संघर्ष करण्यासाठी वापरली, त्याचं श्रेय त्यांच्या अकादमिक यशाला दिलं गेलंच नाही. खरं तर ज्या विचारवंतांनी भारताच्या समस्यांचा अभ्यास करण्यात आपली कारकीर्द खर्ची घातली त्यांना आंबेडकरांच्या अचाट विद्वत्तेची कणभरही कल्पना नसते. आंबेडकरांइतकी अकादमिक योग्यता नसणाऱ्या समकालीनांची आंबेडकरांशी तुलना करण्याची त्यांची केविलवाणी धडपड अनेकदा दिसून येते. आंबेडकरांच्या व्यक्तित्वाशी तुलना केली तर त्या काळातील अनेक महत्त्वाचे राजकीय नेते खुजे वाटतात. एक पर्यायी ज्ञानमीमांसा तयार करण्यासाठी, मुख्य धारेतील राजकारणात चिकित्सक संवाद निर्माण करण्यासाठी आणि समाजामध्ये तळापासून वर परिवर्तन घडवण्यासाठी आंबेडकरांनी जे कठोर परिश्रम घेतले ते त्यांच्या समकालीनांपैकी कुणीही घेतलेले नाहीत. अकादमिक योग्यता नसलेले नेते राजकीय आणि तात्त्विक चिकित्सेचा विषय बनलेले आहेत. न्यूनगंडाने पछाडलेल्या आणि पूर्वग्रह बाळगणाऱ्या पक्षपाती विद्वानांनी भारतातील आद्य राष्ट्रवादी नेते आणि इतर गूढवादी राजकारण्यांना प्रत्येक सामाजिक विज्ञानात आणि संबंधित अभ्यासक्रमात अभ्यासविषय म्हणून स्थान देऊन त्यांची बाजू उचलून धरली. मात्र आंबेडकरांचा अभ्यास करण्याचं वैचारिक धाडस ते दाखवत नाहीत. आंबेडकरांचं सर्व काम, लेखन इंग्रजीत केलेलं वा इंग्रजीत अनुवादित केलेलं आहे. त्यामुळे 'भाषेची अडचण' हा काही आंबेडकर गांभीर्यानं न वाचण्याचा बहाणा असू शकत नाही.

आंबेडकरांनी राजकीय तत्त्वज्ञानात केलेल्या हस्तक्षेपाचं योग्य तितकं श्रेय त्यांना दिलं गेलं नाही. त्यांचं मुख्य अभ्यासक्षेत्र असलेल्या अर्थशास्त्राचीही तीच गत झाली. मी एकदा हार्वर्डमधल्या एका प्रसिद्ध आणि भारताच्या आर्थिक समस्यांवर लेखन करणाऱ्या अर्थशास्त्राच्या प्राध्यापकाला आंबेडकरांबाबत त्याला काय वाटतं, हे विचारलं. त्यावर त्यानं खूप आदरानं त्यांचं संविधानकार म्हणून असलेलं योगदान मला सांगितलं. एकदा मी आणखी एका वरिष्ठ अर्थतज्ज्ञांना (ते हार्वर्डमध्ये माझे प्राध्यापकही होते) आंबेडकरांच्या अर्थशास्त्रावरील अभ्यासाबाबत त्यांची मतं विचारली. त्यावर त्यांनी मला आंबेडकरांनी बौद्ध धर्म स्वीकारला ते

कसं महत्त्वाचं होतं, तत्कालीन परिस्थितीत तो सर्वोत्तम उपाय कसा होता, हे मला सांगितलं. अर्थशास्त्रज्ञ किंवा अर्थशास्त्रीय इतिहासकारांसाठी 'अर्थतज्ज्ञ आंबेडकर' हा चर्चेचा विषय नसतो किमान पद्धतीशास्त्राच्या पातळीवर तरी.

आंबेडकर हा वैचारिक चर्चेचा विषय असला पाहिजे, त्यांच्या वैचारिक कार्याविषयी चर्चा-संवाद झाला पाहिजे, तरच त्यांची विद्वत्तापूर्ण चिकित्सक मांडणी प्रकाशात येईल. असं झालं तर आंबेडकरांवर सार्वजनिकरित्या चांगली चर्चा-चिकित्सा घडून येईल आणि भारतीय संविधान व 'बुद्धा अँड हिज धम्मा' (१९५६) या पुस्तकाचे लेखक ही आंबेडकरांची मर्यादित ओळख ओलांडून पुढे जाता येईल. तथाकथित अभ्यासक आंबेडकरांची अर्थतज्ज्ञ म्हणून ओळख करून देऊन मोकळे झाले, परंतु त्यांचे अर्थकारणाबाबतचे विचार हा लोकांसाठी कसा एक उत्तम समाजवादी कार्यक्रम आहे, याची व्यवस्थित मांडणी केलीच गेली नाही. आंबेडकरांच्या संविधाननिर्मितीचं उदाहरण आजही बदलाची आस असलेल्या प्रत्येक शोषित दलिताच्या माथी मारलं जातं.

सर्व जातींच्या समस्यांवर वर्गाधारित उपाययोजना हा आंबेडकरांचा दृष्टिकोन होता. सामाजिक आणि आर्थिक निकषांवर विभागला गेलेला समाज प्रस्थापित सामाजिक नीतीनियमांचे विशेषाधिकार उचलून धरत होता. जमीनवाटपाच्या बाबतीत पाहिलं तर, जर तो केवळ आर्थिक किंवा वर्गीय प्रश्न असता तर त्यामुळे जमीनदारांचा रोष ओढवून घेण्याची वेळ आली नसती. जमीनमालकीचा प्रश्न हा मूलत: जातीय प्रश्न आहे आणि म्हणूनच तो सामाजिक प्रतिष्ठेचा प्रश्न बनतो. त्यामुळेच आंबेडकरांनी उद्योगधंदे, विमा, शिक्षण याबरोबरीने जमिनीचंही राष्ट्रीयीकरण करण्यावर भर दिला. यामुळे राज्यव्यवस्थेला 'कल्याणकारी राज्य' म्हणून काम करत लोकांमध्ये जातीय, वर्गीय भावना निर्माण होऊ न देता कारभार करता येणं शक्य होतं. यामुळे गावातील प्रत्येकाला कुटुंबांच्या आकाराप्रमाणे निर्धारित केलेली समसमान जमीन दिली गेली असती. आंबेडकर सामूहिक वा सहकारी तत्त्वावरील शेतीचे पाठीराखे होते. अशा शेतीत शेताच्या आकारापेक्षाही उत्तम लागवडीला प्राधान्य दिलं जातं. या पद्धतीत शेतकऱ्याला अधिक नियंत्रण ठेवता येतं आणि तो उत्पादनावर लक्ष केंद्रित करू शकतो. शिवाय केंद्रित पद्धतीने केल्या जाणाऱ्या लागवडीतून मिळणाऱ्या महसुलाची व्यवस्था ठेवण्याकरता राज्यालाही मदत होऊ शकते. परंतु त्यावेळी राष्ट्रीय राजकारणात सक्रीय असलेल्या विचारसरणींमधील द्वंद्वानं आंबेडकरांच्या या क्रांतिकारी दृष्टिकोनाकडे दुर्लक्ष केलं. काँग्रेस पक्षानंही जमिनीच्या पुनर्वाटपाचा मुद्दा धुडकावून लावला आणि जमिनीचं राष्ट्रीयीकरण गांभीर्यानं घेतलं नाही. कारण तेव्हा ते समाजातील आपल्या वर्चस्ववादी स्थानाबद्दल संवेदनशील असणाऱ्या नव्या जमीनदार वर्गाकडे लक्ष

देण्यात गुंग होते. आंबेडकर एकाच वेळी सामाजिक विभाजन आणि आर्थिक अन्याय दोन्हींविषयी बोलत होते; पण या वस्तुस्थितीकडे दुर्लक्ष केल्याने दलित राष्ट्रवादाच्या व्यापक संवेदनेतील दलित स्वाभिमानावर मर्यादा पडल्या आहेत.

दलित राष्ट्रवाद

विद्रोही/ क्रांतिकारक आणि सनातनी दलित राजकीय वर्तुळांमध्ये दलित राष्ट्रवादी कार्यक्रमाचा अभाव राहिला आहे. कोणत्याही तकलादू वाटाघाटींशिवाय स्वत:च्या अटीवर- हिंमतीवर समतेची मागणी करण्याची ताकद दलित राष्ट्रवादात आहे. तडजोडी न करता आणि प्रस्थापितांच्या सुरात सूर न मिसळताही मुक्तीच्या दिशेनं जाण्याचा मार्ग त्यामुळे तयार होऊ शकतो. दलितांच्या जमिनीवर अधिकार सांगणारा, भूमिहीन दलितांसाठी ग्रामीण आणि शहरी भागांत खास राखून ठेवलेल्या जमिनी तसेच वेगळ्या वस्तीकरणाच्या आंबेडकरांच्या मांडणीशी साधर्म्य असलेला, त्यासाठी प्रयत्न करणारा राष्ट्रीय पातळीवरचा एकही राजकीय आवाज सध्या दिसत नाही.[१६] २०१५-१६ च्या कृषिगणनेनुसार जमिनीची मालकी असलेल्या ९२ टक्के दलितांकडे अगदी कमी म्हणजेच दोन हेक्टरपेक्षाही कमी जमीन आहे. दलितांमधील गरिबांतील गरीब शेतकऱ्याकडेही कसण्यायोग्य जमीन ७८.०६ टक्के इतकी आहे.[१७] जातीयवादी आर्थिक उतरंडीत दलितच अधिक सहजतेनं उपलब्ध असणारा, प्रामाणिक, कष्टकरी मजूर आहे. त्यामुळे दलितांना उत्पादन साखळीच्या जवळ ठेवण्यामागचा विचार त्यांच्याकडून विनातक्रार श्रम करवून घेण्याच्या उद्देशानं केलेला असतो. तरीही हीच व्यवस्था दलितांनी त्यांच्या मुक्ततेसाठी केलेले प्रयत्न पूर्णपणे हाणून पाडते.

दलित राष्ट्रवाद हा सहृदयता आणि परस्परांविषयी आदर निर्माण करणारा एक अवकाश आहे; मात्र हा संस्कृती-केंद्री राष्ट्रवादाला पाठिंबा देण्याचा अवकाश नाही. तसेच तो भौगोलिकदृष्ट्या संकुचित असा अवकाशही नाही. प्रत्येकाला आदर देण्याच्या भावनेच्या भक्कम पायावर उभी राहिलेली ती एक उच्च प्रतीची जाणीव आहे. सन्मान आणि न्याय हा दलित राष्ट्रवादाचा गाभा आहे. मानवी नैतिकतेच्या प्रदेशात मानवी स्वभावांची ती क्रांतिकारी पुनर्कल्पना आहे. दलित राष्ट्रवाद आपले लक्ष समाजातील सर्वाधिक हतबल घटकावर–दलितांच्या आयुष्यावर– केंद्रित करतो. एकत्रित मानवीयतेच्या अपयशाचे प्रतिबिंब समाजात पडल्याचे स्पष्टपणे दिसत असल्याने या घटकाची तातडीने काळजी घेतली जाणं आवश्यक आहे. मानवनिर्मित सीमारेषा पुन्हा नव्याने आखून हा राष्ट्रवाद विभाजनाची रेषा पुसतो आणि अमानवी लक्षणांचा त्याग करू इच्छिणाऱ्या प्रत्येकाला कवेत घेतो.

या राष्ट्रवादात तिरस्कार अथवा द्वेष नाही; पण आपल्या विशेषाधिकारांकडे डोळेझाक करणाऱ्या शोषक जातींना प्रत्युत्तर देण्याची ठाम धारणा आहे. ही शोषकांच्या जाणिवेला घातलेली साद किंवा आवाहन नाही तर ही शोषितांनी थेट केलेली कृती आहे.

दलित मुक्ती विरुद्ध दलित स्वातंत्र्य

दलित 'स्वातंत्र्याची' आणि 'बंधमुक्ततेची' गरज समकालीन दलित परिस्थितीचा पेच आपल्यासमोर ठेवते. दलित मुक्तीपेक्षाही दलितांना स्वातंत्र्य हवं आहे. दलितांची बंधमुक्तता, स्वांतत्र्याच्या स्वायत्त अशा विद्रोही आणि तडजोडविरहीत चळवळीला पालकत्व देण्याचा प्रयत्न करते. बंधमुक्ततेची संकल्पना उदामतवादी दृष्टिकोन सुचवू पाहते. यात शोषकांच्या हातात असलेल्या, विविध प्रकारे शोषण करत असलेल्या विद्यमान रचनेतच काम करणं अभिप्रेत आहे. शोषितांना बंदिस्त करू पाहणाऱ्या व्यवस्थेतच काम करावं लागणं, यातून बंधमुक्ततेची कल्पना असं सुचवते की, राज्यकर्ते आणि मालक यांनी त्यांच्या प्रजेला अथवा कामगारांना मारून टाकताना त्यांच्याशी जरा प्रेमानं वागावं! शासनकर्त्या वर्गाच्या जाणिवेला ती साद घालते मात्र शोषित वर्गाला ती तातडीनं प्राधान्य देत नाही. शिवाय शोषितांसोबत त्यांच्या अटींवर काम करायला ती तयार होत नाही. किंबहुना ती शोषकांना त्यांच्या भयंकर कृत्यांसाठी जबाबदार न धरता शोषितांनी त्यांच्यापासून कसं मुक्त व्हावं, यासाठी एक आयता उपाय देऊ करते. त्यामुळे 'बंधमुक्तता' ही एक काही तरी देऊ करण्याची (दात्याच्या भूमिकेत जाणारी), शोषणव्यवस्थेचे लाभधारक असलेल्या वर्चस्ववाद्यांच्या वतीनं काहीतरी दानधर्म करणारी संकल्पना आहे.

दलितांच्या बंधमुक्तीचा संवैधानिक मार्ग, दलितांच्या संपूर्ण स्वातंत्र्याच्या मागणीच्या आड येतो. संविधानावर खूप जास्त विसंबून राहिल्याने - ज्यामध्ये जातीआधारित अस्मिता नष्ट करून टाकण्यासाठी कोणतंही प्रावधान नाही– जातीचं अस्तित्व अबाधित राहिलं आहे. कसं? - तर जातीच्या गर्भातून आलेल्या नैतिकतेला परवानगी दिल्याने. हे खरं तर असंवैधानिक ठरवलं जाणं अपेक्षित आहे, पण ते तसं ठरवलं गेलं नाही. त्यामुळे दलित बंधमुक्तता आणि दलित स्वातंत्र्य यांच्यात एक बारीक पुसटशी रेघ राहते. स्वातंत्र्य म्हणजे क्रांतिकारकत्व. 'बंधमुक्तता' मात्र सद्यस्थितीशी अनुरूप घटकांना शरण जाते. स्वातंत्र्य हा जाणिवेसाठी केला जाणारा संघर्ष आहे. बंधमुक्ततेची कल्पना मात्र माणसाला जाणिवेपासून दूर घेऊन जाते. समग्र दलित स्वाभिमानाला आणि त्यांच्या निर्णयाच्या

अधिकाराला मुठीत ठेवते. दलित मुक्तीचा सिद्धांत स्वयंपूर्णता आणि आत्मविश्वास सोबत घेऊन येतो. तो दलितांना शासनकर्ता वर्ग बनण्यासाठी प्रवृत्त करतो. कुणाच्याही खिल्ली उडवणाऱ्या, उपहासात्मक पाठिंब्यापेक्षा तो दलितांना स्वयंनिर्णयाने वागण्यास उद्युक्त करतो.

दलित स्वातंत्र्याच्या विचारामागे दलितांनी स्वत: तयार केलेला अजेंडा आहे, स्वतंत्र ध्येयं, उद्देश्य आहेत. ही उद्दिष्टं आधीपासूनच ठरवलेली असून ती तडजोडविरहीत आहेत. मात्र 'बंधमुक्तता' ही संकल्पना तडजोडींचा, प्रस्थापितांच्या सुरात सूर मिसळणारा अवकाश आहे. दलितांची मुक्ती, त्यांच्या जीवनानुभवानुसार - त्यांच्याच नेतृत्वाखाली न करता, शोषकाच्या दृष्टिकोनातून करण्याची ती विचारसरणी आहे. दलितांना शोषक वर्तुळांच्या कथनांमध्ये अडकवून टाकण्याचं ते एक षडयंत्रही आहे. अशा प्रकारचं स्वातंत्र्य केवळ दलितांपुरतंच मर्यादित नाही. लैंगिक विषमता, धर्म, वर्ण, लैंगिकतेपर्यंत त्याचा विस्तार होतो. याचा अर्थ दलित आपल्यासारख्याच अनुभवांतून जाणाऱ्या इतर शोषित घटकांसाठीही आपला आवाज बुलंद करू शकतात. आजूबाजूची स्थिती पाहून, आपल्याकडे शोषितांचा लढा उभा करण्याची, इतर शोषित घटकांना स्वातंत्र्य मिळण्यासाठी प्रयत्न करण्याची क्षमता आणि महत्त्वाकांक्षा आहे, असं दलित म्हणू शकतात. इतिहासात दलितांनी अनेक सत्ता-संरचनांना आव्हान दिलेलं आहे. जातउतरंडीच्या कृत्रिम आवरणाखाली अडकलेल्या ब्राह्मणांना आणि इतर वर्चस्ववादी जातींना मुक्ती मिळवून देण्याकरता ते (दलित) आपली उर्जा एकवटू शकतात. दलित स्वातंत्र्य हे एक शारीर राजकारण आहे - सत्तासंबंध एकसमान करण्याचं. दलित स्वातंत्र्य म्हणजे सगळी सूत्रं स्वतःच्या हातात घेऊन, संभाव्य हल्ल्यांपासून संरक्षणासाठी सज्ज असणे. शोषक वर्गाच्या आश्रयावर अवलंबून राहणे, त्यांचे नियंत्रण मान्य करणे म्हणजे दलित स्वातंत्र्य नव्हे. ती शोषक, सत्ताधारी वर्गाकडे केलेली याचनासुद्धा नव्हे. शोषणाची रचना भिरकावून लावण्याच्या कृतीवर दलित स्वातंत्र्याचा भर आहे.

अब्राहम लिंकन आणि गांधी हे उद्धारकर्त्यांचे प्रातिनिधिक नमुने आहेत. बंधमुक्ततेची संकल्पना सगळी जबाबदारी शोषकावर टाकते. तिथं दलितांना शोषित म्हणून स्वतःची सुटका करून घेण्यासाठी मुक्तीदात्यांच्या दारात उभं राहायला आणि उद्धारासाठी हात पुढे करायला लावलं जातं. आपल्याला माहीत आहे की, उद्धारकर्त्याला शोषिताला स्वतंत्र करण्यात रस नसतो. आपलं वर्चस्व कायम सुरू राहील इतक्या पातळीपर्यंतच आपल्या नियंत्रणातील शरीरांना मुक्त करण्यात त्याला किंवा तिला रस असतो. शोषण व्यवस्था खिळखिळी व्हायला अथवा पूर्णपणे मोडून टाकायला ते (मुक्तीदाते) परवानगी देत नाहीत. त्याऐवजी

ऐतिहासिकदृष्ट्या शोषित समूहाच्या उत्थानासाठी 'संधी' उपलब्ध करून देणारा संवाद वर्चस्ववादी-उदारमतवादी चौकटीत सुरू करण्याची भूमिका ते निभावतात. आरक्षणासारखी योजना त्याचंच एक उदाहरण आहे, जिथं पूर्ण शोषित समाजाला काही मर्यादित संधी दिल्या जातात, आणि मग त्यांना अल्प प्रमाणातल्या संधींसाठी आपसात भांडत बसावं लागतं. स्वाभाविकपणे शोषित समूहातील लोकांमध्ये एकमेकांविरोधात रोष निर्माण व्हावा आणि त्यांनी एकमेकांशी भांडत बसावं यासाठी जाणीवपूर्वक प्रयत्न केले जातात त्यामुळे त्यांच्या एकजुटीवर याचा परिणाम होतो. बंधमुक्ततेचा प्रकल्प समग्र स्वातंत्र्याची मागणी करत नाही. ते अवलंबित्वाचंच विस्तारित रूप आहे. बंधमुक्तता वा उद्धार म्हणजे काही शोषित नागरिकांना, समाजातील विशेषाधिकारप्राप्त लोकांनी तयार केलेल्या चौकटीत सामावून घेणं. इथे दानाला सहजीवनाची पद्धत मानलं जातं. पण मुळात विषमतामूलक समाज निर्माण होण्यासाठी एखाद्याच्या हातात जी सत्ता आणि विशेषाधिकार एकवटलेले आहेत, त्यांचा त्याग करण्यावर त्यांचा (उद्धारकर्त्यांचा) विश्वास नसतो.

शोषितांच्या उद्धाराचे पाठीराखे सहसा साध्या कपड्यांत दिसून येतात. या गटातले लोक शहरातील शोषक वर्गांतून येतात, मात्र त्यांना शोषितांना मदत करण्याची इच्छा असते. असं असलं तरी शोषितांच्या स्वातंत्र्यलढ्यात हे लोक मोठा अडथळा बनतात.[१८] मार्टिन ल्यूथर किंग (ज्युनियर) यांनी अशा गटातल्या माणसाकडे 'दुसऱ्याच्या स्वातंत्र्याचं वेळापत्रक मी ठरवू शकतो, अशी पितृभावना बाळगणारा,' 'काळाच्या मिथकाशी जुळवून घेतलेला,' 'शोषित समूहांना वाट बघायला लावणारा' म्हणून पाहिलं आहे. किंग यांच्या मते, हा 'काळाचा दुःखद गैरसमज' आहे. जिथे 'दुष्ट इच्छा' बाळगणारे लोक या संकल्पनेचा वापर मानववंशाची प्रगती लांबणीवर टाकण्यासाठी करत आहेत. किंग मतभेदांसह निष्कर्ष काढताना म्हणतात, "थेट नकारापेक्षा थंड स्वीकार मती गुंग करून टाकतो."[१९] आंबेडकरांनी धीटपणे 'मवाळ' आणि 'जहाल' यातला भेद पुसून, धर्मनिरपेक्ष ब्राह्मण आणि सनातनी पुरोहित ब्राह्मणांना एकाच पंक्तीत ठेवलं होतं. त्यांच्या मते, "धर्मनिरपेक्ष ब्राह्मण आणि पुरोहित (कर्मकांड करणारे) ब्राह्मण यांच्यात फरक करणं निरर्थक आहे. या दोन्ही प्रकारच्या ब्राह्मणांचं एकमेकांशी साटलोटं असतंच. हे ब्राह्मण म्हणजे एकाच शरीराचे दोन अवयव असून, एकाचं अस्तित्व टिकवण्यासाठी दुसऱ्यानं लढणं क्रमप्राप्तच आहे."[२०]

दलितांचं सामर्थ्य

दलितांच्या स्वातंत्र्याचं उत्तर त्यांच्या सामर्थ्याच्या निर्धारात दडलेलं आहे. दलितांचं सामर्थ्य शोषितांच्या अटींवर निर्भर असतं. हे शोषित सर्व प्रकारच्या शोषणातून गेले आहेत, सामर्थ्यशाली अल्पसंख्याकांकडून पिळवणूक झालेले आहेत. हा कार्यक्रम स्वयंसहायतेचं दर्शन घडवण्याच्या हेतूनं राबवलेला आहे. हा धर्मनिरपेक्ष अवकाश जात, धर्म, लिंगभाव, लैंगिकता, रंग, वर्ण, राष्ट्रीयतेने विभाजित झालेला नाही. ब्राह्मणी षडयंत्रांनी ज्यांना चिरडून टाकण्याचा प्रयत्न केला, त्यांच्या हाती असलेली ही सार्वत्रिक स्वातंत्र्याची संकल्पना आहे. प्रत्येक आवाज आणि त्याचे प्रतिध्वनी यांना समान प्रतिनिधत्व देण्याची प्रत्येक शक्यता दलितांच्या सामर्थ्यात आहे. हे सामर्थ्य शोषित दलिताला अधिक प्राधान्य देतं. आपली चळवळ घातपाताने निष्प्रभ करण्याच्या अनुभवांमधून धडे घेण्यासाठी दलित राष्ट्रवाद इतिहासाला डोळ्यांच्या जवळ धरतो. कोणत्याही प्रकारची तडजोड न करणारा, दुसऱ्यांच्या ताब्यात जायला नकार देणारा क्रांतिकारी, समाजवादी, लोकशाही राजकारणावर विश्वास असणारा हा अजेंडा आहे.

दलित स्वातंत्र्यासाठी कार्य करणाऱ्या दलितांमधील या ज्वलंत सामर्थ्याला विरोध करण्यासाठी ब्राह्मणी व्यवस्था किरकोळ दलित राजकीय नेतृत्वाला मुख्य प्रवाहात आणते. अलीकडेच दोन दलितांना मोठ्या उत्साहात देशाच्या राष्ट्रपतीपदासाठी उमेदवारी देण्यात आली. पण यापैकी एकाचाही अद्याप पंतप्रधानपदाचा उमेदवार म्हणून विचार झालेला नाही. मुख्य प्रवाहातील ब्राह्मणी चर्चाविश्व दलित चळवळी संदर्भात नागरी हक्कांच्या संघर्षापुरतं मर्यादित आहे. दलित सामर्थ्याच्या क्रांतिकारी पैलूबद्दल या ब्राह्मणी चर्चाविश्वाचं आकलन शून्य आहे. जातीवरच्या लबाड, ढोंगी चर्चेनं आजपर्यंत जातीविरुद्धच्या लढ्याला झाकून ठेवलं आहे आणि त्यातून ब्राह्मणी जातिव्यवस्थेची विद्रूपता सुरक्षित राखली गेली आहे.

उदारमतवादी-विद्रोही कल असणाऱ्या दलित आणि दलितेतरांकडून मूलगामी लोकशाही प्रशासन चालवलं जात आहे, अशा स्वरूपाचं दलित सामर्थ्याचं आविष्कारण न्यायाची दृश्य रूपं साकार करण्यात मदत करू शकेल. अल्पसंख्याकांचं दमनकारी नियंत्रण स्वातंत्र्याकांक्षी राजकारणाचा भाग असू शकत नाही. भारतीय संदर्भात पाहता अल्पसंख्य वर्चस्ववादी जातींकडे निरंकुश नियंत्रण आहे. त्यामुळे एका गटाने संविधानाचं पावित्र्य जपायचं आणि दुसऱ्याने त्याचा भंग करत राहायचा, अशा प्रकारे संविधानानेच आदर्शवत ठरवलेली उदारमतवादी यंत्रणा हिंसक स्वरूपाचा असमतोल निर्माण करते. यातून दलितांच्या जीवनाची किंमत देऊन बेबनाव तयार होतो.

जोवर आपण चिकित्सेची चिकित्सा करण्याचं धाडस बाळगत नाही तोवर प्रामाणिक संवादाची सुरुवात होऊ शकत नाही, असं आग्रही प्रतिपादन जॉन ड्यूई यांनी केलं आहे, आणि ते सत्य आहे. चिकित्सेची चिकित्सा करता येईल, अशी परिस्थिती समतेच्या नावाखाली चुकीच्या पद्धतीनं निर्माण केली जाते. इथे प्रश्न असमान ठरवल्या गेलेल्यांच्या समतेचा आहे. समतेच्या अमूर्त संकल्पनेवर विचार करण्याआधी आपण असमान ठरवल्या गेलेल्यांशी संवाद करायला हवा.

आपण तुषार या सनदी अधिकाऱ्याच्या गोष्टीकडे परत येऊ. तुषारनं त्याचं शिक्षण विशेष प्रावीण्य मिळवत पूर्ण केलं. 'आयव्ही लीग स्कूल'मध्ये तो काम करत असताना त्यानं काही विषय शिकविले. अनेकांनी त्याची शिफारस केली आणि तो पुन्हा त्याच्या देशात जाऊन, तिथे काम करण्यासाठी तयार झाला. त्याच्या मनात चिंता, भीती होतीच; तरीही तो तयार झाला. 'खरं सांगायचं तर मी अस्वस्थ होतो. कुणाला जाऊन भेटायचं, हे मला कळत नव्हतं. मला आधीच्या नोकरीतून मुक्त केल्याची कागदपत्रंही दिली गेली नव्हती. त्यामुळे मला सरकारी निवासस्थानही दिलं गेलं नव्हतं. कुठे जावं तेच कळत नव्हतं. माझ्या बायकोला आणि मुलाला माझी अस्वस्थता कळत होती. आम्ही दिल्लीत उतरलो. मला वाटलं की, माझे काही सहकारी मला मदत करतील.' आपल्या येण्याचं सहकाऱ्यांनी भव्य स्वागत केलं नाही, तरी निदान ते आपलं कौतुक तरी करतील, असं तुषारला वाटलं होतं. मात्र यातलं काहीही त्याच्या वाट्याला आलं नाही.

तुषारनं नव्यानं जी कौशल्यं आत्मसात केली होती, आणि ज्यात तो तरबेज होता, त्याच्याशी दूरान्वयानेही संबंध नसलेल्या विभागात त्याला काम दिलं गेलं होतं. आता तो नऊ ते पाच या वेळात फाइल्स हलवतोय आणि इतर सर्वसामान्य प्रशासकीय अधिकाऱ्यांप्रमाणे निवृत्त होण्याच्या आशेवर काम करतोय. 'अर्थशास्त्र व्यवस्थापन' या क्षेत्रात त्यानं मिळवलेल्या पदवीचा त्याच्या कामाच्या ठिकाणचं पर्यावरण सुधारण्यात काहीही उपयोग होत नाहीये. तो काम करतो त्या ठिकाणी त्याच्या शैक्षणिक यशाला काडीची किंमत नाही. यात जखमेवर मीठ चोळण्याचा प्रकार म्हणजे जेव्हा त्याच्या एका सहकाऱ्याच्या मुलाला अमेरिकेतील महाविद्यालयात प्रवेश मिळाला, तेव्हा त्याच्या विभागानं त्या पालकांचा आणि त्यांच्या मुलाचा मोठा सत्कार समारंभ केला, मेजवानी ठेवली. सर्वजण जेव्हा मंचावर जाऊन त्यांच्यावर पुष्पगुच्छ आणि शुभेच्छांचा वर्षाव करत होते, तेव्हा तुषार प्रेक्षकांमध्ये आपल्या हरवलेल्या भविष्याकडे नजर लावून बसला होता.

तुषार आपल्या समाजाचं उत्थान करण्याच्या हेतूनं प्रतिष्ठित अशा प्रशासकीय सेवांमध्ये गेलेल्या शिक्षित दलितांच्या एका संपूर्ण पिढीचा प्रतिनिधी आहे. जेव्हा हे लोक प्रशासनामध्ये गेले, तेव्हा ते आपल्या उच्चजातीय इंग्रजी बोलणाऱ्या

सहकाऱ्यांमुळे दबून गेले होते. हे उच्चजातीय सहकारी त्यांच्या सवर्ण लकबींमधून अगदी सहजपणे त्यांच्या जातीचं प्रदर्शन करत होते. जातीच्या मर्यादा लादल्या गेल्यामुळे या दलितांना त्यांचं भविष्य धूसर होताना दिसत होतं. मग त्यांनी तुषारप्रमाणेच सामाजिक न्यायाच्या लढाईला जमेल ती मदत करण्याचं ठरवलं. या लढाईत योगदान देण्याचे त्यांचे मार्ग खूप अवघड आणि आजवर न पाहिलेले असे होते. त्यांनी बंद दाराआड सभा भरवल्या आणि आपले अनुभव सांगितले. त्यांनी एकमेकांची काळजी घेतली आणि काही चळवळींना पैसेही पुरवले. असं असलं तरी या सगळ्याला काही अटी जोडलेल्या होत्याच. सगळेच तुषारसारखे नसतात. अनेक अधिकाऱ्यांना चळवळींच्या अवकाशात स्वत:करता खास वागणूक अपेक्षित असते. आणि जर ती मिळाली नाही तर ते सत्याशी अपलाप करू लागतात, स्वत:बद्दल घृणा बाळगू लागतात. याऊलट काही जण ही रचना मोडू पाहतात. त्यांचा स्वत:वर विश्वास असतो आणि त्यांना नेतृत्व करायचं असतं. स्वत:चं उदाहरण लोकांसमोर ठेवण्याची त्यांची इच्छा असते. त्यांच्यासारखे लोक आणि बहुतांशी विद्यार्थी, नोकरदार वर्ग, सर्वसामान्य स्त्री-पुरुष, तृतीयपंथी लोक, वृद्ध आणि तरुण असे सगळेजण नव-दलितत्वाच्या उदयाचा गाभा आहेत.

दलितांनी, दलितांसाठी केलेली बुद्धीची चिकित्सा

दलितांमध्ये जातीय विभागणी असली तरी एक गट म्हणून आपल्या एकतेचं प्रदर्शन घडवण्याची त्यांना घाई आहे. त्यासाठी नवनवीन संघटना उभ्या राहत आहेत. मात्र एकतेशी संबंधित मुद्द्यांवर पुरेशी चर्चा होत नाही. जातीय वर्चस्ववादाला विरोध करण्यासाठी एखादा संघटनात्मक मंच निर्माण करणं ही कल्पना उत्तम आणि विचारी आहे. मात्र लोकशाहीच्या आजच्या प्रचलित रूपातील समस्या जाणून न घेतल्यामुळे हे समूह आणखी काही नवीन समस्या निर्माण करत आहेत. त्यामुळेच आंबेडकरांनी स्थापन केलेल्या रिपब्लिकन पक्षाची सद्यस्थितीत साठपेक्षा जास्त शकलं झालेली दिसून येतात. या प्रत्येक पक्षाच्या नेतृत्वस्थानी झगमगीत व्यक्तिमत्त्वाचे नेते आहेत. मात्र ते स्वत:चं हित साधण्यात मग्न आहेत. दलितत्वाच्या नावाखाली शांतपणे सौदेबाजी सुरू आहे. जातीय अस्मितेच्या संघर्षाची परिस्थिती उद्भवते, तेव्हा आपल्या दलित असण्याची ढाल अनेकदा शिताफीनं पुढे केली जाते. स्थानिक स्वराज्यसंस्थांच्या निवडणुकांपासून ते राष्ट्रीय पातळीवरील महत्त्वाच्या संस्थांवरील नेमणुकांपर्यंत प्रत्येक लोकशाही प्रतिनिधित्वाच्या सर्कशीत दलित अस्मितेचा लिलाव मांडला जातो.

पूर्वाश्रमीचे विद्रोही म्हणवले गेलेले दलित नेते, अनेक ब्राह्मणी छावण्यांमध्ये सर्व प्रकारच्या कसरती करताना दिसू शकतात. त्यांच्या मालकांनी दिलेल्या आज्ञा ते विनातक्रार पाळतात. या प्रक्रियेमध्ये ते स्वत:चं आणि एकूणच दलित निर्णय अधिकारांचं अमानवीकरण करतात. यामुळे ते दोन प्रकारे मोडून पडतात. एक म्हणजे ते आपलं स्वत्व गमावून बसतात आणि दुसरं म्हणजे दलित म्हणून असलेली मान्यताही गमावतात. त्यात शेवटी दलित मानवीयतेचं पुष्कळ नुकसान होतं आणि हे दलितांवरचं मोठं अरिष्ट आहे. दलित मानवीयतेचं मुख्य अंग असलेल्या औदार्याला ग्रहण लागून मग त्या जागी स्वत:चा तिरस्कार करणारी कर्मठता निर्माण होते.

दलितांचं देशप्रेम

दलितांना सतत त्यांचं इथलं, इतरांनी अधिमान्यता दिलेलं अस्तित्व सिद्ध करण्याची शिक्षा दिली जाते. हे कसं केलं जातं? तर त्यांची देशभक्ती आणि प्रखर राष्ट्रवादावर सतत प्रश्न केले जातात. आंबेडकरांचे विचार मानणारा एखादा दलित जर त्याच्या कायदेशीर हक्कांसाठी संघर्ष करत असेल, तर त्याला त्यासोबत त्याच्या ठायी असणाऱ्या राष्ट्रवादी भावनांचीही पुस्ती जोडावी लागते. जातीय वसाहतवाद्यांकडून दलितांना त्यांच्याच मातृभूमीमध्ये त्यांचं देशप्रेम सिद्ध करायला भाग पाडलं जातं.[२१] जातीचा प्रश्न आणि भारतीय स्वातंत्र्यलढ्यादरम्यान आंबेडकरांची भूमिका याची मांडणी ब्राह्मणी नोंदींतून सांगितली जाते. यात आंबेडकरांचं चित्रण ब्रिटिशांचे हस्तक म्हणून केलं गेलं आहे. व्हिक्टोरियन विचारप्रणालीला भुललेले एक वासाहतिक म्हणूनच त्यांच्याकडे पाहिलं गेलं आहे.

सुशिक्षित दलित शाळा, कॉलेज, कार्यालयं, क्रीडासंकुलं, चित्रपटगृहे आणि अशा प्रत्येक सार्वजनिक अवकाशात, जातीय वसाहतवाद्यांच्या शोषणाबाबत आंबेडकरांचे विचार काय होते, हे सांगत नाहीत तर ते आपला सगळा वेळ आंबेडकरांच्या राष्ट्रवादाचं कौडकौतुक करण्यातच दवडतात. जातीवादानं ग्रासलेल्या देशाभोवती तयार केलेली देशप्रेमाची संकल्पना ही एक धोकेबाज संकल्पना आहे, पारंपरिक शोषकांनी एखाद्याच्या देशप्रेमावर प्रश्न उपस्थित करण्यासाठी आणि त्यानं आपलं दलितत्व जाहीर केलं तर त्याला धडा शिकवण्यासाठी शिजवलेला हा एक कट आहे. २०१५ मध्ये महाराष्ट्रातील अहमदनगर जिल्ह्यात दिवसाढवळ्या एका दलित तरुणाला मारून टाकण्यात आलं. कारण काय? तर त्यानं त्याच्या मोबाइलवर आंबेडकरांचं गुणगान गाणारी रिंगटोन ठेवली होती.[२२]

एखाद्यानं आपली संस्कृती अंगीकारायचा तिचा अभिमान बाळगण्याचा प्रयत्न जरी केला तरी शोषक समूहात असुरक्षिततेची एक लहर पसरते. त्यामुळे एखाद्या दलिताला त्याचं किंवा तिचं देशप्रेम सिद्ध करायला लावणं म्हणजे दहन केलेल्या दलित शरीरांवर श्वास घेणाऱ्या देशातील मारून टाकलेल्या दलितांची थट्टा करण्यासारखं आहे. आकडेवारी पाहिली तर आठवड्याला तेरा दलितांचा खून केला जातो, पाच दलितांची घरं जाळली जातात, सहा दलितांचं अपहरण केलं जातं किंवा त्यांना पळवून नेलं जातं आणि एकवीस दलित स्त्रियांवर बलात्कार केला जातो.[२३]

हे चित्र असलं तरी दलितांमधली देशभक्ती नेहमीच जागृत असते, कुणालाही तिचा सहज प्रत्यय येऊ शकतो. दरवर्षी स्वातंत्र्यदिनी आणि प्रजासत्ताकदिनी, इतर कोणत्याही जातसमूहांपेक्षा दलित त्यांची देशभक्ती, मातृभूमीवरील त्यांचं प्रेम उत्साहाने व्यक्त करताना दिसतात. 'आपण प्रथम आणि अखेरीसही भारतीय आहोत,' असं म्हणून भारताविषयीची आपली ओढ व्यक्त करणाऱ्या आंबेडकरांची वचनं ते पुन्हा पुन्हा उद्धृत करतात. ज्या मध्यमवर्गीय दलितांचे पूर्वज या देशात जन्मले, त्यांना स्वतःच्या अस्तित्वाला अधिमान्यता मिळवण्याची अजूनही गरज वाटते. दलितांच्या मनात प्रचंड प्रमाणात असणाऱ्या असुरक्षिततेची परिणती म्हणूनच त्यांनी राज्यव्यवस्थेतील शोषक शक्तींना स्पष्टपणे नाकारलं आहे. आंबेडकरांची काही नेमकी वचनं निवडून, अनेक दलित त्यांच्या मित्रपरिवारात मान्यता मिळवू पाहतात. आंबेडकरांनी राज्यव्यवस्थेवर टीका करताना तिला, 'उच्चभ्रू मालकां'च्या हातातलं बाहुलं म्हटलं आहे, याचा मात्र गांभीर्यानं विचार झालेला नाही. इथे देश म्हणजे, शोषकांच्या कल्पनेतून साकारलेला एक कोलाज आहे आणि शोषकांचं एकमेव लक्ष्य दलितांची, शोषितांची सगळी मेहनत धुळीला मिळवणे हेच असतं. दलितांनी समान हक्कांची मागणी केली, तर त्याला/तिला 'शिस्तीत' राहण्याची ताकीद दिली जाते. कार्यालयांमध्ये, सार्वजनिक ठिकाणी दलितांनी चातुर्वर्ण्य पद्धतीच्या नियमांनुसार राहावं अशी व्यवस्था केलेली असते. सवर्णांच्या वस्तीतून दलितांना लग्नाची वरात काढायला अथवा सण साजरा करायला, त्या परिसरातून जायला-यायलाही मनाई केलेली असते.[२४] खरं तर आंबेडकरांसाठी परिणामकारक देशप्रेम म्हणजे, 'जातीनिर्मूलनासाठी एकत्र प्रयत्न करणं,' हे होतं.

विषमतामूलक समाजात देशप्रेम हे दलितांच्या दुय्यमतेसाठी रचलेलं एक षडयंत्र आहे. दलितांच्या मालकी हक्कावर, अस्तित्वावर प्रश्न उपस्थित करून देश त्यांना, त्यांच्या जगण्याच्या स्वातंत्र्यापासून, ध्येयपूर्तीपासून रोखून धरतो आणि विकलांग बनवतो. उदा. दलित त्यांच्या मागण्यांसाठी राज्यव्यस्थेविरोधात

थेट आंदोलन करू शकत नाहीत. त्यांनी तसं केलं तर लगेचच त्यांना देशद्रोही, भारतद्रोही म्हटलं जातं. मात्र गावा-गावातल्या बनिया सावकारांमुळे, उच्चजातीय जमीनदारांमुळे शेतकरी आत्महत्यांचं प्रमाण इतकं वाढलं आहे, त्याची चर्चा करताना मात्र कुणाला देशप्रेमाचे उमाळे येत नाहीत. अर्थव्यवस्थेला घरघर लागलेली असताना, देवळांचं राष्ट्रीयीकरण करावं अशी मागणी कुणीच करत नाही. भारतीय देवळं ही खरं तर धार्मिक संपत्तीची मोठी आगारं आहेत. धर्मनिरपेक्ष व धर्मविरोधी असलेल्या डाव्या आघाडीनंही या महत्त्वाच्या मुद्यावर मौन पाळलं आहे. ब्राह्मण असलेल्या डाव्यांनी, अनेक कारणांसाठी आपला वर्चस्ववाद टिकवून ठेवला आहे.

देश हा काही कायद्याच्या विटांनी बनलेला एक महाल नसतो, तर ती लोकशाहीची नैतिक कृती असते, असं निरीक्षण आंबेडकरांनी एकदा मांडलं होतं. राष्ट्रवादाच्या मुद्द्यांतील अनेक त्रुटी, समस्या त्यांनी 'पाकिस्तान ऑर द पार्टिशन ऑफ इंडिया' आणि 'रिव्होल्यूशन अँड काऊंटर रिव्होल्यूशन' या पुस्तकातून मांडल्या. त्यांच्या मते राष्ट्रवाद हे एक मानसिक ऐक्य आहे, संवेदनात्मक अनुभव आहे. ते म्हणतात,

> ही एक प्रकारची व्यावसायिक एकात्मतेची भावना आहे, जी तिचा भार उचलणाऱ्यांमध्ये बंधुभाव निर्माण करते. ही राष्ट्रीय भावना दुधारी भावना आहे. ती एकाच वेळी आपल्या भाईबंदांशी मित्रत्वाचं नातं सांगते आणि भाईबंद नसलेल्यांशी शत्रुत्वाचं नातं सांगते. ही भावना म्हणजे एक विशिष्ट जाणीव आहे. एकसमान असणाऱ्यांना ही जाणीव एकत्र आणते तर एकसमानत्वाच्या बाहेर असणाऱ्यांना ती दूर लोटते. 'आपल्या' गटामध्ये राहण्याची आणि 'दुसऱ्या' कुठल्याही गटात न राहण्याची ही इच्छा आहे. राष्ट्रीयत्व आणि राष्ट्रीय भावनेचा हा गाभा आहे. मी म्हटल्याप्रमाणे आपल्यासारख्यांच्या बरोबर राहण्याची इच्छा ही एक आत्मनिष्ठ, मानसिक भावना आहे. इथे महत्त्वाची गोष्ट लक्षात ठेवली पाहिजे ती अशी की ही भावना भूगोल, संस्कृती किंवा आर्थिक / सामाजिक संघर्ष या सगळ्याच्या पलीकडची आहे.[२५]

भारत देश प्रजासत्ताक होण्याआधी आंबेडकरांनी इथली अंतर्गत मलिनता दूर करण्यासाठी खूप प्रयत्न केले. त्या कार्यासाठी त्यांनी पूर्ण वेळ स्वत:ला झोकून दिलं. (अन्यथा) देश पुढे जात असताना 'राष्ट्रवादी' म्हणून बुरखे पांघरलेल्या जातीय शोषकांच्या भक्ष्यस्थानी पडला असता. भारतीय सत्तासंबंध रचनेला आंबेडकरांनी

हिंदू प्रक्रिया म्हटलं आहे. अंतर्गत प्रबोधनावर त्यांनी भर दिला आहे. ते म्हणतात, "अशा अंतर्गत सामर्थ्याशिवाय हिंदूसाठी स्वराज्य म्हणजे गुलामगिरीच्याच दिशेनं टाकलेलं आणखी एक पाऊल ठरेल." आंबेडकरांनी विशाल हिंदू समूहाला आणि दलित समूहालाही दिलेल्या सल्ल्यांमुळे भारतात रक्ताचे पाट वाहण्याला आणि नागरी युद्धांना पायबंद घातला गेला.

~

जातीव्यवस्थेचा परिचय करून देताना मी माझ्या मनावर ओरखडा उमटवणाऱ्या आयुष्यातील आठवणींकडे रोखून बघतो. त्यावेळी आंबेडकरांनी दिलेली शिकवण आणि दलितांचं राजकीय भविष्य या बाबी माझ्या मनात कायम घर करून आहेत, याची मला जाणीव होते. नवदलितत्वाचा उदय होण्याचाच हा काळ. रोहित वेमुलाच्या आत्महत्येनं दलितांवरील अत्याचारांच्या एको चेंबर्समध्येच घुमणारा आणि दाबला गेलेला आवाज पुन्हा घुमू लागला. त्याच्या आत्महत्येनं तरुणांमधील असंतोषाला एक मूर्त रूप मिळून त्याचं अस्सल (सेंद्रिय) चळवळीत रूपांतर होऊ लागलं. अनेक विद्यार्थी संघटना, युवा संघटनांनी महाविद्यालयं, विद्यापीठांमधील कॅम्पस् आंदोलनांनी व्यापून टाकले. यामुळे मुख्य प्रवाहातल्या सामाजिक-राजकीय चळवळींना उर्जा मिळाली.

सफाईदार इंग्रजी बोलण्याची कौशल्यं आत्मसात केलेल्या, तंत्रज्ञानावर हुकूमत मिळवलेल्या अनेक दलितांनी, आयताकृती पडद्यांच्या पर्यायी जगात दलितांच्या एका वेगळ्या, नव्या दृष्टीची चमक दाखवली. स्वस्तातले स्मार्टफोन्स आणि परवडू शकणारं इंटरनेट याच्या सहाय्याने समाजमाध्यमांमध्ये झालेली वाढ दलितांसाठी वरदानच ठरली. अनेक असुरक्षितता घेऊन जगणाऱ्या, आपल्या अस्मितेच्या संघर्षात एकाकी पडलेल्या अनेक तरुण दलितांना एक नवा अवकाश मिळाला. या अवकाशात आपली खरी ओळख उघड न करताही समविचारी लोकांशी जोडून घेणं त्यांना शक्य झालं. लोकांचे ऑनलाईन ग्रुप्स तयार होऊ लागले आणि चळवळींना आकार येऊ लागला. 'अरब स्प्रिंग' आणि 'ब्लॅक लाईव्हज मॅटर' या चळवळींमधील माध्यमांच्या आणि तंत्रज्ञानाच्या सहभागातून अनेक संघटनांनी प्रेरणा घेतली.

रोहित वेमुला 'दलित सौंदर्य', 'दलित अस्मिता' आणि 'दलित प्रेम' अंगीकारणाऱ्या चळवळीचा प्रतिनिधी होता. आज नवदलितत्वाच्या उदयाच्या केंद्रस्थानी दलित चळवळीचं नेतृत्व आहे. अनेक विद्यार्थी, नोकरदार, कामगार, उच्चभ्रू बुद्धिजीवी हे सगळे रोहित वेमुलासाठी, 'जस्टीस फॉर रोहित वेमुला' या हाकेला प्रतिसाद देत आंदोलनांत सहभागी झाले. स्वातंत्र्य, समता, बंधुता या मूल्यांचं संरक्षण करण्यासाठी आपण कटिबद्ध असल्याचं दलितांनी पुन्हा एकदा

शेकडो मोर्चे, आंदोलनांमधून दाखवून दिलं. आज्ञाधारकपणे ब्राह्मणी कार्यक्रमाची री ओढण्यात दलितांना रस नाही, तर सर्वांना स्वातंत्र्य मिळावं यासाठी ते प्रसंगी आपल्या जिवाची बाजी लावू शकतात. रोहित वेमुलानं आपल्याला आत्मपरीक्षण करण्याचा एक काव्यगत क्षण देऊ केला आहे. आजवर राजकीय चळवळ आणि सामाजिक संकटांमध्ये हे आत्मपरीक्षण करायचं राहून गेलं होतं. असं असलं तरीही रोहितच्या त्यागाकडे दलित चळवळीचं यश म्हणून पाहिलं जाऊ नये. किंबहुना ते दलित चळवळीच्या अपयशाचं शिखर आहे. दलितांच्या विद्रोहात आणि विरोधाच्या प्रतिध्वनीतच आपण नवदलितत्वाच्या उदयाची गोडी चाखू शकतो. नवदलितत्वाच्या उदयाची आत्ता कुठे सुरुवात झाली आहे. येणाऱ्या पिढ्यांसाठी हा अनुभव आयुष्य बदलून टाकणारा असेल.

३

दलितांच्या अनेक छटा

'आम्ही प्राणी होतो आणि अजूनही आहोत; मात्र धोकादायक. जर लोकांना आम्हाला त्रास द्यायचा असेल तर त्यांना कसं हाताळायचं, हे आम्हाला चांगलंच माहीत आहे. आम्ही त्यांना कच्चं खाऊ शकतो. आम्ही चिडलो आहोत आणि आमच्यात जी धग निर्माण झाली आहे, ती इतर कुठेही आढळणार नाही. आमचे 'मसीहा'असलेल्या बाबासाहेबांनी आमच्यासाठी योग्य मार्ग निवडला आहे - हा मार्ग आहे मानव मुक्तीचा-बुद्धाचा. त्या निझामाने (दख्खन पठारावरील एक मुस्लीम राज्यकर्ता जो त्याच्या काळात पृथ्वीवरील सर्वांत श्रीमंत राज्यकर्ता होता, असं मानलं जातं.) लाखोंचं आमिष दिलं इस्लाम स्वीकारायला. शीख स्वतःच्या मागण्या घेऊन आले. ख्रिस्तीदेखील रांगेत होते; मात्र माझ्या बाबासाहेबांना माहीत होतं की, बुद्धच आम्हांला माणूस बनवू शकणार होता. आपल्याला माणूस बनवण्यासाठी आणि माणसाला माणूस म्हणून ओळखण्यासाठी, समतेचा पाईक बनवण्यासाठी आपल्याकडे माझ्या, आपल्या बुद्धाशिवाय पर्याय नाही.'

– साहेबराव येरकर, मराठवाड्यातील प्रसिद्ध आंबेडकरवादी लोकशाहीर

'माणसाच्या कत्तलीचं पीक इथं सारखंच घेतलं जातं.
हवेच्या दिशेनुसारच ॠतू बदलतात,
पूर्वेकडून पश्चिमेपर्यंत आणि उत्तरेकडून दक्षिणेपर्यंत
पीक काही थांबत नाही, वर्षभर, गिधाडांसाठी.'

– अशोक चक्रवर्ती, हार्वेस्ट.

‘जेव्हा माझ्यामधली दलित जाणीव नावाची हिंस्त्र तृष्णा माझ्या मनाला वेढा घालून बसली, तेव्हा मी ब्राह्मण या नुसत्या शब्दावरही विष ओकू लागलो.’

– अरविंद मालगट्टी, गव्हर्नमेंट ब्राह्मण

‘कपडा ना लत्ता वा खाया भत्ता, फजिती माय होती लय मोठी
काखेत लेकरू, हातात झाडणं, डोईवर शेणाची पाटी,
माह्या भीमानं माय, सोन्यानं भरली ओटी’

– कडुबाई खरात घरोघरी आणि वस्त्यांवर जाऊन आंबेडकरांची गाणी गाणाऱ्या आंबेडकरवादी भीमवाणी गायिका.)

क्रांतिकारी विचारांनी सुसज्ज दलित हे जातीच्या पर्यावरणानं त्यांना देऊ केलेल्या ठराविक स्थानाला झुगारून वेगळी दिशा घेत आहेत. ते आता ‘आम्हाला फरक पडत नाही,’ अशा आत्मविश्वासानं उभे राहत असताना आपण आपल्या शोषकासारखे बनणार नाही, याची काळजी घेत आहोत. वरच्या स्थानावर सरकत जाणाऱ्या समूहांच्या जीवनशैलीचं आकर्षण किंवा वर्चस्ववादी जाती समूहांच्या स्थानाची आकांक्षा न बाळगता ते आता त्यांच्या कम्पासची सुई स्वत:च्या अंतरंगाकडे वळवून स्वतःतूनच चेतना निर्माण करण्याचा प्रयत्न करत आहेत. ते जागतिक पटलावरही स्वतःसाठी सांस्कृतिक आदर्श शोधत आहेत.

एका दलित बालकाला शाळेत ‘बाबासाहेब आंबेडकर’ बनण्यासाठी पाठवण्यात येत असतं, सरकारी क्षेत्रातल्या चतुर्थश्रेणी कर्मचाऱ्याची जागा भरण्यासाठी नाही. हिंदू धर्माच्या इतर विभूतींना बाजूला सारून त्यांच्या जागी बाबासाहेब आंबेडकरांना ठेवून दलितांनी त्यांच्या सांस्कृतिक राजकारणाला समीक्षेचा एक नवीन आयाम उपलब्ध करून दिला आहे. दलितांना आता या शोषक ब्राह्मणी व हिंदू देवतांसमोर गुडघे टेकायची कोणतीही इच्छा उरलेली नाही. त्यांना त्यांच्या शोषकांशी असलेल्या संबंधांना आव्हान द्यायला सक्षम करणाऱ्या नव्या वर्तनव्यवहाराचा उलगडा झाला आहे. ते त्यांचं संगीत एका उच्च सांस्कृतिक दर्जाकडे नेत आहेत, त्यांची गाणी मुख्य धारेतील रॅपपासून ते प्रादेशिक भाषांमधील लोकप्रिय संगीतापर्यंत प्रसिद्धी मिळवत आहेत. नाटक, सिनेमा आणि इतर कलाप्रकारांमधून दलित मानवतेच्या गाभ्याला हात घातला जातो आहे. अशा एका सांस्कृतिक क्रांतीच्या पार्श्वभूमीवर या नवीन अस्मिता दलितांना काय देऊ पाहत आहेत, असा प्रश्न एखाद्याला पडणं साहजिक आहे.

या प्रश्नाचं उत्तर शोधण्याआधी आपण सध्या अस्तित्वात असणाऱ्या दलित वर्गवारीकडे नजर टाकू या. बाजाराच्या वस्तूकरणाला झुगारून एक नैतिक व

सक्षम चारित्र्य उभं करण्याभोवती दलित चर्चाविश्व उभं आहे. मानवी मूल्यांवर आधारित विज्ञानवादी दृष्टिकोनाचा स्वीकार करणारी एक तत्त्वशील तार्किकता विकसित करण्याची प्रचंड क्षमता त्याच्यात आहे. ही मूल्यं फक्त मानवी अनुभूतींवर, भावना व मूल्यांवर आधारित मानवतावादासारख्या अथेनियन तत्त्वांनाच नव्हे तर एखाद्याच्या शिकवणीतून आलेल्या, नेणिवेतल्या स्वभावप्रवृत्तींनादेखील जोडून घेण्याची क्षमता असणारी आहेत.

तत्कालीन परिस्थितीत एखाद्या नेत्याला सहजपणे कोणताही संकोच किंवा आक्षेप न बाळगता दलित किंवा आदिवासी नेता म्हणता येणं कठीण आहे. कोणत्याही नैतिक मंजुरीशिवाय स्वत:ला समाजाचे प्रतिनिधी घोषित करणारे लोक ब्राह्मणी राजकीय पक्षांचे पगारी नोकर मात्र आहेत. हे 'नियुक्त' दलित त्यांच्या ब्राह्मणी हितसंबंधांच्या जाळ्यातच भरभराटीस येणाऱ्या ब्राह्मण साहेबांच्या शिकवणीनुसार अपरिहार्यपणे काम करत राहतात. या गटाला त्यांच्या काम करण्याच्या पद्धतीनुसारच वर्गीकृत करायला हवं.

जातीयवादी वर्तन हे सहसा वरून खाली प्रवाहित होत असतं. याच तर्कानं, काहीसे सधन दलित हे त्यांच्याहून खालच्या आर्थिक, सामाजिक आणि राजकीय गटांतून येणाऱ्या दलितांवर जातीच्या जाचक चौकटींची अंमलबजावणी करत असतात. यांतून एक संघटित दलित ओळख निर्माण होणं अशक्य होतं आणि त्यांतून दलित-विरोधी शक्तींशी लढणाऱ्या समूहात फूट पडते. चंद्रय्या गोपानी लोकशाहीकरणाच्या प्रक्रियेत मागे सुटलेल्या दलितांसाठी आवाज उठवतात.'[१] सर्वांत खालच्या स्तरावरचे दलित आजही प्रगतीपासून वंचित आहेत. या समूहांना दुर्लक्षित करणे ही दलित चळवळींची एक मोठी त्रुटी असल्याचं ते नोंदवतात. अनुसूचित जातींमध्ये आंतरजातीय एकता निर्माण होत नाही याचं कारण संख्यात्मक बळ असलेल्या उपजातींचं जातीय वर्चस्व हे आहे. यामुळेच, मागे पडलेल्या दलित समूहांना हिंदुत्ववादी शक्ती त्यांच्या हिंसक प्रयोगांमध्ये सामील करून घेण्यास यशस्वी होतात. असे समूह वर सरकू पाहणाऱ्या इतर दलित समूहांशी असूयेने वागतात कारण जवळपास १२०० दलित जातींमध्ये सामाजिक घुसळण व देवाण-घेवाण होण्यासाठी तसा अवकाश वा परिस्थिती उपलब्ध नाही. आंतरजातीय विवाहाला विरोध व निम्न दलित जातींची आणखी पिळवणूक करणाऱ्या जातीआधारित व्यवसायामुळे दलित समूहांमध्ये अंतर्गत भिंती निर्माण होतात. मग ज्या दलित समूहांना प्रतिनिधित्व मिळत नाही, ते नेहमीच शोषित असण्याचा व परिघाबाहेर फेकले गेल्याचा अनुभव घेत राहतात. त्यामुळेच अधिमान्यता मिळवण्यासाठी, वर्चस्ववादी दलित चर्चाविश्वाला आव्हान देण्याबरोबरच दलितांमधील सत्ताधारी वर्गांना सुरुंग लावण्यातही ते सहभागी होतात. दलितांमधील या विविध प्रवृत्तींना

चार 'कास्टेगरीज'मध्ये वर्गीकृत करता येतं आणि त्यामुळे समकालीन दलितत्वाची व्याख्या करता येते. याची प्रचिती अनैतिक वर्चस्ववादी शोषणाच्या उंचवट्यावरून काम करणाऱ्या स्पृश्य-दमनकारी जातिरचनेमध्ये दिसून येते.

दलितांच्या 'कास्टेगरी'

दलितांच्या या 'कास्टेगरीज' या दलित समूहांच्या स्वायत्त आणि तरीही एकमेकांवर अवलंबून असणाऱ्या जीवनशैलीमधून निर्माण झाल्या आहेत. या १२०० जाती आणि ४००० उपजातींनी त्यांच्या, हिंदू अस्पृश्यतेमध्ये ढकललं जायच्या आधीच्या स्वतंत्र टोळी म्हणून असलेल्या इतिहास आणि स्मृती आत्मसात केल्या आहेत. यातील काही स्वतंत्र उपजातींनी तर स्वतःची वेगळी वैश्विकता निर्माण केली आहे. अशा विविध रीती जसजसं जातीय उतरंडीत खाली जाऊ तशा उलगडत जातात. जरी मी खाली स्पष्ट केलेल्या 'कास्टेगरी' या सर्वच, अगदी द्विज सवर्णांमध्येही दिसून येत असल्या, तरी विविध दलित जातींमध्ये असलेली त्यांच्या वर्गाप्रतीची निष्ठा मात्र विशेष आहे. त्यांचे स्वतंत्र उपजातीय इतिहास आणि त्यांच्या सामूहिक भविष्याशी बांधल्या गेलेल्या आकांक्षांमुळं या 'कास्टेगरीज'चं अस्तित्व निर्माण झालं आहे. यातच भर म्हणून, परिघावरील काही दलित संघटनांनी हिंदू समाजाच्या जातीआधारित वर्तनव्यवहारावरच भर देऊन हे उपजातीय विभाजन कायम ठेवलं.

दलितांचे प्रकार

नाममात्र दलित
पुराणमतवादी दलित
प्रतिक्रियावादी दलित

उच्चभ्रू दलित
पगारदार दांभिक
तिसऱ्या पिढीतील दलित

आत्ममुग्ध दलित
अपायकारक दलित

मूलगामी दलित

नाममात्र दलित

आंबेडकरांना त्यांच्या सामाजिक आणि राजकीय कार्यकाळात या दलित वर्गाचा प्रत्यक्ष अनुभव आला होता. राजकारणात ज्या दलितांनी काँग्रेसच्या हिंदू अजेंड्याला आपली निष्ठा वाहिली ते स्वतःला हिंदू संस्कृतीचा अविभाज्य घटक म्हणून प्रस्तुत करत होते. ते आंबेडकरांच्या विरोधात निवडणूक लढले आणि ब्रिटिशांशी वाटाघाटी करण्यातही यशस्वी ठरले. आंबेडकरांच्या 'ऑल इंडिया शेड्यूल्ड कास्ट फेडरेशन'च्या विरोधात एम.सी.राजा यांच्या नेतृत्वातील 'ऑल इंडिया डिप्रेस्ड क्लासेस असोसिएशन', जगजीवन राम यांच्या नेतृत्वातील 'ऑल इंडिया डिप्रेस्ड क्लासेस लीग' आणि गांधींचा 'हरिजन सेवक संघ' उभे होते आणि ते अनुसूचित जातींचे खरे नेतृत्व असल्याचा दावा करत होते. सामाजिक क्षेत्रात, आंबेडकरांनी ब्रिटिशांकडून दलितांसाठी उच्च शिक्षणाच्या सुविधांची मागणी केली होती. मात्र, या वर्गानेच आंबेडकरांशी 'प्रतारणा' केली. ते ज्या समाजाचं नेतृत्व असल्याचा दावा करत होते, त्या समाजाला नाममात्र प्रतिनिधित्व देण्यात त्यांनी बाजी मारली.

कांशीराम यांनी सामान्यांना आकर्षक वाटेल असा शब्द वापरला. ज्यांनी 'चमचेगिरीचं पर्व' निर्माण केलं होतं, अशांसाठी त्यांनी 'चमचा' हा शब्द वापरला. या 'चमच्यां'कडे कुठलीच सत्ता किंवा शक्ती नव्हती व ते स्वतः स्वतंत्रपणे काहीच करू शकत नव्हते. या 'चमच्यां'च्या माध्यमातूनच त्यांचे मालक दलितांवर हल्ले करत. या 'चमचा वर्गानं' राजकीय विश्वातून नोकरशाहीतही प्रवेश केला होता, हे कांशीराम यांनी सटीकपणे मांडलं होतं. स्वतःच्या हितासाठी समूहाच्या हिताला इजा करत दलितांच्या राजकीय चेतनेला भरकटवण्याचं काम करणाऱ्यांनाच कांशीराम यांनी 'दलितांमधील चमचे' म्हणून ओळखलं होतं.[२]

या नाममात्र दलितांकडे खरेदी करण्याची क्षमता आणि विकलं जाण्याची कला असते, हे जातीच्या राजकारणाच्या लिलावात स्वतःला सुयोग्यपणे प्रस्तुत करतात. त्यांच्याकडे विविध प्रकारची शैक्षणिक पार्श्वभूमी असते, अनेक कौशल्यांमध्ये ते निपुण असतात आणि विविध उपजातींमधून आलेले असतात. या नाममात्र दलितांना जोडणारी आणखी एक गोष्ट म्हणजे ते इतर कोणत्याही ओळखीपेक्षा त्यांच्या उपजातींना स्वतःची प्राथमिक ओळख म्हणून प्रस्तुत करतात; कारण त्यामार्फत राजकीय अवकाशात त्यांना जास्त फायदे मिळतात. त्यातूनच एक न्यूनगंडही निर्माण होतो आणि त्यामुळे स्वतःला नम्र, आज्ञाधारक स्वरूपात सादर करणे हा अभिव्यक्तीचा एकच मार्ग त्यांच्याकडे उरतो. वर्चस्ववादी जातींनी दलितांसाठी एक संकुचित आणि मर्यादित अभिव्यक्तीची चौकट निर्माण केली

आहे. यातून त्यांना त्यांची समाजातील न्यून जागा अधोरेखित करून देणं अपेक्षित असतं. या सरंजामी चक्रात अडकल्यावर हे नाममात्र दलित स्वत:ला दुय्यम दर्जाचे नागरिक समजू लागतात.

या मांडणीमध्ये अनेक नाममात्र दलित स्वत:ला त्यांच्या इतर कमी शिकलेल्या आणि निम्नवर्गीय दलित बांधवांपेक्षा श्रेष्ठ दाखवू पाहतात. ते स्वतःच्या दुय्यम नागरिकतेबाबत अभेद्य मिथकं निर्माण करतात. 'दलित विश्व' आणि 'वर्चस्ववादी जातींचं विश्व' अशा दोन जगात ते वावरतात. या दोन्ही जगांतील स्वत:च्या स्थानाबाबत ते अतिशय असुरक्षित भावना बाळगून असतात. यातील दुसऱ्या विश्वात त्यांचं स्थान एका निष्ठावंत प्रजेपलीकडं नसतं. त्यांच्या करिष्म्याच्या आणि गावच्या पाटलाच्या वाड्यात, एखाद्या आमदार, खासदार किंवा मंत्र्याच्या गाडीत त्यांना मिळालेल्या प्रवेशाच्या कथा परत परत उद्धृत करून हे दुहेरी अस्तित्व असणारे नाममात्र दलित, त्यांच्या या असुरक्षिततेला सामोरं जातात. दलित बुद्धिजीवींच्या एका बैठकीत एक माजी खासदार आणि महाराष्ट्रातले एक नावाजलेले बुद्धिजीवी कौतुकानं सांगत होते की त्यांना कर्नाटकच्या मुख्यमंत्र्यांच्या गाडीत बसण्याची संधी मिळाली होती. हे सांगून आपल्यासोबतच्या इतर दलित सहकाऱ्यांवर आपण आपलं वर्चस्व अधोरेखित करू शकतो, अशी त्यांची भावना असावी.

नाममात्र दलित सहसा कामाच्या ठिकाणी दुय्यम पदांवर आणि राजकीय व सामाजिक वर्तुळात कर्तव्यदक्ष नागरिकांच्या भूमिकेत आढळतात. मात्र ते धार्मिक कार्यक्रमांच्या स्थळी किंवा वरच्या जातींसोबत जवळच्या संबंधांमध्ये मात्र कुठेच दिसत नाहीत. दलितेतर समूहांच्या धार्मिक बाबींमध्ये आपण हस्तक्षेप केलेला चालणार नाही, ही वस्तुस्थिती अनेक दलित राजकारण्यांनी शांतपणे मान्य केलेली असते. दलितेतर वर्तुळांमध्ये आपल्याला प्रवेश नाही, याचा स्वीकार केल्यामुळं ते दुय्यम नागरिकत्वाचा अपमानजनक अनुभव घेतात. मात्र वर्गीय विशेषाधिकार कमावलेल्या काही दलितांना या जातीव्यवस्थेत काही अंतर राखून का होईना, पण स्वीकृती मिळते.

आपली मतं आपल्यापेक्षा 'कमी' असणाऱ्यांवर लादण्यासाठी हे नाममात्र दलित काही 'बाहुबली' आणि प्रभावशाली दलितांना कामावर ठेवतात. उदा. नांदेडचे एक स्थानिक नगरसेवक एस. गायकवाड, त्यांच्या मतदारसंघाबाबत फार कार्यक्षम नव्हते. त्यांना फक्त स्वत:ची अनुसूचित जातीची ओळख पुढं करून फायदा मिळविण्यात रस होता. त्यांच्या दलित मतदारांना ते फार पसंत नव्हतं; मात्र स्वत:चं अस्तित्व टिकवण्यासाठी आणि दबाव टाकण्यासाठी त्यांनी तिथल्या दलित समाजातल्या काही बेरोजगार तरुणांना हाताशी घेतलं. या गरीब घरांतून

आलेल्या तरुणांना मोटरसायकल्स दिल्या गेल्या. पगार, जेवण आणि दारू दिली गेली. त्या नगरसेवकाला त्याच्या राजकीय मालकांना खूश ठेवण्यासाठी या समूहावरची पकड मजबूत ठेवणं गरजेचं होतं. त्यानं उच्चवर्णीय जातीतील राजकारण्यांच्याच वर्तनाची पुनरावृत्ती केली- 'अडचणींतल्या दलितांना गुंड म्हणून वापरणं'.

अशा दलितांची आपला प्रभाव राखण्याची आणखी एक पद्धत म्हणजे जनमानसावर प्रभाव असणारे वक्ते आणि बुद्धिजीवी सोबत घेऊन नाममात्र दलितांच्या विचारांची पेरणी करणं. उदाहरणार्थ, प्रभावी कर्तृत्व असणाऱ्या एका प्राध्यापकाला आणि एका वकिलाला लोकांवर प्रभाव टाकण्यासाठी कामावर ठेवलं गेलं. असे लोक उच्चभ्रू मराठी बोलत असल्यामुळं अर्धशिक्षित किंवा अशिक्षित दलितांचा त्यांच्याभोवती गराडा पडत असे. हे बुद्धिजीवी, लोकांचा पाठिंबा मिळविण्यासाठी भावनिक साद घालणारी, अलंकारिक भाषा वापरतात. हळूहळू आणि सुनियोजितपणे ते एखाद्या नाममात्र दलिताच्या कार्याला श्रोत्यांची स्वीकृती मिळेल, असे प्रयत्न करतात. जसं भाषण पुढे जाईल तसा तो वक्ता लोकांचं लक्ष तिथल्या नाममात्र दलित असलेल्या नेत्याकडे वळवून त्याच्यावर कौतुकाचा वर्षाव करण्याचा प्रयत्न करतो. लोकांना अशा बुद्धिजीवींबाबत त्या नाममात्र दलितांपेक्षाही जास्त आदर आणि विश्वास असतो, त्यांचा पाठिंबा त्या नाममात्र दलित नेत्याला मिळतो.

हे नाममात्र दलित त्यांच्या अहंकाराला धक्का लागल्यावर किंवा त्यांच्या शक्तीची मर्यादा अधोरेखित झाल्यावर त्यांच्या कमजोर आणि वंचित दलितांवरील प्रभावाचा मुद्दा पुढे करतात. परिवर्तनाचे सकारात्मक वाहक बनण्याऐवजी ते समाजाशी द्रोह करणारे प्रतिनिधी बनतात. १९५६ च्या आग्रा येथील भाषणात बाबासाहेबांनी ज्या शिक्षित वर्गाने त्यांच्याशी 'दगा केल्याचं' म्हटलं होतं, त्यांचेच हे प्रतिनिधी आहेत. त्यामुळेच, जातीयतेच्या 'बोधकथे'नुसार, स्वत: शोषित असलेल्याला स्वतःपेक्षा कनिष्ठ जातीचं शोषण करायचं असतं. अशा प्रकारच्या अन्यायकारक व्यवस्थेला जाब विचारण्याऐवजी हे नाममात्र दलित निर्लज्जपणे शोषकाच्या सैन्यात सामील होतात. एक गोष्ट मात्र लक्षात घ्यायला हवी. ती म्हणजे हे नाममात्र दलित म्हणजे काही साचेबद्ध श्रेणी नव्हे तर ती सतत बदलत आणि उत्क्रांत होत जाणारी गोष्ट आहे. तिच्या या सतत बदलणाऱ्या रूप आणि स्वरूपामुळे, कोणा एका विशिष्ट व्यक्तीला या वर्गवारीत कायमचं बसवता येत नाही.

टोकन अर्थात नाममात्र दलितांना त्यांच्या मालकांशी असलेल्या त्यांच्या जवळकीच्या फुशारक्या मारायला आवडतात. त्यांच्या या प्रदर्शनाचे दर्शक पिचलेले, खचलेले दलित असतात. यांना गुलामीच्या बाजारात मालकाच्या नजरेत स्वतःचं मूल्य वारंवार सिद्ध करत राहण्याची गरज वाटत राहते. ते त्यांच्या स्वतःच्या समूहाच्या हिताचा बळी देऊन त्याच समाजाकडून त्यांनी आत्मसात केलेल्या नेतृत्व, धैर्य, भाषणकला आणि व्यावहारिकता अशा गुणांचा लिलाव करतात. स्वतःच्या समूहालाच दगा देऊन, फसवणूक करून, लबाडी करून त्यांना इतर स्पर्धकांच्या तुलनेत स्वतःचं स्थान मजबूत करण्यात जास्त रस असतो. काहीजण त्याहीपुढं जाऊन इतर दलित नेत्यांनाच जातीवाचक अपशब्द वापरून अपमानित करतात. त्यांच्याच जातीच्या माणसांना असं अपमानित करून ते स्वतःचादेखील अपमान करून घेतात. एखादा शोषित समूह हा एक थिजलेला आरसा असतो. तो कधीच बदलत नाही. चांगलं आणि वाईट दोन्ही त्यातील आंतरिक प्रवाह बाहेरील जगात प्रतिबिंबित करत असतात. एखादी व्यक्ती काय करते किंवा करत नाही, हा तिच्या स्वभावगुणांचा भाग असतो. त्यामुळे एखादी व्यक्ती दुसऱ्याला कोणताही विवेकभाव न बाळगता अपमानित करत असेल तर तो तिच्या स्वतःबद्दलच्या तीव्र न्यूनगंडाचा परिणाम असतो.

हे नाममात्र दलित त्यांच्या मालकांच्या जवळ टिकण्यासाठी प्रचंड किंमत मोजतात आणि गुंतवणूक करतात. त्यांना त्यांच्यातील भेदाचं वैषम्य वाटत नाही. मालकाच्या जवळ जाण्यासाठी ते स्वतःचं घरदेखील गहाण ठेवतील. त्यांचे मालक त्यांच्याकडे तुच्छतेनं पाहतात. खासगीमध्ये तर अनेकदा ते अशा हुजरेगिरी करणाऱ्या कनिष्ठांची खिल्ली उडवत असतात.

त्यांच्या निम्न स्थानाला समाजाकडून जे कलंकित करण्यात येतं त्यावर ते कुठलीही जबाबदार प्रतिक्रिया देत नाहीत. माल्कम एक्सच्या 'हाऊस निग्रो' आणि 'फील्ड निग्रो' या संकल्पनेतून हे समजून घेता येईल.[३] 'हाऊस निग्रो' हे बिनकामाचं, काळ्या समूहातील सामाजिक व्यक्तिमत्त्व असतं. त्याची वाढच त्याच्या दात्याच्या जवळ स्थान पटकावण्याच्या कल्पनेत झालेली असल्यानं त्याच्या स्वामीच्या सावलीपलीकडचं विश्वच त्याच्यासाठी अज्ञात असतं. तो त्याच्या अस्तित्वाच्या इतर सर्व शक्यता नाकारतो. तो स्वातंत्र्य मागणाऱ्या 'फील्ड निग्रो'ला आव्हान देतो. तो त्याच्या स्वातंत्र्याच्या प्रत्येक प्रयत्नात अडसर निर्माण करतो, त्रास देतो आणि हे 'हाऊस निग्रो' स्वतःला गुलामांतील सर्वोच्च मानतात.

किती नाममात्र दलित अटलांटिक महासागराच्या पलीकडच्या शोषित समूहांशी

सहवेदना दर्शवतात हेही आपल्याला पाहता येईल. हॉवर्ड विद्यापीठाचे समाजशास्त्रज्ञ ई. फ्रँकलिन त्यांच्या 'ब्लॅक बूर्झ्वा' या महत्त्वाच्या पुस्तकात, गुलामगिरी प्रथेच्या पश्चात आफ्रिकन-अमेरिकन समूहांमध्ये उदयास आलेल्या अशा राजकीय समूहांचा बारकाईनं आढावा घेतात.[४] आफ्रिकन-अमेरिकनांच्या या वर्गाला उदारमतवादी उत्तर अमेरिकेच्या धोरणांचा आणि राजकीय संधींचा फायदा झाला. राजकीय शक्तीमुळे त्यांना सामाजिक जीवनात अधिकारी वर्ग किंवा नागरिक म्हणूनही सहभाग घेता येऊ लागला. त्यामुळे त्यांना सामाजिक किंवा खासगी अवकाशात त्यांच्याबाबत होणाऱ्या वंशभेदाचा प्रतिकार करता आला. मात्र भारतीय संदर्भात पाहता, वसाहतवादी ब्रिटिशांशी यशस्वीरीत्या वाटाघाटी करून बाबासाहेबांनी मिळवलेल्या राजकीय अवकाशातून 'नाममात्र दलित' वर्ग निर्माण झाला. याचं कारण म्हणजे १९३१च्या 'राउंड टेबल कॉन्फरन्स'मधून त्यांनी मिळवलेलं स्वायत्त राजकीय स्थान हिरावून घेणारा निष्ठुर पुणे करार.[५] दलितांसाठी खुल्या झालेल्या संधीचा अर्थ वर्चस्ववादी सवर्ण हिंदूंनी त्यांच्या मक्तेदारीला दिलेलं आव्हान असा घेतला. त्यामुळे ते अस्पृश्यांच्या अधिकारासाठी उभं राहणारा उमेदवारच निवडत नसत. त्याऐवजी ते एखादी निष्ठावंत आणि होयबा प्रवृत्तीची व्यक्ती निवडत. परिणामस्वरूप गांधींच्या या जबरदस्तीने निष्ठावंत नाममात्र दलितांची निर्मिती झाली ज्यांना राजकीय अवकाशात प्रोत्साहन दिलं गेलं.

भारतीय निवडणुकांच्या राजकारणात जातिव्यवस्थेचंच प्रतिबिंब दिसतं. यात निम्न जातींनी कायमस्वरूपी राजकीय वर्चस्ववादी जातींच्या सेवेत असणं अपेक्षित आहे. त्यामुळे आफ्रिकन-अमेरिकनांच्या राजकीय शक्तीतून वंशभेदाला प्रतिकार करण्याच्या लढ्याच्या विपरीत, भारतीय राजकीय व्यवस्थेनं संमिश्र मतदारसंघातून एक अशी व्यवस्था निर्माण केली, जिच्यात दलितांना सत्ताहीनताच हाती लागली. एक राजकीय दलित अशा प्रकारच्या सवर्ण वर्चस्वाच्या क्षेत्रात भ्रष्ट, सहज विकल्या जाणाऱ्या आणि पाठीचा कणा नसलेल्या चारित्र्याची निर्मिती करत साचेबद्ध जातीयवादी प्रतिमांच्या पुनर्निर्माणात सहभागी झाला. जातीवादाचा प्रतिकार करणं तर दूरच, त्यांनी क्रांतिकारी स्वातंत्र्याच्या तत्त्वाचंच अवमूल्यन केलं. या नाममात्र दलितांनी दलितांच्या दुःखाचा लिलाव असा केला की, जणू ती जातीच्या बाजारात विकण्याची वस्तूच आहे. या राजकीय व्यवस्थेनं एक 'हाऊस-निग्रो अस्पृश्यांचा' वर्ग निर्माण केला.

यावर उपाय म्हणून भारतीय संविधानानं १९५० मध्ये अनुसूचित जाती व जमातींसाठी काही टक्के मतदारसंघ आरक्षित केले. मात्र आरक्षणाच्या राजकारणानं दलितांमध्ये इतर कशाहीपेक्षा जास्त नाममात्र दलित निर्माण केले. जोवर ते वारंवार अशा नाममात्र दलितांची निर्मिती करू शकतात, तोवर वर्चस्ववादी जाती

आरक्षणाच्या व्यवस्थेला टिकवणं पसंत करतील. हे प्रतिनिधित्ववादी दलित आरक्षणाचं धोरण आणि राज्याच्या कल्याणकारी व्यवस्थेवर मोठ्या प्रमाणात अवलंबून असतात. ते त्यालाच आपल्या मुक्तीचा एकमेव मार्ग मानतात. त्यांना या धोरणातून लाभ झालेला असल्यानं ते दलितांसाठी राज्यव्यवस्थेवर आणखी जास्त अवलंबित्वाची मागणी करतात. हे दलित आत्मकेंद्री आणि सामान्य दलितांच्या संघर्षातून फायदा मिळविण्याच्या तयारीत असतात. नाममात्र दलितांच्या आरक्षणाच्या धोरणावरच्या अवलंबित्वाचं आणखी एक कारण म्हणजे त्यातून मिळणारी क्रयशक्ती. ते त्यांच्या स्वामींच्या पायी आपल्या जातीच्या प्रमाणपत्रांचा लिलाव करून संघटित दलित ऐक्यात फूट पाडतात. त्यांची विश्वासार्हता ते आरक्षणाच्या धोरणाखाली विकू शकत असल्यानं सत्ताधारी वर्ग त्यांना गरजेनुसार वापर करता येईल, अशा सेवकाप्रमाणे ठेवतात. या दलितांना त्यांच्या दलित समूहातही आणि त्यांच्या मालकाच्या अवकाशातही विश्वासार्ह स्वायत्तता नसते. ते ब्राह्मणी राजकीय अवकाशात त्यांची जातीची प्रमाणपत्रं वागवत आरक्षित मतदारसंघावर नियुक्तीची अपेक्षा करत फिरताना दिसतात.

हे नाममात्र दलित त्यांच्या दलितत्वाला एक राजकीय शस्त्र म्हणून स्वत:च्या उपयुक्ततेचं महत्त्व पटवून देण्यासाठी, त्यासाठी आवश्यक वाटाघाटींसाठी वापरतात. असं करत असताना ते सहजपणे आणि सोयीस्करपणे जातिव्यवस्थेला मान्यता देऊन टाकतात. असे लोक स्वप्रसिद्धीत मग्न असतात. त्यांचं स्थान टिकवण्यासाठी ते दलित समूहाची रूढ, साचेबद्ध प्रतिमा स्वीकारतात. हे प्रतिमा-निर्मितीत मग्न असलेले दलित स्वत:ची ऊर्जा आणि लक्ष आपला स्वाभिमान विकून तात्पुरता फायदा मिळवण्यासाठी खर्च करतात. यातील अनेकजण विनोदाचा विषय ठरतात किंवा फार तर संसदेत मनोरंजन करणारे सेलेब्रिटी बनतात. या नेत्यांना ना संभाषण कला अवगत असते ना योग्य वेळी योग्य संदेश देण्याची क्षमता. फक्त दलितांच्या क्रोधाला आणि भावनिक उद्रेकाला प्रतिसाद देत ते 'तक्रार करणारं पण अक्षम' अशा प्रकारे प्रचार केल्या गेलेल्या दलित नेतृत्वाची प्रतिमा अधिकच दृढ करतात आणि राजकीयदृष्ट्या सजग दलितांचा रोष ओढवून घेतात. अनेकजण अशा प्रकारच्या दलित नेत्यांचा स्वीकार करण्यास नकार देतात आणि दलितांचा स्वाभिमान धुळीत मिळवल्याबद्दल तीव्र राग व्यक्त करतात.

आत्ता अस्तित्वात असणाऱ्या दलित राजकीय नेतृत्वातील अनेकजण या दलित-विरोधी, दलित-आत्म-घृणेची उदाहरणं बनलेले आहेत. दलित समूहांना अशा नेतृत्वाची गरज आहे जे किमान धैर्य तर दाखवेलच; मात्र त्यांच्या चळवळीतील भूमिकेशी एकनिष्ठ राहील. सत्य, प्रेम आणि धैर्य अशा आदर्श मूल्यांना अंगीकारून त्यांनी प्रामाणिकपणा व सत्याची कास धरत कृतिशिलता दाखववी. याचा अर्थ

असाही होतो की, त्यांनी स्वत:कडे जात आणि उप-जात आधारित वर्गीकरणाच्या पलीकडे पाहायला शिकावं. द्रष्टं नेतृत्व मानवी आत्ममग्नतेतून निर्माण होणाऱ्या मीपणा, आत्म-संतुष्टीच्या मर्यादांच्या पलीकडे जात व्यापक समाजहिताकडे जातं. ते नि:स्वार्थीपणाला फक्त फायद्याची प्रेरणा म्हणून नव्हे तर एक कार्यशैली म्हणून स्वीकारतं. नेत्यांनी अशा गुणांना एका दृढ नैतिकतेशी जोडून द्वेष, राग आणि निराशेच्या काळात एक लोकशाहीवादी आशा दाखवायला हवी.

पुराणमतवादी दलित

पुराणमतवादी दलित एका मर्यादित अवकाशात राहून एका प्रतिगामी दृष्टिकोनाने कार्यरत असतात. इतर पुराणमतवाद्यांप्रमाणेच दलित पुराणमतवादीदेखील प्रत्येक धर्मात सापडतात. ते धर्माचा वापर दलित मूलगामी विद्रोहाचा आवाज नियंत्रित करण्यासाठी किंवा दाबण्यासाठी करतात. पुराणमतवादी दलितांचा जातीच्या प्रश्नावरील दृष्टिकोन कमालीचा संकुचित असतो. स्वत:चं हित जपण्याच्या पारंपरिक, व्यक्तिकेंद्री पद्धतींवर त्यांचा भर असतो. आंदोलन किंवा अधिक शोषित जातींनी अवलंबलेले इतर मूलगामी मार्ग यांना ते थारा देत नाहीत.

हे पुराणमतवादी दलित आपल्या इतर दलित बांधवांचा दुस्वास करतात आणि दलित समूहामधून उभ्या राहणाऱ्या आव्हानकर्त्यांचे कडवे विरोधक असतात. त्यांचा कर्मवादी सिद्धांतावरचा दृढ विश्वास त्यांना सतत आपल्या पुढच्या जन्मासाठी मार्गदर्शन मिळवण्यासाठी हिंदू बाबा आणि साध्वींच्या धार्मिक सभांमध्ये नेतो. त्यांच्यातील काही इतर धर्मांमध्ये धर्मांतर केल्यावरही हिंदू रूढींवरची श्रद्धा पाळत राहतात. ते हिंदू अस्मितेला नाकारत नाहीत. धार्मिक जीवन आणि पारलौकिक शक्तीवरील श्रद्धेतून त्यांना हिंदू जातीव्यवस्थेत मान्यता मिळण्याची अपेक्षा असते. भेदानं वागवलं गेलं तरी हे पुराणमतवादी दलित त्यांच्या स्थानांवर टिकतात; कारण ते रूढीवादी संरचनेला धक्का न लावता ठराविक नियमांचं पालन करण्याचं धोरण अंगीकारतात. त्यांचं असं धोरण व्यापक संदर्भात त्यांना फायदेशीर ठरेल, असा त्यांचा विश्वास असतो.

पुराणमतवादी दलितांमधील अनेकांनी राजकारणापासून कला, साहित्य, खेळ आणि धर्म अशा विविध क्षेत्रांमध्ये नेतृत्वाच्या जागा हस्तगत केल्या आहेत. त्यांचं शिक्षण आणि आपला सामाजिक स्तर उंचावत नेण्याच्या त्यांच्या वाटचालीमुळे त्यांनी पूर्णत: मूलगामी नाही आणि पूर्णत: शरणार्थी नाही, अशा शिक्षित दलितांच्या एका नव्या वर्गाला वेढा घातला आहे. ते त्यांच्या यशाचं श्रेय त्यांच्या मेहनतीला किंवा श्रद्धेला देतात. त्यांची बदलणारी जीवनशैली आणि स्वत:ला

प्रस्तुत करण्याची त्यांची पद्धत त्यांना इतरांपेक्षा सहज वेगळी ओळख देतं. हे दलित त्यांच्या अजिबात समावेशक नसलेल्या धोरणांच्या आधारे जग चालवणं पसंत करतात. त्यांच्या पद्धतीने गेलो तरच दलित उत्थान शक्य आहे, अशी त्यांची ठाम धारणा असते.

मात्र दलित उत्थानाचा कोणताही आदर्श त्यांच्या खासगी अवकाशात पाळला जात नाही. त्यांच्या मुलींना स्वातंत्र्याची आकांक्षा नसते. ते स्त्रियांना पुरुषांसमोर दुय्यम वागवतात आणि त्यांनी पुरुषसत्तेच्या अधीनच राहण्याची अपेक्षा करतात. वडील, आई आणि बाकीचा परिवार त्यांच्या परिवारातल्या मुलीला त्यांच्या अधीन राहून जगण्यास भाग पाडतात. स्त्रीच्या मुक्तीचा मार्ग हा तिच्या पतीपुरता मर्यादित असतो. हे दलित आंतरजातीय विवाहाला विरोध करतात आणि जातीअंतर्गत विवाहाला मान्यता देतात यात काही आश्चर्यच नाही. ते निम्न-वर्गीय दलितांचा दुस्वास करतात आणि आंतरजातीय किंवा आंतर-उपजातीय जोडप्यांवर बहिष्कार टाकतात.

हे पुराणमतवादी दलित उदारमतवादी आणि मुक्तीदायी संवेदना बाळगून जगत असल्याचं दाखवत वावरतात. मात्र, वैयक्तिक नात्यांबाबत आणि खासगी अवकाशात असताना ते इतर दलित आणि खालच्या उपजातींशी भेदभाव करतात. त्यांना मैला साफ करणाऱ्या दलितांकडून त्यांची शौचालयं साफ करून घ्यायला अडचण नसली तरी ते त्यांना घरात येण्यास मनाई करतात. त्यांच्याभोवती उद्धटपणाचं वलय असतं, जे त्यांच्या आर्थिक आणि सामाजिक सुबत्तेमधून येतं. हे पुराणमतवादी त्यांच्या ब्राह्मण मालकांचं अनुकरण करत त्यांची एक सौम्य प्रतिकृती प्रस्तुत करतात असे ब्राह्मण ज्यांनी महिलांच्या क्षमतांना नियंत्रित करून स्वतःचं वर्चस्व टिकवलं आहे. या दलितांना ब्राह्मण होण्याची आकांक्षा असते; मात्र त्यांना हे लक्षात येत नाही की जातीव्यवस्थेत त्यांना ब्राह्मणत्व बहाल करण्याची कोणतीही सोय नाही.

एका पुराणमतवादी दलित घरातील स्त्रियांना मनुवादी चौकटीत-त्यांच्या परिवारातील पुरुषांच्या नियंत्रणात-जगावं लागतं. त्यांना समान अधिकार नसतात आणि त्यांना वाईट वागवलं जातं. पुरुष अमर्याद सत्ता गाजवतात आणि त्यातून स्त्रियांच्या शरीरावर पुरुषसत्ताक हिंसेची पुनरावृत्ती करतात. स्त्रियादेखील पुराणमतवादातून अधिकार मिळवत इतर स्त्रियांच्या आयुष्यावर नियंत्रण ठेवतात. त्या इतर स्त्रियांना मुक्तपणे प्रेम करण्यास मनाई करतात. त्यांना स्वतंत्र निर्णय घेण्यापासून, लग्नाऐवजी करिअरची निवड करण्यापासून परावृत्त करण्याचा प्रयत्न करतात.

अनेक शतकांच्या कालखंडात निर्माण झालेल्या कोणत्याही सामाजिक संरचनेचा मूलाधार-मग ती जात असो, वंश वा पुरुषसत्ता-कोणातरी माणसाचं दमन हाच

असतो. आंबेडकर जातिव्यवस्थेचं तीक्ष्ण मानववंशशास्त्रीय विश्लेषण करत याच पैलूंवर बोट ठेवत मांडणी करतात. ब्राह्मणांमधील जातीअंतर्गत विवाहाच्या पद्धतीचं अनुकरण जातीव्यवस्थेचं वैशिष्ट्य असलेल्या जातीय उतरंडीतील इतर जाती करतात.

जातीव्यवस्था मूलतः स्त्रियांच्या शोषणावर आधारित आहे. आंबेडकरांनी जातिभेदाच्या कार्यप्रणालीला प्रथमतः स्त्री-विरोधी व्यवस्था मानलं होतं. त्यांनी ही संकल्पना त्यांच्या १९१६ मधील निबंधात[६] मांडली होती. त्यात ते जातीबद्ध हिंदू समाजाची उत्पत्ती स्पष्ट करतात. ते नोंदवतात की, जातीअंतर्गत विवाह पद्धतीमधूनच विविध जात समूहांमध्ये स्त्रियांची लैंगिकता नियंत्रित केली जाते. त्यांनी हिंदू समाजाच्या अमानवी प्रवृत्तीची उदाहरणं म्हणून त्याकाळच्या तीन प्रथांचा उल्लेख केला होता, त्या म्हणजे: १) सती अर्थात पतीच्या मृत्यूनंतर त्याच्या पत्नीला तिच्या पतीच्या चितेवर जाळणे; २) विधवेला पुनर्विवाहाचा अधिकार न देता तिला जबरदस्तीनं वैधव्यात जगायला लावणं आणि ३) लहान मुलींचा विवाह करवणं.

वरील गोष्टी पाहता असं म्हणता येईल की, पुराणमतवादी दलितांची ब्राह्मणी मूल्यांप्रतीची निष्ठा ही त्यांच्या विवाहसंस्थेत स्पष्टपणे दिसून येते. हे दलित त्यांच्या श्रद्धा तीव्र अशा वर्गजाणिवेशी संलग्न ठेवतात. त्यातून ते हुंडा मागण्यासारख्या बुरसटलेल्या परंपरा पाळतात. स्त्रिया त्यांच्या सासूनं त्यांच्यावर केलेल्या अत्याचारांची पुनरावृत्ती त्यांच्या सुनांवर करायला मागे-पुढे पाहत नाहीत. अंधश्रध्दांवरचा विश्वास त्यांच्या सवयी व वागणुकींवर परिणाम करतो. उदा. विशिष्ट वेळांमध्येच स्वयंपाक करणं, नखं विशिष्ट वेळेलाच कापणं, मासिक पाळीच्या वेळी विशिष्ट कापडच वापरणं आणि धार्मिक विधी विशिष्ट मुहूर्ताच्या दिवशी व वेळेतच करणं इ.

या पुराणमतवादी दलितांना त्यांच्या धार्मिक कार्यक्रमांना हजेरी लावणारे, त्यांच्या आवडीच्या धर्मगुरुंच्या किंवा बुवा-बाबांच्या प्रवचनांना हजर असणारे इतर दलित आवडतात. त्याच्या व्यतिरिक्त इतरांकडे मात्र ते सतत शंकेच्या नजरेनं पाहतात. परंपरावादी दलित विविध वर्तुळांमध्ये वर्चस्वाच्या स्थानांवर असतात. जेव्हा जेव्हा शोषक शक्तींना दलित विद्रोह नियंत्रित करायचा असतो, तेव्हा या पुराणमतवादी दलितांना पुढं केलं जातं. हे पुराणमतवादी शोषक जातींकडून शस्त्र म्हणून वापरले जातात आणि दलितांची खिल्ली उडवण्याचं साधन बनतात. ते या स्थानांचा त्यांना फायदा मिळतोय तोवर उपभोग घेतात. त्यांचा संघर्ष त्यांच्या वैयक्तिक हितांपुरता आणि त्यामुळेच मर्यादित आहे. त्यांना त्यापलीकडे जाण्यात रसही नाही व ते स्वतःला दलितांच्या उपजातीय संबंधी

प्रश्नांमध्येच फक्त बांधून घेतात.

पुराणमतवादी दलित मुक्त बाजारावर विश्वास ठेवतात आणि एक सामाजिक आणि सांस्कृतिक निर्मितीची व्यवस्था म्हणून भांडवलशाहीचे समर्थक असतात. ते मुक्त बाजार व्यवस्थेच्या समर्थकांसोबत उभे राहून दलितांची भांडवली उत्पादन पद्धतीतली क्षमता वाढवण्यासाठी प्रयत्नशील असतात. त्यांना दलितांसाठी मुक्त-बाजारव्यवस्थेत विविध सुविधा आणि सवलती निर्माण करायच्या असतात.[७] इतर शरणार्थी, जात-समूहांच्या तुलनेनं पुराणमतवादी दलित जातीच्या उतरंडीतील कमकुवत स्थानामुळं येणाऱ्या अपमानाचा आणखी एक थर अनुभवतात.

प्रतिक्रियावादी दलित

प्रतिक्रियावादी दलितांकडे कोणताही कृतिकार्यक्रम किंवा विचारधारा नसते. ते इतर कोणाला तरी नाकारण्याच्या एकमेव धोरणावर स्वार असतात. असं करताना त्यांचं वागणं पूर्णतः इतर कोणावर तरी अवलंबून असतं. त्यांना सेंद्रिय, सकारात्मक समीक्षा निर्माण करता येत नाही. ते प्रश्नांवरील उपायांपेक्षा त्याच्या पुनर्निर्मितीवर जास्त अवलंबून असतात. त्यांचा विजय कोणाच्यातरी विध्वंसावर आधारित असतो. त्यांच्याकडे राज्य व्यवस्थेच्या संसाधनांवर नियंत्रण मिळवण्याचा कोणताही ठोस कार्यक्रम नसतो. त्याऐवजी ते पुरुषी शरीरांना सामाजिक पातळीवर जे मर्दानी आक्रंदन करण्याची सोय असते, त्यात सहभाग घेतात. हे आक्रंदन राज्य-व्यवस्थेच्या दलित-विरोधी धोरणाविरोधात, किंवा अनुसूचित जाती-जमातींना दिल्या गेलेल्या प्रावधानांविरोधात आलेल्या एखाद्या न्यायालयीन निर्णयावरून अधून-मधून होत असतं. इतर दलित समूहांसोबत हे प्रतिक्रियावादी दलित त्यांचे निषेधाचे फलक घेऊन सर्व दिशांना उभे असलेले दिसतात.

प्रतिक्रियावादी सहसा दलित समूहांकडून मान्यता मिळवण्याच्या प्रयत्नात असतात, ज्यातून त्यांना वर्चस्ववादी जातींच्या मालकांचं लक्ष वेधता येईल. ते आरक्षित 'फूट सोल्जर्स' आहेत, जे काही फेकलेल्या तुकड्यांसाठी स्वतःच्या समूहाच्या हिताचा बळी देऊ शकतात. ते मालकाच्या सांगण्याप्रमाणे शेपूट हलवतात. ते स्थानिक नेत्यांसोबत किंवा वरिष्ठ नेत्यांसोबत फोटो काढतात आणि स्वतःला निष्ठावंत सेवक म्हणून प्रस्तुत करतात. त्यांना त्यांच्या स्वायत्तता किंवा लोकशाहीतील समान स्थानाबाबत काही विशेष भावना नसते. त्यांची गणती एक प्रथम दर्जाचा सेवक, दुय्यम दर्जाचा नागरिक आणि तृतीय दर्जाचा व्यक्ती म्हणून होते.

प्रतिक्रियावादी दलितांनी त्यांच्या अनुयायांमध्येही असेच विचार पेरले आहेत.

ते एकाच उद्दिष्टावर जगतात: ते म्हणजे विधानसभेचं किंवा स्थानिक स्वराज्य संस्थेची निवडणूक लढवण्यासाठी तिकीट मिळवणं. मी एका राष्ट्रीय पक्षाच्या 'फूट सोल्जर'ला ओळखतो. तो एक प्रगल्भ, स्पष्टता असलेला आणि धैर्यशील दलित आहे. त्यानं त्याच्या मराठा मालकाची सेवा अतीव निष्ठेनं केली होती. इतकी की त्याने त्याच्या मालकाचे गुन्हेही आपल्या डोक्यावर घेतले. त्याला जवळपास एका दशकाचा तुरुंगवास झाला. त्याच्या त्या दलित वस्तीतील एकमेव अशा तीन मजली घरात झालेल्या आमच्या संवादात त्यानं सिगारेट काढत त्रस्त होऊन पक्षातील सहकाऱ्यांकडून मान मिळत नसल्याबद्दल गाऱ्हाणं मांडलं. 'हे पेशवाईसारखं आहे...त्यांच्या नजरेनं आपल्याला तुच्छ ठरवलं आहे,' असं तो ताकदवान दलित नेता सांगत होता. तो इतर उच्च जातीय पक्ष सहकाऱ्यांमध्ये अपवादासारखा होता. त्यामुळं त्याला त्याच्या मराठा मालकासमोर आपली निष्ठा वारंवार, जास्त कष्ट घेऊन सिद्ध करायला लागत होती. तो वैतागलेला आणि अपमानित अवस्थेत होता. त्याच्याकडे हे सगळं बोलायला कोणी नव्हतं. दलित मतदारांना तो पसंत होता; मात्र ते नातं फक्त व्यावहारिक होतं. त्याच्या मालकाला जेव्हा जेव्हा एखाद्या कार्यक्रमाला गर्दी करायची असेल तेव्हा याची आठवण होत असे आणि वस्तीतून १०० रुपये मजुरीवर दलितांना कार्यक्रमात आणण्याची जबाबदारी त्याच्यावर टाकली जाई.

या राजकारण्यानं मला एकदा सांगितलं होतं, 'ते आपल्याला कधीच न्याय्य वागणूक देणार नाहीत. आपल्याला आपण कोण आहोत, याचं भान पाहिजे. साहेबांनी जे दिलंय त्यात समाधान मानलं पाहिजे. आपण आत्ता बंड पुकारलं तर तो मला आणि माझ्या परिवाराला संपवून टाकेल. त्यांना एखाद्यावर नियंत्रण मिळवण्याचे सर्व प्रकार माहीत आहेत. ते तुम्हाला बेकायदेशीरपणे केलेल्या एखाद्या धंद्यात सहभागी करून हे साध्य करतात.' राजकीय मालकांच्या आश्रयामुळं सरकारी कंत्राटं आणि इतर स्रोतांमधून कामं मिळत जातात जी सहसा बेकायदेशीर असतात. यामध्ये एखाद्या दलित व्यक्तीला न चुकता सहभागी करून घेतलं जातं. हा दलित नेता एक दशकाहून अधिक काळ सरकारी कंत्राटाच्या धंद्यात होता आणि त्याला त्याच्या धन्याचे गैरव्यवहार माहीत होते. 'जास्त मोठी स्वप्नं पाहायची नाहीत,' अशी ताकीद देऊन त्याला मर्यादेपलीकडे राजकीय आकांक्षा बाळगण्यापासून मनाई करण्यात आली होती. याउलट त्याचे भ्रष्ट म्हणून सर्वज्ञात असलेले सवर्ण सहकारी मात्र उजळ माथ्यानं वावरत आणि वरच्या पदांचा ताबा सहज मिळवत.

या दलित नेत्याला त्याच्या पक्ष कार्यालयानं एकदा आश्वासन दिलं होतं की, त्याचा मालक सरकारमध्ये मंत्री झाला की त्याला अनुसूचित जाती/जमातींसाठी

असणाऱ्या सरकारी संस्थांमध्ये एखादं पद मिळेल. मी जेव्हा त्याला विचारलं की तू आणखी मोठी मागणी का केली नाहीस, तेव्हा तो म्हणाला की साहेबांचे नातेवाईक-याचा अर्थ सवर्ण उच्चजातीय व्यक्ती-आधीच रांगेत होते आणि साहेबांना आमच्या आधी त्यांना प्राधान्य देणं महत्त्वाचं आहे. इथं 'आम्ही' म्हणजे दलित समाज.

माझा दुसरा एक मित्र एका मुख्य धारेतल्या दलित राजकीय पक्षाचा राज्य पदाधिकारी आहे. त्याला 'व्यावहारिक' युती करणं पटतं. त्यामुळे तो त्याच्या पक्षानं उजव्या हिंदू पुराणमतवाद्यांशी हातमिळवणी केल्याचं समर्थन करतो. असं सांगत की 'जोवर त्यांना आपली किंमत आहे, तोवर आपण त्यांच्यासोबत काम करायचं.' याचा अर्थ असाही काढता येतो, 'जोवर त्यांना आपली किंमत आहे, तोपर्यंत त्यांना आपल्या मानवी व्यक्तिमत्त्वालाच गुलाम करू द्यायचं, मग त्या बदल्यात सामाजिक कल्याणाचा हिस्सा मिळेल'. घडलंही असं की उजव्यांशी केलेली हातमिळवणी फळाला आली नाही. वारंवार तडजोडीच्या बैठका करूनही त्यांना एक योग्य तडजोड साध्य करता आली नाही.

प्रतिक्रियावादी दलित जे योगदान दलित चळवळीला देऊ करतात, त्यांची ऊर्जा एका पोकळ अवकाशात एकवटलेली आहे. त्यामुळे त्यांच्या कृतीमध्ये साचलेपण येत जातं आणि त्यांचं विश्व तात्पुरत्या स्वरूपात प्रतिक्रिया देण्यापुरतं मर्यादित राहतं. त्यांच्याकडे दीर्घकालीन कृतिकार्यक्रमाचा अभाव असल्यानं त्यांच्या भूमिका भक्कम होत नाहीत. वैचारिक बांधिलकीबाबतच्या या अनिश्चिततेमुळं कोणतीही ठोस कृती हातून घडत नाही. त्यांची प्रतिक्रियावादी दलित म्हणूनची भूमिका त्या क्षणिक लाटेपुरती ग्राह्य धरली जाते. अशानं निर्माण झालेल्या त्यांच्या उथळ प्रतिमेमुळं त्यांना जनसामान्यांचा पाठिंबा मिळत नाही आणि वारंवार दलितांवर होणाऱ्या अत्याचारांमुळं आणि हल्ल्यांनंतर येणाऱ्या प्रतिक्रियेतही त्यांची भूमिका ना विश्वासार्ह समजली जाते ना तिला कोणी ग्राह्य धरतं.

प्रतिक्रियावादी दलितांना अतिगरीब वर्गातल्या दलितांमध्ये मात्र चांगला पाठिंबा मिळतो. ते काहीसे प्रस्थापित पार्श्वभूमीतून आलेले असतात आणि बऱ्याचदा प्रशासनात किंवा शैक्षणिक क्षेत्रात काम करत असतात. त्यांचं पद आणि पार्श्वभूमीमुळं त्यांना काही वजन असतं. त्यांचे सल्ले सहसा समूहात आणखी तणाव निर्माण व्हावा असे असतात. २०१८ मध्ये घडलेल्या भीमा कोरेगाव हिंसेनंतर[८] देशभर होऊ घातलेल्या एकत्रित लढ्यात एका दलित विद्यार्थी नेत्याला सामील न होण्याचा सल्ला देताना एका दलित नोकरशहाला मी ऐकलं आहे.

हे प्रतिक्रियावादी दलित खासगी अवकाशात कर्कश असतात आणि त्यांचे संदेश समाजात गरिबांमध्ये काम करत असलेल्या त्यांच्या हस्तकांच्या माध्यमातून

पोहोचवत असतात. मात्र त्याची प्रतिक्रिया आणि परिणाम झेलण्याची वेळ आली की ते कोणालाच सापडत नाहीत. एका विद्यार्थी नेत्यानं एकदा एका प्रभावी प्रतिक्रियावादी दलित व्यक्तीच्या सांगण्यावरून एका संघटनेविरोधात जाहीर भूमिका घेतली. या प्रतिक्रियावादी दलित व्यक्तीनं त्या निडर, आकर्षक दलित विद्यार्थी नेत्याला चुकीची माहिती देऊन भरकटवलं. मात्र जेव्हा त्यावर वादंग उठला तेव्हा त्या विद्यार्थी नेत्याला अटक झाली. हा प्रतिक्रियावादी दलित (जो एक सरकारी अधिकारी होता) त्याच्याकडे फक्त बघत राहिला. नंतर त्याने कबूल केलं की तो हतबल होता आणि त्यानं काही लोकांची नावं जाहीरपणे घेण्याची फक्त 'सूचना' केली होती. अशा प्रकारे हे प्रतिक्रियावादी दलित आपल्या सहकारी दलितांना दिवस-रात्र फसवत राहतात आणि त्यांच्या अडचणीच्या काळात स्वतःची कातडी वाचवतात. अनेक जण म्हणतात की, ते पडद्याआड काम करतात कारण त्यांना सरकारी यंत्रणांची भीती वाटते. ही भीती ते समाजालाही घालतात आणि त्रस्त दलितांना सांगितलं जातं की त्यांनी राज्यव्यवस्थेची भीती बाळगली पाहिजे. त्यांच्या शोषणासाठी कारणीभूत असलेल्या घाणेरड्या जातीय राजकारणाचा कणा मोडण्यापासून त्यांना रोखलं जातं. शोषकासोबत सहकार्यानं काम करण्याचा उदारमतवादी सल्ला देणाऱ्या या प्रतिक्रियावादी दलितांमध्ये क्रांतिकारी चेतनाच नसते. ते स्वतः भारतातल्या वेगवेगळ्या वर्तुळांमध्ये असणाऱ्या जाती आधारित पूर्वग्रहांचं उत्पादन आहेत.

उच्चभ्रू दलित

हा दलितांमधील सर्वांत कृतघ्न वर्ग आहे, जो खरं तर दलितांच्या अस्मितेच्या लढ्याचा सर्वांत जास्त फायदा लाटत असतो. या दलितांना त्यांनी सोयीस्कर गुप्तता पाळत जपलेल्या दलित ओळखीमुळं बराच फायदा होत असतो. ते राजकारण, सार्वजनिक व खासगी क्षेत्रांतल्या नोकऱ्या, कला आणि साहित्य अशा अनेक क्षेत्रांत दिसून येतात. उच्चभ्रू दलित ही संकल्पना जरी विचित्र वाटली तरी हा दलितांमधला उच्चभ्रूपणा गाठण्यासाठी उच्चवर्गीय असण्याचा दावा करण्याची ओढ दलितांमध्ये आहे. दलित सामाजिक वर्तुळांमध्ये, स्वत:ला अभिजन म्हणवून घेण्यासाठीची ही केविलवाणी धडपड असते. या उच्चभ्रू दलितांची संख्या उच्च जातींच्या तुलनेत नगण्य असते. मात्र ते त्यांच्या स्थानाला गरीब, शोषित दलितांकडून वैधता मिळवून देतात. गरीब दलितांवर आपल्या इच्छा लादण्यासाठीची शक्ती उच्चभ्रू दलित निम्नवर्गीय दलितांबरोबरच्या नात्यांतून मिळवतात.

उच्चभ्रू दलितांचं वास्तवाचं आकलन वेगळंच असतं. ते दलितांचं शोषण करत राहणाऱ्या व्यवस्थेला आव्हान देऊन आणि कालांतरानं तिला जेरीस आणत त्यांच्या कामावर विपरीत परिणाम करणाऱ्या व्यवस्थेला मोडण्याऐवजी तिचा भाग म्हणून काम करत राहणं पसंत करतात. या निष्ठेतूनच त्यांना वैयक्तिक सुरक्षितता आणि स्थिरता येते. मात्र हा वर्ग सर्व स्थानांवरील दलितांच्या अधिकारांसाठी भांडणाऱ्या संघर्षात दलितांसोबत क्वचितच उभा राहिलेला दिसतो.

या वर्गातल्या काही दलितांनी तर दलित असण्याची अनुभूती कधीच घेतलेली नसते. त्यांनी क्वचितच उघडपणे किंवा तीव्रपणे जातिव्यवस्थेचा छळ सोसलेला असतो. जरी त्यांनी असं काही सहन केलं असलं तरी त्यांची या शोषणाची मांडणी करण्याची भाषा वेगळी असते. या दलितांची जातिव्यवस्थेची समज ही 'अदलित' असते. त्यांची त्यांच्या परिस्थितीचं निदान करण्याची पद्धतही एका काल्पनिक दलितत्वावर आधारित असते आणि त्यामुळं ते 'दलित'असण्याच्या अभिव्यक्तींशी कधीच जुळवून घेऊ शकत नाहीत.

उच्चभ्रू दलित सत्तेच्या वर्तुळांमध्ये नसले की प्रचंड अस्वस्थ असतात. अनेक प्रमुख दलित विचारवंतांनी, अगदी दलित पँथरसारखी मोठी दलित चळवळ उभारण्यात सहभागी असणाऱ्या काहींनी (काही अपवाद वगळता), सत्ताधारी वर्गासमोर आपली मान तुकवली आहे. त्यांनी त्यांच्या बहराच्या काळात आपल्या समूहासाठी मोठी सेवा देऊ केली असली तरी त्यांच्या उच्चभ्रू होण्याच्या आकांक्षेमुळं ते राजकीय शक्तींची गुलामी पत्करून बसले. ही गोष्ट सार्वजनिक जीवनात दिसणाऱ्या जवळपास प्रत्येक दलित व्यक्तिमत्त्वाच्या बाबतीत खरी आहे. ते एक तर शासनसंस्थेच्या एखाद्या सौद्याचा स्वीकार करतात किंवा एखादं सरकारी पद स्वीकारण्यात धन्यता मानतात. यातील अनेक महत्त्वाच्या सरकारी समित्यांचे प्रमुख असल्याचं किंवा शासनसंस्थेला दलित, आदिवासी आणि अल्पसंख्याक प्रश्नांवर जास्त पारदर्शकता पाळण्याच्या सूचना करताना ते दिसून येतात. जरी दलितांबाबतची धोरणं ही काही निवडक बुद्धिजीवींनी यशस्वीरित्या हाताळली असली, तरी इतर अनेकांमध्ये स्पष्ट दृष्टिकोनाचा अभाव असतो. ते त्यांच्या राजकीय मालकांच्या इशाऱ्यावर नाचत राहतात. अगदी दृढ इच्छाशक्ती अंगी असली तरी हे राजकीय महत्त्वाकांक्षेचे गुलाम त्यांच्या पिचलेल्या समाजाला कोणत्याही प्रकारची चेतना असलेलं नेतृत्व देऊ शकत नाहीत.

अशा दलितांच्या भिंती विविध रंग बदलत राहतात. त्यांच्या भिंतींचा रंग त्यांच्याकडे कोणत्या प्रकारचे पाहुणे येणार आहेत, त्यानुसार बदलत राहतो. म्हणजे त्यांच्या कार्यालयातले दलितेतर सहकारी येणार असतील तर त्यांना प्रभावित करण्यासाठी अनेक क्लृप्त्या केल्या जातात. अशा वेळी त्यांच्या भिंती

'तटस्थ' रंगात रंगतात. त्यांच्या भिंतीवर टांगलेले त्यांच्या जातींच्या महापुरुषांचे फोटो हे तसेही कायमस्वरूपी टांगलेले नसतात, त्यामुळं जेव्हा सहकारी घरी येणार असतील तेव्हा त्यांच्या जातीचे हे देव आणि नायक दोन्ही माळ्यावर ठेवून दिले जातात. मी माझ्या एका दलित मित्राच्या घरी पाहिलं होतं की, जातीच्या नायकांचे मानवी उंचीचे फोटो त्यानं कपाटामागे धूळ खात ठेवून दिले होते.

या भिंती बदलणाऱ्या दलितांच्या घरातल्या प्रत्येक खोलीतल्या वस्तू किंवा कोणतीही सजावट स्वतःच्या दलितत्वाची ओळख सांगणार नाहीत, याची खबरदारी घेतली जाते. ते अगदी त्यांच्या पुस्तकाचं कपाट, स्वयंपाकघरातील मांसाहाराचे मसाले, कपाटाच्या कप्प्यांतील सीडीदेखील बदलतात. येणाऱ्या पाहुण्यांना कोणतीही गोष्ट खटकू नये म्हणून एक 'तटस्थ' वातावरण निर्माण केलं जातं. पाहुण्यांसाठीचं जेवणदेखील त्यांच्या आवडीच्या तिखट, मसालेदार जेवणापेक्षा वेगळ्या पाककृती वापरून तयार केलेलं असतं. ते त्यांच्या सहकाऱ्यांना खूश ठेवण्यासाठी सौम्यपणे, आदरपूर्वक बोलतात. ते त्यांचा बोलण्याचा विशिष्ट लहेजा सोडून अभिजन लहेजात बोलू लागतात. जर काही कारणानं जातीचा विषय निघालाच, तर सगळ्यात आधी हे उच्चभ्रूच दलितांच्या प्रतिकार करण्याच्या अक्षमतेवर आणि निष्क्रीयतेवर टीकेची झोड उठवतात. ते त्यांच्या वर्चस्ववादी जातीच्या सहकाऱ्यांच्या दलितांवरील टीकेत हिरीरीने सहभागी होतात; जेणेकरून त्यांच्या मैत्रिपूर्ण संबंधांना धक्का लागणार नाही. यातले क्वचितच कोणी दलितांच्या परिस्थितीबद्दल आपल्या सहकाऱ्यांचं प्रबोधन करण्याचे कष्ट घेतात.

उच्चभ्रू दलित जेव्हा कोणा दलित व्यक्तींना भेटणार असतात तेव्हा भिंतींचे रंग पुन्हा बदलतात. तिथं पुन्हा आंबेडकरांचा फोटो आणि पुस्तकं येतात आणि जातीच्या विषयांवर आणि दलित विद्रोहावर मोठ्यानं चर्चा झडतात. यावेळी मात्र ते आपली दलित ओळख ठासून सांगतात. नजीकच्या काळात त्यांनी ऐकलेल्या एखाद्या दलित प्रश्नावर ते चिंतनही करतात आणि आपल्या जातीयवादी सहकाऱ्यांच्या विचारांवर हळहळतातही.

उच्चभ्रू बनण्याच्या प्रयत्नात जेव्हा दलित मध्यमवर्ग अचानक त्यांच्या आई-वडिलांच्या परिस्थितीपेक्षा वेगळ्या सामाजिक परिस्थितीत आला त्यावेळच्या अनुभवाशी हा अनुभव नातं सांगतो. त्याची परिणती आहे, हे नवं वातावरण त्यांच्या उच्चजातीय सहकाऱ्यांच्या माध्यमातून नियंत्रित व नियमित केलं जातं. यातून त्यांच्या स्वत:च्या स्थानाला काही फायदा होत नाही. जरी आर्थिक प्रगतीनं त्यांना काही मर्यादित संधी देऊ केली असली तरी या भिंत बदलणाऱ्या दलितांच्या उदाहरणात दिसले तसेच यांच्याही वर्तणुकीत वा स्वभावात सामाजिक संकेतच बदल घडवत राहतात.

वरच्या दोन्ही परिस्थितींमध्ये एक साधारणपणे समानच असणारा दुवा आहे आणि तो म्हणजे इतर दलितांना दलित चळवळीच्या ऱ्हासासाठी किंवा अपयशासाठी दोष देणं आणि सोयीनं कथनात बदल करत राहणं. ते त्यांचा समूह ज्या पीडेतून जातो तिला सतत कमी लेखत असतात. हे टाळण्यासाठी काही बुद्धिजीवी दलित त्यांची सांस्कृतिक ओळख लपवतात आणि त्यांची मतं स्वतःपुरती ठेवतात. अशानं ते एक तटस्थतेचं वलय निर्माण करतात. बुद्धाच्या विविध पेंटिंग्ज आणि मूर्त्या घरात सर्वांना दिसतील अशाप्रकारे ठेवण्यातून त्यांची ही तटस्थता प्रतीत होते. आंबेडकरविरहित तटस्थ बुद्ध हा त्यांचा एकाच वेळी दलित आणि दलितेतर बनण्याचा प्रयत्न असतो.

एकदा मला गुजरातमध्ये एका उच्चपदस्थ दलित अधिकाऱ्याच्या सरकारी क्वार्टर्समध्ये स्नेहभोजनाचं आमंत्रण होतं. त्यांचा बंगला आलिशान होता. दुपदरी सुरक्षा होती आणि जवळपास २५ सेवकांचा ताफा होता. ते स्वतःला 'कट्टर आंबेडकरवादी' म्हणवणारे होते– म्हणजे आंबेडकरी जाणीव बाळगणारा, जातिव्यवस्थेनं केलेल्या दमनाची ज्याला जाणीव आहे आणि स्वतःला आणि त्याच्या माणसांना मुक्ततेच्या मार्गावर घेऊन जाण्यासाठी संघर्ष करण्यासाठी प्रतिबद्ध आहे, असा दलित. त्यांचा बंगला ब्रिटिशकालीन होता आणि त्याची रचना त्याच पद्धतीची होती. याखेरीज घरातील भिंतींवर रिकामे खिळे होते. त्यांच्या आधी इथं राहिलेला अधिकारी ब्राह्मण नोकरशहा होता, ज्यानं देवांचे फोटो टांगण्याची विशेष परवानगी घेतलेली होती. यातील काही देव स्वयंपाकघरात तसेच होते. घरात टांगायला खिळे असले तरी या दलित अधिकाऱ्यानं त्याचा धर्माचरणाचा अधिकार खासगी ठेवणंच पसंत केलं होतं. त्यांनी फक्त बेडरूममध्ये आंबेडकर आणि बुद्धाचं चित्र लावलं होतं.

माझ्या त्या भेटीदरम्यान आमची अनेक विषयांवर चर्चा झाली. सद्य परिस्थिती ते देशातली राजकीय आणि सांस्कृतिक परिस्थिती अशा अनेक मुद्द्यांवर आम्ही चर्चा केली. या दलित नोकरशहाच्या घराशेजारीच असलेल्या कार्यालयातही एक आंबेडकरांचं चित्र होतं. त्यांच्याकडे दोन आंबेडकर होते– एक खासगी आणि दुसरे सार्वजनिक. खासगी आंबेडकर ते, ज्यांनी त्यांना व्यक्तिशः आणि त्यांच्या समूहालाही शक्ती दिली होती. ते त्याच्या अधिकारासाठी उभे राहतात आणि त्याच्या दमनाच्या काळात त्याला प्रेरणा देतात. दुसऱ्या बाजूला सार्वजनिक आंबेडकर मात्र सरकारी आदेशांमुळं त्यांना ठेवावे लागत होते. खासगीत त्यांचा आदर्श असलेल्या व्यक्तीशी जवळकीचे त्यांनी दोन टप्पे आणि चेहरे निर्माण केले होते. आपल्या खासगी 'स्व' आणि सर्वाजनिक 'स्व' मधली सीमारेषा सांभाळणं ही त्यांच्या सोयीस्करपणाची कसरत असते. त्यांच्या आधीच्या अधिकाऱ्यानं

सहजपणे आपल्या धार्मिक अस्मितेच्या खुणा मागं सोडल्या. या अधिकाऱ्याला मात्र त्याच्या निष्ठांबाबत मनात भीड होती आणि ते जातीबाबतचा कुठलाही संवाद करणं, आपली ओळख स्वीकारणं टाळत होते. त्यांचा यावरील बचाव म्हणजे: 'मी एक सार्वजनिक सेवक आहे आणि त्यामुळं मी सर्वांचा आहे. मला मी दलितांप्रती पक्षपाती आहे, असं दाखवायचं नाही. ती शंका टाळण्यासाठी मी स्वतःला तटस्थ म्हणून प्रस्तुत करतो.' हाच तर्क त्यांच्या आधी तिथं राहिलेल्या व स्वतःची धार्मिक अस्मिता जाहीरपणे वागवणाऱ्या अधिकाऱ्याबाबतीत लावता येणार नाही काय? तो आपलं काम करत असताना त्याच्या हिंदू जवळकीकडे संशयाने पाहिलं जातं का? जर त्याचं उत्तर 'नाही' असं असेल तर मग आपण एका अशा समाजात राहतो जिथं एक उच्चपदस्थ दलित अधिकारी त्याच्या धर्माचरण करण्याच्या, संस्कृती जगण्याच्या आणि खासगी जीवनाच्या संवैधानिक अधिकारांचा उपभोग घेताना कचरतो. जातीयवादी नोकरशाहीनं किमान उच्चशिक्षित दलितांसाठीही मुक्तपणे जगण्याचा अवकाश देऊ केलेला नाही ना भांडवली अर्थव्यवस्थेनं ते केलं आहे. जिथं व्यवस्थापकीय स्तरावर काम करणारे दलित त्यांच्या ३१व्या मजल्यावरच्या आलिशान घरालाही स्वतःच्या आवडीनुसार सजवू शकत नाहीत. त्यांच्या मित्रपरिवारात आणि सहकाऱ्यांमध्ये त्यांच्या जातीबाबत चर्चा होऊ नये म्हणून ते लपून राहतात.

मात्र हे उच्चभ्रू दलित काही प्रमाणात तरी पूर्वग्रहदूषित समजुतींना शरण न जाता जास्त हिंमत दाखवू शकतात, त्यांच्या प्रश्नांबाबत जास्त आवाज उठवू शकतात. त्यांच्याकडे ती क्षमता आहे, जी एखाद्या रस्त्यावरच्या सामान्य चांभाराकडे किंवा रेल्वे आणि बस स्थानकावरच्या हमालाकडे किंवा एखाद्या निम्न-स्तरीय कर्मचाऱ्याकडे नाही.

पगारदार दांभिक

आरक्षणाचा फायदा घेत अनेक दलितांनी उच्च शिक्षण मिळवलं. त्यामुळे त्यांच्यासाठी चांगल्या आयुष्याच्या आणि नोकरीच्या शक्यता खुल्या झाल्या. कामाच्या ठिकाणीदेखील आरक्षणाच्या व्यवस्थेमुळं अनेकांना पदोन्नती मिळते आणि ते जबाबदार पदांवर पोहोचतात. मात्र त्यातील काहीच सर्वोच्च पदांपर्यंत जातात कारण त्यांच्या वाटेत संस्थाकरण झालेले जातीआधारित अडथळे असतात. अशी पदं जे मिळवू शकतात, त्यांना त्यांच्या जातीची ओळख सोडावी लागते. ते एका काल्पनिक जगात निनावी वावरत असतात. इथल्या दांभिकतेचा दर्जा पदांच्या ज्येष्ठ-कनिष्ठतेनुसार बदलत जातो. एखादा कनिष्ठ कर्मचारी समाजाकडे, त्याच्यापेक्षा

वरिष्ठ असलेल्या दलित व्यक्तीपेक्षा वेगळ्या दृष्टीनं पाहतो. त्यांचे दृष्टिकोन त्यांच्या जात-वर्गीय पार्श्वभूमीतून घडत असतात.

एका समूहाचे भाग असल्याची जाणीव तिच्याबरोबर फार मोठी शरमेची भावनाही घेऊन येते. त्यामुळे दलित म्हणून ओळखले जाण्याच्या भीतीनं ते आपलं आडनाव लावायचं बंद करतात. हा शिक्षित वर्ग एक असा प्रस्थापित थर बनला आहे, जो सामूहिक हितांपासून अजूनही तुटलेलाच आहे. त्यांच्या आर्थिक परिस्थितीच्या प्रवाहीपणामुळे ते आपल्या मुलांना आपल्या उच्चजातीय सहकाऱ्यांच्या मुलांप्रमाणे वाढवण्याचा पुरेपूर प्रयत्न करतात आणि तेही तशाच कौटुंबिक वातावरणात. ते त्यांच्या मुलांना जातवास्तवापासून जास्तीत जास्त लांब ठेवतात. ते जातीची चर्चाही करत नाहीत आणि बऱ्याचदा आपल्या आडनावांचा त्याग करतात.

आपल्या मुलांना ते खासगी शाळांमध्ये शिक्षण देतात. तिथे ही मुलं त्यांच्या जातीय ओळखीपासून दूर आणि तथाकथित तटस्थ वातावरणात वाढतात. ते एका अलिप्त अशा बुडबुड्यात जगतात. आपल्याच जातीबाबत बोलणाऱ्या इतर दलितांशी ते संवाद तोडतात आणि त्यांना 'जहाल' किंवा 'विद्रोही' घोषित करतात. 'दलितेतर' म्हणून जगताना हे दलित त्यांच्या अज्ञात ओळखीचा फायदा इतर गरीब, कामगारवर्गीय दलितांच्या किंमतीवर घेत राहतात. दलितांचं दमन होत असताना ते कुठलाही आवाज उठवत नाहीत. ते दलितांच्या समर्थनार्थ एकही शब्द उच्चारण्याचं टाळून आपण दलितांबाबत कळवळा बाळगतोय, असं इतरांना वाटणार नाही याची पुरेपूर दक्षता घेतात. सर्वात वाईट प्रकारच्या आर्थिक, जातीय आणि इतर प्रकारच्या शोषणाला सामोरं जाणाऱ्या कष्टकरी दलितांवर ते सगळा दोष टाकायला मागेपुढे पाहत नाहीत. दलितांमधला हा वर्ग पूर्णतः एका अस्मिताहीन, मृतप्राय अवस्थेत आपलं आयुष्य काढतो आणि हेच गुण आपल्या मुलांनाही देतो.

त्यांचं याबाबतचं स्पष्टीकरण हास्यास्पद असतं : 'आम्हाला आमच्या मुलांना, जातीवाचक शिव्या आणि न्यूनगंडापासून 'सुरक्षित' ठेवायचं आहे.' त्यांच्या मुलांना फक्त एखाद्या आरक्षित जागेवरून निवडणूक लढवण्यासाठी उमेदवारी मिळवताना किंवा विवाहासाठी जोडीदार मिळवतानाच आपल्या दलित अस्मितेची आठवण होते. जात तिच्या जातीअंतर्गत विवाहाच्या व्यवस्थेतून टिकून राहते. त्यातूनच हा दलित वर्ग इतर दलित कुटुंबांशी सोयरीक जुळवण्याचा प्रयत्न करतो आणि त्यांच्या मुलांसाठी जोडीदार शोधतो. जेव्हा त्यांना सामाजिक ओळख मिळवायची असते तेव्हाच त्यांना त्यांच्या अस्मितेसाठी स्वतःचा समूह महत्त्वाचा वाटू लागतो.

सुखराम हा राज्यसेवेत कार्यरत असणारा एक दलित उच्च पदापर्यंत पोचला होता. त्याची मुलं आंबेडकर आणि बुद्धाच्या चित्रांनी वेढलेल्या आणि आंबेडकर व बुद्ध जयंती साजरी होणाऱ्या वातावरणात वाढली. मात्र त्याच्या मुलांना ताकीद देण्यात आली होती की, गरीब दलितांच्या मुलांमध्ये फार मिसळायचं नाही. मात्र सुखरामनं दलित मोहल्ल्याशी संपर्क तसाच ठेवला. तो अधूनमधून दुचाकीवरून त्याच्या वस्तीला भेट देत राहायचा.

त्याची मुलं मोठी झाली तसं सुखरामने त्याच्या मुलीसाठी स्थळ शोधायला सुरुवात केली. तो त्याच्या दलितेतर स्नेह्यांवर यासाठी विसंबून राहू शकत नव्हता; कारण त्यांना त्यांच्या मुलानं एका सुशिक्षित पण दलित मुलीशी लग्न करावं, हे मान्य नव्हतं. त्यामुळे त्यानं आपल्याच जातीतले संपर्क वापरून एक चांगला शिकलेला आणि चांगल्या पदावर असलेला मुलगा जावई म्हणून शोधला. त्याच्या गरजेच्या वेळी त्याचा समूहच त्याच्या कामी आला. हे असेच किस्से इतर महत्त्वाकांक्षा बाळगणाऱ्या जातींमध्येही पाहायला मिळतात, जिथं मुलांना समूहापासून अलिप्त ठेवून वाढवलं जातं आणि समूहाशी संबंध तोडलेला किंवा कमी केलेला असतो. त्यामुळे मुलांना त्यांच्या पालकांच्या पार्श्वभूमीची किंवा सामाजिक जीवनाची चिंता न करता जगता येतं.

परिणामस्वरूप, या पगारी दांभिकांना कामाच्या ठिकाणी किंवा इतर कुठेही काही अडचणींचा सामना करावा लागला की, त्यांच्या दलितत्वाला ते पुढं करतात आणि स्वतःला जातिव्यवस्थेचे बळी म्हणून प्रस्तुत करतात. हे कितीही प्रमाणात खरं असलं तरी असे दलित त्यांच्या समूहाशी फक्त त्यांच्या गरजेपुरता संवाद ठेवतात. त्यांच्या उच्चजातीय नेतृत्वाच्या ढुंगणाला चिकटण्याच्या प्रयत्नात स्वत:च्या वाट्याला अपमान किंवा अवहेलना येते तेव्हाच फक्त त्यांना हे समजतं. हे पगारदार दांभिक त्यांच्या समूहाच्या तुलनेत बऱ्या स्थितीत असल्याने ते त्यांच्यातल्या गरीब आणि पिचलेल्या दलितांचा दुस्वास करत असतात. त्यांच्या नैतिक चारित्र्याच्या अभावामुळेच ते समाजाची नैतिकता भ्रष्ट करण्यात विकृत आनंद मिळवतात.

उदा. नोकरशाहीतले पगारदार दलित हे निर्लज्ज जीवांचं उत्तम प्रतीक असतात. हे सक्षम, गुणी, मेहनती लोक स्वत:ला परात्मभाव निर्माण करण्याच्या जातीव्यवस्थेत गुरफटताना पाहतात. त्यांना जात माहीत नाही, असं नाही किंवा त्यांनी त्याचा त्रास कधी सहनच केलेला नाही असंही नाही. पण आजवर त्यांना कळलेलंच नाही की ते तिच्या बेड्यांमधून कधीच सुटू शकणार नाहीत. त्यांना जातीवाचक शब्दांनी हिणवलं जातं आणि त्यांना त्यांचे सहसा दलित नसणारे वरिष्ठ सतत दबावात ठेवण्याचा प्रयत्न करत असतात. ते शांत राहतात कारण

त्यांच्या बाजूनं ना त्यांचे सहकारी असतात ना कोणताही राजकीय पाठिंबा. ते खासगी अवकाशात मात्र या त्रासाबाबत तक्रार करतात. त्यांच्या बाजूनं कोणीही उभं नसल्यानं त्यांच्यात कधीही आपल्या वरिष्ठांना आव्हान देण्याची हिंमत नसते. कुठल्याही आधाराची व्यवस्था किंवा कसलीही पारदर्शकता नसल्यानं उच्चजातीय सहकाऱ्यांकडून त्यांचं असं दमन होत राहतं. हे सहकारी या दलितांना असंवैधानिक वर्तणूक देऊनही, परिणामांची कोणतीही जबाबदारी न घेता, त्यांना हवं तसं वागत राहतात. दलित नोकरशहांसोबतच्या झालेल्या अनेक गप्पांमध्ये मला एक व्यवहार बरेचदा दिसला. ते आसपास बघत, जागेवर अस्वस्थ होत, दबक्या आवाजात त्यांचे अनुभव सांगत असत. कारण त्यांना त्यांचे संवैधानिक अधिकार नाकारले गेल्याबाबत ते तक्रार करत असल्याचं दिसू द्यायचं नव्हतं. अशीच भीती मला हार्वर्डमधील काही सहकारी दलित नोकरशहांमध्ये दिसली. एक असाच दलित नोकरशहा जातीच्या प्रश्नावर बोलताना कुजबुजतच बोलायचा. बोलल्यावर तो लगेच सगळीकडे बघायचा आणि त्याला आणि त्याच्या समूहाला त्रास देत असलेल्या मुद्द्यावर बोलताना त्याला कोणी बघितलं तर नाही ना हे तपासायचा.

जातिव्यवस्थेनं या पगारदार दांभिकांच्या बौद्धिक श्रमाची आणि कर्तृत्वाची बरीच अवहेलना केली आहे. त्यांनी त्यांच्या नोकऱ्यांमध्ये योग्य पदं मिळवली असली आणि तो त्यांच्या मेहनतीचा परतावा असला तरीही ते या उच्चजातीयांच्या वर्तुळांमध्ये जातीवादाच्या विरोधात एक शब्दही उच्चारू शकत नाहीत. एक अलिखित नियम त्यांना त्यांच्या धार्मिक आणि सामाजिक अस्मिता सार्वजनिक ठिकाणी बाळगण्यास मनाई करतो. या कारणानं, त्यांच्यातील अनेकजण एका भरकटलेल्या ओळखीत जगत असतात. ना त्यांना त्यांच्या उच्चवर्णीय सहकाऱ्यांकडून समान समजलं जातं ना त्यांच्या स्वत:च्या समूहाकडून. त्यामुळंच निवृत्ती-पश्चात ते समूहाला मदत करण्यासाठी एखादी 'एनजीओ' किंवा एखादी खासगी पैशावर चालणारी संस्था काढतात.

उदाहरणार्थ, २०१७ मध्ये बंगळुरूमध्ये एकदा मी एका खोलीत प्रशासनात काम केलेल्या निवृत्त दलित कर्मचाऱ्यांशी बोलत होतो. त्यांची वैयक्तिक इप्सितं साध्य झाली आहेत, अशी त्यांची समजूत होती आणि आता त्यांना समूहाकडं वळायची इच्छा होती. त्यांच्यातील बहुतेकजण साठीत पोचले होते, पण तरी ते एखाद्या तिशीतल्या व्यक्तीची ऊर्जा दाखवत होते. त्यांनी एक 'एनजीओ' आणि एक 'कामगार कल्याण निधी' स्थापन केला होता. त्यांना याचा वापर दलित विद्यार्थ्यांना मदत करण्यासाठी करायचा होता आणि त्यांनी त्याबाबत माझा सल्ला विचारला. या निवृत्त झालेल्या माणसांकडे प्रचंड शक्ती होती; पण हीच शक्ती

त्यांच्याकडे ते नोकरीत असताना नव्हती. जरी त्यांना काहीतरी करण्याची इच्छा असली तरीही त्यांची वेळ चुकीचीच ठरली. जेव्हा ते अधिकारी पदावर होते, तेव्हा त्यांना दलित विद्यार्थ्यांसाठी काही प्रागतिक धोरणं राबवता आली असती किंवा दलित विद्यार्थ्यांना संपूर्ण शिष्यवृत्ती मंजूर न करता किंवा ती वितरीत न करता या विद्यार्थ्यांना त्रस्त करणाऱ्या विभागांना धारेवर धरता आलं असतं. त्याहून पुढं जात त्यांना विद्यापीठाच्या आवारामध्ये दलित विद्यार्थ्यांना सुरक्षितता देण्यासाठी कडक नियम करणारे शासकीय आदेश देता आले असते किंवा त्यांना दलित विद्यार्थ्यांच्या हितांवर होणाऱ्या प्रत्येक शासकीय हल्ल्याचा प्रतिकार करण्यासाठी संघटना बांधता आली असती.

याउलट अनेक नव्या शिष्यवृत्ती योजना, अगदी परदेश शिक्षणाच्या सुद्धा, इतर दलित नोकरशहांनी वेळप्रसंगी स्वत:ची नोकरी गमावूनही, तयार केल्या आहेत. त्यांच्या प्रखर व्यावसायिक नैतिकतेमुळे ते यशस्वी होऊ शकले.

तिसऱ्या पिढीतले दलित[९]

तिसऱ्या पिढीतले दलित हे बहुतेकदा त्यांच्या पालकांचा दृष्टिकोन, त्यांची जीवनशैली, रीतिरिवाज आणि समाजप्रतीची धारणा वारशाने मिळवतात. बऱ्याचदा, सुशिक्षित आणि पगारी नोकरीत असलेले पालक त्यांच्या मुलांना जातीची ओळख वर्गीय, म्हणजे फक्त दारिद्र्याशी संबंधित प्रश्न अशी करून देतात. त्यामुळे ते असा अर्थ लावतात की भारतात आर्थिक धोरणांच्या अपयशामुळे भीक मागण्याचं प्रमाण कमी करता आलेलं नाही. मात्र निम्न-जातीय समूहांना आर्थिक परावलंबितेकडे नेणाऱ्या सामाजिक कमतरतांबाबत बोललं जात नाही. त्यामुळं तिसऱ्या पिढीतले दलित हे वर्गीयदृष्ट्या सजग आणि जातीबाबत मात्र अजाण असतात. त्यामुळं ते समाजातील वर्गीय रचनांना दलितांसाठी प्रगतीचा मार्ग मानतात. त्यांच्या वर्गीय स्तरावर नसणाऱ्या दलितांशी त्यांना काही देणं-घेणं नसतं. ते सुखासीन आणि उत्तम प्रतीचं आयुष्य जगत असतात. त्यांच्यातले अनेक खासगी क्षेत्रात नोकरी मिळवतात आणि त्यांचं समाजातील अस्तित्व अधोरेखित करणं बंद करतात.

२०१८ मध्ये ऑस्ट्रेलियाच्या सफरीवर असताना मी अशाच एका तिसऱ्या पिढीतल्या, शिक्षित दलित व्यक्तीला, साकेतला भेटलो. त्याने स्वत:चं चांगलं बस्तान बसवलं होतं. ऑस्ट्रेलियातल्या एका नामांकित विद्यापीठातून त्याने अभियांत्रिकीत डॉक्टरेट मिळवली होती. त्यानं प्रामाणिकपणे हे कबूल केलं की, तो तुलनेनं एका बऱ्या पार्श्वभूमी असणाऱ्या परिवारात वाढला. त्याचे आई-वडील दोघंही बँकिंग क्षेत्रात व्यवस्थापकीय पदांवर होते. त्याला अमेरिकेतलं

आणि हार्वर्ड विद्यापीठातलं आयुष्य जाणून घेण्याचं औत्सुक्य होतं. आम्ही बोलत गेलो तसं मी त्याला त्याच्या आई-वडिलांबाबत आणि त्यांच्या समाजप्रतीच्या भूमिकेबद्दल विचारलं. त्यानं अडखळत सांगितलं की त्याचे आई-वडील झोपडपट्टीत जाऊन अधून मधून तिथल्या शाळेत जाणाऱ्या मुलांना बूट आणि कपडे भेट देतात. 'ते दरवर्षी आंबेडकर जयंतीला हे करतात,' साकेत उत्साहानं म्हणाला. त्यानंतर तो मला त्याच्या आयुष्याबाबत आणि विद्यार्थी म्हणून आलेल्या अडचणींवर तपशीलवार सांगू लागला. त्यानं एकदाही त्याची ओळख दलित म्हणून सांगितली नव्हती. तो शोषित लोक, वंचित लोक असे सौम्य पर्यायी शब्द वापरायचा. दलितांचं वर्णन करण्यासाठी योग्य शब्द शोधताना चाचपडायचा. त्याला दिल्लीमध्ये जो भेदभाव सोसावा लागला त्याचं कारण त्याच्या त्वचेचा रंग होता. त्यानं त्याला खावं लागलेलं अन्न आणि डेट केलेल्या मुली यांबाबतही तक्रार केली. साकेतनं सांगितलेल्या अडचणी या कुठल्याही मध्यमवर्गीय भारतीयाच्या अडचणी असू शकल्या असत्या. त्याला भ्रष्टाचार संपवण्याचा दावा करणाऱ्या, वेळेवर सेवा पुरवणाऱ्या 'आम आदमी पार्टी'च्या राजकारणाबाबत आकर्षण होतं, कारण त्याच्या शहरातल्या एका महसूल कार्यालयात उत्पन्नाचा दाखला मिळवताना त्याला वाईट अनुभव आला होता. त्यातून त्यानं निष्कर्ष काढला की सरकार भ्रष्ट आहे आणि ते ठीक करण्याची गरज आहे. त्याला मध्यमवर्गीय राजकारणात रस होता. त्यानं टीव्हीवर उदारमतवादी उमेदवारांचं समर्थन करणाऱ्या चर्चा बघितल्या. मात्र दलितांचा दृष्टिकोन समजून घ्यायचा फारसा प्रयत्न केला नाही.

मी न्यू यॉर्कमध्ये आणखी एका व्यक्तीला भेटलो. केतन, एका सरकारी अधिकाऱ्याचा मुलगा आणि तिसऱ्या पिढीचा दलित. केतन पुण्यात वाढला आणि अमेरिकेतील 'आयव्ही लीग स्कूल'मध्ये शिकला. तो कॉस्मॉपॉलिटन मुलगा म्हणूनच वाढवला गेला होता. त्याला 'हेवी मेटल संगीत' आणि 'जादुई वास्तववादी साहित्या'ची आवड होती. त्याचे पालक जातीच्या प्रश्नाबाबत संवेदनशील होते. केतनला मात्र भारतातल्या प्रश्नांशी जोडून घ्यायला अवघड वाटत असे. तो भारतीय राजकारणाच्या शोचनीय अवस्थेबाबत खेद व्यक्त करत असे. जेव्हा त्याला त्यावर उपाय विचारला तेव्हा त्याने राजकारणात जात, धर्म आणि प्रादेशिकतेनं घातलेल्या फुटीचा मुद्दा मांडला. केतननं पहिल्यांदाच जातीच्या प्रश्नाचा उल्लेख केला होता. मी त्या विषयावर आणखी विचारलं तेव्हा तो म्हणाला की, भारतीय राजकारणामुळेच जातीव्यवस्था टिकून आहे. त्याच्या या भूमिकेसारखीच भूमिका मी उच्चजातीय विद्यार्थी वर्तुळांमध्ये बरेचदा ऐकली आहे.

यात आणखी एक वर्गीकरण आहे– तिसऱ्या पिढीचे सुशिक्षित दलित मिलेनियल्स, जे या आधीच्या तिसऱ्या पिढीच्या दलितांपेक्षाही जास्त चांगल्या

परिस्थितीत जगतात. या दलितांचा जन्म तंत्रज्ञानाच्या सहज उपलब्धतेत, भौतिक सुखांमध्ये आणि सक्षम सामाजिक अवकाशात होतो. यातील बहुतांश दलित हे इंग्रजी माध्यमांच्या शाळेत मोठे होतात. ते शहरी भागात राहत असतात आणि त्यांचं कुटुंब आर्थिक सुबत्तेत जगत असतं. त्यांची कुटुंब आणि वर्गीय संबंध त्यांचं रक्षण करतात. मोठ्या प्रमाणावर हिंदू प्रभाव असलेल्या वसाहतींमध्ये किंवा सोसायट्यांमध्ये वाढल्याने त्यांच्या घरात ते हिंदू रीतीरिवाजांचं अनुकरण करतात. उदा. शाकाहार, विशिष्ट देवतांची पूजा, उपास आणि विशिष्ट धार्मिक स्थळांना भेट.

या दलित तरुणांचं सामाजिक आणि सांस्कृतिक आयुष्यही त्यांच्या उच्चजातीय वर्तुळांपुरतं मर्यादित राहतं. ते स्वतःचं भविष्य त्यांच्या उच्चजातीय मित्रांसोबत पाहतात. मग अनेकजण भारतातील चांगल्या महाविद्यालयांमध्ये जातात किंवा उच्च शिक्षणासाठी परदेशी जातात. कधी त्यांना आरक्षणाची सुविधा मिळते, बऱ्याचदा मिळत नाही. त्यांची भारतीय सामाजिक संबंधांबाबतची समज ही स्वानुभवांतून आलेली नसते. त्यांना त्याबाबत पुस्तकी कल्पना असते. त्यांना जगाचं ज्ञान बहुतेकदा लोकप्रिय सांस्कृतिक माध्यमं किंवा समाजमाध्यमांतून होत असतं. त्यांच्या उच्चभ्रू जीवनशैलीमुळे या वर्गातील दलित हे एक जातीविरहित, कॉस्मॉपॉलिटन जीवन जगतात. ते समाजाच्या जातीय मानसिकतेबाबत अनभिज्ञ असतात किंवा तिकडे दुर्लक्ष करतात. त्यांचे संदर्भ बहुतेकदा पाश्चिमात्य भूगोलातले असतात. पश्चिम गोलार्धातील सामाजिक उपक्रमांचा प्रभाव असल्याने अनेकांना आपल्या सामाजिक प्रश्नांबाबत 'वोक' (सामाजिक न्याय, वंशभेद याबाबतची जागृती) असल्याची जाणीव असते. हे 'वोक' नागरिक त्यामुळेच 'एलजीबीटीक्यूए' समूहांच्या अधिकारांसाठी लढताना दिसतात. ते भारतातील ख्रिस्ती आणि मुस्लीम बांधवांशी सहवेदनाही दाखवताना दिसतात आणि काही तर भारताबाहेरील समूहांच्या प्रश्नांबाबत, उदा. उत्तर अमेरिका, ॲमेझॉन खोरं, मध्य-पूर्व किंवा आफ्रिकेतील समूहांबाबत काम करताना दिसतात.

हे तिसऱ्या पिढीतले दलित मिलेनियल्स समाजातील महत्त्वाच्या अशा जातीय प्रश्नांकडे बघतात तेव्हा त्यांना एक तुटलेपण जाणवतं. त्यांचा अजातीय शहरीपणा त्यांना त्यांच्या ऐतिहासिक स्मृती आणि सामाजिक स्थितीपासून वेगळं करतो. त्यांच्यासाठी जातीचा उल्लेख तेव्हाच होतो जेव्हा ते त्यांच्या आजी-आजोबांबाबत बोलत असतात. मात्र त्यांना त्यांच्याबाबत सहवेदना वाटतेच असं नाही. परिणामी, त्यांचं जातीआधारित प्रश्नांबाबतचं आकलन हे दयाळूपणाचं असतं. एखाद्या मसीहा-समाजसेवकासारखं. हे दलित, त्यांच्या जातीच्या ओळखीतून उभे राहिले असले तरी जातीअंतबाबत त्यांच्याकडे कोणतीही दृष्टी किंवा कार्यक्रम

नसतो. मोठ्या दलित समाजाशी त्यांना जोडून घेता येत नसल्याने दलित चळवळीशी त्यांना काही देणं-घेणं नसतं. ते आपल्या दलित बांधवांना झेलाव्या लागणाऱ्या जातीय शिव्या-शापांचे मूकदर्शक बनून राहतात. दलितांची ही पिढी विशिष्ट स्वातंत्र्याच्या शक्यतांची वाट तर बघत असते; पण त्यात गरीब दलितांच्या उत्थानाला जागाच नसते.

स्व-केंद्रित दलित

भारतातल्या आरक्षणाच्या धोरणांसंबंधी काही दलितांची भूमिका दुहेरी स्वरूपाची आहे. आपल्या यशाची परिमाणं व्यक्तिकेंद्रित यशामधूनच निर्माण होतात, असा त्यांचा समज आहे. सुरुवातीला आपल्या हक्कांच्या रक्षणार्थ भिंत बनून उभे राहिलेले आणि स्वातंत्र्याचा पुरस्कार करणारे सुशिक्षित दलित सार्वजनिक धोरणांमधील राज्याचा हस्तक्षेप कमी करण्यासाठी प्रयत्नशील असलेल्या, मुख्य प्रवाहातील ब्राह्मणी बाजारपेठेचं समर्थन मिळताच सनातनी मूल्यं कवटाळतात. ते इतर कुठल्याही संरचनात्मक असमानतेपेक्षा 'मेरिट'वर अधिक भर देतात. या बाजारपेठेत मिळालेलं स्थान त्यांना एका नफाभिमुख भविष्याकडे घेऊन जातं. दलितांनी आळस झटकून कठोर परिश्रम घेण्यास सुरुवात करायला हवी, असा सल्ला देऊन ही बाजारपेठ आधीच दु:खानं पिचलेल्या दलितांवर आणखी भार टाकते. कठोर मेहनत, आळस, अक्षमता आणि फुकट मिळणाऱ्या गोष्टी यांची नवीन रूपकं शिकल्यानंतर नुकतेच ब्राह्मणी बाजारपेठेत सामील झालेले दलित आपल्या इतर दलित बांधवांमध्येही हे गुण शोधू लागतात. आपलं स्थान पक्कं करण्यासाठी धडपडत असलेल्या एखाद्या दलित मित्राला प्रोत्साहन किंवा मदतीचा हात देण्याऐवजी ते इतर दलितांमध्ये वर नमूद केलेले साचेबद्ध गुण शोधत राहतात. ब्राह्मणी बाजारपेठेत मर्यादित प्रमाणात यशस्वी झालेल्या दलितांना, त्यांच्या समाजातील आदर्शांच्या स्वरूपात या बाजारपेठेच्या व्यवस्थापकांकडून परत त्यांच्या इतमामात पाठवलं जातं. ही 'आदर्श व्यक्तिमत्त्वं' त्यांच्या समाजानं त्यांच्या वतीनं केलेले त्याग नमूद करण्यास पार विसरून जातात. या दलितांच्या व्यावसायिक, सार्वजनिक आणि खासगी क्षेत्रांतील अनेक यशोगाथा ब्राह्मणी बाजारपेठेच्या जीवनशैलीद्वारे स्वत:चं उत्थान करून घेणाऱ्या दलितांची उदाहरणं आहेत. यातून ते ब्राह्मणी बाजारपेठेचा अजेंडा पुढे रेटत असतात.

एखाद्या स्वकेंद्रित दलिताचा सल्ला घेण्यासाठी किंवा त्याच्याकडून मदत मागण्यासाठी गेलेल्या दलिताला आपल्या निकृष्ट स्थितीपासून दूर कसं राहावं याचे धडे दिले जातात आणि आपल्या दलित असण्याचा उच्चार केल्याबद्दल

त्याची कानउघाडणीदेखील केली जाते. अमेरिकेतील अभिजन विद्यापीठातून पीएच.डी. करणाऱ्या एका दलित विद्यार्थ्याला त्याच्या दलित अभिजनांच्या समुदायाचा फायदाच झाला. 'आयव्ही लीग विद्यापीठा'तून आपली पीएच.डी. पूर्ण केलेल्या दलित सहकाऱ्याकडून समुपदेशन घेतल्याचा, त्याला स्टेटमेंट ऑफ पर्पज (प्रकल्प उद्देशिका) व शिफारसपत्राच्या बाबतीत खूप फायदा झाला. त्याचं मार्गदर्शन घेण्यासाठी विनवण्या करणाऱ्या पुढच्या पिढ्यांना समजावण्यात त्यानं आपला वेळ कधीही खर्च केला नाही. त्याचे सल्ले घेण्यास उत्सुक असणारे दलित विद्यार्थी अत्यंत आळशी आणि अविश्वासू असल्याचं त्यानं मला एकदा सांगितलं होतं. 'ते नेहमीच मला असे सल्ले विचारत राहिले. पण या सल्ल्यांचं त्यांनी कधीही पालन केलं नाही. मग, मी त्यांना मार्गदर्शन करणं सोडून दिलं. त्यांना सगळं आयतंच हवं असतं.' यानंतर त्यानं त्याचा प्रवास कथन केला. तो भारतात विद्यार्थीदशेत असताना कधीही स्वयंप्रेरणेनं अभ्यास करत नसल्याचं तो म्हणाला. तो एका सर्व सुखसोयींनी सज्ज अशा शाळेत गेला असला, तरीही त्याचे प्रशिक्षक आणि मार्गदर्शक तितकेसे प्रोत्साहन देणारे नव्हते. त्याच्या शाळेतील वातावरणानं त्याला परदेशी जाऊन शिक्षण घेण्यासाठी कधीही प्रोत्साहन दिलं नाही. दुसरीकडे, त्याच्या काही दलित मित्रांपैकी एक मित्र त्याच्यासाठी मार्गदर्शक ठरला होता.

अनेक गरीब, ग्रामीण आणि शहरी भागांतल्या दलित विद्यार्थ्यांना सामना करावा लागणाऱ्या सांस्कृतिक भांडवलाच्या अभावाची झळ अनुभवूनसुद्धा या पीएच.डी. च्या दलित विद्यार्थ्याला त्या अभावाची तीव्रता समजू शकली नाही. ज्या दलितांनी गरीब आणि संघर्षरत असलेल्या दलितांच्या बाजूनं ठामपणे उभं राहायला हवं होतं आणि त्यांच्या उज्ज्वल भविष्यासाठी आपला वेळ द्यायला हवा होता त्यांनीच या दलित विद्यार्थ्यांवर आत्मविश्वास, आळशीपणा आणि कठोर परिश्रम ही परिभाषा वापरत आरोप केले. या दलित विद्यार्थ्यानं ब्राह्मणी बाजारपेठेचं तर्कशास्त्र परिणामकारकरित्या आत्मसात केलं होतं.

असंच आणखी एक उदाहरण मला आठवतं. हे उदाहरण आहे जर्मनीमध्ये शिकत असलेल्या एका दलित पोस्ट डॉक्टरल अभ्यासकाचं. तो भारतातील सर्वोत्तम शाळांपैकी एका शाळेमध्ये शिकला होता आणि त्याने नॉर्वेमध्ये पीएच.डी.चा अभ्यासक्रम पूर्ण केला होता. त्याचं यश डोक्यावर घेणाऱ्या माध्यमिक शाळेतील अनेक मित्रांचा मोठा गोतावळा त्याच्यासोबत होता. पीएच.डी.च्या अंतिम वर्षात असताना तो अमेरिकेमध्ये, विशेषत: हार्वर्ड विद्यापीठात पोस्ट डॉक्टरल शिक्षण घेण्यासंबंधी सल्ला घ्यायला माझ्याकडे आला. भारतामध्ये एका खासगी शाळेत शिकणारा एक दलित विद्यार्थी म्हणून त्याला आलेले अनुभव त्यानं माझ्यासमोर

मांडले आणि त्याचे कुटुंबीय कट्टर आंबेडकरी बौद्ध असूनदेखील, त्याची ओळख ठामपणे सांगितल्यानंतर त्याला कशाप्रकारे एकटं पाडलं गेलं हेदेखील त्यानं सांगितलं. जसजशा गोष्टी पुढे सरकल्या आणि आमच्यामधील समान बाबींची देवाण- घेवाण झाली तसं मी त्याला त्याच्या अभ्यासशाखेची पार्श्वभूमी असणाऱ्या काही विद्यार्थ्यांना पीएच.डी.चा अभ्यास पूर्ण करण्यासाठी मार्गदर्शन करण्याचा सल्ला दिला. त्यावर त्यानं त्याच्यातला सुप्त तिरस्कार तात्काळ दाखवून दिला. आपण दलित आणि दलितेतर असा भेदभाव करत नसल्याचं त्यानं स्पष्ट केलं. 'दलितांना परदेशात राहून शिक्षण घ्यायचं असेल तर त्यांनी स्वत:च्या आयुष्याकडे गंभीरपणे पहायला हवे. ही काही सोपी गोष्ट नव्हे, हे एक प्रचंड मोठं काम आहे.' असं म्हणून त्यानं स्वत:ची जबाबदारी पूर्णपणे झटकून टाकली आणि आपल्या दलित सहकाऱ्यांसाठी काहीही करण्यापासून स्वत:ची सुटका करून घेतली. त्यानंतर जरी आम्ही संपर्कात राहिलो असलो आणि मी त्याला मदत केली असली तरीही, त्यानं त्याच्याकडे समूहाच्या एकात्मतेच्या दृष्टिकोनातून न पाहता आपल्या वैयक्तिक यशाचा परिणाम म्हणून पाहिलं होतं. त्याची वैयक्तिक कामगिरी प्रशंसनीय होती, हे जरी खरं असलं तरीही लोकांनी नोकऱ्यांसाठी त्याची शिफारस करताना तेवढी एकच गोष्ट गृहीत धरली नव्हती, हेही तितकंच खरं आहे.

असे लोक आपल्या दलित असण्याचा पुरेपूर फायदा घेताना दिसतात; परंतु भविष्यात आपली कारकीर्द घडवताना मात्र ते त्याच समाजाला नाउमेद करतात आणि त्यांना तुच्छ लेखतात. ब्राह्मणी बाजारपेठेच्या वर्चस्वाच्या अधीन झाल्याने ते इतके असुरक्षित झाले आहेत की, आपली विश्वासार्हता टिकवून ठेवण्यासाठी आपल्या दलित सहकाऱ्यांना दोष देत राहणं एवढा एकच मार्ग त्यांच्याकडे उरला आहे. म्हणूनच ते आरक्षणाच्या व्यवस्थेविरुद्ध देखील आवाज उठवतात. आरक्षण व्यवस्थेमुळे इतर स्पर्धाकेंद्रित वर्चस्ववादी जातींच्या डोळ्यांतली दलितांची प्रतिमा ढासळते आहे, असं त्यांना वाटतं. कठोर परिश्रमांतूनच गुणवत्ता मिळवता येते आणि स्पर्धात्मक युगात कठोर परिश्रमांचं फळ नक्कीच मिळतं, हे त्यांना तंतोतंत पटलं आहे. गुणवत्तेचे सर्व निकष दलितांच्या उद्धाराला विरोध करण्यासाठी वापरले जातात, याची त्यांना जाणीव होत नाही. भांडवलवादी ब्राह्मणी बाजारपेठेत जात आणि भांडवल यांना कठोर परिश्रमांच्या मिथकापेक्षा जास्त किंमत आहे. सुखदेव थोरात आणि पॉल ॲटवेल[१०] यांनी केलेल्या अभ्यासातून असं निष्पन्न झालं होतं की, नोकरीच्या नियुक्त्यांमध्ये काही लोकांना झुकतं माप देण्यात आलं होतं. सर्व उमेदवार उच्चशिक्षित आणि योग्य ती पात्रता असणारे असले तरी एखाद्याला नोकरी देताना नियुक्तीच्या अगदी पहिल्या पायरीवर देखील त्याचा

वर्ग, जात आणि धर्म या गोष्टींना विशेष महत्त्व देण्यात आलं होतं. तुलनात्मकदृष्ट्या दलित आणि मुस्लीम उमेदवारांना मुलाखतीचं बोलावणं यायची शक्यता कमी होती. जेव्हा एखादा सर्व दृष्टीने पात्र दलित उमेदवार, गुणवत्तेच्या बाबतीत अगदीच जेमतेम असलेल्या परंतु हिंदू धर्मातील वर्चस्ववादी जातीच्या उमेदवारासमोर उभा ठाकतो, तेव्हा त्या वर्चस्ववादी जातीच्या सुमार मुलालाच मुलाखतीचं बोलावणं येण्याची शक्यता अधिक होती.

सार्वजनिक आणि खासगी क्षेत्रांत दलित आणि आदिवासी कामगारांच्या बाबतीत पराकोटीचा भेदभाव केला असल्याचं एस. माधेस्वरन आणि पॉल ॲटवेल[११] यांनी केलेल्या आणखी एका अभ्यासातून स्पष्ट झालं आहे. दलित, आदिवासी, मुस्लीम आणि इतर मागासवर्गीय गटांतील कर्मचाऱ्यांना कामगारांच्या बाजारपेठेत समान संधी मिळवून देण्याच्या दृष्टीनं तयार केलेल्या आरक्षणाच्या धोरणांच्या अंमलबजावणीतील गलथानपणा यावरून सिद्ध होतो.

स्व-केंद्रित पुराणमतवादी दलितांना असं वाटतं की दलितांनी अपयशाची जबाबदारी घ्यावी. त्यांच्या स्वत:च्या अपयशाचा परिणाम म्हणून नव्हे तर जातीयता आणि पितृसत्तेचं संस्थाकरण करणारं व्यवस्थात्मक अपयश म्हणून. या वर्गातले दलित भांडवलशाहीतून मिळणाऱ्या फायद्यांची स्वप्न पाहतात. त्यांच्यासाठी यश ही अंतिम पायरी असते. समृद्ध परंपरा आणि नैतिक मूल्यं हे समाजाला बांधून ठेवणारे यशाचे मापदंड वैयक्तिक हव्यासापोटी नाकारले जातात. दलित जे काही यश प्राप्त करतो, ते त्याच्या किंवा तिच्या यशासाठी समूहाने केलेल्या संघर्षाचं फलित असतं. त्याग, चिकाटी, प्रेम आणि परिश्रम या मूल्यांबरोबरच निकोप स्पर्धा, आदर आणि प्रतिष्ठा हे घटक त्यांचं त्यांच्या पूर्वजांच्या कौशल्यांशी असलेलं नातं अधोरेखित करतात.

स्वकेंद्रित दलित 'राष्ट्राचं स्थान' किंवा 'राष्ट्रवादाचे घटक कोणते' याविषयी बोलण्याआधी संपूर्ण राष्ट्राविषयी बोलतात. ते एका अखंड भारतीयत्वाच्या भावनेतून स्वत:च्या अस्तित्वाचं प्रदर्शन करत असतात. ही भावना 'धर्मनिरपेक्ष' दृष्टिकोनाच्या बुरख्याखालची जाती-केंद्रित संरचना आहे. यात असमानता किंवा सांस्कृतिक वैविध्य निर्माण करणारे जातीय भेद लक्षातच घेतले जात नाहीत. या वर्चस्ववादी बहुसंख्याकांबरोबर सहज ओळख मिळाल्यामुळे स्व-केंद्रित आणि पुराणमतवादी दलितांमध्ये आंतरराष्ट्रीय दूरदृष्टीचा मोठ्या प्रमाणात अभाव दिसतो. जगभरातील इतर शोषित समूहांच्या वेदनेशी त्यांचं नातं निर्माण होऊ शकत नाही. हिंदू बहुसख्यांक दृष्टिकोनाशी जुळवून घेताना, मुस्लिमद्वेषावरून उपस्थित झालेल्या मानवी हक्काच्या समस्येसारख्या जागतिकदृष्ट्या चिंतेच्या विषयावर भाष्य करण्याचं टाळण्यातून आणि जगभरातील वादग्रस्त प्रदेशांसाठी चाललेल्या राजकीय युद्धांवर

येणाऱ्या दलितांच्या प्रतिक्रियांवरून हे दिसते. याचं कारण, दलितांचं द्विधा मन:स्थितीतलं कोंडलेपण आहे. अलीकडच्या काळात दलितांच्या बाबतीत निर्माण झालेली एक भावना म्हणजे ते 'राष्ट्रद्रोही' आहेत. याचं कारण म्हणजे दलितांचे राज्यव्यवस्थेशी सतत होणारे संघर्ष. या संघर्षांमुळे दलितांच्या सुस्थितीवर वारंवार आघात होत राहतात आणि राज्यव्यवस्थेच्या संसाधनांपर्यंत पोचणं त्यांना शक्य होत नाही. दुसरं कारण म्हणजे 'उच्चभ्रू सत्ताधाऱ्यांना आवडणार नाही' या शंकेने आपलं खरं मत प्रदर्शित न करता प्रवाहाच्या दिशेनेच जाणारी भूमिका घेण्याची त्यांची आत्यंतिक गरज. अशी परिस्थिती उद्भवण्याचं एक मुख्य कारण म्हणजे दलित उदारमतवादी आणि जहाल दलित यांचा अवकाश निर्माण होऊ न शकणं. क्रांतीच्या प्रत्येक दिशेच्या आड एखाद्या अढळ भिंतीप्रमाणे उभ्या असलेल्या जाति-आधारित अतिसूक्ष्म वेदनांचा विचार न करता जहाल दलित वर्गानं आर्थिक उद्धाराविषयी भाष्य केलं आणि उदारमतवादी दलितांनी आपल्या समाजाच्या उद्धाराची संपूर्ण जबाबदारी राज्यव्यवस्थेवर सोपवली. दलितांच्या प्रगतीच्या विरोधात कार्यरत असणाऱ्या राज्यव्यवस्थेच्या रचनेला अजिबात आव्हान न देता राज्यावर संपूर्णपणे विश्वास ठेवावा, असं त्यांनी दलितांना आवाहन केलं. महत्त्वाच्या सामाजिक, आर्थिक आणि सांस्कृतिक घटकांकडे दुर्लक्ष केल्यामुळे किंवा काही वेळा कुठल्यातरी एकाच घटकावर जास्त भर दिल्यामुळे 'जैसे थे' भूमिका घेणाऱ्यांना स्व-केंद्रित पुराणमतवादी दलितांना आपल्या बाजूला वळवून घेण्याची मुभा मिळाली. दलित वर्गात निर्माण झालेल्या विविध प्रकारच्या परिस्थिती, आक्रमक जातीयतेच्या दबावाखाली आलेला हा एक वैविध्यपूर्ण समूह आहे हे सुचवतात.

अपायकारक दलित

जातीयतेच्या अनुभवाची दखल घेऊ न शकलेले अनेक सुशिक्षित, उच्चभ्रू दलित समाजासाठी अपायकारक आणि भारभूत असतात. समूहांतील इतर दलितांना आवाज उठवण्यासाठी योग्य दिशा दाखवण्याऐवजी हे उच्चभ्रू, सुशिक्षित दलित स्वत:च आपल्या समाजाचे प्रवक्ते बनतात. त्यांना चांगल्या शाळेत जाऊन वर्चस्ववादी जातींच्या लोकांशी संबंध प्रस्थापित करण्याची संधी मिळाल्यानं त्यांची कल्पनाशक्ती जातीच्या तंत्र-आधुनिक कॉस्मोपॉलिटिनिझमपुरती संकुचित राहते. हा जातीनिरपेक्ष, सर्वांचं स्वागत करणारा असा अवकाश प्रत्यक्षात अस्तित्वात नसला तरी त्यांच्या कल्पनेत जरूर अस्तित्वात असतो.

उदाहरणार्थ, रोहित वेमुला चळवळीदरम्यान दलितांनी आपल्या प्रादेशिक

सीमा ओलांडून नवे नातेसंबंध प्रस्थापित करायला सुरुवात केली. त्यातून दलित बहुजनांच्या आणि आंबेडकरवाद्यांच्या आस्थेच्या प्रश्नांशी संबंधित नवीन भाषा तयार होऊ लागली. या धामधुमीत अनेकांनी समाजमाध्यमांद्वारे नवीन, आत्मविश्वासपूर्ण संबंध प्रस्थापित केले. प्रोफाइलमागील माणसाला प्रत्यक्षात न भेटता लाइक्स, री-ट्विट्स आणि खासगी मेसेजेसमधून विश्वास दृढ होऊ लागला. एकेकाळी टीव्हीवर जे दाखवलं जाईल त्यावर लोक विश्वास ठेवायचे. जाहिरातींपासून सिनेमा आणि मालिकांपर्यंत. आज समाजमाध्यमांबाबत हेच होतं आहे. समाजमाध्यमांवरील समूहांमध्ये होणाऱ्या सगळ्या चर्चा खऱ्या मानल्या जातात. त्यांची विश्वासार्हता सहसा तपासली जात नाही. चिथावणीखोर प्रतिक्रिया किंवा सर्जनशील पोस्ट्स लिहिणारी कोणतीही व्यक्ती दलितांच्या समाजमाध्यमाच्या जगाचा नेता बनते. मात्र आपल्या एखाद्या नवीन समर्थकाची प्रोफाइल माहीत नसण्यातून दलित खासगी अवकाश विविध प्रकारे असुरक्षित होतं.

जानेवारी २०१६ मध्ये रोहित वेमुलाच्या आत्महत्येनंतर इंग्रजी माध्यमातून शिक्षण घेतलेल्या दलितांनी त्या प्रकरणावर निर्भीडपणे आणि तिखट प्रतिक्रिया देण्यास सुरुवात केली.[१२] त्यामुळे दलितेतर वर्गाचं वर्चस्व असलेल्या इंग्रजी माध्यमांचं लक्ष वेधलं गेलं. तरुण दलित, नोकरदार लोक आणि सर्वाधिक असुरक्षित लोकांच्या हत्येवर पोसल्या जाणाऱ्या 'दलित हत्या बाजारा'चा फायदा घेण्यासाठी या माध्यमांनी दलित तरुणांच्या प्रतिक्रिया घ्यायला सुरुवात केली. बरेचसे दलित, जे धैर्याच्या भाषेत आपला स्वर उंचावू शकले, त्यांना ओळख मिळाली ती प्रामुख्याने त्यांनी गोळा केलेल्या सांस्कृतिक भांडवलाच्या आधारे. इंग्रजी माध्यमातून शिक्षण घेतलेल्या आणि आतापर्यंत जातीयतेबाबत मौन बाळगणाऱ्या सुखवस्तू दलित कुटुंबांत वाढलेल्या मुलांना आता दलित समाजावर होणाऱ्या अन्यायाविरोधात आवाज उठवण्यासाठी सांगितलं जात होतं. यापैकी अनेक दलितांनी जातीचा अनुभव जगण्यातून नव्हे तर वर्गीय आणि वर्णीय न्यूनगंडाच्या रूपानं घेतला होता. जात ही जन्मापासूनच माणसाला चिकटलेली असल्यानं त्वचेचा रंग किंवा वंश यांसारख्या बाह्य घटकांच्या रूपात ठळकपणे दिसून येत नाही, ज्या आधारे तुम्हाला एखाद्या गटातून बाहेर फेकता येईल. अनेक दलित तरुणांनी आपल्या प्रतिक्रियांमधून असं सांगितलं की, दलित अस्मितेविषयी काहीही जाणून घेण्यासाठी कोणत्याही प्रकारचा दबाव त्यांच्यावर कधीच टाकला गेला नाही आणि त्यांनीही त्याविषयी काहीही जाणून घेण्याचा कधी प्रयत्न केला नाही. दलित असण्याच्या अनुभवाचं सिद्धांतन करण्यास सांगितलेले हेच ते लोक होते.

म्हणूनच, अनेक लोकांनी ग्रंथालयातून किंवा विकत घेऊन दलित साहित्य

वाचण्यास सुरुवात केली. अशा प्रकारच्या साहित्याचं पहिल्यांदाच वाचन करणाऱ्या अनेकांना दलितांची परिभाषा कळू लागली असली तरीही, आपल्या दलित अस्तित्वाविषयी त्यांच्या मनात असलेला संभ्रम वाढीस लागला आणि त्यांच्या मनातली अस्तित्वाविषयीची गुंतागुंत अधिक दृढ झाली. ही गुंतागुंत अनुभव सादर करण्याची आणि त्याच वेळी कायमस्वरूपी त्याच अनुभवांतून जाण्याची होती. त्यातील अनेक व्यक्तींना जसजशी आपल्या योग्यतेची जाणीव व्हायला लागली, तसे ते दलित म्हणून उघडपणे वावरू लागले. त्यापैकी अनेकजण त्यांची वर्षानुवर्षे दाबली गेलेली व कधीही चर्चेत न आलेली वेदना व्यक्त करण्यासाठीही दलित अस्मिता घेऊन वावरत होते. ही चळवळ ऐरणीवर असताना सगळ्यांच्याच प्रोफाइल फोटोवर सर्रास रोहित वेमुला दिसू लागला. परंतु कालांतरानं या चळवळीची धग शमल्यानंतर, त्याचे फोटो आणि उद्‍गार फेसबुक पोस्ट्स आणि ट्विटर फीड्सच्या माध्यमातून मांडलेल्या दलितांच्या नवनव्या अनुभवांखाली गाडले गेले. लवकरच, या तरुण दलित वर्गानं गेली अनेक वर्षे त्यांच्याशी भेदभाव केलेल्या सगळ्यांना आव्हान देण्यास सुरुवात केली. या संतप्त तरुणांनी अशा सगळ्यांकडून आतापर्यंतच्या त्यांच्या वर्तनासाठी क्षमा याचनेची मागणी केली आणि आपल्यातील एकजूट वाढवण्यासाठी इतर दलितांना आपल्यामध्ये सामील होण्याचं आवाहन केलं. या अचानक आलेल्या दलित अस्तित्वाच्या लाटेनं ज्या दलितांना आपल्या उज्ज्वल कारकिर्दीसाठी आपल्या दलित असण्याचा उपयोग करून घ्यायचा होता, त्यांना फायदा झाला. दुसऱ्या बाजूला, या लाटेनं अनेक दलितांना त्यांच्याभोवती असलेलं सुरक्षिततेचं कवच फोडून आपल्या मनुष्यत्वाविषयी समान आणि त्यांच्या स्वत:च्या अटींवर विचार करण्याचं धाडस दिलं. या अटी म्हणजे त्यांच्या पूर्वजांच्या संघर्षाचं फलित होतं. वर्चस्ववादी जातींच्या मांडणीला धक्का न लावता अनेकांनी आपल्या दलित अस्तित्वाचा स्वीकार केला. हा बदल खरोखरच सकारात्मक होता. यामुळे वर्चस्ववादी जातींच्या वर्तुळातील अनेकांना या घटनांची दखल घेऊन त्याविषयी वार्तांकन करणं भाग पडलं.

रोहित वेमुला चळवळीत सहभागी झालेल्यांपैकी अनेकांना त्याचा फायदाच झाला; मात्र रोहितच्या बाजूनं लढणाऱ्या अनेक कॉम्रेड्सकडे या लोकांनी क्वचितच लक्ष दिलं. त्यापैकी प्रशांत डोंथावर आठ आरोप लावले गेले होते, त्यामुळे त्याला कराव्या लागणाऱ्या सततच्या न्यायालयीन वाऱ्या आणि वकिलांसोबतच्या बैठकांमध्ये त्याचा पीएच.डी.च्या अभ्यासाचा वाया गेलेल वेळ याकडे कुणाचं फार लक्ष गेलं नाही. अजूनही तो संघर्ष करतो आहे, मात्र लोकांनी त्याकडे दुर्लक्ष केलं आहे. रोहित वेमुलाच्या आत्महत्येचे परिणाम ज्या विद्यार्थ्यांनी दुरुन पाहिले

होते ते विद्यार्थी दलित चळवळीच्या महत्त्वाविषयी चर्चा करण्यासाठी देशा-विदेशात अनेक ठिकाणी जात होते. मात्र प्रशांत त्याच्या प्रलंबित खटल्यांमुळे पारपत्र (पासपोर्ट) मिळवण्यासाठी अजूनही लढतो आहे. त्याच्यासारख्याच इतर अनेक विद्यार्थ्यांना या वास्तवाला सामोरं जावं लागलं होतं. हे सगळे विद्यार्थी आणि त्यांचा संघर्ष प्रसारमाध्यमांच्या बाईट्स आणि फेसबुक लाइक्सच्या प्रकाशझोतांतून कधीच दूर फेकले गेले होते. जातीयवादी समाजात जातीचे फायदे उपभोगणाऱ्या इतर दलितेतर विद्यार्थी नेत्यांबाबतचं वार्तांकन ब्राह्मणी प्रसारमाध्यमं निष्ठेने करत राहिली. प्रशांतसारख्या कैक विद्यार्थी नेत्यांच्या न्यायासाठी चाललेल्या संघर्षाविषयी आणि त्यांनी उभ्या केलेल्या विद्यार्थी चळवळींविषयी मात्र या माध्यमांनी अवाक्षरही काढलं नाही.

रोहितच्या संदर्भात उभ्या राहिलेल्या चळवळीची सर्वाधिक झळ बसली ती वेमुला कुटुंबीयांना. राधिका आणि राजा आजही अत्यंत गरिबीत दिवस काढत आहेत. रोहित आपल्या विद्यार्थी भत्त्यामधून त्यांना पाठवत असलेली ठराविक रक्कम आता पूर्णत: थांबली आहे. राजाने कशीबशी कर्जाची जुळवाजुळव करून एक रिक्षा विकत घेतली आणि तो आपलं बस्तान बसवण्यासाठी धडपडू लागला. त्याच्या रिक्षावर आंबेडकरांची प्रतिमा होती; पण जातीयवादी लोकांच्या मनात आंबेडकरांविषयी तीव्र तिरस्काराची भावना असल्यानं राजानं केलेल्या आपल्या अस्मितेच्या जाहीर प्रदर्शनामुळे त्याचं सामाजिक - आर्थिक नुकसानच झालं. २०१७ मध्ये गुंटूरमध्ये माझं त्याच्याशी शेवटचं बोलणं झालं, तेव्हा राजा रिक्षासाठी घेतलेल्या कर्जाच्या मासिक हप्त्याची जुळवाजुळव करण्यासाठी जिवाचं रान करत होता. हा धंदा बंद करण्याच्याच बेतात होता. त्यातून त्याचं कुटुंब कर्जाच्या खाईत आणखी खोल लोटलं जाण्याची भीती होती. त्यानंतर वर्षभरानं त्यानं रिक्षाचा व्यवसाय आणि भू-रचनाशास्त्रात (जिऑलॉजी) करिअर करण्याचं स्वप्नं हे दोन्ही संपवलं. राधिका वेमुलानं दलित आणि बिगरदलित प्रागतिक समाजाला मार्गदर्शन करण्याचं आणि त्यांच्यासाठी आशेचा किरण दाखवण्याचं आपलं कार्य पुढेही चालूच ठेवलं. कार्यक्रमांमध्ये गर्दी खेचण्याची क्षमता तिच्यात आहे, पण कार्यक्रम संपल्यानंतर तिला निमंत्रित करणारी नेतेमंडळी कुठेच दिसत नाहीत. तिला त्या नेत्यांच्या पार्टी केडरच्या आज्ञेतच ठेवलं गेलं आहे.

रोहित वेमुलाची चळवळ दलितांची उर्जा कशा प्रकारे स्व-केंद्रित झाली आहे, याची कटू आठवणही आहे. रोहितचा वारसा पुढे चालवण्याच्या दृष्टीनं अनेक दलित आणि दलितेतर समूहांनी वेमुला कुटुंबाला अखेरपर्यंत साथ देण्याची वचनं दिली होती. त्यातील काही अपवाद सोडले तर इतर सगळी वचनं खोटीच ठरली.

ही आत्महत्या आणि त्याचे परिणाम यांनी सुखवस्तू शहरी पार्श्वभूमीच्या अप्रशिक्षित तरुणांचा एक समुदाय आपल्याबरोबर आणला. त्यांच्या अनुभवांवर त्यांचा विश्वास होता; परंतु त्यांच्यातील स्वातंत्र्याच्या जाणिवेचे ते शाश्वत चळवळीत रूपांतर करू शकत नव्हते. इतर सारे दलित तरुण, जे वीस एक वर्षांहून अधिक काळ एकूण घडामोडींबाबत अज्ञानी होते. ते मात्र अचानक जागे झाले. त्यांच्या आक्रमक मतांकडे लक्ष वेधलं जाऊ लागलं. या अचानक घेतल्या जाणाऱ्या दखलीचा आणि जात, लिंग आणि त्यांचं सामाजिक स्थान यांच्या होणाऱ्या परिणामांचा अन्वयार्थ लावण्यासाठी त्यांना पुरेसा वेळ मिळाला नाही. तरीही हे सारं असंच जोमात सुरू राहिलं आणि जे घडत होतं, त्याचं कौतुकही केलं जाऊ लागलं. परंतु त्यामुळे तळागाळात जो संघर्ष घडवला जात होता त्याचा मात्र विसर पडला. आर्थिकदृष्ट्या स्थिरस्थावर झालेले दलित हे पुन्हा त्यांच्या समूहाकडे परतले आणि त्यांच्या कुटुंबीय आणि मित्रांकडून सुरक्षित भविष्याची अपेक्षा करू लागले. ज्या दलितांनी भरभरून लेख लिहिले, सातत्यानं वाहिन्यांना प्रतिक्रिया दिल्या, ते दोन वर्षांनंतर दिसेनासे झाले. दलितांच्या हत्या मात्र होतच राहिल्या. रोहितनंतर क्रमांक होता मुथ्यू कृष्णनचा.[१३] परंतु रोहित वेमुला प्रकरणाच्या वेळी अल्पकाळासाठी उगवलेले चळवळीतले कार्यकर्ते व नेते यावेळी मात्र कुठेही दिसून आले नाहीत. तरुण कार्यकर्त्यांनी त्यांच्या अभ्यासक्रमाबाहेरील उपक्रमांचा भाग पूर्ण केलेला होता आणि आता दलितांच्या मृत्यूचा उदोउदो करणाऱ्या आणि जिथे दलितांच्या जगण्याला कवडीचीही किंमत दिली जात नाही, अशा ठिकाणी त्यांना त्यांची कारकीर्द घडवण्याची ओढ लागून राहिली होती. मी हे लिहित असतानाच, आयआयटी, कानपूरमध्ये पीएच.डी. करणारा दलित विद्यार्थी भीम सिंग यानं गळफास लावून आत्महत्या केली.[१४] अशा आत्महत्या म्हणजे 'सोशल लिंचिंग'चा एक प्रकार आहे. त्यातून दलितांच्या असुरक्षिततेचा मुद्दा अधोरेखित होतो; पण महत्त्वाचे मुद्दे मात्र दुर्लक्षित राहतात. भारतातील दलितांच्या इतिहासाकडे वळून पाहिलं तर जातीचं वर्चस्व असणाऱ्या समाजाकडून दलितांना ठार मारलं जाण्याचे प्रकार खूप जुने आहेत.

तुलनेने अधिक सामर्थ्यवान दलित त्यांचा आवाज उठवतात आणि त्यांच्याकडे माध्यमं लक्षही देतात. याचं कारण म्हणजे हे दलित देखील वर्चस्ववादी जातीच्या माध्यमकर्मींच्याच पर्यावरणात वावरत असतात. दलित समाजातील बहुआयामी आणि स्वत:ची मतं स्पष्टपणे मांडू शकणाऱ्या तरुणांनी त्यांचे अनुभव मांडायला सुरुवात केली आणि उद्धट माध्यमांना एका अर्थानं आव्हान दिलं.

ब्राह्मणी समाजाचा दलितांविषयी असणारा रोष आणि उपेक्षा यामुळे खुद्द दलितही स्वत:ला नाकारतात. सतत परीक्षा घेतली जाण्याच्या किंवा दहशतीच्या

भावनेतून मुक्त होऊन स्वत:चा स्वीकार करता येईल, असा मुक्त आणि कॉस्मॉपॉलिटन अवकाश त्यांच्याकडे नाही.

मूलगामी दलित

दलितांच्या कोणत्याही वर्गात किंवा पोटजातीत या प्रकारचे लोक आढळून येतात. हे दलित गरीब, मध्यमवर्गीय किंवा श्रीमंतही असू शकतात. त्यांच्या जातीसमूहांतील कोणत्याही लोकांवर झालेल्या आक्रमणापासून त्यांचा बचाव करण्यासाठी त्यांच्यातील प्रतिक्रियावादी सातत्याने जागा असतो. त्यांना त्यांच्या जातीचा आणि ते दलित असल्याचा विलक्षण अभिमान असतो. यापूर्वी ज्या प्रकारांविषयी आपण बोललो, त्यापेक्षा हे लोक पूर्णत: भिन्न असतात. मूलगामी दलित हे त्यांच्या संघर्षाप्रती बांधिलकी जपणारे असतात आणि आपल्या अस्तित्वाविषयी अतिशय सजग असतात. ते त्यांच्या लोकांवर अतिशय प्रेम करतात आणि त्यांची दडपणूक करू पाहणाऱ्यांचा द्वेष करतात. जातीद्वेष त्यांनी अगदी जवळून अनुभवलेला असतो आणि त्यामुळे एकूणच जातीव्यवस्थेवर त्यांचा प्रचंड राग असतो. जातीव्यवस्थेत वर्चस्व असणाऱ्या जाती कोणते खेळ खेळतात, याची त्यांना नेमकी जाण असते. त्यामुळे ते आपल्या जातीसाठी संरक्षक भिंत म्हणून कायम उभे असतात. मूलगामी दलितांना आपल्या अस्तित्वाची ओळख जवळची वाटते. त्यासाठी त्यांना सतत सक्रीय राहावंसं वाटतं. त्यामुळे त्यांना आपली जात सांगायला लाज वाटत नाही; किंबहुना जग समजून घेण्याचं एक प्राथमिक स्थान म्हणून ते जातीकडे पाहतात.

जेव्हा जेव्हा दलितांवर कोणत्याही प्रकारचा अन्याय किंवा अत्याचार होतो तेव्हा मूलगामी दलितांची फौज काळवेळेची पर्वा न करता त्याकडे लक्ष वेधून घेण्यासाठी निकराचे प्रयत्न करते. ते रस्त्यावरही उतरतात आणि आभासी माध्यमांतूनही दिसत राहतात. ब्राह्मणी वर्चस्वाविरोधात बोलत राहतात आणि त्यातून ते दलित मतदारसंघाला खूश ठेवण्याचं काम करतात. ते शाब्दिक हल्ला चढवतात आणि त्यांची टीका मांडण्यासाठी सबअल्टर्नची भाषा वापरतात. त्यांच्या सामाजिक वर्तुळांमध्ये स्फोटक प्रतिक्रियांना अधिक महत्त्व दिलं जातं. त्यामुळे परिस्थितीचं समग्र आकलन करून घेण्याचा प्रयत्न न करता, जे दिसत आहे त्यावर आक्रमक प्रतिक्रिया देण्यावर त्यांचा प्रामुख्यानं भर असतो. हे करताना ते जातीच्या तथाकथित संरक्षकांची यथेच्छ थट्टा करतात. खालच्या पातळीवर जाऊन टीका करणाऱ्या किंवा अर्वाच्य भाषेत बोलणाऱ्यांना ते त्यांच्याच भाषेत प्रत्युत्तरं देतात. मूलगामी दलित हे कायम 'अरे ला का रे' उत्तर देण्याच्या भाषेवर विश्वास ठेवतात.

त्यामुळे हिंसेचं उत्तर हिंसेनं आणि अपमानाला उत्तर अपमानानं यावर त्यांची पूर्णपणे श्रद्धा असते. ही प्रत्युत्तरं देण्याची त्यांच्यामध्ये असलेली तीव्र भावना म्हणजे वर्तन-शास्त्रामधील फारसा अभ्यास न झालेला विभाग आहे.

मूलगामी दलितांमध्ये कमालीचा उत्साह आणि ऊर्जा दिसून येते. त्यामुळे अर्थातच राजकीय नेत्यांचं त्यांच्याकडे लक्ष वेधलं जातं. विभिन्न विचारधारा असणाऱ्या राजकीय वर्तुळांमध्ये या गटातील लोक अनेकदा दिसून येतात. ते आपल्या मागे अनेक पाठिराखे उभे करण्याची क्षमता राखून असतात. त्यामुळे ते आपल्या कृतीची जबाबदारी आपल्या चाहत्यांवर टाकून मोकळे होतात. मूलगामी दलितांच्या, विरोधाला विरोध करण्याच्या प्रवृत्तीमुळे ते क्रांतीच्याही विरोधात जातात. त्यांच्यावर दबाव टाकू पाहणाऱ्याला ते कायम बचावात्मक पातळीवर ठेवतात. उदा. आर्य आक्रमण सिद्धांतानुसार ब्राह्मण बाहेरून आलेले आहेत.१५ त्यामुळे हाच धागा पकडून विचार करायचा झाला तर, ब्रिटिश आणि मुस्लिम हेसुद्धा बाहेरूनच आलेले होते आणि त्यांनी देशाचं वसाहतीकरण केलं. देशाच्या वैभवाचा ऱ्हास होण्यासाठी आणि जे दुःख सोसावं लागलं त्यासाठी ते ब्राह्मणांना दोषी मानतात. इतिहासात मागे जात ते हिंदू जातीव्यवस्थेच्या निर्मितीचा धागा पकडतात आणि ब्राह्मणांच्या वर्चस्वामुळे आणि त्यांच्या दबावामुळे दलितांवर जे ऐतिहासिक अन्याय झाले, त्याचा परिणाम म्हणजे आज दिसणारं दलितांचं शोषण हे सिद्ध करतात. आपल्या शोषकांवर ते विश्वास ठेवत नाहीत. ब्राह्मणांसोबत कोणतंही काम करण्याची त्यांची इच्छा नाही. त्याउलट दबलेल्या वर्गातील सगळ्या लोकांना एकत्र करण्यावर, त्यांना सक्षम करण्यावर ते भर देतात.

मूलगामी दलित हे कार्यकर्त्यांचं जाळं विस्तारण्यावर सातत्यानं भर देतात आणि देशातील सर्व प्रमुख जिल्ह्यांमध्ये त्यांचं अस्तित्व दिसून येतं. ते नियमितपणे वार्षिक परिषदा, विभागीय स्तरावरील बैठकांचं आयोजन करतात आणि एखादा विषय कसा हाताळायचा, यासंबंधी धोरणं ठरवण्यासाठी आणि कृती कार्यक्रम निश्चित करण्यासाठी योजना आखतात. त्यांच्या विविध मागण्यांमध्ये 'जातीव्यवस्थेचं समूळ उच्चाटन' ही एक आग्रही मागणी असते. राज्यव्यवस्था किंवा आपल्या समूहाला जिथून कुठून लाभ मिळवून देता येईल, अशा सर्व ठिकाणी आपलं नियंत्रण असावं अशी त्यांची इच्छा असते. त्यांना कुणाच्याही हातातलं बाहुलं म्हणून काम करण्याची अजिबात इच्छा नसते. त्याउलट सत्ताधारी वर्ग बनून देश चालवण्याची त्यांची महत्त्वाकांक्षा असते. कायम दबलेल्या वर्गातील लोकांची एक फौज तयार करण्यावर आणि जातीच्या गुंतागुंतीच्या व्यवस्थेतील सगळ्यांना सक्षम करण्यावर त्यांचा विश्वास असतो. शोषित जातींतील लोकांना सर्व क्षेत्रांत प्रतिनिधित्व मिळालं पाहिजे, अशी त्यांची धारणा असते. ब्राह्मणी वर्चस्व असलेल्या

माध्यमांच्या भिंगातून ते त्यांच्या समस्यांकडे पाहत नाहीत तर इतिहासात सातत्याने वर्चस्ववादी जातींकडून झालेल्या अपमानाच्या ऱ्हासाच्या अनुभवांतून पाहतात. त्यांनी भोगलेला इतिहास हाच त्यांच्या कृतींचा मार्गदर्शक ठरतो. पूर्वीच्या पिढ्यांनी ज्या चुका केल्या त्यातून शिकत, त्या चुका आपण पुन्हा करायच्या नाहीत, असा त्यांचा निर्धार दिसून येतो. बाह्य शत्रू ओळखताना आपल्या समूहाअंतर्गत दडलेल्या शत्रूंची त्यांना जाणीव असते. म्हणूनच ते नाममात्र दलितांचा 'पुणे कराराची अपत्यं' म्हणून तिरस्कार करतात.

प्रज्ञावंत दलित

आता आपण प्रज्ञावंत दलितांकडे वळू. हे विविध ज्ञानकेंद्रामध्ये कार्यरत असतात आणि नवदलितांच्या उदयाचे, त्यातून निर्माण होणाऱ्या ऊर्जेचे ते साक्षीदार असतात. भारतातील अनेक दलित विद्याशाखांमध्ये खरंखुरं ज्ञान मिळतं. त्यानंतर ते जनसामान्यांमध्ये प्रसारित केलं जातं. सामाजिक महत्त्वाच्या विविध मुद्द्यांवर लोकांचं शिक्षण करण्यासाठी दलित समूहाकडून दलित विद्वानांना वरचेवर सांगितलं जातं. दलितकेंद्री चळवळींमध्ये बुद्धिजीवी लोकांची भूमिका फार महत्त्वाची ठरते. एका अनौपचारिक चर्चेच्या निमित्तानं, राष्ट्रीय स्तरावरच्या एका बामसेफ संयोजकानं 'इमॅन्युएल कांट' या तत्त्वज्ञाचा संदर्भ देत ब्राह्मणी समाजाच्या कळाहीनतेवर टीका केली. त्याने त्याच्या विचारांचा धागा भक्ती चळवळीशी जोडला होता. एखाद्या मोठ्या कार्याला वाहून घेण्यातून स्वातंत्र्याचे बहुविध अर्थ या चळवळीतून पुढे आले होते. 'मोठ्या' या शब्दातून इथे सामाजिक रचनेकडे निर्देश करायचा आहे. दलित चळवळीमध्ये बुद्धिजीवी दलितांचं विशेष असं स्थान आहे, कारण त्यांच्यामुळेच या समाजाला बौद्धिकदृष्ट्या जागरुक राहणं शक्य झालं आहे.

अनेक बुद्धिजीवी दलित फर्डे वक्ते आहेत आणि भाषेवरही त्यांचं चांगलं प्रभुत्व आहे. ज्ञानाच्या क्षेत्रातील त्यांच्या योगदानामुळे दलित समाजही त्यांची विशेष दखल घेत असतो. त्यामुळे दलित समाजाचा कोणताही जाहीर कार्यक्रम असला तरी त्यामध्ये मंचावर किमान एक तरी दलित विचारवंत असतोच. दलित ज्ञान प्रामुख्यानं या समूहाच्या विचारप्रक्रियेचं नैतिक परिमाणही अधोरेखित करतं. अनेक प्रमुख दलित विचारवंत हे विविध विचारधारांमध्ये विखुरलेले आहेत. काहीजण पारंपरिक मार्क्सवादी विचारसरणी मानणारे आहेत, तर काहीजण मार्क्स आणि लेनिन यांच्या मुक्तीच्या क्रांतिकारी कार्यप्रणाली मानतात. काही जण बहुजनकेंद्री फुले - आंबेडकर परंपरा मानून त्यानुसार काम करतात. काही जण ओबीसी एकीकरणाच्या कल्पनेबाबत आग्रही दिसतात. काही जण पूर्णपणे

आंबेडकरवादी (मूलगामी, पुरोगामी किंवा पारंपरिक) तर काहीजण बौद्ध धर्माचा पुरस्कार करताना दिसून येतात. काही जण कृष्णवर्णीयांचं मुक्तीचं तत्त्वज्ञान महत्त्वाचं मानतात तर काही जण स्त्रीवाद, पर्यावरणवाद आणि अन्य विषयांबाबतच्या आंतरराष्ट्रीय चळवळींशी नातं सांगतात. अधिक व्यापक विचार करायचा झाल्यास असे बुद्धिजीवी चार प्रकारांत मोडतात. जातीकेंद्रित मूलगामी विचारवंत, व्यावहारिक दृष्टिकोन असणारे दलित, आंबेडकरवादी आणि मार्क्सवादी.

या सगळ्यांशी विविध तत्त्वज्ञानात्मक परंपरा जोडलेल्या आहेत आणि या विशिष्ट परंपरांचं ज्ञान पुढे नेण्यात दलित विद्वान कळीची भूमिका बजावतात. त्यांच्याकडे जीवनानुभवाबरोबरच सखोल विश्लेषणाची साधनं असतात. आपल्या अनुभवाची जोड देऊन ते ऐतिहासिक परंपरेला समकालाशी सुसंगत अशा गंभीर, विश्लेषणात्मक विचाराच्या परंपरेमध्ये विकसित करतात. ते ज्या मूल्यांना मानतात, त्या मूल्यांच्या संवर्धनासाठी आयुष्य वेचण्याची दलित विचारवंतांची तयारी असते. समूहाच्या नैतिकतेतून आलेला निर्धार आणि प्रामाणिकपणा – जी सर्वांचीच जबाबदारी आहे – ही मूल्ये दलित विचारवंत या परंपरांमध्ये आणतात. दलितेतर विचारवंतांकडून हे होताना दिसत नाही. आपल्या समूहाबाबतची अगदी मुळापासूनची समज नवीन सिद्धांत विकसित करते. समूहाच्या जिवंत अनुभवांमधून सिद्धांत विकसित करणारी, 'खालून वर' जाणारी ही पद्धती आहे.

समाजशास्त्रज्ञ विवेक कुमार यांच्या मते, दलितांमधील बुद्धिजीवी परंपरेचे धागे साधारणत: १९६० च्या दशकातील दलित साहित्याच्या चळवळीत सापडतात. स्वत:चे अनुभव मांडण्याचं आव्हान पेलणं आणि त्याच वेळी 'मुख्य धारेतील' वर्चस्ववादी जातीच्या हिंदूंची प्रस्थापित व्यवस्था नाकारणं, या दोन्ही गोष्टी घडल्याचं निरीक्षण कुमार नोंदवतात. यातूनच दलित विचारवंतांनी स्वत:ची पायवाट घडवलेली आहे. अनेक छोट्या-मोठ्या मासिकांतून, वृत्तपत्रांतून आणि जर्नल्समधून विविध भाषांतून लिहिणारे, नव्याने वर येण्यासाठी धडपडणारे दलित विचारवंत दिसून येतात.[१६] मात्र सध्याच्या काळात या दलित विचारवंतांमध्ये असेही काही लोक आहेत जे दलितांचं भावविश्व शब्दबद्ध करू पाहतात, पण त्यामागे त्यांचे स्वत:चे काही व्यक्तिगत हेतू असतात.

जहाल आणि सौम्य या दोन्ही परंपरांमध्ये ज्या विविध प्रकारच्या समकालीन चर्चा घडून येतात त्यामध्ये 'दलित अनुभव' कायमच केंद्रस्थानी असतो. दलित बुद्धिजीवींना आपापल्या सामाजिक वर्तुळामध्ये सन्मानाचं आणि प्रतिष्ठेचं स्थान प्राप्त झालेलं असतं आणि त्यांचे परस्परांशी मात्र मतभेद असतात. आपल्याच सहकाऱ्यांवर ते अतिशय कडवट भाषेत टीका करायला मागे-पुढे पाहत नाहीत. खासगी संवादामध्ये तर ते परस्परांची बदनामीही करतात. वस्तुत: आपापल्या

अभ्यासक्षेत्रात त्यांनी एक विशिष्ट उंची गाठलेली असते. परंतु त्यांच्या विचारधारेशी असणाऱ्या बांधिलकीशी विपरीत असं त्यांचं वर्तन असतं. उदाहरणादाखल सांगायचं झालं तर, मार्क्सवादी दलित विचारवंतांची काम करण्याची एक विशिष्ट पद्धत असते. श्रमिक दलितांना वर्गभेदापासून मुक्त करण्यासाठी ते कर्मठ भूमिका घेतात. वंचित समाजाचा भाग असल्याने त्यांनी घेतलेल्या अनुभवांमधून वर्गसंघर्षावर त्यांचा दृढ विश्वास निर्माण झालेला आहे. हा वर्गसंघर्ष जेव्हा टोकाला पोहोचेल तेव्हा विविध वर्गांची वेगळी ओळख नाहीशी होईल, अशी आशा बुद्धिजीवींचं हे वर्तुळ बाळगून असतं. भारतात औद्योगिकीकरण आणि रेल्वेमार्गांचं जाळं वाढल्यावर येथील जातिभेदाचा आपोआप अंत होईल, या मार्क्सच्या भाबड्या आशावादाप्रमाणेच हा आशावाद होता.

काही दलितांना वर्गसंघर्ष हा एकमेव प्रश्न वाटतो. काही दलितांना मात्र त्यांना होणाऱ्या त्रास-उपेक्षेला त्यांची 'जात' हेच एकमेव कारण आहे, असं वाटतं. या वादात लिंगभाव, लैंगिकता आणि जातीअंतर्गत प्रभुत्त्वासारखे महत्त्वाचे मुद्दे दुर्लक्षित राहतात. जात किंवा वर्ग यांच्या 'इमल्या'च्या (सुपरस्ट्रक्चर) वादात वर्ग विरुद्ध जात अथवा जात विरुद्ध वर्गसंघर्षाच्या वादातील दम निघून जातो. ब्राह्मणी दमनातूनच आपल्या व्यथा-वेदना निर्माण झाल्याचं मवाळ आंबेडकरवादी मानतात, तर पारंपरिक आंबेडकरवादी सभोवतालच्या परिस्थितीचं आकलन करून घेताना त्यात धर्माचा दृष्टिकोन आणण्याचा प्रयत्न करतात.

विविध विचारसरणीच्या दलित विद्वानांनी शैक्षणिक वर्तुळात आणि वर्तुळाबाहेरही आपला प्रभाव निर्माण केला आहे. त्यांच्या वैचारिक बैठकींमुळे विविध क्षेत्रांत या विद्वानांचं स्थान निर्माण झालं असून, त्यातून त्यांना विशेषाधिकारांचा लाभ झाला आहे. तथापि या दलित विचारवंतांना स्वतंत्र दलित संशोधन प्रकल्प उभारण्यासाठी आवश्यक असे सामूहिक किंवा संस्थात्मक प्रयत्न करण्यात मोठं अपयश आलं आहे. तसंच या विचारवंतांना जगातील इतर शोषित समूहांशी संपर्क साधून एकभावनेनं चळवळ उभारण्यातही अपयश आलं आहे. त्यांनी सर्वसामान्य जनतेसाठी आणि त्यांच्या निकटच्या सहकाऱ्यांसाठी ज्ञाननिर्मिती केली. दलित चळवळीचा मूळ विचार, नंतर निर्माण झालेल्या दलित विचारवंतांसाठी पायाभूत ठरू न शकल्याने त्यांची त्यापासून फारकत झाली. या पार्श्वभूमीवर दलित बुद्धिजीवींनी ज्या मूठभर संस्था आणि साहित्य निर्माण केलं, त्याकडे आपल्याला पहावं लागतं. प्रादेशिक भाषांमध्ये सामान्य जनतेशी नाळ जोडलेली विचारवंतांची एक समृद्ध परंपरा दिसते. दलितांच्या आणि इतर शोषित जातींच्या नागरिकांवर केंद्रित झालेल्या विद्याशाखीय अथवा विद्याशाखाबाह्य अभ्यासाबाबत इंग्लिश भाषेत मात्र कमालीची शांतता दिसते.

काही दलित संशोधक संस्थांच्या प्रतिनिधींचा सन्माननीय अपवाद वगळता अशा संस्थांत्मक प्रतिनिधींपेक्षा अनेक दलितांनी वैयक्तिक स्तरावर सार्वजनिक हितासाठी आपले विचार मांडले आहेत. त्यामुळे दलित सार्वजनिक जाणीव तयार होण्याऐवजी दलित विचारसरणी आणि विचारवंतांमधील मतभेदच वरचढ ठरतात.

दलित विचारवंतांमधील वैचारिक मतभेदांतून त्यांच्या सखोल ज्ञानाचं दर्शनही घडतं. लिंबाळे यांनी वर्णन केल्यानुसार काही विचारवंत हे 'दलित ब्राह्मण' म्हणून ओळखले जातात. त्यांनी दलितांच्या संघर्षाची सैद्धांतिक मांडणी केली; मात्र दलित चळवळीत ते प्रत्यक्ष सहभागी झाले नाहीत. इतर काही मात्र चळवळीत प्रत्यक्ष सहभागी झाले.[१७]

दलित स्त्रिया

काही विशिष्ट दलितांना (उदा. नाममात्र दलित) वर्चस्ववादी जातींच्या वर्तुळात जाणीवपूर्वक स्थान दिलं गेलं. त्यांना विशेषाधिकार देण्याची दक्षता घेण्यात आली. दलित स्त्रियांची स्वतंत्र ओळख मात्र पुसण्यात आली. या स्त्रियांना अंधाऱ्या डोहात ढकलून देऊन त्यांचं अस्तित्वच संपुष्टात आणण्याचा प्रयत्न झाला. वर्चस्ववादी जातींतील पुरुषांसह वर्चस्ववादी जातींच्या पुरोगामी आणि प्रतिगामी चळवळी, दलित पुरुष आणि काही दलित स्त्रिया या लाजिरवाण्या स्थितीला जबाबदार आहेत.

दलित महिला हा जगातील सर्वांत अत्याचारग्रस्त, शोषित घटक आहे. समाजातील अंतर्गत नि बाह्य घटकांसह सांस्कृतिक, सामाजिक आणि संस्थात्मक दडपशाहीला दलित स्त्री बळी पडलेली आहे. बेबी कांबळे या दलित महिलेनं यासंदर्भात व्यक्त केलेले अनुभव बोलके आहेत. त्या म्हणतात -

> दुःखाचे सर्व पदर मी भोगले आहेत. जेव्हा आम्ही शेतात असायचो, तेव्हा आम्हाला आमच्या जात आणि स्त्रीत्वामुळे दबून रहावं लागे. घरात आम्हाला नवऱ्याचा धाक असे. माझ्या तारुण्यातील एकही दिवस आनंदानं व्यतीत झालेला मला आठवत नाही. मारझोड, भांडणं, रडारड आणि भूकेची व्याकुळता हा आमच्या रोजच्या जगण्याचा भाग होता...[१८]

आंबेडकरी चळवळीत सक्रिय असलेल्या तिच्या नवऱ्याकडून तिला हे अनुभव आले. त्यानंच तिला आंबेडकरी चळवळीत सहभागी होण्यास प्रोत्साहन दिलं. ती

म्हणते, “आम्ही दोघेही चळवळीतील बैठका, आंदोलनांत सहभागी व्हायचो. जेव्हा आम्ही घरी परतायचो तेव्हा आमच्यात भांडणं, वादविवाद होत असत. त्यावेळी मला त्याच्याकडून मारहाणही होत असे.’[१९] स्त्रियांवर खासगी किंवा सामाजिक अवकाशातही पुरुषाकडून अविवेकी नियंत्रण ठेवण्यातून चळवळीतील दलित स्त्रिया बोलत्या झाल्या. या चळवळीतही कांबळे यांच्या म्हणण्यानुसार -

> ‘महिला म्हणून आम्हाला नेहमी वेगळी वागणूक मिळत असे. आमच्या समाजात जेव्हा एखादी संस्था स्थापण्यात येई, तेव्हा त्यात फक्त पुरुषांना स्थान असे. खरं तर स्त्रिया पुरुषांपेक्षाही अधिक प्रभावी काम करत असत; पण जेव्हा संस्थेच्या कार्यकारिणीची निवड करण्यात येई, तेव्हा महिलांच्या या योगदानाचं सोयीस्कर विस्मरण होत असे.[२०]

दलित महिलांच्या जीवनात जात, धर्म, पुरुषसत्ताक पद्धत, वर्ग आणि विषमता या पाच घटकांचं वर्चस्व आहे. दलित स्त्रीचं अस्तित्व सत्तास्रोतांच्या काठावर आहे. जातव्यवस्थेच्या रचनेला समर्थपणे विरोध करण्याची क्षमता तिच्यात असल्यामुळेच तिचं सर्वाधिक शोषण झालं आहे.

या प्रवृत्तीला शह देण्यासाठी अनेक धडाडीच्या दलित स्त्रियांनी विविध अभियानांचं, संघटनांचं नेतृत्व केलं आहे. ही अभियानं, या संघटना स्त्रियांच्या लैंगिक आणि अन्य अभिव्यक्तीचं पितृसत्ताक दमनापासून संरक्षण करतात. बाहेरच्या दमनशाहीला तोंड देत असताना दलित महिलांना दलित चळवळीत असलेल्या पुरुषप्रधान संस्कृतीतून आलेल्या दडपशाहीलाही तोंड द्यावं लागतं.

दलित स्त्रियांच्या या स्थितीवर समाजाच्या मुख्य प्रवाहात फारशी चर्चाच होताना दिसत नाही. ‘बदलाची शिल्पकार’ म्हणून किंवा ‘क्रांत्यांमध्ये सहभागी असलेली’ म्हणून तिची इतिहासात दखल घेतली जात नाही.

जनरल ह्यू रोज यांच्या नेतृत्वाखालील इंग्रज सैन्याशी मोठ्या तडफेने लढणारी शूर राणी म्हणून आपल्याला झाशीची राणी लक्ष्मीबाई माहीत आहे. वयाच्या बावीसाव्या वर्षी तिनं आपलं लहान मूल पाठीशी बांधून युद्धभूमीत उडी घेतली. उधळलेल्या घोड्यावर मांड ठोकून हाती तलवार घेतलेल्या झाशीच्या राणीची प्रतिमा ही स्त्रीशक्तीचा मानदंड म्हणून मुख्य प्रवाहात ओळखली जाते. पण राणी लक्ष्मीबाई प्रत्यक्षात युद्धात लढलीच नव्हती. लढणारी झलकारीबाई होती. लक्ष्मीबाईची सल्लागार, सैनिक, तलवारबाजीत निपुण असलेली झलकारीबाई हुबेहूब राणी लक्ष्मीबाईसारखीच दिसायची.

ब्रिटिश सैन्य झाशीच्या किल्ल्यात शिरणार, असं दिसू लागलं तेव्हा लक्ष्मीबाईंनी

तिथून बाहेर पडण्याचं ठरवलं. तेव्हा झलकारीबाईंनी राणी लक्ष्मीबाईंना सांगितलं की, राणीच्या वेशात त्या इंग्रज सैन्याशी लढत राहतील आणि त्या दरम्यान झाशीच्या राणीला किल्ल्याबाहेर पडून आपली सुटका करून घेता येईल. त्याप्रमाणे राणी लक्ष्मीबाई किल्ल्यातून बाहेर पडण्यात यशस्वी ठरल्या आणि त्यांनी नेपाळमधील तराईच्या घनदाट जंगलात आश्रय घेतला.[२१]

लक्ष्मीबाईंच्या इतिहासात झलकारीबाईंची कथा ऐकून अनेकांना आश्चर्य वाटतं. ब्राह्मणी इतिहासकारांनी 'हुतात्मा वीरांगना' म्हणून राणी लक्ष्मीबाईंचा इतिहास जपला आणि रंगवला; मात्र झलकारीबाईंचा इतिहास पुसला. तरीही या इतिहासातील तिचे संदर्भ पुसले गेले नाहीत. याचं श्रेय अर्थातच दलित बांधवांना द्यावं लागेल. कारण त्यांनी हा इतिहास मौखिक स्वरूपात आणि पारंपरिक गीतांमधून जिवंत ठेवला. झलकारीबाईंची प्रादेशिक भाषेतील पहिली लेखी नोंद १९०७ मध्ये सापडते. ती निव्वळ एक नोकर होती असं दाखवून किंवा 'कोरी' या तिच्या जातीने तिचा उल्लेख करून काही पुस्तकं तिच्याबद्दल तिरस्काराने बोलतात.[२२] पण तरीही झाशीच्या लढाईच्या भव्य कथनातून झलकारीबाईचं अस्तित्व पूर्णतः पुसता आलं नाही.

दुसऱ्या बाजीराव पेशव्याच्या वंशात जन्मलेल्या लक्ष्मीबाई या ब्राह्मण होत्या. त्यांचं मूळ नाव मणिकर्णिका तांबे होतं अन् झलकारीबाई जन्मानं दलित होत्या. कोरी जातीच्या होत्या. झलकारीबाईंनी स्वतःला वसाहतवादी ब्रिटिशांविरुद्धच्या युद्धात झोकून दिलं. या शूर दलित वीरांगनेचं ऐतिहासिक योगदान अत्यंत महत्त्वाचं आहे. स्त्रियांना 'चूल आणि मूल' यांत गुंतवून ठेवणाऱ्या सगळ्या मागासलेल्या धार्मिक संकेतांना झुगारुन देणाऱ्या लढवय्या स्त्रीचं झलकारीबाई हे प्रतीक आहे. पण तिच्या नावाने कुठलीही आधुनिक स्त्रीवादी प्रतिमा तयार झाली नाही. स्वातंत्र्यलढ्यातील दलितांच्या योगदानाचं श्रेय त्यांना कधीच देण्यात आलं नाही. त्यांच्या शौर्यगाथा दडपल्या गेल्या. दलितांना जर त्यांच्या इतिहासातील शौर्याच्या गाथा समजल्या तर ते त्यातून स्फूर्ती घेतील आणि बंड करतील, या भीतीतून या गाथा दडपल्या जातात.

त्यामुळे, दासीस्वरूप किंवा मानवजातीच्या इतिहासात कुठलंही विशेष कर्तृत्व गाजवण्याची क्षमता नसलेल्या सामान्य स्त्रिया असं दलित स्त्रियांचं चित्रण केलं जातं. रोजा सिंग तामिळनाडूतील दलित स्त्रियांच्या वंशशास्त्रीय अभ्यासात ग्रामीण भागांतील दलित महिला त्यांच्या मानवतावादी अस्तित्वात जी वैश्विक मूल्यं अंतर्भूत करतात, ती आपल्यासमोर मांडतात.[२३] समाजातील जातीच्या अंधाऱ्या कोषातही या दलित महिलांच्या काव्यातून, 'गाणाऱ्या शरीरांमधून आणि नाचणाऱ्या मनांमधून' वैश्विक मानवी मूल्य लखलखीतपणे प्रतिबिंबित होतात.

या दुय्यम मानल्या गेलेल्या स्त्रियांनी लिहिलेलं साहित्य कितीही प्रभावशाली असलं, तरी प्रगत मानल्या गेलेल्या वर्तुळानं त्याला आपल्याच परिघात स्थान देण्याच्या योग्यतेचं मानलं नाही. भारतीय स्त्री साहित्यात दलित विदुषींनी कितीही योगदान दिलं तरी या नवज्ञाननिर्मितीच्या महत्त्वाच्या घटनांची दखल घेण्याजोगे कोणतेही ठोस प्रयत्न प्रस्थापितांकडून झाल्याचं दिसत नाही. या संघर्षात दलित स्त्रियांच्या कामास पूरक असे कोणतेही तातडीचे उपक्रम हाती घेण्यात आले नाहीत.

जातविरोधी संघर्षात काही प्रसिद्ध दलित संघटना दलित स्त्रियांच्या नेतृत्वाखाली काम करताना दिसतात. 'द नॅशनल कॅम्पेन ऑन दलित ह्यूमन राइट्स (NCDHR) 'ऑल इंडिया दलित महिला अधिकार मंच', 'नॅशनल दलित विमेन्स फेडरेशन', 'नवसर्जन ट्रस्ट' आणि 'आंबेडकर इंटरनॅशनल कमिशन' या संघटनांचं नेतृत्व दलित महिला करतात. सन २००० च्या पुढे दलित चळवळीमध्ये दलित स्त्रियांचा गट सक्रिय झाला असून आता तो नेतृत्व करत आहे.

ग्रामीण-शहरी, निमशहरी आणि महानगरातील दलित स्त्रिया आता संघटित होत आहेत. एकत्र येऊन जातिअंतर्गत आणि जाती-जातींमध्ये विविध प्रकारे अस्तित्वात असलेल्या जातीभेदाला त्या आव्हान देत आहेत. त्यांनी उचललेल्या अशा पावलांमुळेच नवदलित चळवळीच्या उदयाला नवा आयाम मिळत आहे.

आंतरराष्ट्रीय परिषदांमधील दलित स्त्रियांचा नियमित सहभाग म्हणजे दलित हक्कांच्या चळवळीच्या इतिहासातील अविस्मरणीय सुवर्णक्षण आहेत. एके काळी दखलपात्र नसलेलं आणि कायम उपेक्षित असलेलं दलित स्त्री नेतृत्व जातिव्यवस्थेच्या गुंत्यात न अडकता, केवळ स्वत:साठी बरोबरीचं स्थान मागत नसून, वैश्विक मानवी हक्कांसाठी आपला आवाज समर्थपणे बुलंद करत आहे. मतदार या नात्यानं त्यांना आपलं बलस्थान उमगलं आहे. म्हणूनच या दलित महिला ठामपणे आपली मतं मांडत आहेत. त्यामुळे हा उपेक्षित घटक कधी नव्हे तेवढा चर्चेचा विषय झाला आहे. दखलपात्र झाला आहे. यातून उदयास आलेलं दलित स्त्री नेतृत्व समर्थपणे आपल्या तक्रारी, मागण्या, व्यथा स्वतंत्रपणे आणि ठामपणे विनासायास मांडत आहेत. कोणाच्याही मदतीशिवाय त्या हे शक्य करून दाखवत आहेत.

१९९० नंतर वंशवादाविरुद्ध होणाऱ्या आंतरराष्ट्रीय परिषदांमधून दलित महिलांचा लक्षणीय सहभाग दिसू लागला आहे. आशिया सोशल फोरम, वर्ल्ड सोशल फोरम इत्यादी अनेक आंतरराष्ट्रीय मंचांवरील दलित महिलांचा सक्रिय सहभाग दलित चळवळीसाठी अभिमानाची बाब ठरत आहे. ज्योती राज, रुथ मनोरमा, वासंती देवी, विमल थोरात आणि पुष्पा वाल्मिकी अशा काही महत्त्वाच्या

दलित स्त्री विचारवंत-कार्यकर्त्यांनी डर्बन इथं १९९३ मध्ये वंशभेदाविरोधात झालेल्या आंतरराष्ट्रीय परिषदेत महत्त्वाचं योगदान दिलं होतं.

आपल्या व्यथा-वेदना, समस्या मांडण्यासाठी, अभिव्यक्त होण्यासाठी 'दलित महिला संघटन' स्थापण्यात आलं. त्याद्वारे १९९५ च्या 'बीजिंग जागतिक महिला परिषदे'त सहभागी होण्यासाठी तयारी करण्यात आली.[२४] आंतरराष्ट्रीय मंचावर दलित महिलांच्या संघटनेला स्वतंत्रपणे सहभागी होण्याची संधी मिळणं सर्वार्थानं लक्षणीय होतं. या दलित महिलांनी ब्राह्मणी पुरुषी वर्चस्ववादाला आव्हान दिलं. देशात पुनरुज्जीवित होत असलेल्या हिंदुत्ववादी विचारसरणीसह नवउदारमतवादी तत्त्वांना त्यांनी कडाडून विरोध केला. त्यांची जहाल आणि प्रभावी अभिव्यक्ती पाहून दलित महिलांच्या मांडणीत वेगळेपण असल्याचं अनेकांना मान्य करावंच लागलं.[२५]

विविध हक्कांसाठी आंतरराष्ट्रीय स्तरावर संघर्ष करणाऱ्या चळवळींमध्ये उठून दिसणारी 'दलित स्त्रियांची चळवळ' ही एकमेव चळवळ आहे. इतर स्त्रीवादी चळवळींबरोबर जागतिक घडामोडींचा अभ्यास करत दलित स्त्रियांची कथने जागतिक चौकटीत त्यांचा समावेश करून घेण्याचं आवाहन करत आहेत. दलित महिलांच्या वेगळ्या स्वायत्त आणि स्वयंपूर्ण संघटनांना दलित पुरुषांनी दिलेल्या पाठिंब्यामुळे दलित हक्क चळवळीला ऐतिहासिक स्थान प्राप्त झालं आहे. दलित अभिव्यक्तीच्या सत्तासंरचनेत रुजलेल्या ब्राह्मणी प्रभावाच्या चौकटीतील पितृसत्तेला दिलेल्या जोरदार प्रतिक्रियेचा हा परिपाक आहे.

त्याचबरोबर दलितेतर महिलांमध्ये जातिव्यवस्थेबद्दल असलेलं अज्ञान, उदासीनता आणि उपेक्षेनं या समस्येच्या संदिग्धतेत भर घातली आहे. विविध व्यासपीठांवरील मध्यमवर्गीय, सुशिक्षित दलित स्त्रियांच्या प्रतिनिधित्वाबरोबरच वर्ग, लिंगभेदाचा महत्त्वाचा प्रभाव दलितमुक्ती चळवळीवर आढळतो. फ्रेडरिक एंगल्स 'द ओरिजिन ऑफ द फॅमिली, प्रायव्हेट प्रॉपर्टी अँड स्टेट'[२६] या आपल्या प्रसिद्ध प्रबंधात म्हणतात, 'लिंगभेदातून आलेली विषमता ही मूलतः वर्गव्यवस्थेतून आलेली आहे. सत्ताधारी वर्गानं औद्योगिक रोजगारांमध्ये पुरुषकेंद्रित रोजगारनिर्मिती केली. त्यात स्त्रियांना आणि कुटुंबाला दुय्यम आणि गैरसोयीचं स्थान मिळालं. श्रमाच्या मोबदल्यातून भांडवलापर्यंत पोचण्याचा मार्ग खुला होत असल्याने पुरुषांना मिळत असलेल्या रोजगारावर स्त्रियांना अवलंबून रहावं लागत असे. त्यामुळे मोठ्या प्रमाणात स्त्री-पुरुष विषमता निर्माण झाली. वरकड आर्थिक मूल्यामुळे सत्ताधारी वर्गाकडे राजकीय आणि बौद्धिक नियंत्रण आलं, हा मार्क्सने मांडलेला सिद्धांत लिंगभेदाचं विश्लेषण करताना अगदी बरोबर लागू होतो. पुरुष मजुरांच्या हाती आलेल्या अतिरिक्त पैशामुळे स्त्रियांवर दडपशाही करण्याच्या आणि त्यांना

काबूत ठेवण्याच्या वृत्तीला पाठबळ मिळालं. अशा रितीनं लिंगभेदाच्या निर्मितीमागच्या मूळ कारणांचा आपल्याला उलगडा होतो. मात्र आर्थिक क्षमतांच्या पलीकडे जात काही क्षेत्रांत मात्र स्त्रियांना उत्पादनक्षम कामगार म्हणून प्राधान्य दिलं गेलं. मातृसत्ताक समाजांमध्ये स्त्री शीर्षस्थानी असल्याने ती श्रमाचं सर्वाधिक उत्पादनक्षम स्वरूप असते. स्त्री ही केवळ उत्पादक श्रमिकांची निर्मिती करत नाही तर आंतरसमूह संबंधांतील भेदांवरही तिचं नियंत्रण असतं. मात्र ब्राह्मणी व्यवस्थेत वर्गव्यवस्थेच्या विषमतेहून जातिभेद अधिक प्रभावी असतो. त्यामुळे स्त्रियांवरील दडपशाही-अत्याचाराला या जातिव्यवस्थेत पूर्ण वाव मिळतो.

आंबेडकरांचं दैवतीकरण

> ...ते (आंबेडकर) या विश्वाची निर्मिती करणाऱ्यापेक्षाही आम्हाला खूप मोठे वाटतात. आंबेडकरांनी आमच्यासाठी काय नाही केलं...त्यांनी सर्वांत प्रथम आम्हाला जीवन दिलं आणि त्यानंतर आम्हाला माणूस बनवलं. माणूसपणाची पहिली गरज शिक्षण आहे. आम्हाला शिक्षण मिळावं यासाठी त्यांनी प्रसंगी पदरचे पैसे खर्च केले. आम्ही शिकून पदवीधर व्हावं, यासाठी त्यांनी आम्हाला सदैव उत्तेजन दिलं. प्रतिष्ठेच्या नोकऱ्या मिळवण्यासाठी त्यांनी आम्हाला मदत केली. त्यांच्यामुळे आम्ही श्रीमंत झालो. संपत्ती आणि सत्ता मिळवण्यासाठीची क्षमता त्यांनी आमच्यात निर्माण केली. आम्ही मंत्रिपदासारखी सर्व प्रकारची सर्वोच्च पदं भूषवू शकतो, हे त्यांनी जगाला दाखवून दिलं. त्यांनी आयुष्यभर कष्ट-वेदना सहन करून आमच्या ओंजळीत सुख ओतलं. त्यांच्या या सर्व अतुलनीय योगदानामुळे ते अर्थातच आमचे देव आहेत. अगदी पुरातन काळापासून सुरू असलेल्या अत्याचार-शोषणापासून, गेल्या पन्नास वर्षांत त्यांच्यामुळे लाखो दलित बांधवांना मुक्ती मिळाली. त्यामुळे आमच्यासाठी ते देवाधिदेव आहेत. खरं तर देवही आमच्यासाठी जे करू शकला नाही, ते त्यांनी आमच्यासाठी करून दाखवलं. त्यामुळे ते आमच्यासाठी ईश्वराहूनही श्रेष्ठ आहेत...[२७]

आता आपण दलितांच्या आध्यात्मिक प्रांताकडे वळू. इथे व्यक्तीच्या विविध ओळखींपेक्षा 'आपला समुदाय' हीच आपली प्राथमिक ओळख असण्याच्या विश्वासाला प्राधान्य दिलं जातं. आंबेडकर हे जणू प्रत्येक समस्येवर मात करणारे परीकथेतील नायक बनले आहेत. बहुधा दलितांच्या पूर्वजांच्या वीररसयुक्त स्फूर्तिगाथा

ज्ञात नसल्यानं किंवा त्यांचं विस्मरण झाल्यामुळे आंबेडकरांना आणि त्यांच्या कार्याला एखाद्या दंतकथेचं स्थान मिळालं आहे. पोवाडे, गाणी आणि कथांमधून दिसणाऱ्या, फारशा ज्ञात नसलेल्या आंबेडकरांच्या पैलूंमधून आज्यांनी आणि पालकांनी प्रेरणा घेतली आहे. लोकप्रिय कथांमधून बरेचदा अतिशयोक्त अशा बोधकथा निर्माण होतात. आंबेडकर जरी दलित आणि इतर मागासवर्गीयांमध्ये लोकप्रिय असले तरी त्यांच्या मृत्यूनंतर त्यांच्याविषयीच्या कथा जेवढ्या लोकप्रिय झाल्या, त्या कथांना तेवढी सांस्कृतिक मान्यता, लोकप्रियता त्यांच्या हयातीत मिळाली नव्हती.

आंबेडकर गरीब घरात जन्माला आले आणि वाढले, त्यांनी रस्त्यावरील दिव्यांच्या प्रकाशात अभ्यास केला ही कथा दलित घरांमध्ये मुलांना नेहमीच ऐकवली जाते. आंबेडकरांनी कसं गरिबीत जीवन व्यतीत केलं, त्यांच्या तुलनेत तुम्ही मुलं सुखी जीवन जगत आहात, हे दलित घरांतील मुलांच्या मनावर नेहमी ठसवलं जातं. दलितांवरील अत्याचार-दडपशाहीला तोंड देत आंबेडकरांनी जे एकहाती यश मिळवलं, त्यामुळे त्यांचं व्यक्तिमत्त्व दलितांमध्ये अतीव आदरणीय बनलं. गुणवत्ता आणि मेहनतीला महत्त्व देणाऱ्या अर्धशिक्षित घरात वाढलेल्या माझ्यासारख्या मुलासाठी आंबेडकर हे जणू आध्यात्मिक आणि नैतिक दिशा दाखवणारं होकायंत्र आहेत. दलितांमध्ये तथाकथित गुणवत्ता नसल्यानं त्यांची मुस्कटदाबी करणाऱ्या जगाला, मला हे आवर्जून सांगायचं आहे.

एखाद्याची पूजा करून, त्याला अतीव आदराचं स्थान देण्याच्या आपल्या संस्कृतीतूनच, दलितांच्या जीवनात आंबेडकरांच्या दंतकथांना अनन्यसाधारण महत्त्व प्राप्त झालं. मानवाच्या श्रद्धा-अर्चनेची प्रवृत्ती पाहता आंबेडकर हे श्रद्धा-वंदनेचं पर्यायी नाव झाले. याशिवाय आंबेडकरांचं उत्तुंग शैक्षणिक यश, लखलखती बुद्धिमत्ता यामुळे त्यांचं व्यक्तिमत्त्व अधिकच पूजनीय ठरलं. आंबेडकरांसारख्या दंतकथेच्या नायकाप्रमाणेच त्यांची पत्नी रमाबाई आंबेडकर आणि पहिली स्त्री शिक्षिका आणि आधुनिक सामाजिक क्रांतीचे जनक महात्मा जोतिराव फुले यांच्या पत्नी सावित्रीबाई फुले यांनाही असंच स्थान मिळालं आहे. या आदर्श स्त्रियांचीही वेगवेगळी गुणवैशिष्ट्यं आहेत. काही जणी पराक्रमासाठी ओळखल्या जातात, तर काही जणी आदर्श मातृत्वाच्या प्रतीक आहेत. काही जणींनी पुरुषप्रधान संस्कृतीला कडाडून विरोध करून वेगळा आदर्श घालून दिला तर काही जणींनी आदर्श पत्नी म्हणून वस्तुपाठ घालून दिला. अशा वैशिष्ट्यांच्या विकासात, आपल्या पूर्वजांकडून प्रेरणा घेणं हा इतिहासाच्या पुनर्निर्माणासाठीच्या आणि वर्तमानाच्या प्रस्थापनेसाठीच्या दलितांच्या प्रयत्नांचा एक महत्त्वाचा पाया आहे. शोषित, दबलेल्या मनांवर न्यूनगंडाची भावना लादून आध्यात्मिक आपत्तीत

ढकलणारं भविष्य म्हणजे एक अंधारयुग आहे.

दलितांच्या आध्यात्मिक प्रांतात एकसंधता नसून त्यात टोकांची भिन्नता आहे. त्यांच्या खासगी आणि सार्वजनिक आध्यात्मिक पद्धती या वादाचा विषय आहेत. दलित आध्यात्मिकतेच्या बहुविध आकलनांमुळे धार्मिक कर्मठतेच्या विविध आवृत्त्या गेल्या काही वर्षांत निर्माण झाल्या आहेत. आंबेडकरांनी धर्मांतर केल्यानंतर आध्यात्मिक महत्त्वाकांक्षा असलेल्या अनेक मंडळींनी बौद्ध धर्मातील अनेक पद्धतींमध्ये आसरा शोधायचा प्रयत्न केला. धार्मिक दलितांमध्ये अनेक मतं-मतांतरे आणि साधनेच्या पद्धतीत भिन्नता आढळते. 'ध्यानमग्न बसून अनुयायांना व्यथा-वेदनांच्या मूळ कारणापासून 'स्व'च्या मुक्तीसाठी मार्गदर्शन करणारी महान व्यक्ती,' अशी गौतम बुद्धांची प्रतिमा काहींच्या मनात आहे तर काही जण बुद्धांना समाजसुधारक मानतात. असे समाजसुधारक ज्यांनी जन्माधिष्ठित शुद्धतेच्या ब्राह्मणी कर्मसिद्धांताऐवजी बुद्धीला महत्त्व दिलं. आंबेडकरांनी आपल्या 'द बुद्धा अँड हिज धम्म' या महान ग्रंथांत बुद्ध एक समाजसुधारक होते, अशीच मांडणी केली आहे. त्यात ते नमूद करतात की, बुद्ध सदैव सक्रिय होते, समाजहितासाठी सदैव वाटचाल करणारे होते. ते जगापासून अलिप्त राहणाऱ्यांपैकी खचितच नव्हते. आंबेडकरांच्या मतांनुसार जगात पसरलेलं दुःख दूर करण्यासाठी बुद्धांनी जनसामान्यांत जाऊन त्यांना दुःखाच्या मूळ कारणांबाबत सांगून जागृत केलं. त्यामुळेच बुद्धांचा संघ हा आंबेडकरांना कम्युनिस्ट मांडणीपेक्षा खूप श्रेष्ठ वाटतो. काही जणांचा पुनर्जन्म आणि कर्मसिद्धांतावर ठाम विश्वास आहे. मात्र काही जण याला बौद्ध धर्मातील अंधश्रद्धा, थोतांडांपैकी एक मानतात. दलितांमध्ये आध्यात्मिक मुद्द्यांवर मतभेद असले तरी आंबेडकरांवर आणि बुद्धाची शिकवण स्वीकारण्याच्या त्यांच्या मार्गदर्शनावर या सगळ्यांची गाढ श्रद्धा असते.

दलित बौद्ध

कर्मकांडांचं प्रस्थ असलेल्या हिंदू धर्माची बौद्ध धर्माशी सांगड घालणारा 'दलित बौद्ध' हा एक घटक आहे. दलित बौद्धांनी उभ्या केलेल्या कार्याकडे 'शांतीत केलेली क्रांती' म्हणून पाहिलं जातं.[२८]

दलित बौद्धांनी हिंदू देव-देवतांच्या प्रतिमांच्या जागी आंबेडकर आणि बुद्धांच्या प्रतिमांना स्थान दिलं आहे. हिंदू देव-देवतांच्या जागी आंबेडकर आणि बुद्धांच्या प्रतिमा आल्या; मात्र त्यांची पूजाअर्चा आधीच्या हिंदू पद्धतीनुसारच होत आहे.

'मला मार्गदर्शन करावं,' अशी विनंती माझी आजी आंबेडकर-बुद्धांना प्रार्थनेद्वारे करत असे. तिची बुद्ध आणि आंबेडकरांवरील भक्ती या मातीतल्या

धार्मिक प्रथांमुळे निर्माण झाली होती. आपले पूर्वज त्यांच्या गुणांमुळे पूजेस पात्र आहेत, असं या प्रथांनी मानलं आहे. पूर्वीच्या 'चिरंतन ईश्वरा'च्या जागी आता बुद्धाला 'भगवान' म्हटलं जाऊ लागलं. त्यामुळेच हिंदू देव-देवतांची पूजा-प्रार्थना होत असे, तशीच बुद्धांचीही पूजा-प्रार्थना होऊ लागली. दलित घरांमध्ये हिंदूंप्रमाणे पूजेचा देव्हारा असतो. त्यात बुद्धांची प्रतिमा किंवा मूर्तीची प्रतिष्ठापना केलेली असते. तिथं दिवसभर मेणबत्ती, अगरबत्ती लावलेली असते. माझ्या परिचयातील अनेक दलित बौद्ध सकाळी उठल्यावर काम सुरू करण्याआधी आणि नंतर बुद्ध-आंबेडकरांच्या प्रतिमेसमोर अगरबत्ती लावतात आणि प्रार्थना करतात. दलितांच्या विविध कार्यक्रमांत बुद्ध प्रतिमेशेजारी आंबेडकरांची प्रतिमा ठेवण्याची प्रथा रूढ झाल्यानं बुद्धांना तर भगवंताचं स्थान मिळालंच; पण आंबेडकरांनाही देवमाणसाचं स्थान मिळालं आहे. विवाह-वाढदिवस सोहळ्यांपासून मृत्यूच्या प्रसंगांपर्यंत अनेक घरगुती समारंभांत बुद्ध आणि आंबेडकर हे पूजा-प्रार्थनेचे केंद्रबिंदू असतातच.

दलित बौद्ध आणि आंबेडकरी बौद्ध हे आंबेडकर आणि बुद्धांसह इतर थोर समाजसुधारक-इतिहासपुरुष उदाहरणार्थ जोतिराव फुले, शाहू, बिरसा मुंडा आणि छत्रपती शिवाजी महाराजांच्या प्रतिमांसमोर मेणबत्त्या प्रज्ज्वलित करून, उदबत्त्या लावून त्यांचं पूजन करतात. सणासुदीच्या काळात अनेक ठिकाणी या प्रतिमांसमोर नैवेद्याची ताटं, फळं आणि पैसे ठेवले गेल्याचंही मी पाहिलं आहे. दलित बौद्धांची ही न बदलणारी वर्तणूक त्यांना मनातून कुठे तरी प्रिय असलेल्या हिंदू परंपरेतून आलेली आहे. अनेक जण आपल्या कपाळावर टिळा लावून मनगटावर बौद्ध परंपरेतील चित्रांच्या- कलाकृतींच्या पट्ट्या घालतात. त्यांच्या वेशभूषेवरही धार्मिक परंपरांचा पगडा आढळतो. बहुतेक सर्वच धर्मांमधील धार्मिक सवयी त्या धर्माच्या तत्त्वज्ञानाप्रती असलेल्या निष्ठेतून तयार होत नाहीत. माणसातील असुरक्षिततेची भावना आणि दुःखामुळे निर्माण झालेले हे आंधळ्या भक्तीचे प्रकार आहेत. बुद्धांच्या ध्यानसाधनेवर आधारित शिकवणुकीचं पालन केल्यास आपण खरे बौद्ध होऊ, असंही या समूहाला वाटतं.

दलित बौद्ध, बौद्ध परंपरेचा स्वीकार करतात तो या परंपरेतील संघर्षाचा ऐतिहासिक वारसा वगळून. त्यामुळे बौद्ध तत्त्वज्ञानाच्या मर्यादित आकलनातून आध्यात्मिक मार्गदर्शन केलं जातं. हे दलित, बौद्ध परंपरांद्वारे हिंदू परंपरांचंच पालन करताना दिसतात. माझ्या एका दलित बौद्ध मित्रानं घर बांधल्यानंतर त्याच्या गृहप्रवेशासाठी चक्क १३ बौद्ध भिक्षूंना पूजा सांगण्यासाठी बोलावलं होतं. एवढ्या संख्येनं बौद्ध भिक्षूंना आमंत्रित करणं, हे त्याच्याकडे ताकद आणि प्रभाव असल्याचं लक्षण होतं. गृहप्रवेशानंतर भिक्षूंना भोजन देण्यात आलं आणि हा सोहळा संपला. बौद्ध तत्त्वज्ञानावर कुठलंही प्रवचन या निमित्तानं झालं नाही.

बौद्ध धर्माची काही अभिजनकेंद्री अर्थांकनं आणि पाली भाषेतील प्रार्थना प्रस्तुत करून भिक्षूंनी आपली भूमिका पार पाडली होती.

बौद्ध धर्म स्वीकारल्यानंतरही काही दलित बौद्ध जातीभेद बाळगताना दिसतात. जे बौद्ध ही कर्मकांडं त्यांच्याप्रमाणे तंतोतंत पाळत नाहीत, त्यांना ते हीन समजतात. बौद्ध धर्माचं मर्यादित ज्ञान मिळवल्यानंतर अशिक्षित, असंघटित दलित बौद्धांपेक्षा आपण श्रेष्ठ असल्याची भावना त्यांच्या ठायी निर्माण होते.

सामाजिक-सांस्कृतिक आणि राजकीय क्षेत्रांत, मध्यम व श्रीमंत वर्गातील दलित बौद्ध हे बौद्ध संघटनांशी जुळवून घेण्यास प्राधान्य देतात. बौद्ध सामाजिक-सांस्कृतिक क्षेत्रांशी त्यांचे हे संबंध पूर्णपणे आध्यात्मिक पातळीवर आधारित आहेत. दलित सामाजिक-सांस्कृतिक संघर्षाशी संबंधित कुठलाही मुद्दा राजकीय प्रश्न म्हणून पाहिला जातो आणि त्यात बौद्ध समाजाला रस नसतो.

त्यांचा बौद्ध धर्म मनोवैज्ञानिक आहे आणि, जे अन्यथा त्यांना त्यांच्या सामाजिक वर्तुळात सामील होऊ देत नाहीत, अशा दलितेतर बौद्धांमध्ये सामील होण्याची ही एक संधी आहे. दुर्दैवानं दलितेतर बौद्ध दलित बौद्धांची अवहेलना करतात. माझा एक हिंदू मित्र जपानी बुद्धिझम पाळतो. त्याच्या भक्तीमुळेच त्यानं बौद्ध धर्म स्वीकारला. दलित बौद्धांबद्दल त्याच्या मनात राग होता. त्याच्या मते, त्यांना बौद्ध धर्म म्हणजे काय, हेच माहीत नव्हतं आणि त्यामुळे त्याचं पालन कसं करायचं, हे सुद्धा माहीत नव्हतं.

'दलित' म्हणून ओळखलं जाण्यापेक्षा 'बौद्ध' म्हणून ओळखलं जाण्यातून एक तटस्थ ओळख मिळते. म्हणून भारतातील आणि परदेशातील बहुतेक सर्व प्रमुख शहरांमध्ये दलितांनी बौद्ध धर्म स्वीकारला आहे. त्यांच्या साप्ताहिक बैठकांमध्ये खालच्या वर्गातील लोकांना वगळलं जातं.

'दलित बौद्धां'च्या धार्मिक प्रथांमध्ये सण साजरे करण्याला महत्त्व आहे. हिंदूंच्या कथांपेक्षा वेगळी अशी पौराणिक कथा घेऊन त्यांनी दिवाळी, होळी आणि इतर हिंदू सण साजरे करण्यास प्राधान्य दिलं आहे. 'दलित बौद्ध' हे सोयीस्कर हिंदूसारखे आहेत. त्यांना दोन्ही धार्मिक मतांचा अवलंब करायचा आहे.

हुंड्यासारखी त्रासदायक प्रथा आजही या समाजात प्रचलित आहे. स्वत:चं भौतिक सामर्थ्य प्रदर्शित करण्याच्या हिंदू सरंजामदारी पद्धतींचाच अवलंब करत प्रतिष्ठेची संकल्पना आणि स्वत:च्या स्थानाचं मोठेपण यांची पुनर्कल्पना केली जाते.

या गटामध्ये उपवास करणं देखील महत्त्वाचं मानलं गेलं आहे. आपल्या पारंपरिक देवतांची कृपा मिळवण्यासाठी उपवास करण्याचं त्यांचं उद्दिष्ट हिंदूंप्रमाणेच

आहे. उपवासादरम्यान ते शाकाहारी हिंदू जेवणास प्राधान्य देतात.

आंबेडकरी बौद्ध

आंबेडकरी बौद्ध प्रामुख्याने प्रबळ दलित जातींमधून येतात. त्यांचे विद्रोही विचार, त्यांचा प्रतिरोधाचा स्वर यामुळे 'क्रांतिकारी चळवळींशी संबंधित' अशी त्यांची ओळख झाली आहे. हिंदू धर्माच्या तिरस्कारातून त्यांनी बौद्ध धर्माचा स्वीकार केला आहे. हिंदू धर्मात ज्या काही प्रथा पाळल्या जातात त्या आंबेडकरी बौद्धांनी मुद्दामच नाकारल्या आहेत. याचा परिणाम म्हणजे, 'दलित बौद्ध' त्यांच्या चेष्टेचे आणि अवहेलनेचे विषय बनले आहेत. आंबेडकरांनी मांडलेलं बौद्धत्व मानण्याकडे आंबेडकरी बौद्धांचा कल आहे. 'बुद्ध आणि त्याचा धम्म' त्यांच्यासाठी मार्गदर्शक शिकवण आहे. त्यांच्या वर्तुळात अंधश्रद्धेला स्थान नाही.

आंबेडकरी बौद्धांनी 'कट्टर बौद्ध धर्म' हा एक प्रकार विकसित केला आहे; जो भारतीय समाजातील प्रत्येक पैलूमधील (बौद्ध धर्मासह) जातीच्या प्रभावावर प्रश्न उपस्थित करतो. बौद्ध धर्म अध्यात्म आणि धर्म यांना केंद्रस्थानी ठेवून ते जातीचा विचार करतात. बौद्ध धर्माच्या पूर्वीची जातीव्यवस्था ते मानत नाहीत. सरंजामी जातीय व्यवस्थेमध्ये बुद्ध आणि त्यांचा सिद्धांत याविषयी विचारविनिमय करताना बुद्धाच्या जातीची पार्श्वभूमी लक्षात घेतली जाते. या आंबेडकरी लोकांचा असा दावा आहे, की लोकांनी बुद्धांचा सिद्धांत स्वीकारण्यात त्यांच्या क्षत्रिय (योद्धा) जातीच्या पार्श्वभूमीने महत्त्वपूर्ण भूमिका बजावली आहे. जर एखाद्याला बुद्ध व्हायचे असेल तर त्याला जातीय विशेषाधिकार मिळाला पाहिजे का? अस्पृश्यांमधून एखादा बुद्ध का निर्माण झाला नाही? जर असेल तर त्याच्या कथा मुख्य प्रवाहातील कथांचा भाग का नाहीत? बौद्ध आणि दलित धर्माबरोबर आध्यात्माच्या कल्पनेला सामोरं जाताना हे प्रश्न उपस्थित केले जातात.

त्यांनी यशस्वीरित्या बुद्ध आणि आंबेडकरांवर आधारित एक पंथ तयार केला आहे, जिथे आंबेडकरांना मुक्तिदाता मानण्यास प्राधान्य दिलं जातं. म्हणून, बौद्ध धर्माच्या नीतिमत्तेचं पुनरावलोकन करण्यासाठी आंबेडकरांचं बौद्ध धर्माविषयीचं चिंतन वैध मानलं जातं. १४ ऑक्टोबर १९५६ या धर्मांतराच्या दिवशी आंबेडकरांनी ठरवलेली २२ व्रतं ही बौद्ध होण्याची पूर्वअट आहेत. हिंदू धर्मातून हरवलेल्या विवेकवादाची पुनर्प्राप्ती म्हणून बौद्ध धर्माच्या या स्वरूपाकडे पाहिलं जातं.

आंबेडकरी बौद्ध, बौद्ध धर्माच्या, ख्रिश्चन धर्मावर आधारित शुद्धीकरणासारख्या कर्मकांडांचा निषेध करतात. राजा अशोकाने ज्याप्रमाणे बौद्ध मूल्यांवर आधारित आपल्या विशाल राज्यावर राज्य केलं त्याप्रमाणे - 'प्रबुद्ध भारत' किंवा 'बुद्धमयी

भारत' (बौद्ध भारत) बनवण्याची त्यांची महत्त्वाकांक्षा आहे.

आंबेडकरी बौद्ध, आंबेडकरांच्या बौद्ध धर्माच्या नवयान आवृत्तीच्या तत्त्वज्ञानावर ठाम विश्वास ठेवतात. त्यांनी सामाजिक भान असलेल्या बौद्ध धर्माच्या तिबर्टेरियन धर्मशास्त्राला महत्त्व दिलं आहे.

आंबेडकरी बौद्धांसाठी बौद्ध असण्याच्या गाभ्यापाशी जातीयवादावरचा मूलगामी उतारा आहे. जातीबिगरच्या अनुभवांचं बौद्ध नीतिशास्त्रात काहीही योगदान नाही. जो बोलला त्याप्रमाणे वागला आणि शोषणयुक्त जातीव्यवस्था ज्यानं शुद्ध केली, अशा बुद्धाकडे बंडखोर जातीविरोधी क्रांतिकारक म्हणून पाहिलं जातं.

आंबेडकरी बौद्धांनी त्यांचे आंबेडकर-बुद्ध दृष्टिकोन संस्थापित करणं पसंत केलं. अशा प्रकारे, दलित इतिहासातील इतर दैवतांबरोबरच बुद्ध आणि आंबेडकरांचा वारसा सांभाळणाऱ्या शाळा, सांस्कृतिक आणि शैक्षणिक केंद्रं स्थापन केली गेली. विद्यार्थ्यांचा अभ्यासक्रम आणि दैनंदिन उपक्रम यांतून त्यांच्यात आंबेडकरी बौद्ध परंपरा रुजवण्याचा प्रयत्न झाला. अनेक आंबेडकरी बौद्धांनी संपूर्ण भारतभर सांस्कृतिक आणि शैक्षणिक संस्था सुरू केल्या आहेत. यामुळे जाती, धर्म आणि जातीयवाद या विषयांवर गंभीरतेने संवाद वाढवण्यास मदत होते. याव्यतिरिक्त, ते जवळपासच्या भागात राहणाऱ्या तरुणांसाठी सामाजिक अवकाश तयार करत आहेत. अशा ठिकाणी नियमितपणे बौद्ध कार्यक्रमांचे आयोजन केलं जातं.

आंबेडकर धर्म

मला भेटलेल्या आंध्र प्रदेश आणि तेलंगणामधील काही व्यक्तींनी, आंबेडकरांच्या तत्तवज्ञानासुनार नवीन धर्म सुरू करण्याच्या योजनेचा तपशील मला सांगितला.

'आमचे लोक धार्मिक क्षेत्राशी संलग्न आहेत. ते निसटू शकत नाहीत आणि म्हणूनच हिंदूंना त्यांच्या हिंसाचाराच्या कार्यक्रमांमध्ये भरती करण्यासाठी हे लोक सर्वांत सोयीस्कर आहेत. त्यामुळे हिंदू, ख्रिश्चन किंवा मुस्लिम धर्माशी संबंधित नसलेल्या अशा एखाद्या श्रद्धेकडे त्यांचा विश्वास आम्ही वळवू इच्छितो,' असं मला एका सद्‌गृहस्थानं सांगितलं. तो हे सर्व साध्य करण्यासाठीच्या एका प्रकल्पावर बरीच वर्षं काम करत होता. आध्यात्मिक व राजकीयदृष्ट्या विभागलेल्या दलितांमध्ये एकता निर्माण करण्यासाठी विविध दलित पोटजातींतील दलित ग्रामस्थांना 'आंबेडकर देव' प्रकल्पामध्ये एकत्र आणण्याची त्यांची योजना आहे. मूलगामी आणि दलित मुक्तीच्या राजकीय विचारसरणीच्या जवळचे वैकल्पिक पर्याय देण्यासाठी हा प्रकल्प विकसित करण्यात आला आहे. यामागचा विचार असा की, अगोदरच धार्मिक अंधश्रद्धांमध्ये अडकलेल्या दलितांना तिथून बाहेर

काढणं हे एक मोठं अवघड आव्हान आहे. कोणत्याही धर्माच्या विरोधी दृष्टिकोन किंवा संघटित धर्माकडे पाहण्याचा तर्कसंगत दृष्टिकोन कष्टकरी व शोषित लोकांमध्ये विकसित होऊ शकत नाही. सकारात्मक बदलाची आशा ठेवण्यासाठी त्यांना धार्मिकतेची आवश्यकता असते. उपेक्षितांच्या जीवनावर अनेक अदृश्य शक्तींचा मोठा प्रभाव असतो. म्हणून त्यांनी त्यांची धार्मिकता, दुसऱ्या विचारक्षेत्रामध्ये वळवून हळूहळू बदल होण्याच्या शक्यतेचं बीज आंबेडकर धर्माद्वारे रुजविण्याची गरज आहे.

आंबेडकर धर्म परंपरेतील कर्मकांडं आणि ते करणाऱ्या पुरोहितांची नेमणूक या प्रकल्पातील व्यक्तींनी केली आहे. या प्रकल्पाला मान्यता देणाऱ्या एका जुन्या सरकारी कर्मचाऱ्यानं मला सांगितलं की, लोकांना शोषक ब्राह्मणी हिंसाचाराला सामोरं जावं लागू नये म्हणून एक जनआंदोलन करण्याची आपली योजना आहे.

आंबेडकरांना अध्यात्मिक प्रथांच्या सर्व पैलूंमध्ये समाविष्ट करण्याचा प्रयत्न आहे. एका सद्गृहस्थानं आंबेडकरांची आरती लिहिली आहे. त्यात 'ब्रह्मा' शब्दा ऐवजी 'आंबेडकर देवा' शब्द वापरला आहे. आरतीचा जो सूर असतो त्याच सुरात ही आरतीही म्हणायची आहे. प्रत्येक चरणाचा शेवट 'आंबेडकर दों स्वाहा' असा येतो.

विद्यमान पुरोहित व्यवस्था आणि संघटित धर्माच्या इतर स्वरुपांबद्दल अविश्वास दाखवत असताना, आंबेडकर धर्माच्या गटाचे सदस्य येणाऱ्या पिढ्यांना विसरूनच गेले आहेत. धार्मिक कट्टरतेत अडकलेल्या सध्याच्या पिढीपर्यंतच त्यांचा दृष्टीकोन मर्यादित आहे. त्यांचं विवेकवादी आणि मूलगामी उद्दिष्ट, अजूनही एकेश्वरवादी दृष्टीकोन असलेल्या धर्मापुरतं मर्यादित आहे. आंबेडकरांचं उदात्तीकरण करून दैवी गुण असलेला प्रेषित म्हणून त्यांना प्रस्तुत केलं जातं. वास्तविक दलितांच्या इतिहासातील ती सर्वात महत्त्वाची व्यक्ती ठरू शकते, परंतु त्यांना देव ठरवून, त्यांच्या व्यक्तिमत्त्वाचं संस्थाकरण करून, गूढवादी परंपरेभोवतीच फिरत राहण्याचा या गटशचा मनसुबा आहे.

आंबेडकरांच्या वैयक्तिक आणि प्रतिनिधीक अशा असंख्य उत्सवांमधून दलित सतत बंडखोरीचं जीवन जगत आले आहेत. थोडक्यात त्यांनी अध्यात्म, राजकारण, समुदाय आणि मानवतावाद यांच्या चौकटीत येणारी वैश्विक मूल्यं आपलीशी केली आहेत. हा मानवतावाद दलित वैश्विकतेच्या प्रकल्पासाठी इतका आवश्यक आहे की नैतिक बंधुत्व, नैतिक समानता आणि पूर्ण स्वातंत्र्याशिवाय त्याच्या प्रगतीला खीळ बसू शकते.

दलित मानवतावाद समतेचा दावा करण्यासाठी कटिबद्ध आहे. इतर मानवांच्या बरोबरीचं मानलं जाणं हा 'हक्क' समजला जावा असा युक्तिवाद केला जातो.

दलित मानवतावाद व्यवस्तेचा अन्याय्य पद्धतीने नाश न करता समताधिष्ठित व्यवस्थेचा पुरस्कार करतो. दुसऱ्या व्यक्तीच्या माणुसकीवरील विश्वासाच्या बळावर मानवी उणीवा लक्षात घेऊन समता प्रस्थापित करण्याचं त्याचं उद्दीष्ट आहे. अधिकारांची उतरंड असलेल्या शोषण व्यवस्थेला नष्ट केलं तर त्यातून अधिक विषमता निर्माण होईल. विषमतेचा प्रश्न सुटणार नाही. म्हणून दलित मानवतावाद विभाजित उतरंडीच्या व्यवस्थेला विरोध करत नाही. तर तो मानवतेचं समाजातलं स्थान निश्चित करून तिला वेगळं करणाऱ्या कठोर संरचनांना नष्ट करण्याविषयी बोलतो. दलित मानवतावाद ही आधुनिकतावादी तत्त्वप्रणाली आहे. यात नैतिक कृत्ये कडवटपणा आणि द्वेषाची तीव्रता कमी करतात आणि प्रेमाचा शोध घेतात.

४

दलित मध्यमवर्ग

'मी जे काही साध्य करू शकलो त्याचा लाभ मोजक्या सुशिक्षित लोकांनी घेतला आहे. त्यांना आपल्या दलित बंधूंबद्दल सहानुभूती राहिलेली नसून, त्यांच्या बेईमानी वागणुकीने ते निरुपयोगी ठरले आहेत. ते माझ्या कल्पनेपेक्षाही जास्त स्वार्थी आहेत, ते केवळ स्वत:साठी, स्वत:च्या वैयक्तिक फायद्यासाठी जगतात.....
मला माझे लक्ष आता खेड्यापाड्यातल्या निरक्षर लोकांकडे वळवायचे आहे,
 जे आजही पीडित आहेत आणि आर्थिकदृष्ट्या जवळजवळ त्याच पूर्वीच्या स्थितीत आहेत.'

– आंबेडकर, ३१ जुलै १९५६, दिल्ली

'सुशिक्षित लोकांनी माझा विश्वासघात केला आहे.
 उच्च शिक्षण घेतल्यानंतर ते समाजसेवा करतील, अशी मला अपेक्षा होती.
परंतु स्वत:चीच पोटे भरण्यात मग्न असलेल्या लहान-मोठ्या कारकुनांचीच गर्दी मला दिसत आहे.'

– आंबेडकर, १८ मार्च १९५६, आग्रा

मी मागत नाही तुमच्या आकाशीचे सूर्य-चंद्र,
शेतीवाडी-माडी, हवेलीही...
मी मागत नाही देवधर्म, जात-पंथ किंवा
तुमच्या आई, बहिणी, लेकीबाळी

कास्ट मॅटर्स । १४९

मी मागतो माझे हक्क-माणूस म्हणून...
मला माझे हक्क हवेत, मला माझे हक्क द्या
नाकारणार का ही स्फोटक अवस्था?
मी उखाडीत जाईन रेल्वेरुळासारखे धर्मग्रंथ पेटवीत जाईन सिटीबसगत
तुमचे बेबंद अधिकार दोस्तांनो

– शरणकुमार लिंबाळे, व्हाईट पेपर .

'ऑल माइंड्स बिग माऊथ्स, स्पिटींग वेनम ऑल अराऊंड
युअर अन्सेस्टर्स वेअर सिक पीपल, देअर इज नो टर्न अराऊंड..
ऑल यु नो इज फाईव वर्ड्स, दलित, मेरिट, कास्ट, आंबेडकर, रिझर्वेशन'

– सुमीत सॅमोस, दलित हिप हॉप आर्टिस्ट.

एकोणिसाव्या शतकापासून दलित हक्क संघर्षातील विविध संघटित चळवळींचे अस्तित्व दलितांच्या संघटित संघर्षाची साक्ष देते. उत्तर, दक्षिण, दख्खन, पूर्वेकडील आणि संपूर्ण भारतातील विविध प्रादेशिक गट अस्पृश्यता निर्मूलनाच्या कार्यासाठी झटताना दिसून येतात. काही गटांनी भक्ती चळवळीच्या परंपरांचे अनुसरण केले. ते जरी हिंदू धर्माच्या रूढींशी एकनिष्ठ असले तरी, त्यांनी त्यातील भेदभाव करणाऱ्या प्रथांना आव्हानही दिले. काहींनी मात्र हिंदूविरोधी भूमिका घेतली आणि हिंदू ओळख नाकारून त्यापासून भिन्न अशी स्वतंत्र दलित ओळख निर्माण करण्याचे आवाहन केले.

पुस्तकाच्या या प्रकरणात मी दलित मध्यमवर्गाच्या निर्मितीकडे लक्ष वेधणार आहे. हा वर्ग प्रभावशाली आणि एक ट्रेंड सेटर आहे, याबाबत क्वचितच कुणाचे दुमत असेल. त्यानंतर मी जात आणि जातीव्यवस्था यांच्या वर्गीकरणावर प्रास्ताविक टिप्पणी देऊन जातीव्यवस्था आणि दलितांबद्दलची वाढती जाणीव यांच्यातील फरक विशद करणार आहे. दुसऱ्या भागात मी तीन महत्त्वपूर्ण घटनांकडे बघणार आहे, ज्यांनी क्रूर ब्राह्मणी वर्चस्वाबद्दलच्या आपल्या सामूहिक स्मृतिभ्रंशाला हादरे देत उद्ध्वस्त केले आहे. जात आणि दलित हे भिन्न मुद्दे नाहीत किंवा ते अन्यांचे - बाह्य, जातीच्या परिक्षेत्रातील एखाद्याशी असंबंधित असे - विषय नाहीत. ते गौण नाहीत, तर त्यांचा संबंध व्यक्तित्त्वाच्या गुणधर्माशी - सर्वसाधारण सामुदायिक अस्तित्वाच्या मानवीयतेशी आहे. ते अत्याचारींवर मोठा परिणाम करतातच; परंतु अत्याचार करणाऱ्यांवरही त्यांचा परिणाम होतो. एकीकडे ब्राह्मणवादाच्या द्वंद्वाशी जुळवून घेत, त्यातून फायदा करून घेत त्याचे पुनरुत्पादन करत राहणे, आणि

दुसरीकडे तात्त्विकदृष्ट्या एक व्यवस्था म्हणून जातींच्या निर्मितीची चर्चा करणे अशा त्या विरोधाभासी भूमिका आहेत.

म्हणूनच, सर्व प्रकारच्या मानवी धर्मांधतेवर आपल्याला जोरदार दलित प्रहार हवा आहे. अत्याचारकर्त्यांवर आक्षेप न घेणारी, आक्रमण न करणारी आणि त्याच्याशी सत्यनिष्ठ न राहणारी दलित मानवतावादी परंपरा असू शकत नाही. ब्राह्मण आणि इतर उच्च जातीय यांना प्रथमत: दिलासा देऊन मग त्यांच्याशी जातीबद्दल बोलणे, अशा प्रकारचा हा संवाद असू शकत नाही. म्हणून, दलित संघर्षात भाग घेणे ही सत्य बोलणे आणि ऐकण्याची अवघड कसरत आहे.

भारतातील शोषक जाती आपला जोम कायम ठेवून आणखी गुन्हे करत आहेत आणि आपल्या समाजातील लोकांची मान्यता मिळवत आहेत. ब्राह्मणवादाच्या समर्थकांकडे, प्रत्येक भाष्याचे आणि कार्यपद्धतीचे जातीयीकरण करणाऱ्या त्या ब्राह्मणवाद्यांकडे दुर्लक्ष करून चालणार नाही. ब्राह्मणवादाचे विच्छेदन करून एका द्रष्ट्या समीक्षेच्या धारदार अस्त्रानं त्यास छाटणं आवश्यक आहे. वर्चस्व असलेल्या जातींचा ब्राह्मणवादी कळवळा हा जातिविवादावरील चर्चेस प्रतिकूल आहे; जो नेहमीच नकोसा वाटणारा आहे. 'फील-गुड' दृष्टिकोन मुक्तीचे पुरेसे राजकारण पुढे घेऊन जाणार नाही. वर्चस्व असलेल्या जातींकडून मुख्य प्रवाहातील अनेक दलित चळवळींना त्यांच्या भाषेची धार कमी करण्यास सांगितले जाते व त्यांचा स्पष्टवक्तेपणा मर्यादित करण्यास भाग पाडले जाते. मुख्य प्रवाहातील ज्या दलितांचा उल्लेख केला जातो ते सामान्यत: मध्यमवर्गीय दलित असतात, ज्यांच्यामध्ये ऊर्ध्वगामी आकांक्षा असतात.

मध्यमवर्गाची व्याख्या

मध्यमवर्ग हा विशेषकरून उत्तर-आधुनिक भांडवलशाही समाजाच्या पार्श्वभूमीवर अर्थशास्त्र आणि राज्यशास्त्राच्या अभ्यासकांसाठी, खास रुची असलेला विषय राहिलेला आहे. या वर्गाकडे प्रभावशाली आणि प्रबळ म्हणून पाहिले जाते. भारतातील मध्यमवर्गीय उत्पन्न गट हा पाश्चात्य अर्थव्यवस्थेतील मध्यमवर्गाहून अतिशय वेगळा आहे. म्हणूनच, भारतातील मध्यमवर्गीय लोकसंख्येच्या आकडेवारीचे विभिन्न आकडे प्रस्तुत केले जातात. संजीव संन्याल यांनी भारतीय मध्यमवर्गाच्या आकाराचा अंदाज लावणारे अनेक स्त्रोत उद्धृत केले आहेत. 'टाइम्स एशिया'ने प्रसिद्ध केलेल्या आकडेवारीनुसार ही संख्या साधारण २५ ते ३० कोटी एवढी आहे, मॅकेंझी ची आकडेवारी ५ कोटी एवढी, तर नवी दिल्ली येथील उपयोजित मनुष्यबळ संशोधन संस्थेनुसार भारतीय मध्यमवर्गाची संख्या मागील दशकभरात

२.६४ कोटीच्या पार गेलेली नाही.[१] यावरून मध्यमवर्गाच्या आकडेवारीविषयी निश्चित असे एकमत दिसून येत नाही. त्यात, दलित मध्यमवर्ग हा अद्याप आकलनात्मक स्पष्टतेसह प्रस्थापित झालेला नाही. दलित मध्यमवर्गाचा भाग म्हणवून घेण्यास कोण पात्र आहे? तो दलितांच्या सामाजिक आणि आर्थिक स्थितीच्या आधारे निश्चित केलेला वर्ग असेल की दलितेतर मध्यमवर्गाच्याच पायावर आधारित असेल?

इतिहासकार ज्ञानेंद्र पांडे त्यांच्या मध्यमवर्गाच्या जागतिक संस्कृतीवरील सर्वेक्षणातून यात हस्तक्षेप करतात. ते असे सांगतात की, मध्यमवर्ग हा अल्प-रोजगारातील किंवा बेरोजगार असलेला उत्पादक घटक आहे, ज्याची पूर्वी 'सामान्य जनता' अशी ओळख होती. हा मध्यमवर्ग एका अभिनव तंत्रज्ञानात्मक क्रांतीची निर्मिती आहे. विशेषत: भारतासारख्या विकसनशील देशांच्या बाबतीत, आयटी क्षेत्रातील नोकऱ्यांमुळे स्वातंत्र्याचे भान आले आहे, ज्यामुळे आर्थिक स्वातंत्र्याबरोबरच सांस्कृतिक मूल्येही प्रभावित झाली आहेत.

भारत हा अद्याप एक गरीब देश असला तरी 'प्यू रिसर्च २०१५' च्या आकडेवारीनुसार मार्च २०१९ पर्यंत, भारतात आपल्याकडे इतिहासातील सर्वांत मोठा दलित मध्यमवर्ग आहे. या वर्गाच्या आकारमानाची विशिष्ट आकडेवारी ज्ञात नसली तरी, दलितांना मिळणाऱ्या शिक्षण, नोकरी यांच्या संधी आणि सार्वजनिक आरोग्यासाठी त्यांना करावा लागणारा संघर्ष यांसारख्या बाबींचा विचार करून या गृहीतकाचे समर्थन करणारे काही मार्ग उपलब्ध आहेत. भारतीय मध्यमवर्ग हा एकूण लोकसंख्येच्या जवळपास २ ते ३ टक्के आहे.[३] बहुसंख्य भारतीय निम्न-उत्पन्न स्तरात मोडतात. या स्तराची जातीनिहाय विभागणी केली असता निराशाजनक आर्थिक परिस्थितींमध्ये जीवन जगणारे श्रमजीवी भारतीय कोण ते उघड होते. श्रमजीवी वर्गात मुख्यत: खालच्या-जातीचे ओबीसी आणि दलित असतात. असे असूनही, भारतात मध्यमवर्ग हा जनमतावर प्रभाव टाकणारा वर्ग आहे, असे सर्वसाधारण मत आहे आणि ते अचूक आहे. महानगरांमध्ये तयार होणारे अनेक अहवाल आणि चळवळी या मध्यमवर्गीय लोकसंख्येभोवती केंद्रित झालेल्या असतात. भारतातील राजकीय वर्ग हा देखील मध्यमवर्गास पूरक आहे, उदाहरणार्थ, उत्पन्नानुसार वाढत जाणाऱ्या कर आकारणीसारख्या धोरणांमधून मध्यमवर्गास लाभ मिळवून दिला जातो.

दलित मध्यमवर्गाच्या प्रश्नावर गुरुराम श्रीनिवास आणि नंदू राम यांनी सविस्तर मांडणी केली आहे.[४] दलित मध्यमवर्गाची निर्मिती हा पिढीमध्ये झालेला बदल आहे आणि तो आरक्षणासारख्या कल्याणकारी धोरणातून साकारला गेला आहे. ज्या पिढीने या धोरणाचा लाभ घेतला ती पिढी या नव-मध्यमवर्गाच्या

श्रेणीमध्ये अगदी चपखल बसते. कामाची स्थिती आणि वेतन श्रेणीतल्या वाढी बरोबरच स्वतंत्र व्यावसायिक आणि उद्योगांचे मालक बनण्याच्या उद्यमशील महत्त्वाकांक्षेवरून आपल्याला दलित मध्यमवर्गाच्या जडणघडणीविषयी माहिती मिळते. अशाप्रकारे, सरासरी ५ ते १० टक्के दलित उच्च व मध्यम वर्गापर्यंत पोचले आहेत.[५]

अन्य भाष्यकारांनी अधिक मोठ्या मध्यमवर्गीय लोकसंख्येचा अंदाज वर्तवला आहे. पवन वर्मा यांनी आपल्या 'न्यू इंडियन मिडल क्लास' या पुस्तकात भारतीय मध्यमवर्गाचे प्रमाण ५० टक्क्यांपेक्षा अधिक असू शकते, असे सूचित केले आहे. आपल्या दाव्याचे समर्थन करण्यासाठी कुठलाही ठोस पुरावा न देता, वर्मा यांनी असा अंदाज लावला आहे की, 'जिच्याजवळ राहते घर आहे, जिच्या कुटुंबाला दिवसातून तीन वेळचे जेवण परवडते, जिला मूलभूत आरोग्य सेवा, सार्वजनिक वाहतूक आणि शालेय शिक्षणाच्या संधी आहेत, तसेच जिच्याजवळ पंखा, घड्याळ किंवा सायकल अशा काही मूलभूत गोष्टी घेण्यासाठी व्ययक्षम उत्पन्न असेल, अशी कुठलीही व्यक्ती मध्यमवर्ग गटात मोडते.'[६] त्यांच्या म्हणण्यानुसार, दरमहा २०हजार ते १ लाख रुपये (२८०-१४०० डॉलर्स) कमावणारी व्यक्ती मध्यमवर्ग म्हणवून घेण्यास पात्र आहे. त्यांनी मध्यमवर्गाच्या जनगणनेपेक्षा अतिशय निराळे चित्र सादर केले आहे. याचा अर्थ असा की, बहुसंख्य भारतीय ढोबळपणे रेखाटलेल्या मध्यमवर्गाच्या सीमांमध्ये मोडू शकतात. मध्यमवर्गाची वैशिष्ट्ये सांगताना वर्मा यांनी जाता जाता 'मध्यमवर्गावरील जातीची पकड ढिली झाली आहे,' असा शेरा मारला आहे, त्याचे कारण-स्थलांतर. वर्मा यांनी असे एक आधारहीन विधान केले आहे की, मध्यमवर्ग आता एक नवीन उदारमतवादी वर्ग आहे, ज्याच्या आकांक्षा जातीविरहित आहेत आणि जाती-भेदांकडे दुर्लक्ष करण्यास तो तयार आहे. वारंवार खेड्यांमधून शहराकडे स्थलांतर करण्यामुळे त्याच्या जातीच्या संवेदना बोथट होत आहेत. तसेच जात ही ग्रामीण आणि मागासलेली असून ती भूतकाळातील गोष्ट आहे आणि बहुतेक भारतीय आता पगारदार असल्याने ग्रामीण लोकांमध्ये असणाऱ्या कठोर जातीय संवेदना त्यांच्यात नसतात. आता जातीचे महत्त्व फारसे उरलेले नाही असे सूचित करण्यासाठी पुरावा नसला, तरीही ती एक व्यापक प्रमाणात मानली गेलेली धारणा आहे आणि बहुतेकदा ती मतप्रचाराच्या रूपात वापरली जाते.

वर्मा यांचे मत वास्तव संशोधनाशी विसंगत आहे. राष्ट्रीय नमुना सर्वेक्षण संस्था (नॅशनल सॅम्पल सर्व्हे ऑर्गनायझेशन - एनएसएसओ) च्या आकडेवारीमधून शहरी भागांतील दलितांच्या गंभीर स्थितीचे चित्र आपल्यासमोर येते. या आकडेवारीमध्ये वरिष्ठ जातीयांचे उत्पन्न दलितांपेक्षा ६५% अधिक असल्याचे नोंदवले गेले

आहे.[७] याव्यतिरिक्त, दलित मोठ्या प्रमाणावर शहरातील कमी उत्पन्नाच्या नोकऱ्या करत असतात. वर्मा पुढे असा दावा करतात की, उपभोक्तावादी लाट लक्षात घेता, जातींची शुद्धता टिकवण्याच्या प्रथेमध्ये बदल होत आहेत. हे नवउदारवादी भांडवलशाहीचे जे चित्र उभे केले जाते त्याला अनुसरून आहे. या चित्रानुसार बाजार हा जातीबाहेरील आणि अधिक प्रबळ असतो. 'लोकांना एखादे अपार्टमेंट खरेदी करायचे असते तेव्हा ते शेजारी कोण राहते याची पर्वा करत नाहीत; ते अधिक पैसे कमविण्यासाठी मालकाच्या जातीची पर्वा न करता काम करण्यास तयार असतात.'[८]

वर्मा शेवटी असे सूचित करतात की, भारतीय मध्यमवर्गाचा प्रयोग हे असे एक वितळणारे भांडे बनले आहे ज्यातून जात्याधारित भेदभाव लोप पावत चाललाय. मात्र, वस्तुस्थिती पाहिली तर त्यांची विधाने खरी नाहीत. लोक अजूनही त्यांच्या शेजाऱ्यांच्या जातीबद्दल चौकशी करतात आणि जिथे 'सुरक्षित', आणि उच्च जातीय आडनावे असलेले रहिवासी राहतात असे अपार्टमेंट निवडतात.[९] दलितांसाठी काम करणारे कर्मचारी टोकाची जातीयवादी द्वेषभावना मनात बाळगून असतात. अनेक दलित अधिकारी आणि मालक यांनी त्यांचे कनिष्ठ किंवा नोकरदार आपले वेगळेपण अबाधित राहावे म्हणून कसे धडपडत असतात, याच्या कथा सांगितल्या आहेत. एका ज्येष्ठ पत्रकाराने मुंबईतील एका दलित उद्योजकाची कहाणी सांगितली, ज्याचा कर्मचारी एकाच जगमधले पाणी पिण्यास नकार देत असे. तो घरून स्वतःची बाटली आणत असे. चौकशी केली असता, त्या कर्मचाऱ्याने निःसंकोचपणे सांगितले की, त्याला त्याच्या जातीच्या नियमांचे पालन करावे लागते त्यामुळे त्याचा मालक जे पाणी पीत आहे, तेच पाणी तो पिऊ शकत नाही. ते ऐकून तो उद्योजक सुन्न झाला. तो कोणतीही कारवाई करू शकला नाही. त्यामुळे त्याने केवळ आपल्या कर्मचाऱ्यांची गैरसोय होऊ नये, यासाठी स्वतःची पाण्याची बाटली घेऊन येण्यास सुरुवात केली. त्याच्या कर्मचाऱ्यांच्या कुटुंबाची पोटे भरण्याची जबाबदारी तो घेत असूनही त्याच्यावर त्याचे कर्मचारी पाळत असलेल्या जातीच्या नियमांनुसार वागण्याची सक्ती केली जाते. अशाप्रकारे, एनएसएसओच्या आकडेवारीनुसार आणि प्रत्यक्ष अनुभवांवरून, वर्मा यांचा दावा मान्य करणे कठीण आहे.

तथापि, एक गोष्ट सर्वमान्य आहे आणि ती म्हणजे मध्यमवर्गाची समज आणि उच्च शिक्षणाप्रति असलेला त्यांचा कल. सुरिंदर जोधका आणि असीम प्रकाश असा युक्तिवाद करतात की, आर्थिक घटकांबरोबरच असे काही ऐतिहासिक आणि सामाजिक घटक आहेत, जे मध्यमवर्गाला 'नवी मूल्ये आणि जीवनशैलीचे वाहक' बनवतात. 'मध्यम-उत्पन्न गटात मोडणारी कुठलीही व्यक्ती, व्यक्तिनिष्ठपणे

किंवा वस्तुनिष्ठ समाजशास्त्रीय निकषाच्या आधारे मध्यमवर्गीय असेलच असे नाही.'[१०] या निर्देशकाच्या आधारे जोधका आणि प्रकाश यांनी भारतातील मध्यमवर्गावरील लिखित साहित्याचे सर्वेक्षण केले. या अभ्यासातील आकडेवारी कशीही २८ दशलक्ष पासून ९१ दशलक्ष पर्यंत बदलते. या अस्थिर आकडेवारी मागील संभाव्य स्पष्टीकरण म्हणजे विशिष्ट वर्गाचा दृष्टिकोन. तथापि, त्यांच्या युक्तिवादामध्ये स्थिर असलेली एक गोष्ट म्हणजे मध्यमवर्गाची संवेदनशीलता (समज?) ही जातीविरहित आहे.

पांडे यांच्या म्हणण्यानुसार, दुसरीकडे, जुळवून घेण्याच्या क्षमतेच्या स्वरूपात झालेल्या मध्यमवर्गीयांच्या लोकशाहीकरणामुळे मध्यम-वर्गीय क्लबची संख्या वाढत आहे. अमेरिकेत वाढत्या हिस्पॅनिक आणि कृष्णवर्णीय मध्यमवर्गाने स्थलांतरित मध्यमवर्गीयांशी जुळवून घेऊन अमेरिकेसारख्या देशाला मध्यम-वर्गाचे केंद्र बनवले आहे. याउलट, भारत कठोर आणि दृढ जाती-आधारित श्रेणीबद्ध सामाजिक व्यवस्थेचे पालन करतो. भारतीय मध्यमवर्गाचे असे लोकशाही विरोधी स्वरूप ही भारतीय परिक्षेत्रात अजूनही सर्व 'मध्यमवर्गीय' गुणवैशिष्ट्यांनी परिपूर्ण असा वर्ग निर्माण होऊ न शकल्याची साक्ष देते.

या दृष्टीक्षेपातच मी दलित मध्यमवर्गाकडे बघणार आहे. दलितमुक्तीच्या माझ्या आकांक्षेमधून मध्यमवर्गीय नसणाऱ्या वर्गाला वगळणे हा या प्रकरणामागचा माझा हेतू नाही. उलट, ऊर्ध्वगामी दलित वर्गाला त्याच्या उपेक्षित दलित बांधवांप्रति असलेल्या जबाबदारीची आठवण करून देणे हा माझा उद्देश आहे. यापूर्वी दलित मध्यमवर्गावरील संशोधनातून असे आढळून आले आहे की, दलित मध्यमवर्ग हा उच्च-जातीय सामाजिक क्षेत्र आणि दलितांचे अंतर्गत क्षेत्र या दोन्ही वर्तुळाच्या बाहेर असल्यामुळे दोन्हींच्या मध्येच लटकलेला आहे. याचे कारण तो आर्थिकदृष्ट्या कधीही दलितांच्या बरोबर नसतो, आणि सामाजिक वर्गीकरणात तो उच्च-जातीयांबरोबर समान प्रतलावर नसतो.[११] अशाप्रकारे मध्यात असल्यामुळे कुठल्याच एखाद्या गटाप्रति सुनिश्चित अशी निष्ठा राहत नाही व त्यामुळे इतर बंदिस्त गटांचे प्रत्यक्षात जसे घडताना दिसते तसेच याही गटाचे स्वत:चेच दृढीकरण होते. तथापि, दलित मध्यमवर्गाचा एक विशिष्ट भाग आंबेडकरी विचारसरणीने प्रभावित आहे आणि संघटित होणे आणि अन्यायाविरुद्ध बंद पुकारणे, हाच पुढे जाण्याचा मार्ग म्हणून बघत आहे. त्यांनी सावकाश, टप्प्याटप्प्याने यश मिळवून देतील अशा भविष्यात रुजलेल्या धोरणांचा स्वीकार केला आहे. म्हणूनच, त्यांच्या दृश्यस्वप्नामध्ये शिक्षण हा आकर्षून घेणारा ठळक मुद्दा बनतो.

दलित मध्यमवर्गाची सरळ सरळ व्याख्या करता येत नाही. काहींच्या मते, एखाद्याची वृत्ती आणि सामाजिक मूल्ये यांच्यावरून त्यांची व्याख्या करता येते. हे

विशेषत: उच्च शिक्षण आणि इंग्रजी भाषेवर भर देणाऱ्यांच्या संदर्भात आहे.[१२] मध्यमवर्गाची व्याख्या करण्याची आणखी एक पद्धत ही उत्पन्नाच्या वर्गवारीतून केली जाते. या व्याख्या अद्याप व्यवहार्य मॉडेल तयार करीत नाहीत, कारण सामाजिक आणि आर्थिक निर्देशांक हे बदलत जाणारे असतात. हा बदल विविध घटकांद्वारे - उत्पन्न, वृत्ती यांच्यातील बदल तसेच ठराविक प्रमाणातील स्थैर्याकडे बघण्याचा दृष्टिकोन यांतून प्रेरित होऊ शकतो. चांगली नोकरी आणि भौतिक गरजांची पूर्तता यांच्यामुळे स्थैर्य येऊ शकते. काहींच्या मते, उदारमतवादी बाजारपेठेतील आशा आणि अपेक्षांचे समाधान केवळ स्थैर्य असण्याने होऊ शकणार नाही. आणि जसे आपण पाहिले, उत्पन्न गट हा मध्यमवर्गाची वर्गवारी करण्यास असमर्थ घटक आहे, कारण उत्पन्न हे इतर अनेक घटकांच्या सापेक्ष असते जे हवे तसे मोजता येत नाहीत. ते घटक राजकीय असण्याबरोबरच ऐतिहासिक आणि सामाजिक असतात.

'मध्यमवर्ग' ही संकल्पना केवळ व्यवसाय किंवा उत्पन्नाशी जोडलेली नाही, तर शिक्षण आणि 'समाजमान्य वर्तणूक' यांच्या माध्यमातून मिळवलेल्या सामाजिक स्थानाशी तिचा संबंध आहे.[१३] 'समाजमान्य वर्तणूक' म्हणजे एका ठराविक गटाचे दृष्टिकोनात्मक पैलू होत, जे कुठल्याही एका विशिष्ट गटाच्या नव्हे तर एका व्यापक गटाच्या एकंदर सामाजिक नीतीमूल्यांशी बांधलेले असतात. म्हणूनच, दलित मध्यमवर्गाचे पगारी, वेतनासंबंधी वाटाघाटी करणारा वर्ग असे वर्णन केले जाऊ शकते. हा वर्ग प्रामुख्याने सेवाक्षेत्रात किंवा सार्वजनिक क्षेत्रात काम करतो आणि राजकीयदृष्ट्या जागरूक असणारा घटक म्हणून राज्यसंस्थेच्या राजकारणावर प्रभाव टाकतो. हा वर्ग दलितांमधील सुधारणांची भ्रामक प्रतिमा उभी करतो, जी सामाजिक वर्तुळामध्ये खूपच कमी प्रमाणात बदल झालेले असताना प्रामुख्याने फसव्या आर्थिक सुरक्षिततेवरच विसंबलेली असते.

पांडे यांच्या मते, बदलत्या रचनात्मक स्वरूपामुळे मध्यमवर्गाला स्वत:ची ओळख मिळालेली नाही.[१४] पांडे असा दावा करतात की, एक 'राजकीय वर्ग' म्हणून, स्थिर रोजगार असलेल्यांना मध्यमवर्गीय म्हणून पाहिले जाते. 'कामगार वर्गामध्ये' बूर्झ्वा आकांक्षा आणि दृष्टिकोन मध्यमवर्गाची भावना निर्माण करतात. तथापि, मध्यमवर्गाला परिभाषित करणाऱ्या या अनिश्चित रेखांकनामुळे त्याला सामाजिक संदर्भामध्ये आर्थिक संरचनांभोवती उभारलेल्या 'आर्थिक समाजाच्या' परिघावरच ठेवले गेले आहे.[१५] आर्थिक समाज बनण्याची आकांक्षा असलेला एक नागरी आणि राजकीय समाज म्हणून त्यांच्या कामगिरीवर याचा हानिकारक परिणाम झाला आहे. अशाप्रकारे, सेवा वितरणाच्या विरोधातील निदर्शने, ऑक्युपाय वॉल स्ट्रीट, आणि भ्रष्टाचारविरोधी चळवळ यांची केवळ नव-उदारमतवादाच्या

'अल्ट्रा मॉडेल्स'च्या अंतर्गत पर्याय म्हणूनच कल्पना केली जाते, जे पांडे यांच्या मते मध्यमवर्गीय आकांक्षांच्या वेगवेगळ्या पैलूंबाबत बोलतात.

भोपाळ दस्तऐवज २००२ मधील संदर्भ घेऊन सुधा पै यांनी उदयोन्मुख, नव-दलित मध्यमवर्गावर काही प्रास्ताविक भाष्य केले आहे. भोपाळ दस्तऐवज म्हणजे मध्यप्रदेश सरकारने २००२ मध्ये आयोजित केलेल्या परिषदेची फलश्रुती होती. 'भोपाळ दलित परिषद' या नावाने ओळखल्या जाणाऱ्या या परिषदेचा उद्देश भारतीय समाजातील दलित आणि आदिवासी यांच्याशी संबंधित सामाजिक तसेच आर्थिक आव्हानांना संबोधित करणे हा होता. या परिषदेनंतर सरकारने दलित आणि आदिवासी यांच्या समूहांकडून ३०% खरेदी करून त्यांच्या व्यवसायाला हातभार लावण्याचे आश्वासन दिले. या धोरणाचे उद्दिष्ट दलित आणि आदिवासी यांना सरकारी कर्ज आणि पतधोरणांच्या माध्यमातून उदारमतवादी भांडवली बाजारपेठेतील संधींमध्ये सहभागी होण्याचे अनेक मार्ग उपलब्ध करून मुख्य प्रवाहात एकत्र आणणे हा होता. अन्यथा हे मार्ग केवळ भांडवलाची मालकी असणाऱ्या वर्गालाच उपलब्ध होते, ज्यामध्ये उच्च जातीय, अर्थात ब्राह्मण, बनिया आणि क्षत्रियांबरोबरच नव्याने उदयास आलेल्या शूद्र यांचा समावेश होतो. पै यांच्यानुसार, दलित मध्यमवर्ग हा १९९० च्या उत्तरार्धातील राजकीय सक्रियतेचा परिपाक होय, ज्याने तरुण पिढीला उत्तम शिक्षणातून फायदा करून दिला आहे. या वर्गाचा आता समाजामध्ये लक्षणीय प्रभाव दिसून येतो – प्रबळ विचारधारेमध्ये तसेच त्याच्या विरोधी विचारधारेमध्येही आणि हा प्रभाव सामाजिक बहिष्काराच्या विरोधातून निर्माण झाला. सुधा पै यांच्या म्हणण्यानुसार, हा वर्ग 'दलित समूहातील लहान अभिजन वर्ग आहे'.१६ इथे लहान म्हणजे किती याची नेमकी मोजदाद नाही.

हा नवीन दलित मध्यमवर्ग सार्वजनिक क्षेत्रातील आरक्षणाच्या धोरणामध्ये सहभागी होण्यास आणि त्यावर प्रश्न उठवण्याइतपत सामर्थ्यवान झाला आहे. त्यांची चेतना त्यांना दलितांकरिता असलेल्या राज्य पुरस्कृत धोरणांचे पुनर्परीक्षण करण्यास तसेच त्यांची नव्याने परिभाषा करण्यास भाग पाडते. आरक्षणामुळे पूर्वीच्या वंचित असलेल्या अस्पृश्यांपैकी मोठ्या समुदायाला फायदा झाला आहे; तथापि, सामाजिक आणि आर्थिक स्थितीचा विचार करता दलित समाजाची ऊर्ध्वगामी गतिशीलता तुलनेने सुधारली नाही. हा नवा दलित मध्यमवर्ग मुख्यत्वे शहरी, सजग आणि सचेत आहे तसेच तो लढा देण्यास तयार असून, समाजाप्रति असलेल्या त्याच्या आस्थेशी कटिबद्ध असणारा आहे. नोकरशाहीच्या क्रमवारीत तो चांगल्या पदांवर आहे. तो इंग्रजी माध्यमातून शिकलेला, जागतिक भाषेत व्यक्त होणारा, आणि जागतिक हक्कांच्या लढाईत इतर उपेक्षित गटांसह सहजपणे

तुलनात्मक मांडणी करू शकणारा आहे. तो जागतिकीकरणाच्या धोरणांची निर्मिती आहे आणि तो बदलत्या आंतरराष्ट्रीय आर्थिक धोरणांना अनुसरून दिशा बदलतो. जागतिकीकरणाकडे काही जण दुष्ट जात्याधारित श्रमचक्रातून मुक्त करणारे वरदान म्हणून बघतात. आंबेडकरांच्या नंतर उदयाला आलेल्या याच वर्गावर १९७० पासून कांशीराम यांची मदार होती. त्यातूनच त्यांनी 'बामसेफ'मार्फत 'समाजाची परतफेड चळवळ' सुरू केली. 'बामसेफ' ही एक ब्राह्मणेतर, मुख्यत: दलित आणि (सरकारी?) कर्मचाऱ्यांची जात संस्था आहे.

~

मध्यमवर्ग हा बाह्य शक्तींची निष्पत्ती आहे, ज्यात भांडवलाधारित औद्योगिक आणि तंत्र-भांडवली काम हा आघाडीचा घटक आहे. त्याच्या उल्लेखावरून लक्षात येते तसाच मध्यमवर्ग बहुतेकदा 'मधल्या' मार्गात असतो. या मार्गातून तो वर चढण्याची किंवा खाली उतरण्याची शक्यता असते. तो ज्या प्रचंड प्रमाणात ऊर्जा खेचून घेऊ शकतो, त्यामुळेच त्याला महत्त्व प्राप्त होते. त्याचे लोकसंख्येतील प्रमाण तसेच अशाच अनेक आकडेवारींच्या जोरावर विकसित आणि विकसनशील समाजांमध्ये तो विशेष लक्ष वेधून घेतो. बहुसंख्येमुळे तो प्रबळ वर्ग आहे. म्हणूनच, आर्थिकदृष्ट्या बाल्यावस्थेतच असणारा हा वर्ग, सामाजिक आणि सांस्कृतिक चळवळींसाठी सामर्थ्यशाली राजकीय प्रभाव निर्माण करतो.

जगभरातील अलीकडील घडामोडी जसे की वॉल स्ट्रीट चळवळ, हवामान बदलविरोधातील तेजस्वी आंदोलने, आणि इतर सेवा आणि भांडवल केंद्रित चळवळी यांच्या माध्यमातून मध्यमवर्गाचा संताप व्यक्त होतो, जो पांडे यांच्या मते, मध्यमवर्गाच्या विविध स्वप्नांची भाषा करतो. त्यामुळे या वर्गाला जिंकण्यासाठी, धोरणात्मक आणि सामाजिक स्तरावर तसे प्रयत्न होत असतात. परंतु एक मूलभूत प्रश्न निर्माण होतो : उपेक्षित वर्गांच्या मध्यमवर्गाकडे इतके साहस आहे का, ज्याच्या आधारे ते लक्षणीय सामर्थ्य मिळवू शकतील? दलितांमधील मध्यमवर्ग हा काही नवा प्रकार नाही. वसाहती युगापासून त्याचे अस्तित्व आहे. तितकाच लक्षणीय नसला तरीही, या वर्गाच्या उदयाने भारतीय समाजातील सर्व घटकांकडून त्याची दखल घेतली गेली होती.

आंबेडकरांनी १९४२ मधील ऑल इंडिया डिप्रेस्ड क्लासेस कॉन्फरन्सला, उद्देशून केलेल्या भाषणात, अस्पृश्यांसाठी असलेल्या त्यांच्या चळवळीने कुठले सकारात्मक बदल घडवून आणले, त्याविषयी सांगितले.[१७] अस्पृश्य उच्च शिक्षणासाठी प्रवेश घेत आहेत, हे सांगताना आंबेडकर शिक्षित दलित वर्ग ज्या नवनव्या व्यावसायिक क्षेत्रांचा विचार करत होते त्यांचा संदर्भ देत होते. त्या वेळेपर्यंत अल्पसंख्य शिक्षित दलित सरकार दरबारी, राजकीय कार्यालये, पोलीस, सैन्य

इत्यादींमध्ये स्थान मिळवण्यासाठी प्रयत्न करत होते. मुख्य प्रवाहातील समाजाचा भाग म्हणून ते ज्या प्रकारचे पोशाख करत होते, किंवा स्वत:ला सादर करू लागले होते त्यावरून महत्वाकांक्षी उदयोन्मुख वर्गांची प्रचीती येत होती. अस्पृश्य स्त्रियांच्या सामाजिक स्थितीविषयी आंबेडकरांनी समाधान व्यक्त केले. अस्पृश्य स्त्रियांचा बदललेला दृष्टिकोन हा 'प्रगतीचा' एक टप्पा होता, जे त्यांच्या चळवळीचे विस्मयकारी आणि प्रेरित करणारे वैशिष्ट्य होते. त्या काळाच्या तुलनेत सामाजिक आणि आर्थिकदृष्ट्या खूप जास्त प्रगत झालेल्या समकालीन महिला दलित मध्यमवर्गाच्या निर्मितीत सामील होत आहेत.

पांडे यांनी सुचविल्यानुसार उपेक्षित वर्गाच्या आकांक्षा आणि वृत्ती ही मध्यमवर्गाची जर खूण म्हणून घेतली तर, दलित चळवळीने ही वैशिष्ट्ये तेव्हाच दाखवायला सुरुवात केली होती. तथापि, इथे हेही नमूद करावे लागेल की एकट्या अस्पृश्य समाजाच्या विरोधातच केले जाणारे रोजचे भेदभाव, लांच्छन असल्यासारखी वर्तणूक, बहिष्कार आणि दडपशाही यांच्यामुळे दलितांमधल्या या मध्यमवर्गीयांची संख्या इतर अल्पसंख्याकांच्या तुलनेत नगण्यच होती.

राज्य व भांडवल यांच्याकडून मध्यमवर्गाला आश्रय दिला जाण्याच्या प्रक्रियेकडे मागे वळून पाहताना आंबेडकरांनी आपल्या अनुयायांना आठवण करून दिली -

> या प्रगतीच्या इतिहासाचा आपण यथार्थ अभिमान बाळगायला हवा. ही अशी प्रगती आहे, जिच्याकरिता आपल्याला कुणाचेही आभार मानायची गरज नाही. हिंदूंनी दाखवलेल्या दयेचा हा परिणाम नाही. ही कामगिरी संपूर्णपणे आपल्या कष्टाचे फळ आहे.[१८]

अशा रीतीने आपल्याकडे एक प्रश्न उरलाच आहे आणि तो म्हणजे कल्पना, आकांक्षा आणि समज यांच्याशी संबंधित मध्यमवर्गीय दृष्टिकोनाचा उदय कशामुळे होतो? वरचढ भांडवली शक्तींच्या मदतीमुळे? की उपेक्षित वर्गातील मध्यमवर्गाची व्याख्या करणाऱ्या कामकाजासाठी सुलभ अशा परिस्थितीच्या निर्मितीसाठी तयार केलेल्या संधींमुळे ते घडते?

सरकारी खजिन्याचा न्याय्य वाटा मिळण्याची मागणी करण्यासाठी दलित विचारवंत आणि कार्यकर्त्यांनी लक्षणीय प्रयत्न केले आहेत. रोजगाराच्या क्षेत्रातील दलितांच्या आकडेवारीवर दृष्टिक्षेप टाकला असता आपल्याला या बाबतीत खूप मोठा अनुशेष असल्याचे दिसते. सार्वजनिक आणि खासगी क्षेत्रात त्यांना उपलब्ध असलेल्या सर्व संसाधनांचा दलितांनी ताबा घेतला, तरी अजूनही खूप मोठी संख्या बेरोजगार असेल. म्हणून, शासन आणि खासगी क्षेत्र या दोघांकडून लाभ

मिळवण्याबरोबरच दलित आणखी कोणते मार्ग चोखाळू शकतात? आपल्याला ते अजून माहीत नाही.

दलित मध्यमवर्गाची वैशिष्ट्ये[१९]

दलित मध्यमवर्ग हा गरीब दलित आणि जाती-वर्गाचे विशेषाधिकार असणाऱ्या नियमित समाजातील सामर्थ्यशाली मध्यस्थ आहे. सध्या भारतातील बहुतेक दलित चळवळी दलित मध्यमवर्गीय लोकांद्वारे चालवल्या जातात. त्यांच्यातील राजकीय आणि सामाजिक संघटना या दलित मध्यमवर्गीय परिकल्पनेची निष्पत्ती आहेत. असंख्य संस्था, संघटना, मंडळे आणि राजकीय पक्षांच्या निर्मितीस ते जबाबदार आहेत. एससी/एसटी कर्मचाऱ्यांच्या कल्याणकारी संघटना म्हणजे कामाच्या ठिकाणी होणाऱ्या दडपशाही विरोधात लढण्याच्या दलित मध्यमवर्गाच्या इच्छांची फलश्रुती आहे. भारतीय सांस्कृतिक क्षेत्रात सक्रिय असणाऱ्या बऱ्याच संघटना दलित मध्यमवर्गीय अभिव्यक्तीला श्रेय देतात. शिक्षणामुळे दलित मध्यमवर्गाने समाजामध्ये पूर्वीपेक्षा अधिक चांगला आर्थिक आणि सामाजिक दर्जा प्राप्त केला आहे. त्यामुळे देशातील बदलत्या राजकीय आणि सांस्कृतिक परिस्थितींमुळे निर्माण झालेली प्रचंड पोकळी भरून काढण्याकरिता दलित मध्यमवर्गाने दलित नेतृत्वाची भूमिका स्वीकारली आहे. समाजातील अनेक क्षेत्रांमध्ये रिकाम्या जागा भरत, दलित दृष्टिकोन आणि दलित नेतृत्व देत दलित मध्यमवर्ग हा एक आनुषंगिक भूमिका निभावतो आहे. मान्यता मिळवण्याकरिता आणि समान पातळीवरून आपला आवाज त्यांच्यामध्ये मिसळण्याकरिता ते दलितेतर समूहाशी लढा देत आहेत. अनेक संघटनांचे अस्तित्व असल्याने तसेच त्यांच्यात चाललेल्या वर्गांच्या अंतर्गत तसेच वर्गावर्गांमधील संघर्षामुळे, दलित मध्यमवर्गाला आपली विचारसरणी आणि वर्गस्थिती यांचा स्वीकार करत असताना आपल्याच लोकांच्या वैरभावनेचा सामना करावा लागतो.

दलित मध्यमवर्गाने एक गोष्ट मात्र प्रभावीपणे पार पाडली - जी आपण या प्रकरणात पुढे पाहणार आहोत- ती म्हणजे वैचारिक नेतृत्व करणे. त्यांनी दलित मुक्तीचा समीक्षात्मक सिद्धांत विकसित केला आहे आणि तो सर्वसामान्यांसाठी सार्वजनिकरित्या उपलब्ध केला आहे. आंबेडकर, बुद्ध, रविदास, कबीर, इयोथी थास, जोतीराव फुले, एन. शिवराज आणि मंगू राम मुगोवालिया यांच्यासह इतरांचा दैनंदिन वचनांमध्ये समावेश करून त्यांनी लोकांमध्ये सकारात्मक जाणीव निर्माण केली आहे. दलित मध्यमवर्ग समाज आणि धर्म यांनी लादलेल्या प्रतिगामित्वाला

विरोध करत सक्रियपणे पुरोगामी मूल्यांना प्रोत्साहन देतो. शिक्षण आणि नोकऱ्या यांना अधिक किंमत दिली जाते. अशा प्रकारे, दलित मध्यमवर्गाच्या चौकटीत बसणाऱ्या पगारदार आणि समाजसेवकांनी असंख्य कोचिंग सेंटर्स प्रायोजित केली आहेत. ती स्पर्धा परीक्षेची तयारी करणाऱ्या, झोपडपट्ट्यांमधील, निम्न-कामगार वर्गात मोडणाऱ्या दहावीपासून पदवीपर्यंतच्या विद्यार्थ्यांना शिष्यवृत्ती, मार्गदर्शन, मोफत शिक्षण देतात. शालेय स्तरावर, मुलांना समाजाच्या विचारधारेसह तयार केले जाते, त्याबरोबरच गुणवत्तेसाठी परिश्रम करण्याची मूल्ये देखील रुजवली जातात. श्रीनिवास यांनी केलेल्या संशोधनात असे आढळले आहे की, ५४ टक्क्यांहून अधिक प्रतिसादकर्ते, ज्यामध्ये विविध पदांवर आणि विविध व्यवसायांमध्ये काम करणाऱ्या पगारदार लोकांचा समावेश होता, एकापेक्षा जास्त सामाजिक कार्यांत सहभागी असतात. यामध्ये आर्थिक मदत करणे, शिक्षण आणि कौशल्याच्या संधी निर्माण करणे, राजकीय संघटन, कार्यरत असणाऱ्या संघटनांशी ऐक्यभाव दर्शविणे, त्यांच्यामध्ये सहभागी होणे, अशा विविध कृतींचा समावेश असतो. श्रीनिवास यांच्या अभ्यासाचे एक मजेदार निरीक्षण असे की, त्यांच्या प्रतिसादकर्त्यांनी विश्वास व्यक्त केला की, दलित समाजाने केलेले 'छोटेसे' कार्य देखील दलितांचा विकास आणि कल्याणामध्ये मोलाची भर घालू शकते. त्यातही राजकीय संघटन करणे याला सर्वाधिक पसंती होती.[१०]

दलित मध्यमवर्गाचा एक विशिष्ट भाग समाजाप्रति जबाबदारी मानतो. एक सजग आंबेडकरवादी दलित समाजाच्या सेवेसाठी वाहून घेणे, हे आपले कर्तव्य मानतो. तथापि, यातील बहुतांश स्वकेंद्रित उद्देशांनी तिथे जातात, आणि समाजाला दलित मुक्तीसंबंधीची त्यांची वचने ऐकवत राहतात. पुष्कळवेळा, समाजाच्या समस्या ऐकून घेण्याऐवजी ते समाजासाठी उपदेशक बनतात. म्हणूनच, सामान्य दलितांच्या स्थितीचे आकलन करण्याऐवजी ते स्वत:च्या अनुभवांच्या आधारे नेतृत्व देण्याचा प्रयत्न करतात; जे अनेकदा त्यांच्या वर्गेतर समाजाच्या अनुभवांहून फार निराळे असतात. दलित मध्यमवर्ग अशी चेतना निर्माण करण्यास जबाबदार आहे, जिचा त्यांच्यातील विविध गटांशी काहीही संबंध नाही. विभाजित आणि तरीही अजूनही भरीव असलेल्या दलित मध्यमवर्गीय गटांकडे संरचना पुन्हा परिभाषित करण्याचे सामर्थ्य आहे. स्वातंत्र्यानंतर भारतीय समाजाने जे सकारात्मक परिणाम पाहिले आहेत, त्यात दलित मध्यमवर्गाच्या यशोगाथेचाही समावेश होईल. म्हणून ज्या काही सकारात्मक घडामोडी दिसतील त्या तुलनेने दलित मध्यमवर्गामुळे अधिक असतील. तथापि, विशिष्ट वर्गीय जाणिवांच्या अस्तित्वामुळे हा दलित मध्यमवर्ग दलितांच्या सार्वजनिक वर्तुळाने मागील पाच दशकांत ज्या आपत्ती पाहिल्या आहेत त्यालाही जबाबदार आहे, आणि जर त्यावर नियंत्रण

नसेल तर या आपत्तींची पुनरावृत्ती अधिक तीव्रतेने होईल.

विविध मुद्द्यांवर दलित मध्यमवर्गामध्ये असलेल्या असहमतीमुळे दलित विरोधी वृत्ती निर्माण करणाऱ्या अत्याचारी जातीवादी संरचनेला भरपूर अवकाश मिळाला आहे. भारताची धोरणे आणि राजकारणात हे मोठ्या प्रमाणात दिसून येत आहे. त्यांनी दलित वर्गाला सर्रासपणे नोकऱ्यांमधून वगळले आहे, कामाच्या ठिकाणी महत्त्वाच्या पदांपासून वंचित ठेवले आहे, अर्थसंकल्पीय तरतुदींमधून वगळले आहे, कल्याणकारी योजनांमध्ये कपात केली आहे आणि त्यांना मालमत्ता व घरगुती खर्च क्षमतांच्या बाबतीत उपेक्षित ठेवले आहे. म्हणूनच, या प्रकरणात दलित नेतृत्व आणि दलित भविष्याच्या आकांक्षा यांचे प्रतिनिधित्व करणाऱ्या दलित मध्यमवर्गाची समीक्षा करण्याचा प्रयत्न केला आहे.

शासन पुरस्कृत उदारमतवादी

दलित मध्यमवर्ग हा एक लवचिक वर्ग आहे, ज्याच्याकडे सामाजिक, आर्थिक क्षेत्रांतील महत्त्वाच्या व्यक्तींशी बोलण्याची दांडगी क्षमता आहे - जसे की शासकीय आणि अशासकीय कार्यालये, विद्यापीठे, व्यवसाय, कार्यस्थळे इत्यादींमधील सहकारी. या दलित मध्यमवर्गाने स्वत:ला अशा स्थानावर आणून ठेवले आहे जिथून ते समान पातळीवर संवाद साधू शकतात. राज्यघटना लागू होईपर्यंत जातीनुसार लादलेल्या नियमांमुळे हे अशक्य होते. सरंजामशाही काळातील मध्यमवर्ग - उच्च जातीय लोक ज्यांना शिकण्या, लिहिण्याची मुभा होती-आणि प्रगत भांडवलशाही काळातील मध्यमवर्ग हे नेहमीच आपल्या ध्येय आणि आकांक्षांवर लक्ष केंद्रित करतात, हे निरीक्षण आता प्रस्थापित झाले आहे. याची सर्वाधिक भीती वाटत होती कारण ते त्यांची स्वत:ची मते तयार करू शकत होते, जी अनेकदा वेगळी आणि प्रस्थापित मतांच्या विरोधातील असत. आज बाजारपेठेत आणि राजकीय दृष्टीने महत्त्वपूर्ण स्थितीत असणाऱ्या दलित मध्यमवर्गाकडे दलितांच्या भविष्याची जबाबदारी सोपवली जाते.

समान नागरिकत्वासाठी पात्र असल्यामुळे राष्ट्रीय वितरणात समान वाटपाची मागणी करून दलितांची मुक्ती साध्य करण्याचा भोपाळ दस्तऐवजाचा हेतू होता. तथापि, येथे दलित हे 'अस्पृश्यतेच्या' परिघापासून दूर गेले. कांचा इलया यांनी 'द हिंदू' मध्ये त्यांच्या स्तंभात लिहिल्याप्रमाणे भोपाळ दस्तऐवजाने 'अस्पृश्यतेच्या' संस्थात्मक कारणांकडे अधिक लक्ष दिले नाही. आध्यात्मिक क्षेत्रातील अस्पृश्यतेमुळे लोकांना सामाजिक क्षेत्रातही वेगळे केले गेले व त्यांना भारतातील सरंजामशाही आणि त्या पूर्वीच्या काळात कृषी भांडवल अर्थव्यवस्थेमध्ये सहभागी होण्याची

परवानगी नव्हती.[२१]

या दस्तऐवजात शांततापूर्ण मार्गांवर अधिक भर देण्यात आला. दलित आणि दलितेतर अशा दोन्ही समाजातील प्रस्थापित मते विचारात घेऊन 'ऐक्य' साधणारा तोडगा काढण्याचे उद्दिष्ट ठेवले गेले होते.[२२] हा राज्यपुरस्कृत सोहळा असल्याने, मुक्तीच्या जहाल विचारांना मान्यता दिली गेली नाही. त्याऐवजी दलित आणि आदिवासींना शासनाकडून सहाय्य देऊ करून, त्यांना लाभाचा अल्पसा हिस्सा देऊ करण्यात आला. लाभाचा उर्वरित बहुतांश भाग अर्थातच वरिष्ठ जातींसाठी ठेवण्याचा प्रयत्न केला गेला. हे 'समान वाटा देऊ करणारे उपाय' आफ्रिकी-अमेरिकन लोकांच्या अमेरिकी अर्थव्यवस्थेमधील, राष्ट्रीय आणि खासगी अशा दोन्ही स्तरांवरील समावेशकतेच्या व भांडवली मालकीच्या संथ प्रगतीच्या उदाहरणावरून प्रेरित झाले. या उदाहरणाचा अर्थ असा होता की आफ्रिकन-अमेरिकन गटांतील अधिकाधिक लोक समाविष्ट झाल्यामुळे भांडवल मालकी हळूहळू प्रस्थापित होईल.

दलित अत्याचारांचे मूळ कारण असलेली जातीव्यवस्था जी वर्णाश्रम धर्मातील ब्राह्मणवादी वर्चस्वाने प्रेरित झालेली होती, तिच्यावर टीका करण्याऐवजी भोपाळ दस्तऐवजात तकलादू उपाय सांगितले गेले आणि त्यात दलित अत्याचारांच्या खऱ्या कारणांचा उल्लेख टाळला होता.

अलीकडेच, दलित उद्योजक आणि कार्यकारिणी यांच्या एका गटाने काँग्रेस पक्षाच्या अधिकाऱ्यांसमवेत भेट घेऊन आपल्या मागण्या मांडल्या तसेच भोपाळ दस्तऐवज संदर्भातील महत्त्वपूर्ण गोष्टींची पुनरावृत्ती केली. त्यांनी दलित समाजाला पतपुरवठा व वित्तीय भांडवलाच्या नियमित पुरवठ्याची मागणी केली. त्यांनी शैक्षणिक कर्जाच्या हमी योजना दरवर्षी ४% व्याजदराने लागू करण्याची विनंती केली.[२३] त्यांचा एकूण दृष्टिकोन दलितांच्या वाट्याच्या अल्प हिश्श्यावर हक्क मागणे इतकाच होता. या दलित गटांनी त्यांच्या बौद्धिक गोंधळानुसार त्यांच्या वाट्याची मागणी केली. मुख्य प्रवाहातील माध्यमांमध्ये जोरजोराने ज्याची चर्चा केली जाते त्या राज्यघटनेतील 'उदारमतवादावर' आधारित मागण्यांपलीकडे जाऊन भूमिहीनांना जमिनीचे वाटप, सार्वजनिक आरोग्य सेवा आणि सामान्य शिक्षण कार्यक्रम यांसारख्या ठोस घटनात्मक मागण्यांवर ते ठाम राहू शकले नाहीत.

तथापि, दलित मतदार - यामध्ये मोठ्या प्रमाणात कामगार वर्ग आहे - उदारमतवादी दलित समुदायाच्या विसविशीतपणामुळे निराश झाला आहे. उदारमतवादी दलित स्वकेंद्री, कल्याणकारी समाजाचा पुरस्कार करतात. ही कल्पना धोकादायकरीत्या अपुरी आहे, हे संपूर्ण आर्थिक प्रगतीचे चित्र देऊ करत नाही. दलित आणि

दलितेतर असे दोन्ही मतदार भारतातील उदारमतवादी राजकारणावर नाराज आहेत. उदारवादी राजकारण उजव्या विचारसरणीच्या बहुसंख्याकवादी विचारधारेवर टीका करतो आणि द्वेष पसरवणारी जातीय संघटना राष्ट्रीय स्वयंसेवक संघ (RSS) किंवा भाजप यांनाही विरोध करतो, मात्र संघर्ष करणाऱ्या लोकांच्या तातडीच्या गरजा लक्षात घेत नाही. उदारमतवाद्यांच्या या उघड उपेक्षेचा आणि आर्थिक समस्यांकडील दुर्लक्षाचा उजव्यांना फायदा होतो. अशाप्रकारे, बहुतेक समकालीन समस्यांच्या कारणांचे मूळ उदारमतवादी पक्षांच्या अपयशामध्ये सापडते. त्यामुळे कामगार वर्गाचा रोष ओढवून घेतलेला उच्चभ्रू उदारमतवादी वर्ग संतापाचे मुख्य लक्ष्य बनला आहे. उजव्यांकडून सोयीस्करपणे सांप्रदायिक द्वेष पसरवला जातो, आणि उदारमतवादी मूल्यांना पाठिंबा देणाऱ्यांनाच दडपशाहीचे समर्थन करणारे म्हणून त्यांचे महत्त्व कमी केले जाते. तळागाळातल्या शोषित जनतेला त्यांच्या तातडीच्या गरजांना संबोधित करणारी उजव्या गटाची आश्वासने सहज आकर्षून घेतात. राजकारणातील किंवा कामाच्या ठिकाणी असलेल्या वंशवादी आणि घराणेशाही व्यवस्थेमुळे, जिथे सर्वसामान्यांना क्वचितच प्रवेश मिळतो, उच्चभ्रूंविषयी कमालीचा रोष असतो आणि उजवे त्याचा फायदा उठवत असंतुष्ट सामान्य जनतेची भरती करतात. उदारमतवादी सबअल्टर्न गटांना त्यांच्या उपजीविकेस सुरक्षा आणि हमी देणारे मॉडेल प्रदान करण्यात अपयशी ठरले आहेत. या गटांना त्यांच्यापुढे दुसरा पर्याय दिसत नसल्यामुळे, पुराणमतवादी त्यांच्या प्रतिक्रियात्मक मनोवृत्तीचा फायदा उठवू शकतात.

नव-उदार संवेदना असलेल्या दलितांच्या कारकीर्दी - ज्यांची उपस्थिती काँग्रेस पक्षाच्या उदारमतवादी धोरणांमध्ये महत्त्वाची आहे - तुरळक प्रमाणात नेहरू-गांधी घराण्याने मोठ्या केलेल्या सरंजामी जमीनदारी व्यवस्थेच्या छत्रछायेत घडल्या. अनुकूल आर्थिक स्थितीचा लाभ उठवणे, हाच स्वतःच्या उन्नतीचा एकमेव कार्यक्रम सापडलेल्या दलितांनी सत्ताधारी काँग्रेसची भूमिका कितीही जातीयवादी असली तरी तिच्या धोरणांचे समर्थन केले. भारतातील प्रत्येक दलित वस्तीशी निगडित एक दलित काँग्रेस नेता आहे. काँगेस पक्षाचा कार्यकर्ता नव-उदारमतवादाच्या आश्वासनांमुळे संमोहित होऊन श्रीमंत जमीनदारांच्या आदेशानुसार कार्य करतो, जे स्वाभाविकरित्या काँग्रेसचे समर्थक आहेत आणि त्यांनी काँग्रेसच्या लागोपाठच्या राजवटींचा लाभ उठविला आहे.

संसदेचे सदस्य असलेले आणि पक्षाच्या अंतर्गत वर्तुळात काम करणारे एक वरिष्ठ काँग्रेस नेते एकदा मला हताशपणे उजवा हात हलवत म्हणाले की, पक्षाने आपले सामंतवादी धोरण बदलणे आणि स्थानिक स्तरापासून ते राष्ट्रीय स्तरापर्यंत आपल्या नेतृत्वाचे लोकशाहीकरण करणे 'केवळ अशक्य आहे'. काँग्रेस ज्या

सरंजामशाही कार्यपद्धतीच्या मॉडेलवर भक्कमपणे उभी आहे, ते त्यांनी स्वीकारले आहे. पक्षाला टिकवून ठेवणारी पैसा आणि ताकद ही प्राथमिक संसाधने सामंतवादी स्वरूपाची आहेत. हे असे स्वाभाविक नाही तर घडवून आणलेले आहे. ग्रामीण भारतातील श्रीमंत जमीनमालक असलेल्या शूद्र शेतकरी समुदायामधून त्यांनी राजकीय वर्ग घडवला आहे.[२४] काँग्रेस पक्षाची स्थापना झाल्यापासून भारतातील उच्चभ्रू जातींनी एकहाती काँग्रेसचा कारभार खासगी उद्योग म्हणून चालविला. स्वातंत्र्य चळवळीने जनतेला एकत्र आणण्याची सुवर्णसंधी दिली, आणि लोकांच्या भावनेला हात घालून उच्चभ्रू जातींना आपली सत्ता प्रस्थापित करण्याचा उद्देश पुढे रेटला. एम. के. गांधींचा अशा एका 'उद्दिष्टाकरिता' वापर केला गेला, ज्यामध्ये जाती वर्चस्व कमकुवत होणे अभिप्रेतच नव्हते.

काँग्रेस पक्षाचे सदस्यत्व स्वीकारणाऱ्या अनेक दलितांना तीन उद्दिष्टे दाखवून फूस लावली गेली: तात्काळ वैयक्तिक फायदा, त्यांच्या समाजगटाला मदत करणे आणि काँग्रेसचे उदारमतवादी आदर्श. तथापि, काँग्रेसच्या आणि अगदी अलीकडील बहुजन-केंद्री बसपच्या उदारमतवादी विचारांनी परंतु कष्टकरी-गरीब दलितवर्गाच्या हालअपेष्टांपासून त्यांची सुटका करण्याची हमी दिली नाही. जेव्हा बसपने सर्व जनउदारमतवादी मॉडेलसह काम करण्याचा प्रयत्न केला, तेव्हा त्यास निराशाजनक पराभवाचा सामना करावा लागला. काँग्रेस पक्षाने आखून दिलेल्या रस्त्यावरून जात वसाहतीनंतरच्या सगळ्या केंद्रसरकारांनी तशीच उदारमतवादी धोरणे अवलंबली. तसे करून त्यांनी दलितांच्या मुक्तीचा कार्यक्रम सतत बाजूला टाकला. इथे हे लक्षात घ्यायला हवे की, बहुतांश पक्षांचे नेतृत्व हे मध्यमवर्गातूनच तयार झालेले आहे.

'बामसेफ'चे बरेच कार्यकर्ते मुख्यत: पगारदार कर्मचारी होते जे कांशीराम यांच्या नेतृत्वाखाली एकत्र आले. अशा रितीने, राज्य किंवा केंद्रसरकारमध्ये नोकरी असणाऱ्या लोकांनी संघटना मजबूत करण्यासाठी आपला वेळ आणि संसाधने खर्च केली. सुशिक्षित लोकांमध्ये जागृती निर्माण करण्यासाठी केडर शिबिरे तयार केली गेली. त्यांचा कार्यक्रम गरीब आणि कामगारवर्गासाठी नसला, तरीही केडर शिबिरे ही लोकशाहीवादी जागा होती जिथे प्रत्येकाला त्याच्या कामाच्या दर्जाची पर्वा न करता समान वागणूक मिळत असे. 'बामसेफ चळवळी'चे कॉम्रेड साथीदार भारतावर राज्य करण्याच्या स्वप्नासाठी वचनबद्ध होते. हे राज्य समता, स्वातंत्र्य आणि न्याय या तत्त्वांवर आधारलेले असणार होते. 'हुक्मरान समाज' म्हणजेच बहुजन वर्गाची सत्ता या घोषणेतून कांशीराम यांनी शासनकर्त्या वर्गाने समतेच्या स्वरूपात राजकीय सत्ता सामायिक करावी, या आंबेडकरांच्या परिकल्पनेचा पुनरुच्चार केला.

दलित आणि दलितेतर यांना शासनकर्ता वर्ग होण्याच्या या स्वप्नाने खुणावले. बहुजन अशी ओळख राजकीय आणि सामाजिक ऐक्याचे मॉडेल म्हणून प्रभावीपणे प्रस्थापित झाली. मध्यमवर्गीय दलितांना हा अवकाश आकर्षक आणि स्फूर्तिदायक वाटला; ज्यामुळे स्वत:बद्दल एक अधिकार आणि नियंत्रण असलेली व्यक्ती असा विचार करण्याचा आत्मविश्वास आणि शौर्य भावना निर्माण झाली. त्याने समाजात आणि कामाच्या ठिकाणी त्यांच्या स्थितीला कोणताही धोका निर्माण झाला नाही. उलट, समाजाच्या सेवेसाठी आपला वेळ, प्रतिभा आणि संपत्ती उपयोगात आणण्यासाठी त्याने अवकाश मिळवून दिला. व्यापक मध्यमवर्गाच्या आधारावर 'बामसेफ' आपली राजकीय आकांक्षा 'बसपा'द्वारे मांडू शकण्याची जोखीम घेऊ शकला. 'बामसेफ' आणि आता 'बसपा' बरोबर वचनबद्ध असलेल्या केडरने राजकर्ते बनण्याचा महत्त्वाकांक्षी प्रकल्प कार्यान्वित व्हावा, हे सुनिश्चित करण्यासाठी असीम त्याग केला. येथे दलित मध्यमवर्गाने अत्यंत सकारात्मक भूमिका बजावली. त्याने दलितांच्या खालच्या वर्गातील लोकांमध्ये आत्मविश्वास निर्माण केला. तो त्यांच्या दैनंदिन कार्यात सहभागी झाल्यामुळे हे शक्य झाले. अनेक पगारदार कर्मचाऱ्यांनी दलित वस्त्यांमध्ये दारोदारी फिरून मोहीम राबवली. त्यांनी पैसेही उभे केले आणि आणखी केडर भरती केले. ब्राह्मणवाद आणि भांडवलवादी छळाने पिचलेल्या लोकांबरोबर त्यांनी वेळ घालवला. त्यांनी या लोकांशी त्यांच्या समस्यांविषयी चर्चा केली आणि त्यावर काही सामान्य तोडगे काढले. एका बौद्धिक मेळ्याचे त्यास स्वरूप आले. केडरचा पाया प्रभावी आणि मजबूत होता, कारण त्याने सहज नम्रतेने विविध वर्ग, जातींतील लोकांना एकत्र आणले.

अशा परिस्थितीत, दलित मध्यमवर्ग हा एक नवीन गट आहे, ज्याला राज्यव्यवस्थेच्या मदतीचा निश्चितच लाभ होतो. हा असा पहिला गट आहे, जो जागतिक मध्यमवर्गाच्या श्रेणीमध्ये पुरेशा योग्यतेसह सामावतो. त्यामुळेच, त्याचे उत्पादन प्रमाण आणि भांडवलाच्या मालकी हक्कासारख्या आर्थिक विभागांमधील पदार्पण हे अनेक असुरक्षित असणाऱ्यांना सामोरे गेले. तो कमकुवत आहे आणि उजव्या-पंथाच्या पुराणमतवादी संवेदनशीलतांची जोपासना करणाऱ्या परंपरागत शक्तिशाली गटांनी लादलेल्या आव्हानांचा सामना करण्यास अद्याप तयार नाही.

त्यांचे राज्य संसाधने, नागरी समाज आणि भांडवलभिमुख बाजारावर आधीपासून अवलंबित्व आहे. राज्यावरील पूर्ण विश्वास तसेच सरकार किंवा बाजाराच्या संरचनात्मक मापदंडांच्या चौकटीत काम करण्याशी असलेली वचनबद्धता या गोष्टी दलित गटांनी व्यवस्थित तपासून पाहिलेल्या नाहीत. अनेकदा, हे संरचनात्मक अवकाशच दलित क्रांतीच्या विरोधात कायदेशीर अडथळा म्हणून कार्य करतात,

आणि त्याद्वारे दलित बंडखोरीस बेकायदेशीर ठरवले जाते. न्याय मिळवण्यासाठीचे सर्व उपाय हे जुलमी जातसत्तेच्या पकडीत अडकलेले, दिखाऊ उपाय आहेत. त्यांच्यावर विसंबून राहण्याने काय साध्य होणार आहे? दलितांचे प्रश्न समजून घेण्यासाठी सत्ता केंद्रस्थानी आहे.

दलित प्रतिकाराचा प्रत्येक मार्ग राज्याकडे निर्देशित केला जातो. रस्त्यावरची आणि संसदेमधली बदलाची आवाहने मोठ्या प्रमाणावर राज्याच्या संसाधनांवरच अवलंबून असतात. म्हणूनच, सार्वजनिक आणि खासगी क्षेत्रांतील आरक्षणाचा मुद्दा आणि राज्य पुरस्कृत खासगी उद्योगांमध्येही सकारात्मक हस्तक्षेपाचा विस्तार करण्याबाबतचे मुद्दे राज्यासमोरच ठेवले जातात. व्यापक उदारमतवादी दलित सार्वजनिक वर्तुळात राज्याच्या पलीकडील विचारांचे अस्तित्व नाही. राज्यावरील असे संपूर्ण परावलंबित्व हा दलित कामगारांचा नियमित प्रवाह टिकवून ठेवण्यामध्ये रस असलेल्या सरकार आणि इतर पक्ष यांच्यासाठी एक गंभीर स्थिरीकरणाचा उपाय आहे.

लोकप्रिय दलित मध्यमवर्गीय वर्तुळात, राज्याविरुद्ध बंडखोरीबाबत काहीच संवाद होत नाही. खालच्या जातीय गटांच्या हितसंबंधांची जबाबदारी असणाऱ्या अल्पसंख्याकांच्या नेतृत्वावर प्रश्न उठवण्याऐवजी, दलित मध्यमवर्गाचे लक्ष राज्य संसाधने गोळा करण्यावर केंद्रित झालेले आहे.

बूर्ज्वा संवेदनशीलता असलेला उदारमतवादी दलित मध्यमवर्ग हा सर्वाधिक गोंधळलेला आणि प्रतिष्ठा व कीर्ती यांची भूक असणारा वर्ग आहे. त्याचे जीवन स्वत:च्या सुविधा आणि त्यानंतर परिवार यांच्याभोवती फिरते आणि जर वेळ मिळालाच तर, समाजाच्या गरजेसाठी ते व्यतीत होते. त्याची कोणतीही निश्चित अशी निष्ठा नाही आणि आलेल्या क्षणाच्या गरजेनुसार त्याचे रंग-ढंग बदलायला तो इच्छुक असतो. वर्ग-जातीच्या संरचनेमध्ये स्वत:ची घडण जपण्यासाठी तो रात्रंदिवस काम करतो.

हा वर्ग अनेकदा वर्चस्वाच्या इतिवृत्तावर टीका करण्यात कमी पडतो. त्यामुळे, ब्राह्मणवादी वर्गाच्या मागण्यांची नक्कल करून हा आपल्या स्वत:विषयीच्या द्वेषाचा पायंडा घालून देतो. स्वजातीय लोकांची थट्टा करण्याची संधी तो सोडत नाही. आपल्या जातीतील अस्सल आणि अद्भुत गोष्टींचा अंगीकार करण्याऐवजी दलित अस्तित्वाच्या संगीत, कला आणि इतर माध्यमांना घृणा आणि शरमेने बाजूला सारले जाते. हा सुशिक्षित दलित आपल्या समाजावर ब्राह्मणांनी परिभाषित केलेली मूल्ये थोपतो. हा वर्ग ब्राह्मणवादी पद्धतींचे अनुकरण करतो आणि ब्राह्मणवादी वर्तुळात समान बनण्याचा प्रयत्न करतो. तथापि, व्यावसायिक आणि राजकीय दर्जा प्राप्त करूनही त्यांना अद्याप अस्पृश्य मानले जाते आणि समतेचा

त्यांचा अनुभव पुरेसा समान किंवा असमान नसल्यामुळे ते 'समतेच्या अर्ध्या मार्गावर' कुठेतरी आहेत.[२५]

गैर-दलित जगातील दलितेतरांचे चर्चाविश्व

आपल्या मूर्त कल्पनांचे मुख्य पैलू आणि प्रतिमा यांच्यापासून दलित दूर आहेत. त्यांच्या अनुपस्थितीत त्यांचे प्रतिनिधित्व केले जाते. त्यामुळे शून्यवादी विचारांच्या काळात दलितांबद्दल लिहिणे म्हणजे, एकाकी वाटचाल करणाऱ्या प्रवाशाप्रमाणे कुठल्याही सज्जन माणसाची संगत लाभण्याची आस न ठेवता चालत जाण्यासारखे आहे. जातीवादासाठी एकाच प्रकारचे नियम नाहीत, आणि म्हणूनच जातीचे अनुभव आणि त्याच्या स्वरूपाची विश्वासार्हता वेगवेगळ्या जातगटांसाठी वेगवेगळी आहे. म्हणूनच दलित समाजातील केवळ प्रभावशाली व्यक्तींवरील जातीय अन्याय लक्षात घेणे म्हणजे जातीय अत्याचारांची दाहकता कमी करण्यासारखे आहे. वाहन चालक, शिक्षक, विद्यार्थी, कार्यकारी अधिकारी, सरकारी अधिकारी, न्यायपालिकांमधील लोक आणि राज्यप्रमुख यांच्या तुलनेत सफाई कामगार, भट्टी कामगार आणि भूमिहीन शेतकरी यांचे जातीचे अनुभव वेगळे असतील. तथापि, त्यांच्या अनुभवांच्या विविधतेमध्येही एक सामान्य पैलू कायम आहे आणि तो म्हणजे सह बांधवांची मानहानी करण्याची सर्वोच्च पद्धती म्हणून निर्लज्जपणे जातींचा उपयोग करणे होय.

तसेच, ब्राह्मण आणि इतर 'उच्च' जातीय भारतीय विचारवंत आणि प्रभावशाली विद्वान हे वर्गासंबंधी ठोस दावा करून लक्ष विचलित करण्याचा प्रयत्न करतात. ते सिद्धांत तसेच अनुभवजन्य मर्यादांचे पुरेसे आणि समीक्षात्मक परीक्षण न करता पाश्चात्य संकल्पनांमधील सैद्धांतिक विश्लेषणांची नक्कल किंवा जवळजवळ वाङ्मयचौर्यही करण्यास धजावतात. त्यांच्या पुस्तकांच्या अनुक्रमणिका या गोष्टीची साक्ष देतात; ज्यामध्ये एखाद्या दलितास मान्यता तर नाहीच, परंतु उद्धृतही क्वचितच केले जाते. आपण केवळ हा मुद्दा लक्षात घेतला तरी दलितांच्या ज्ञाननिर्मिती क्षमतेस कशा प्रकारे कमी लेखले जाते ते कळून येईल. तथापि, जर गुणवत्ता तपासून पाहायचीच असेल तर दलित उद्धरणांचे प्रमाण दलित विद्वत्तेच्या वास्तविक खोलीबाबत त्यांची समज किती मर्यादित आहे, हे उघड करते.

त्यानंतर, भारतामध्ये एक सार्वजनिक वर्तुळ आहे, ज्याला जर्गन हबरमास यांच्या मते, ढोबळ मानाने 'जनमत' दर्शवणारी खूण तसेच जनमताची बाजारपेठ असे म्हणता येते. सार्वजनिक वर्तुळाकडे जवळून, आतून पाहिले असता बूर्झ्वा विचारधारेतून ध्वनित झालेला निर्धारक जनमत म्हणून दिसतो : 'बूर्झ्वा सार्वजनिक

वर्तुळाच्या कार्याच्या स्व-आकलनाचे जनमताच्या संकल्पनेमध्ये झालेले सघन रूपांतर'.[२६] या युक्तिवादानुसार, भारतातील सार्वजनिक वर्तुळ दुहेरी अधिकाराने मत अभिव्यक्त करते ते म्हणजे-राज्य आणि समाज होय. सार्वजनिक वर्तुळाविषयी बोलणारे सत्ताधारी उच्चवर्गीय स्वानुभवाच्या बाबतीत वास्तविकतः दिवाळखोर आहेत. त्यांचे ज्ञान प्रसिद्ध व्यक्तींपुरते आणि पुन्हा पुन्हा ज्यांची नावे घेतली जातात त्यांच्यापुरतेच सीमित आहे, जसे की मायावती, माजी राष्ट्रपती के.आर.नारायणन, राष्ट्रपती रामनाथ कोविंद तसेच दलित उद्धाराच्या त्यांच्या दाव्याची साक्ष देणारी उदयोन्मुख दलित भांडवलदार औद्योगिक संघटना- दलित इंडियन चेंबर ऑफ कॉमर्स अँड इंडस्ट्री (डीआयसीसीआय). सार्वजनिक वर्तुळाची सूची या मर्यादित उदाहरणांच्या पलीकडे जात नाही. अत्याचारित जाती आणि द्वितीय श्रेणीच्या नागरिकाला भोगाव्या लागणाऱ्या दैनंदिन शारीरिक आणि मानसिक मानहानीसह असंख्य बलात्कार, खून आणि अत्याचारी गुन्ह्यांच्या प्रकाशात याचा विचार करा. जात गुन्हेगारीच्या आकडेवारीत आणि दररोजच्या जातीवादाच्या नोंदविल्या गेलेल्या घटनांच्या बाबतीत आलेख सतत वरच जाणारा आहे. हे गुन्हे इतके सातत्यपूर्ण असतात की,त्याची दखल घेणे गरजेचे आहे, त्यासाठी जागतिक स्तरावरील मानवतेविरुद्धच्या गुन्ह्यांची संपूर्ण शब्दावलीच नव्याने लिहावी लागेल. २००६-२०१६ या एका दशकात सुमारे अर्धा दशलक्ष गुन्हे दलितांविरुद्ध केले गेले.[२७]

दलितविरोधी भारतीय वृत्ती

एनएसएसओ आकडेवारी आणि सामाजिक-आर्थिक जात गणना (एसईसीसी), कृषी जनगणना, गुन्हेगारीच्या नोंदी आणि तुरुंगातील आकडेवारीने सादर केलेल्या इतर सामाजिक-आर्थिक मुद्द्यांबरोबरच शिक्षण, दारिद्र्य, गृहनिर्माण, तुरुंगवासाचे प्रमाण, आरोग्य, जीवनमर्यादा, तसेच घर आणि जमीन यांची उपलब्धता इत्यादी निकषांनी दाखवून दिले आहे की, दलित आणि आदिवासी यांना जवळजवळ समूळ उच्चाटनाकडे नेणाऱ्या शिडीच्या पार तळाशी ढकलले जात आहे.[२८] सांख्यिकी व कार्यक्रम अंमलबजावणी मंत्रालयाच्या संकेतस्थळावर उपलब्ध असलेल्या अधिकृत आकडेवारीत अनुसूचित जाती आणि जमातींचा उल्लेख भारतीय समाजातील सर्वांत वंचित घटक असा केला जातो.

राष्ट्रीय आकडेवारीच्या संकलनातून असे दिसून आले आहे की, २१ टक्के दलित कुटुंबे छप्पर असलेल्या किंवा बांबूच्या छतावरील घरांमध्ये राहतात, तर एकूण लोकसंख्येच्या ६८ टक्के लोकसंख्येच्या तुलनेत दलितांपैकी ७८ टक्के

लोक एक किंवा दोन खोल्यांच्या घरात राहतात (म्हणजेच दलित लोकसंख्येच्या दोन तृतीयांश लोक एक स्वयंपाकघर, एक संयुक्त खोली आणि एक शयनकक्ष असणाऱ्या ३ खोल्यांच्या घरामध्ये राहत नाहीत. एकूण लोकसंख्येच्या ४७ टक्केंच्या तुलनेत ३५ टक्के दलितांच्या घरात पिण्याच्या पाण्याचे स्त्रोत असून, एकूण लोकसंख्येच्या ३३ टक्केंच्या तुलनेत ४१ टक्के दलितांकडे वीज नसते, आणि एकूण लोकसंख्येच्या ५३ टक्क्यांच्या तुलनेत ६६ टक्के दलितांकडे शौचालये नसतात. ग्रामीण भागांत अशी तुलना केल्यास आणखी निराशाजनक चित्र दिसते.[२९] २०१५ मध्ये प्रसिद्ध झालेल्या एसइसीसी २०११ नुसार, ग्रामीण भागांत भारतातील एकूण कुटुंबांपैकी अनुसूचित जातींच्या कुटुंबांची घरे १८.४५ टक्के इतकी आहेत. ग्रामीण भारतात दलितांच्या घरांवरील मालकीचे प्रमाण १७.६९ टक्के इतके कमी आहे, ०.४६ टक्के लोक घरे भाड्याने घेतात आणि ०.२८ टक्के इतर मार्गांनी राहतात. तसेच ३ टक्क्यांपेक्षा अधिक लोकांकडे पक्के, अर्धेपक्के घर नसते.[३०] अनुसूचित जमातींमध्ये, १०.५० टक्के लोकांकडे घराची मालकी असते, ०.२६ टक्के लोक घर भाड्याने घेतात आणि ०.२० टक्के इतर मार्गांनी राहतात.[३१]

मालमत्ता आणि उत्पन्नासारख्या भौतिक मालकीच्या बाबतीत दलित आणि आदिवासींचे निष्कासन ठळक आहे. कमीतकमी एक प्रकारचे सिंचन उपकरण असलेल्या २.५ एकर किंवा त्यापेक्षा जास्त सिंचित जमीन असलेल्या कुटुंबांची आकडेवारी ०.२४ टक्के (दलित) आणि ०.१९ टक्के (आदिवासी) इतकी आहे; दोन किंवा त्यापेक्षा जास्त सिंचित पिकांचे हंगाम काढणारी ५ एकर किंवा त्याहून अधिक जमीन असणारी कुटुंबे ०.१६ टक्के (दलित) आणि ०.१४ टक्के (आदिवासी) आहेत; कमीतकमी एक प्रकारचे सिंचन उपकरण असलेल्या ७.५ एकर किंवा त्यापेक्षा अधिक जमिनीची मालकी असलेली कुटुंबे ०.९ टक्के (दलित) व ०.१४ टक्के (आदिवासी) आहेत.

अनुसूचित जातींसाठी दरमहा ५ हजार रुपयांपेक्षा कमी उत्पन्न असणारी कुटुंबे १५.४१ टक्के, ५०००-१०,००० यांच्या दरम्यान दरमहा उत्पन्न असणारी कुटुंबे २.१७ टक्के तर १० हजार पेक्षा अधिक दरमहा उत्पन्न असणारी कुटुंबे ०.८६ टक्के इतकी आहेत. ही आकडेवारी वैयक्तिक सदस्याच्या मिळकतीचा नव्हे तर एकूण घरगुती उत्पन्नाचा संदर्भ देते. एसईसीसीने असे सिद्ध केले आहे की, ग्रामीण भागांतील अनुसूचित जाती आणि अनुसूचित जमातींच्या कुटुंबांपैकी केवळ ४ टक्के लोकांच्या कुटुंबांतील एक सदस्य सरकारी नोकरीत काम करतो.[३२] ग्रामीण भागांत अनुसूचित जातींसाठी सरकारी क्षेत्रात ०.७३ टक्के, सार्वजनिक क्षेत्रात ०.१७ टक्के तर खासगी क्षेत्रात ०.४५ टक्के असे

प्रमाण होते. अनुसूचित जमातीची परिस्थिती आणखीनच निराशाजनक आहे, जिथे ०.४८ टक्के सरकारी नोकऱ्यांमध्ये, ०.०६ टक्के सार्वजनिक क्षेत्रात तर ०.१६ टक्के खासगी क्षेत्रात कामाला आहेत.

जर आपण अनुसूचित जातींच्या कुटुंबांसाठी उत्पन्नाच्या स्त्रोताचे मापदंड घेतले, तर ते जमिनी संबंधीच्या मालकी हक्कांवरील मुद्द्यापाशी येऊन थांबते: ३.३९ टक्के दलित कुटुंबे शेतीवर अवलंबून आहेत, १२.४ टक्के प्रासंगिक मेहनती कामांवर, ०.४० टक्के अर्धवेळ किंवा पूर्ण-वेळेच्या घरगुती सेवांमध्ये, ०.०५ टक्के अन्न गोळा करणे किंवा कचरा वेचणे, ०.१९ टक्के स्वत:च्या बिगरशेती उद्योगावर, ०.०७ टक्के भिक्षा मागणे/परोपकार/दान यावर आणि १.९२ टक्के लोक इतर प्रकारच्या कामांवर अवलंबून असतात.[३४] अनुसूचित जमातींसाठी हे प्रमाण शेतीवर ४.४१ टक्के, प्रासंगिक मेहनती कामांवर ५.६३ टक्के, अर्धवेळ किंवा पूर्ण-वेळेच्या घरगुती सेवांमध्ये ०.२२ टक्के अन्न गोळा करणे किंवा कचरा वेचणे यावर ०.०२ टक्के, स्वत:च्या बिगरशेती उद्योगावर ०.०७ टक्के, भिक्षा मागणे/परोपकार/दान यावर ०.०३ टक्के आणि इतर प्रकारच्या कामांवर ०.८३ टक्के लोक असे आहेत. आपण या आकडेवारींची तुलना जर गैर एससी आणि एसटी लोकांशी केली तर निराशाजनक वास्तव समोर येते. उच्च जातीय समूहाचे लोक प्रामुख्याने शेती आणि बिगर शेती व्यवसायात मोठ्या प्रमाणात दिसून येतात.[३५]

शैक्षणिकदृष्ट्या, प्रत्येक दहा विद्यार्थ्यांपैकी एक अनुसूचित जातीचा किंवा जमातीचा असतो. त्यापैकी, ६-१४ वयोगटांतील विद्यार्थी जे आपली इयत्ता पूर्ण करू शकतात त्यांचे प्रमाण ८१ टक्क्यांवरून १५-१९ या वयोगटांत ६० टक्क्यांवर घसरते. उच्च शिक्षणामध्ये २०-२४ या वयोगटांत तर हे प्रमाण ११ टक्के इतके प्रचंड कमी होते. ही घसरण सर्वच जातीसमुदायांमध्ये उल्लेखनीय आहे, त्यातही अनुसूचित जाती आणि जमातींमध्ये ती तीव्र आहे. दलितांमध्ये शाळा सोडण्याचे प्रमाण निराशाजनकरित्या जास्त आहे.[३६]

अशाच प्रकारचे निष्कासन भारतातील सार्वजनिक आणि जीवनाच्या इतर क्षेत्रात मोठ्या प्रमाणात आढळते. २०१५ मध्ये सरकारी सेवांच्या विविध केंद्रीय मंत्रालये आणि विभागांमधील सचिव, सहसचिव आणि उपसचिव यांसारख्या पदांसाठी एकूण ३९३ जागांपैकी, केवळ ३१ (जवळपास ०.०८ टक्के) जणच अनुसूचित जातींतील आणि १६ (जवळपास ०.०४ टक्के) अनुसूचित जमातींतील आहेत-ज्याचे प्रमाण अधिकृतरीत्या त्यांना देण्यात आलेल्या आरक्षणापेक्षा खूपच कमी आहे.[३७]

भारत सरकारमधील अनुसूचित जाती/जमाती/ओबीसी अधिकाऱ्यांचे प्रतिनिधित्व

अनु क्र.	पद	एससी	एसटी	ओबीसी	एकूण
१.	सचिव	३	३	-*	७०
२.	सहसचिव	२४	१०	१०*	२७८
३.	उपसचिव	४	३	१०	४५

* ओबीसी कोटा सुरू होण्यापूर्वी सर्वसाधारण प्रवर्गाअंतर्गत भरती केलेल्या अधिकाऱ्यांचा तपशील उपलब्ध नाही.

भारतीय लोकशाही आणि राज्ययंत्रणेच्या अप्रातिनिधिक स्वरूपात न्यायव्यवस्था भर घालते. भारतातील २४ उच्च न्यायालयांमध्ये, एकही दलित किंवा आदिवासी सरन्यायाधीश नाही. २०१० मधील के.जी. बालकृष्णन यांच्यानंतर कोणत्याही दलित न्यायाधीशाला सर्वोच्च न्यायालयात उच्च स्थान देण्यात आले नाही. 'इंडियन एक्स्प्रेस'च्या अहवालानुसार, न्यायाधीशांच्या नेमणुका आणि उच्च न्यायालयात पदोन्नतीसाठी जबाबदार असणाऱ्या सुप्रीम कोर्ट कॉलेजिअमला नियम व निकष यांवर स्पष्टता नाही.[३८] न्यायालयीन नेमणुकांमध्ये घराणेशाही आणि परिवारवाद दिसून येतो. ७० टक्क्यांहून अधिक न्यायाधीश १३२ कुटुंबांशी एका किंवा दुसऱ्या मार्गाने जोडले गेले आहेत.[३९] 'आऊटलुक' या नियतकालिकाने दिलेल्या एका अहवालानुसार सर्वोच्च न्यायालयाच्या तत्कालीन २८ न्यायाधिशांपैकी ११ जणांचे कायदे क्षेत्रात नातेवाईक होते.[४०] १९९९ मध्ये अलाहाबाद उच्च न्यायालयातील १९ न्यायाधीशांच्या नेमणुकीमध्ये घराणेशाही दिसून आली. एकोणीसपैकी दोन सुप्रीम कोर्टाच्या माजी न्यायाधीशांचे मुलगे होते, इतर दोघे जण माजी ॲडव्होकेट जनरलचे वंशज होते, एक हायकोर्टाच्या माजी न्यायाधीशांचा जावई आणि एक माजी मुख्य न्यायाधीशांचा कनिष्ठ वकील होता.[४१]

न्यायाधीशांच्या नियुक्तीमध्ये लिंग वैविध्याच्या प्रतिनिधित्वाची माहिती कायदा आणि न्यायमंत्रालयाने प्रसिद्ध केली होती.[४२] जरी सरकारी परिपत्रकाने महिला/एससी/एसटी/अल्पसंख्याक न्यायाधीशांची माहिती दिली, तरी त्याने एससी, एसटी आणि ओबीसी न्यायाधीशांच्या प्रतिनिधित्वाबाबत स्पष्टीकरण न देता असे नमूद करण्यात आले की, न्यायाधीशांची 'जाती निहाय' किंवा 'वर्ग निहाय' आकडेवारीची नोंद केली जात नाही; कारण भारतीय संविधानाच्या कलम १२४ आणि २१७ अंतर्गत त्यांच्या नेमणुका केल्या आहेत आणि जाती, वर्गभेदांवर आधारित आरक्षण पुरविले जात नाही.

सर्वोच्च न्यायालयीन व्यवस्थेत अनुसूचित जाती आणि जमातींचे प्रतिनिधित्व नसल्यामुळे, न्यायदानात स्पष्ट छिद्रे असणारच, असा निष्कर्ष काढला जाऊ शकतो. अनुसूचित जाती आणि जमातींच्या लोकांचे भवितव्य ठरविणारे न्यायाधीश

त्यांच्या समाजातील नाहीत. त्यामुळे सामाजिक अनुभव, परंपरागत हिंसाचार आणि अत्याचाराचे सत्र विशेषाधिकार असलेले जीवन जगलेल्या अशा न्यायाधीशांच्या परिघात आलेलेच नसते. सर्वोच्च न्यायालयाचे माजी मुख्य न्यायाधीश पी.एन. भगवती यांनी टिप्पणी केली की: 'न्यायाधीश चांगल्या वकिलांच्या वर्गातून घेतले जातात...नकळतपणे ते काही पूर्वग्रह विकसित करतात'.४३ आरक्षणाच्या धोरणाबाबत आणि सामाजिकदृष्ट्या उपेक्षित घटकांसाठी होणाऱ्या सकारात्मक कृतींच्या संदर्भात कोर्टाचा हा उघड पक्षपातीपणा दिसून येतो. सर्वोच्च न्यायालयाने ८२% लोकसंख्येवर ५०% आरक्षणाची मर्यादा घातली आहे, त्यातून मग आधीच वर्चस्व असलेल्या १८% लोकसंख्येला ५०% आरक्षणाचे मैदान उपलब्ध होते. या १८ टक्क्यांपैकी मोठ्या प्रमाणातील लोकांची संसाधने, नोकऱ्या आणि मालकी यावर पकड असते आणि ते आपल्या जातीचे नेटवर्क वापरून हे सर्व पिढ्या दर पिढ्या आपआपसात फिरवत असतात. ही 'सामान्य' श्रेणी अप्रमाणित 'गुणवत्तेच्या' वेषात लपून राहते, तर प्रत्यक्षात घराणेशाहीच्या मार्गांनी जातीवादी वर्चस्व मिळवण्याची तजवीज केली जाते. हे न्यायपालिकेसह, सार्वजनिक क्षेत्राच्या सर्व प्रांतांत लागू होते.

महत्त्वाच्या विभागांमध्ये समान प्रतिनिधित्वाच्या प्रश्नाबाबतीत बोलायचे तर, निर्णय घेऊ शकतील अशा पदांवर दलित क्वचितच दिसून येतात. चित्रपट, कला, सामाजिक जीवन आणि संस्कृती या क्षेत्रांतील विलक्षण कामगिरीबद्दल भारत सरकार देत असलेल्या राष्ट्रीय पुरस्कारांच्या यादीमध्येही हीच प्रथा बघायला मिळते, जिथे अनुसूचित जाती आणि जमातींचे प्रतिनिधित्व लज्जास्पदरित्या कमी आहे. एक झटपट घेतलेली मोजणीसुद्धा शोषक जातींच्या वसाहतवादी प्रवृत्तीने माजवलेली जातीवादी अनागोंदी उघड करते. यातून विशेषाधिकार असणाऱ्या जातींची वर्चस्ववादी मानसिकता स्पष्ट होते, जी दलितांमधील बौद्धिकतेला समान महत्त्व देत नाही. ही वृत्ती प्रबोधनपर्वानंतरच्या वसाहतवादी युरोपियन प्रकल्पात स्पष्टपणे दिसून येते. त्यावेळी आफ्रिकन आणि एशियन लोकांना कुठलेही कर्तृत्व किंवा विचार नसलेले काळे किंवा पिवळे अस्तित्वहीन लोक मानले जात होते आणि त्यामुळे त्यांच्यावरील आधिपत्य न्याय्य होते. त्याचप्रमाणे, निराशाजनक ब्राह्मणवादी युगात दलित हा देखील असाच एक कष्टी जीव आहे, जो स्वतःच्या परिस्थितीला स्वतःच जबाबदार आहे.

अर्थसंकल्पातील वाटपामध्ये दलितविरोधी वृत्ती

अर्थसंकल्पातील वाटपामध्ये मोठ्या प्रमाणात अपुऱ्या प्रतिनिधित्वाची अशीच

उदाहरणे पाहायला मिळतात. भारत सरकारच्या २०१७च्या अर्थसंकल्पात अनुसूचित जाती उपयोजना (एससीएसपी) आणि अनुसूचित जमाती योजना (एसटीपी) रद्द करण्यात आल्या, ज्यांना १९७०च्या दशकात घटनात्मक हमी देण्यात आली होती.[४४] या योजनांचा आधार सरळ होता: जातीच्या लोकसंख्येनुसार निधी वाटप केला जावा. तथापि, सलग सगळ्याच सरकारांना अपेक्षित निधीचे वाटप करण्यात सपशेल अपयश आले आहे. दलित कार्यकर्ते तेव्हापासूनच राजधानीत निदर्शने करीत आहेत. त्यांच्याकडे वर्चस्ववादी जातींच्या प्रचारयंत्रणेने अर्थात भारतीय मीडियाने दुर्लक्षच केले आहे.

आंतरराष्ट्रीय दलित हक्कांचे कार्यकर्ते एन. पॉल दिवाकर यांनी अनुसूचित जाती-जमातींसाठीच्या कल्याणकारी उपक्रमांसाठी सरकारने तरतुदीपेक्षा किती खर्च कमी केला आहे, ते मोजले.[४५] त्यांच्या म्हणण्यानुसार, जाधव यांच्या मार्गदर्शक तत्त्वांनुसार निर्धारित केलेल्या एकूण अर्थसंकल्पाच्या ४.६ टक्के निधी हा अनुसूचित जातींच्या विकासासाठी तर २.३ टक्के इतका अनुसूचित जमातींच्या विकासासाठी निर्देशित करणे अपेक्षित होते. तथापि, सरकारने केवळ अर्ध्याच निधीचे पुनर्निर्देशन केले, म्हणजे एससीएसपीसाठी ९६,६३८ कोटी रुपयांऐवजी, ४४,२४६ कोटी रुपये आणि एसटीपीसाठी एकूण ४४,२४६ कोटी रुपयांच्या १८,०७३ कोटी रुपये. लिंगभाव हा घटक जोडला असता हे अधिकच वाईट होते. अनुसूचित जाती / जमातींच्या महिलांसाठी निर्धारित करण्यात आलेला निधी केवळ ०.९९ टक्के आहे. या व्यतिरिक्त, विशिष्ट योजनांसाठी निर्देशित केलेला पैसा तळागाळातील लोकांपर्यंत पोहचतही नाही आणि निम्म्याहून अधिक सरकारी योजना पूर्णपणे काम करत नाहीत. राष्ट्रीय अनुसूचित जाती वित्त विकास महामंडळ, अनुसूचित जातींसाठी पतपुरवठा हमी निधी, स्वयंरोजगार आणि हाताने मैला उचलणाऱ्यांच्या पुनर्वसनासाठीचा निधी,[४६] अन्न व सार्वजनिक वितरण, पर्यावरण, हवामान बदल, दलित विद्यार्थ्यांसाठी राष्ट्रीय परदेशशिक्षण शिष्यवृत्ती व पूर्व-मॅट्रिक शिष्यवृत्ती अशा विकास योजनांसाठी अर्थसंकल्पीय कपात वाढत असताना उपेक्षितांच्या सामाजिक आणि आर्थिक विकासासाठी सरकार देत असलेली विविध आश्वासने शंकास्पद आहेत. यामुळे सध्याचे सरकार अर्थसंकल्पाच्या केवळ १.३ टक्के वंचितांसाठी खर्च करते ज्यांची लोकसंख्या १६ टक्के एवढी आहे. बाराव्या योजना आयोगाने सरकार ही गंभीर तूट दूर करण्यात अपयशी ठरल्याचे कबूल केले (पुनर्निर्मित नीती आयोगाने अर्थसंकल्पातील वाटपामध्ये अनुसूचित जाती आणि जमातींना अशाच प्रकारची अपमानजनक वागणूक देणे सुरू ठेवले आहे).

तीन दशकांहून अधिक काळ कार्यरत असूनही टीएसपी आणि एससीएसपीची

धोरणे, अपेक्षेइतकी परिणामकारकरीत्या अंमलात आणता आली नाहीत. अनेक राज्ये आणि केंद्रशासित प्रदेशांमध्ये निर्धारित निधीच्या ५० टक्के देखील खर्च झालेला नाही. निधीचा फेरफार रोखण्यासाठी बजेटचे योग्यरीत्या प्रमुख किंवा उप विभाग तयार केले गेले नाहीत. नियंत्रण व देखरेख करणारी कोणतीही यंत्रणा नव्हती तसेच नियोजन व पर्यवेक्षण जेवढे असायला हवे तेवढे प्रभावी नव्हते.४७

बजेटची अंमलबजावणी न करता त्यातील रकमेची तरतूद आपोआप रद्द व्हावी, ही अयोग्य रणनीती अनुसूचित जाती/जमातींसाठी होणाऱ्या अर्थसंकल्पीय वाटपासाठी नेहमीची बनली आहे. कर्नाटकातील एका समाजकल्याण सचिवांनी एकदा मला बजेटमधील तरतूद अशी आपोआप रद्द होऊ नये यासाठी ती रक्कम योग्यप्रकारे वापरली जाईल, अशी काही धोरणे सुचवण्यास आणि ते पैसे खर्च करण्यास मदत करावी अशी विनंती केली. पैशांची तरतूद उपघटक योजनेनुसार करण्यात आली होती; तथापि, विभागाच्या खात्यात जमा करण्यास उशीर झाल्याने ते काढून घेतला जाण्याचा धोका निर्माण झाला होता. अशा प्रकारच्या डावपेचांचा उपयोग समाजकल्याण विभागांच्या कामांत अडथळा आणण्यासाठी केला जातो.

एससीएसपी-टीएसपी प्रोजेक्टचा आणखी एक कटू परिणाम म्हणजे तरतूद केलेला निधी चुकीच्या दिशेने वळवणे. दलित आणि आदिवासींच्या कल्याणासाठी असणारा पैसा गैर-दलित, गैर-आदिवासी योजनांवर खर्च केला जातो. उदाहरणार्थ, रस्ते, उड्डाणपूल व जेल आणि इतर पायाभूत सुविधा, ज्या गरीब दलित समाजाच्या जीवनावर परिणाम करीत नाहीत. निधी चुकीच्या दिशेने वळवण्यात सरकार सक्रियपणे सहभागी होते. राष्ट्रकुल क्रीडास्पर्धेतील घोटाळा ही अलीकडच्या काळातली एक प्रसिद्ध घटना आहे. या घोटाळ्याने काँग्रेस अंतर्गत दिल्ली सरकारचा भ्रष्टाचार उघडकीस आणला. २००६ ते २०११ या कालावधीत त्यांनी एससीएसपीकडील निधी सातत्याने राष्ट्रकुल खेळासाठी वळविला; ही रक्कम ७४४ कोटी रुपये होती.४८ तथापि, अशाप्रकारे निधी वळवण्याची काहीही चर्चा झाली नाही, त्यावर वाद झाले नाहीत. तो एक उपेक्षित विषय बनून राहिला. हा पैसा आरोग्यसेवेच्या सुविधा व शाळा बांधण्यासाठी आणि गरीब, वंचित व उपेक्षित दलितांच्या विकासाकरिता असलेल्या सूक्ष्म पतप्रकल्पांच्या निधीसाठी होता. हाच पैसा हाताने मैला उचलण्याची प्रथा संपवण्यासाठी देखील बाजूला ठेवला गेला होता.४९

केंद्रसरकारच्या २०१९ च्या अर्थसंकल्पात ही थट्टा सुरूच राहिली. राष्ट्रीय दलित मानवाधिकार मोहिमेच्या विश्लेषणामध्ये असे दिसून आले आहे की, अंदाजित रकमेपैकी (५,०५,०१५ कोटी रुपये) केवळ २,७५,७७२ कोटी रुपये दिले गेले. त्यापैकी केवळ ८१,१५५ कोटी रुपये थेट योजनांच्या माध्यमातून

तर उर्वरित १,४८,०८८ कोटी रुपये अप्रत्यक्ष योजनांच्या माध्यमातून देण्यात आले.[५०]

सन २०१४-१८ केंद्रीय अर्थसंकल्पांमधील एससीएसपी – टीएसपी योजना[५१]

	२०१४-१५	२०१५-१६	२०१६-१७	२०१७-१८
एकूण अर्थसंकल्पीय खर्च (बीई)	१७,६३,२१४*	१७,७७,४७७	१९,७८,०६०	२०,१९,७३५
अनुसूचित जातींसाठी एकूण तरतूद	५०,५४८	३०,८५१	३८,८३३	५२,३९३
धोरणांनुसार अनिवार्य असलेली रक्कम (एससी)	८१,४६०	८२,११९	९१,३८६	९६,८४७
एकूण बीईच्या % नुसार अनुसूचित जातीच्या योजनांवरील खर्च	२.८७%	१.७४%	१.९६%	२.५०%
अनुसूचित जमातींसाठी एकूण तरतूद	३२,३८७	२०,०००	२४,००५	३१,९२०
धोरणांनुसारे अनिवार्य असलेली रक्कम (एसटी)	४२,१४१	४२,४८२	४७,२७६	४९,९९२
एकूण बीईच्या % नुसार अनुसूचित जमातीच्या योजनांवरील खर्च	१.८४	१.१३	१.२१	१.५३

* मूल्य कोटी रुपयांमध्ये

दलितांच्या राजकीय एकीकरणाचे मिथक

जेव्हा एखादा दलित अपयशी ठरतो तेव्हा त्याच्या समाजाला त्याचा दोष माथी घ्यावा लागतो. जेव्हा एखादा ब्राह्मण गुन्हा करतो, तेव्हा ती व्यक्ती दोषी असते,

तिची जात नाही. किंवा, एखादा ब्राह्मण अयशस्वी झाल्यास एक तर आर्थिक भ्रष्टाचाराच्या माध्यमातून किंवा मग जातीय नेटवर्कच्या 'व्यवस्थे'मार्फत त्याला प्रतिष्ठित कामगारांच्या बाजारपेठेत सामावून घेण्यासाठी उपाययोजना केल्या जातात, कारण मुळात ब्राह्मण अपयशी ठरू शकत नाही; जर तो ठरला तर मग गुणवत्तेचा युक्तिवाद पुढे करता येणार नाही. ब्राह्मणवादी समाजात सोयीस्करपणे वेगवेगळ्या गटांसाठी वेगवेगळे मापदंड आहेत.

दलित एक दमदार राजकीय श्रेणी म्हणून अस्तित्त्वात आहेत आणि म्हणूनच दलितांना त्यांच्या राजकीय उद्दिष्टांविषयी पटवून दिले जाते. त्यामुळे दलितांवरील, दलितांमधील आणि दलितांसोबतची प्रत्येक चर्चा दलितत्वाच्या राजकीय स्थानाशी संबंधित असते.

मागील भागात आपण पाहिल्याप्रमाणे मध्यमवर्गीय आणि उच्चभ्रू दलित वर्गातील काही घटक दलितांच्या संघर्षासाठी फारसे उपयुक्त नाहीत; उलट सबअल्टर्न समुदायावरील ते ओझेच आहेत. ते भीती आणि असुरक्षिततेमध्ये जगतात आणि स्वत:चा तसेच आपल्या जातीच्या लोकांचा तिरस्कार करतात. त्यांचा स्वत:बद्दलचा द्वेष समाजाप्रति त्यांची निरर्थकता आणि अपयश प्रतिबिंबित करते. त्यातील बरेच जण 'पासिंग दलित' आहेत, म्हणजेच जे सतत आपल्या ओळखींमधून सुटका करून घेण्याचा प्रयत्न करीत असतात. असे करणे शक्य आहे असे त्यांना वाटते; त्यांना या गोष्टीची जाणीव नसते की, ते डोळ्यांवर पट्टी बांधून स्वत:ला दलितेतर मानून वाटचाल करत असताना दलितेतर मात्र त्यांच्याकडे दलित म्हणूनच पाहत असतात.

'अक्करमाशी' या आपल्या आत्मचरित्रात शरणकुमार लिंबाळे यांनी कामाच्या ठिकाणी त्यांना कमालीच्या भीतीखाली जगावे लागल्याबद्दल लिहिले आहे. तिथे त्यांना आपल्या सवर्ण जातींतील सहकाऱ्यांबरोबर संवाद साधावा लागे.[५२] कोणताही अनुचित प्रकार घडू नये म्हणून लिंबाळे यांनी 'अशा भयानक परिस्थितीत माझ्या जातीबद्दल गुप्तता बाळगणे अधिक सुरक्षित राहील,' असा विचार केला. त्यांच्याबरोबर मिसळता यावे यासाठी त्यांनी त्यांच्या मित्रांना 'पत्रात जय भीम लिहू नये, कारण इथे जातीयतेचे प्राबल्य आहे,' असे सांगितले. ते पुढे सांगतात, 'मी मुद्दाम पाटील व जोशी अशी नावे असलेल्या माझ्या मित्रांना पत्रे लिहून (माझ्या) नव्या नोकरीबद्दल माहिती देत असे. डॉ. आंबेडकरांची छायाचित्रे आणि पुस्तके मी माझ्या ट्रंकमध्ये लपवून ठेवली. त्याऐवजी मी वि.स. खांडेकर यांच्या कादंबऱ्या, आणि गुप्तहेर कथा वाचण्यास सुरुवात केली.' लिंबाळे यांना सतत 'त्यांची जात उघड होईल,' अशी भीती वाटत असे, म्हणून 'जेव्हा जेव्हा ते आपल्या दलित मित्राला समोरून येताना पाहत, तेव्हा ते पटकन (आपला) मार्ग बदलत.'

'मी एखाद्या उच्च जातीच्या मित्राबरोबर जात असताना कोणी 'जय भीम' म्हणून मला अभिवादन केले तर मला उपरा असल्यागत वाटे', लिंबाळे आठवण सांगतात. प्रबळ जातीच्या सहकाऱ्यांनी वाईट वागणूक देऊन अपमान करू नये, यासाठी त्यांनी आपली 'जात लपवून ठेवली' आणि तरीही त्यांची 'जात शत्रूप्रमाणे' त्यांच्या मागे लागली. लिंबाळे कबूल करतात, 'मी वृत्तीने ब्राह्मण बनलेला दलित होतो; परंतु उच्च-जातीच्या लोकांनी मला कधी त्यांच्या दारातही उभे केले नाही.'[५४] लिंबाळेंची परिस्थिती भारतातील अनेक दलित मध्यमवर्गीय लोकांची परिस्थिती प्रतिबिंबित करते.

या परिस्थितीतून सुटण्याचा आणखी एक मार्ग म्हणजे जातीचे नाव टाकून देणे आणि एक असे वैदिक नाव घेणे ज्याचा दलितांच्या पारंपरिक चिन्हांशी कोणत्याही प्रकारचा संबंध नाही. दलितांच्या ओळखपत्रांवर आता अद्वैत, वेदिका आणि ब्रह्मा अशी नावे दिसू लागली आहेत. दलित आपल्या गावांच्या नावांनुसार देखील आपली आडनावे बदलतात आणि अधिक दक्षता म्हणून कधीकधी ब्राह्मण आडनावेही घेतात. ही नावे जातीयतेच्या तीव्रतेपासून अंशतः सुटका करतात. या नावांमुळे ते समाजात तुलनेने चांगल्या स्थितीत राहतात. ते हिंदूंचे वैशिष्ट्य असलेल्या सणांमध्ये सहभागी होतात आणि मंदिरांमध्ये जातात. तथापि, त्यांच्या गावात किंवा जवळच्या वर्तुळांमध्ये त्यांना मंदिरे आणि खासगी क्षेत्रांत समान दर्जा दिला जात नाही.

लोभी दलित वर्ग

मध्यमवर्गीय दलित लोकांमधील लोभी आणि महत्त्वाकांक्षी लोक या समाजाचा चेहरा बनतात. काही अभ्यासकांच्या मतांनुसार ते 'दलित विचारधारा आणि दलितांच्या अस्मितेचे लेखक असून दलित जनतेला प्रभावित, प्रेरित आणि कार्यप्रवृत्त करतात,'[५५] ग्रामीण आणि शहरी केंद्रांमध्ये दलित म्हणून जगण्याचा रोजचा अनुभव न घेता ते दलित अभिव्यक्तीच्या सांस्कृतिक आणि राजकीय वाटा व्यापण्याचा प्रयत्न करतात. त्यांच्यात हानिकारक दलित आणि अभिजन दलित येतात (तिसरे प्रकरण पहावे).

भारतात व भारताबाहेरील अनेक पगारदार-दलितांना आपले शोषण लक्षात येते. बहुतेक सर्वच, त्यांचा धर्म कोणताही असो, त्यांच्या त्रासांसाठी जातीव्यवस्थेला दोष देतात. त्यांच्याकडे दहशत आणि वेदनेच्या कथा आहेत. त्यांच्या वर्णनांवरून, त्यांना भारतात मोठे होत असताना कशाप्रकारे जातीचा भार वहावा लागतो, हे सहज लक्षात येते. सध्या न्यू यॉर्क शहरात कार्यरत असणाऱ्या आयआयटीतून

शिक्षण घेतलेल्या एका दलित विद्यार्थ्याने आयआयटीमधील त्याच्या जीवनातील भयानक अनुभवांबद्दल मला सांगितले. 'हा ब्राह्मणी विद्वेषाचा कळस आहे, आमच्या वरिष्ठांनी (ब्राह्मणांनी) आम्हाला वाईट वागणूक मिळेल, याची खातरजमा केली होती. रॅगिंगपासून ते प्रोफेशनल वागणुकीपर्यंत, सारं काही जातीय वैशिष्ट्यांनी अधोरेखित केलं गेलं.' आयआयटीमधून पदवी घेण्यामुळे या अपवादात्मक दलित मुलाचा आत्मविश्वास वाढला असला तरी, पंचवीस वर्षांनंतरही त्याला मिळालेल्या वाईट वागणुकीच्या खुणा तो बाळगतो आहे. अशा अनेक हृदयस्पर्शी कहाण्या भारतीय समाज सुधारणेच्या चळवळींच्या अपयशाची साक्ष देतात. दुर्दैवाने मध्यमवर्गातील अनेक दलितांना त्यांच्या व्यथेमागील, या प्रश्नामध्ये आणखी गुंतणे नकोसे वाटते. या मुद्द्यांभोवती संघटित होऊन ऐक्य निर्माण करण्यासाठी ते आपल्या वेदनांच्या सामर्थ्यशाली चित्रणाचा आधार घेत नाहीत. त्वरित प्रत्युत्तर म्हणून त्यांची उपस्थिती दर्शवून, त्यांच्या व्यथेचा वापर रूढीवादींना आव्हान देण्यासाठी करण्याऐवजी आणि आपल्या समाजासाठी बोलण्याऐवजी, हे उल्लेखनीय कामगिरी करणारे दलित त्यांच्या रागाला दिशा देऊन समाजात परिवर्तन घडवण्याचा प्रयत्न न करता त्यांची वेदना अंत:करणात लपवून ठेवतात.

हा वर्ग मग मूलगामी परिवर्तन प्रक्रियेवरचा भार बनून राहतो. गप्प बसून जातिव्यवस्थेचे दुष्परिणाम पुनरुत्पादित करण्यात तो निष्क्रीयपणे सहभागी होतो. हे दलित मध्यमवर्गीय नागरिक त्यांच्या सुरक्षा जाळ्यामधेच राहणे पसंत करतात. आरक्षणाच्या किंवा दलित अत्याचाराच्या प्रश्नांवर ते व्यवस्थेऐवजी दलितांवर दोष ठेवून समस्येचे उदारमतवादी आकलन करतात. हा उदार दृष्टिकोन केवळ उघडपणे दिसणाऱ्या पृष्ठभागावरील समस्यांकडे पाहतो. जर दलित विद्यार्थी किंवा कर्मचारी चांगली कामगिरी करू शकले नाहीत तर, दलितांना असुरक्षित आणि प्रबळ जातींना अत्याचारी बनविण्यामागे असलेली पार्श्वभूमी, इतिहास आणि संरचनात्मक सामाजिक असमानता यांच्या खोलात न जाता संघर्ष करणाऱ्या दलिताला दोष दिला जातो. ते बहुमुखी अत्याचारांसाठी राज्य आणि व्यवस्थेला जबाबदार धरण्यास इच्छुक नसतात.

त्याऐवजी ते टीकेमध्ये सामील होतात आणि दलित व दलित नेतृत्वाचा निषेध करतात. परंतु ज्या तर्काने ते दलित नेतृत्वावर टीका करतात तोच तर्क वापरून ते शेवटी दलित आणि प्रबळ जातींपैकी कुणालाही आपल्या बाजूने वळवू शकत नाहीत. शेवटी ज्या अपयशाचा तेही एक भाग आहेत, त्याची वैयक्तिक जबाबदारी न स्वीकारता ते संपूर्ण दोष संघर्ष करणाऱ्या दलित राजकीय वर्गावर टाकतात. दलित राजकीय वर्ग हा समाजाच्या आकांक्षांची निष्पत्ती आहे. कोणत्याही इच्छुक मध्यमवर्गीय दलित व्यक्तीला दलित राजकीय परिस्थितीबद्दल

तिचे मत विचारा. विलंब न करता दलित नेतृत्वातील ऐक्याच्या अभावाकडे ते लक्ष वेधतील. ऐक्याच्या या अभावामुळे दलित मते विभाजित झाली आहेत, ज्यामुळे समस्या कायम आहे. सरधोपट तर्काने जातीय लोकशाहीचा राजकीय गुंता ते बाजूला ठेवतात.

एकात्मिक दलित राजकारणाच्या अजेंड्यावर जोर देऊन हे दलित विविधतेच्या विरोधात काम करतात. राजकीय स्थितीबद्दल तसेच निवडणुकांचे राजकारण कुठल्या मार्गांनी कार्य करते याचा पुरेसा हिशोब न लावता, हे जात आणि वर्गीय राजकारणाच्या अपरिहार्यतेविषयी निरर्थक वादविवाद करत राहतात. दलित नेत्यांना एकत्रित केल्याने जे आदर्श, खरे दलित आहेत ते पदावर येतील, याची शाश्वती देता येत नाही. आपल्या राजकीय गुरूशी बांधील असणारा/असणारी दलित प्रतिनिधी भ्रष्ट असणार नाही याची काय हमी आहे, तसेच त्याच्या / तिच्या सामाजिक परिस्थितीबद्दल काय आश्वासन देता येईल?

आणि पुन्हा, विभाजन हे जातीचे सार आहे आणि जोपर्यंत जाती अस्तित्त्वात आहेत तोपर्यंत विभाजन अस्तित्वात असेल - चांगल्या किंवा वाईटासाठी. सध्या दलितांना चांगल्या आणि वाईट अशा दोन्ही प्रकारच्या कृतींचा सामना करावा लागतो. दलितांमधील दबलेल्यांचा आवाज उंचावणे हे चांगल्यासाठी तर वाईट यासाठी की त्यांचे योग्यप्रकारे प्रतिनिधित्व होत नाही. तथापि, ते स्वत: विभाजित असताना दलित मध्यमवर्गाचे सदस्य राजकीय ऐक्यासाठी वकालात करतात. सर्व राजकीय समस्या अंतिमत: एकीकरणापर्यंत घेऊन गेल्यामुळे, हे ब्राह्मण-बूर्झ्वा होण्याची आशा बाळगणारे दलित ते ज्या समाजातून आल्याचा दावा करतात त्यांच्याकडून त्याच्या असलेल्या अपेक्षा फोल ठरवतात.

राजकीय नेतृत्वाचे संकट

नम्रतेचा अभाव असलेले दलित नेतृत्व हे सध्याच्या दलित चळवळीतील सर्वांत मोठे संकट आहे. दलित समाजातील वंचित कष्टकरी वर्गाच्या आर्थिक, शारीरिक, मानसिक आणि आध्यात्मिक अशा बलिदानांचा फायदा घेऊन वर आलेल्या दलित नेत्यांमधील काही घटक कृतघ्न दलितांच्या वर्गात सामील झाले आहेत. त्यांतील बरेच लोक एकीकडे आत्मपूजक अभिमान आणि दुसरीकडे असुरक्षिततेच्या भावनेने वेड्यासारखे फिरत असतात. उदारमतवादी राजकीय अवकाशात ते स्वत:कडे विरोधक आणि प्रतिस्पर्धी म्हणून पाहतात.

या दलित नेत्यांचा जो राजकीय अजेंडा आहे तो दलित समाजगटाशी संबंधित आहेच; पण त्याचबरोबर तो स्वस्तुतीने देखील ग्रस्त आहे. सगळेच

दलित समाजासाठी काम करण्याचा दावा करत असले तरी, त्यांची उद्दिष्टे एकसारखी असतील हे सांगता येत नाही. काही लोक पंतप्रधानपदाचे स्वप्न पाहतात, तर काहीजण केंद्रीय मंत्रालयात जागा पटकवण्याचा विचार करतात, तर काहींना संसदेत नामनिर्देशित सदस्य म्हणून स्थान मिळाल्याचा आनंद असतो. त्यांची धोरणे त्यांच्या उद्दिष्टांनुसार बदलतात आणि त्यामुळे राजकीय गणिते प्रत्येकाच्या गरजा भागवत नाहीत. याने परिस्थितीचे अनेक अर्थ लावले जातात आणि समाजगटही आपली क्षमता आणि हितसंबंधांनुसार तिचा अर्थ लावतो. दलित नेत्यांचे नेतृत्व कोणत्या शैलीचे आहे, त्यानुसार ते आपल्या अनुयायांचा पाठिंबा मिळवतात. दुसरीकडे, समाजाला भुरळ पाडणाऱ्या आणि सन्माननीय वर्तणूक असणाऱ्या नेत्यांमध्ये रस असतो. मतदानास पात्र असणाऱ्या बहुसंख्य दलितांनी आंबेडकरांना अनुभवलेले नाही किंवा त्यांच्या व्हिडिओ भाषणातून किंवा ऑडिओ रेकॉर्डिंगद्वारेही त्यांच्याविषयी त्यांना माहिती नाही. अनेकजण त्यांना दलित कला, संस्कृती आणि साहित्यातून ओळखतात, ज्यांनी त्यांच्या स्मृती जतन केल्या आहेत. आंबेडकरी गायन पार्टी, नाट्य आणि सांस्कृतिक गटांनी आंबेडकरांची प्रतिमा निर्माण केली आहे आणि त्यांचे जीवन व कार्य ग्रामीण आणि शहरी भागांतील अर्ध-साक्षर किंवा निरक्षर समाजाकरिता अनुवादित केले आहे.

आंबेडकर मध्यमवर्गाच्या बाबतीत साशंक आहेत. क्रांती घडवून आणण्याच्या त्याच्या क्षमतेविषयी त्यांना खात्री नाही. त्यांनी परिस्थितीच्या केलेल्या शास्त्रीय विश्लेषणातून ते असा दावा करतात की, मध्यमवर्गीय 'स्व-प्रशासन व स्व-निर्णयाची' 'नवीन जागतिक व्यवस्था' निर्माण करण्यास असमर्थ आहेत.[५६] मजुरांच्या सत्तेच्या प्रश्नाकडे लक्ष वेधताना आंबेडकरांनी म्हटले आहे:

> योग्य नेतृत्वासाठी, इतर गोष्टींबरोबरच आदर्शवाद आणि मुक्त विचार आवश्यक आहेत. अभिजन लोकांसाठी आदर्शवाद शक्य असला तरी मुक्त विचार शक्य नाही. श्रमिकांसाठी आदर्शवाद आणि मुक्त विचार दोन्ही शक्य आहेत. परंतु मध्यमवर्गासाठी आदर्शवाद किंवा मुक्त विचार दोन्हीही शक्य नाही. मध्यमवर्गाकडे अभिजन लोकांकडे असणारी उदारता नाही, जी एखाद्या आदर्शाचे स्वागत आणि पोषण करण्यासाठी आवश्यक असते. त्याला नव्या व्यवस्थेची भूक नाही, जिच्या आशेवर कष्टकरी जगतात.[५७]

दलित राजकीय नेतृत्व एकत्र न येण्यासाठी पक्षाचे कार्यकर्ते आणि स्थानिक

नेतेही तितकेच जबाबदार आहेत. बरेच नेते आपला स्वार्थ व उद्देशाप्रति असलेल्या वचनबद्धतेनुसार राजकारणात सामील होतात. काहीजण विशिष्ट नेत्याच्या नेतृत्वाच्या शैलीकडे आकर्षित होतात, काहींना आंबेडकरांच्या कुळाशी निष्ठा ठेवायची आहे, काहींना त्यांच्या क्रांतिकारक राजकारणाचे अनुसरण करायचे आहे, काहींना सर्व शोषित जातींच्या सर्वसमावेशक नेतृत्वावर विश्वास आहे तर काहींना दलित-केंद्रीत राज्यव्यवस्थेवर विश्वास आहे. अशा अपेक्षा बऱ्याचदा वरिष्ठ नेतृत्वाद्वारे ठरविल्या जातात. कार्यकारी पक्षाचे निर्णय नेहमी स्थानिक वास्तवाचे प्रतिनिधित्व करत नाहीत.

स्थानिक मतदारसंघ लोकसंख्याशास्त्रीयदृष्ट्या भिन्न असतात आणि म्हणूनच वेगवेगळ्या राष्ट्रीय स्तरांवरील भावनांच्या संदर्भात मतदारसंघांच्या गरजाही भिन्न असतात. स्थानिक नेत्यांना पक्षाच्या विचारसरणीशी कटिबद्ध राहावे लागते आणि त्याचवेळी आपल्या बहु-जातीय आणि बहु-धार्मिक मतदारसंघांच्या आवश्यकतांबद्दलही सतर्क असावे लागते. त्यांच्या मतदार संघातील उपस्थिती टिकवून ठेवण्यासाठी ते इतर पक्षांशी सौदाही करतात. अनेक स्वकेंद्री दलित नेते आपली जबाबदारी दाखवू शकत नाहीत. यामुळे, लोकांमधील अविश्वास उत्तरोत्तर वाढत जाऊन विरोधात परिवर्तित होतो आणि मग क्रोधाचे बाह्य प्रकटीकरण व्हायला सुरुवात होते.

इतर जातीय राजकीय नेत्यांप्रमाणेच काही निवडक दलित राजकीय नेत्यांच्याही तीव्र वर्गीय संवेदना असतात. त्यांना जागतिक भांडवलशाहीच्या मार्गांशी आपला मार्ग जुळवून घ्यायचा आहे. तेदेखील ब्राह्मण, क्षत्रिय, बनिया किंवा शूद्र भांडवलदार वर्गाप्रमाणे दलित भांडवलदार वर्गात सामील होण्यासाठी इच्छुक आहेत. त्यांचे कुटुंबीय आणि मित्र यांच्याकडे त्यांच्या अस्तित्वाची गणना करण्याची कुठलीही नैतिक जबादारी नाही. दलित नोकरशहांप्रमाणेच दलित राजकारण्यांनाही आपल्या मुलांना जागतिक दर्जाच्या शैक्षणिक संस्थांमध्ये घालायचे आहे. हे ध्येय वाईट नाही; परंतु जेव्हा अशा आकांक्षांसाठी खालच्या वर्गातील कष्टकरी दलितांना खर्ची घातले जाते तेव्हा ते ओंगळवाणे होते. सरकारमध्ये इतर दलितेतर राजकारण्यांप्रमाणेच दलित राजकारण्यांकडूनही भ्रष्टाचाराच्या घटना घडल्या आहेत. अशाच एका प्रकरणात, एक मंत्री आणि महाराष्ट्र सरकारच्या समाजकल्याण विभागाच्या अधिकाऱ्याने स्वत:च्या मुलांचा फायदा होण्यासाठी परदेशी अभ्यास शिष्यवृत्तीच्या नियमांमध्ये छेडछाड केली. ही शिष्यवृत्ती प्रामुख्याने पात्र, गरीब दलित विद्यार्थ्यांना परदेशी शिक्षणाची संधी उपलब्ध करुन देण्याच्या उद्देशाने आहे. लोभ आणि नातलगांप्रति पक्षपातामुळे दलित नेतृत्वानेही आपल्या नैतिक मर्यादा गमावल्या.

परदेशात अभ्यास करणारी दलित उच्चवर्गातील मुलेही समाजासाठी उपयुक्त नाहीत. गरीब दलितांना भोगावा लागणारा त्रास त्यांच्या वाट्याला येत नाही म्हणून ते आंदोलन बळकट करण्याच्या दिशेने कार्य करत नाहीत. असे एक उदाहरण अमेरिकेत शिकणाऱ्या एका वरिष्ठ दलित नोकरशाहाच्या मुलीचे आहे. सामाजिक अडथळ्यांबद्दल तिला प्रकल्पाचा प्रस्ताव लिहायचा होता. असा समुदाय शोधण्यासाठी तिने धडपड केली. बऱ्याच संशोधनानंतर तिला बोलिव्हियात एक स्वदेशी समुदाय सापडला जो वंचित समाजाच्या श्रेणीत बसत होता. तिच्या प्रकल्पाच्या उद्दिष्टांमध्ये एक दलित घटक होता आणि बिहारमधील दलित लोकसंख्येचा अभ्यास करण्यासाठी तिचे प्राध्यापक तिला प्रोत्साहित करत होते याची तिला कल्पनाही नव्हती. जातीविरहित जाणिवांनी ती इतकी अंध झाली होती की, दलित विवेचनाशी तिला जोडून घेता आले नाही आणि त्यातील मोलही तिला कळू शकले नाही. आपल्या प्रबळ जातीतल्या भारतीय मित्रांप्रमाणेच तिलाही दलित हा अति चर्चा झालेला, विश्वासार्ह स्रोत नसलेला विषय वाटला. ही दलित मुलगी जगातील एका सुप्रसिद्ध विद्यापीठातून पदवीधर होईल. तिचे वडील एक ज्येष्ठ नोकरशहा होते. त्यांनी आपले जीवन उत्पीडितांच्या सेवेसाठी समर्पित केले होते. मात्र आपल्या मुली तीच मूल्ये ते रुजवू शकले नाहीत. असे दलित पदवीधर, त्यांच्या दलितत्वाशिवाय, समाजावर ओझे बनून राहतात. ते हातभार तर लावत नाहीतच; शिवाय ते दलित संघर्षाचे अवमूल्यन करण्यात देखील भाग घेतात.

दलित राजकारण्यांच्या मुलांचे या परिस्थितीबाबतचे आकलन वेगळे आहे. भारतातील घराणेशाहीच्या राजकारणामुळे, दलित राजकारणी त्यांच्या मुलांचे संगोपन त्यांनी आपला वारसा ताब्यात घ्यावा यासाठी करतात. आंबेडकरांबद्दल कायमची निष्ठा बाळगणारे हे राजकारणी त्यांच्या आयुष्यातून व कृतीतून शहाणपणाचे एक पानही घेत नाहीत. आंबेडकरांनी आपल्या मुलांना कधीही घराणेशाहीच्या राजकारणासाठी तयार केले नाही. ते एक चिकित्सक वडील होते. त्यांनी आपल्या मुलांकडे कधीच विशेष वागणूक द्यायच्या दृष्टीने पाहिले नाही. आंबेडकरांसाठी लोकशाही मूल्ये हे त्यांच्या राजकारणाचे लक्ष्य होते. त्यांच्या राजकीय, सार्वजनिक आणि खासगी जीवनात हे दिसून आले.

सत्तेबद्दल दलित मध्यमवर्गाचा दृष्टिकोन

सर्वत्र घराणेशाहीच्या राजकारणाचे वर्चस्व असताना लोकांना आंबेडकरांचे मूलगामी

राजकारण देण्याची दलित नेतृत्वाकडे एक उत्तम संधी आहे. त्याऐवजी आरक्षणासाठी भुकेल्या, स्वार्थी दलित राजकारण्यांना आपल्या मुलांना लाभ मिळवून देऊन त्यांचे वर्चस्व आणखी मजबूत करण्याची इच्छा आहे. घराणेशाहीच्या राजकारणात दलित समाजाला सर्वाधिक त्रास सहन करावा लागतो, कारण हा साम्राज्यवादी संवेदना असलेला व्यक्तीकेंद्रित समुदाय नाही. त्याचा दृष्टिकोन समुदायाभिमुख आहे.

दलित अभिमानाबद्दल कांशीरामांनी दिलेले वैकल्पिक राजकीय कथन आता संपुष्टात येत चालले आहे. आदर्शवादाची मुळे असलेल्या मायावतींचे राजकीय नेतृत्व ढोंगी राजकारणाच्या वातावरणात ओसरत चालले आहे. आनंद कुमार कधीही निवडणुका लढणार नाहीत, या आश्वासनासह संघटनेतील दुसऱ्या क्रमांकाचा नेता म्हणून त्यांची पदोन्नती करण्याचा अयशस्वी प्रयत्न मायावतींनी केला. पक्षामध्ये घराणेशाहीचे राजकारण करण्याच्या आरोपामुळे कुमार यांनी माघार घेतली.[५८] राज्य आणि राष्ट्रीय पातळीवर सरंजामशाही वास्तविकता असलेल्या राजकीय मतदारसंघाला आकर्षित करण्याचा मार्ग म्हणून मायावतींच्या या कृत्याकडे पाहिले जाऊ शकते. काँग्रेस आणि प्रमुख राज्यस्तरीय राजकीय पक्ष घराणेशाहीच्या राजकारणामध्ये गुंतल्यामुळे मायावतींनीही असे करण्याचा प्रयत्न केला असेल. तथापि, त्या ज्या राजकीय पक्षाचे प्रतिनिधित्व करतात त्याने स्थापनेच्या वेळी घराणेशाही प्रवृत्तीचा निषेध केला होता. बहुजन समाज पार्टी हा उत्तर प्रदेशात स्थित असलेला भारतव्यापी पक्ष असून त्या पक्षाला दलित समाजाची राजकीय नाडी सापडली आहे. घराणेशाहीच्या राजकारणात काहीतरी भयंकर आहे. ते शोषित लोकांना शोषक बनवते.

त्यानंतर याआधी चर्चिलेल्या नोकरशाहाच्या मुलीसारखे दुसऱ्या किंवा तिसऱ्या पिढीतील ऊर्ध्वगामी दलित आहेत. ते स्वत:ची भ्रामक प्रतिमा उभी करण्याचा प्रयत्न करतात आणि वर्चस्ववादी जातीच्या गटांच्या आश्रयाखाली आपली स्थिती अधिक चांगली करू इच्छितात. ते अस्खलित इंग्रजी बोलतात आणि आपल्या समाजगटांबद्दलच्या काही मिथकांना पुनरुत्पादित करून सोशल मीडियावर अंतहीनपणे टिप्पणी करत असतात. जरी, सकारात्मक बाजू पाहता, मिथके शक्तिशाली भाष्यकार असतात ज्यांच्यामध्ये अत्याचारी स्थितीत बदल करण्याची क्षमता असते. अर्जुन डांगळे[५९] लिहितात की, दलित वर्तुळात शैलीदार मिथके नसल्यामुळे दलित चळवळीत पोकळी निर्माण झाली आहे. डांगळे हे बौद्धांचा इतिहास व संस्कृतीमधील तसेच पुराणातील काही दंतकथांना स्वीकारण्याचे पुरस्कर्ते आहेत. शैलीदार कथांचा पाया सैद्धांतिक मिथकांमध्ये असणे आवश्यक आहे, ज्यामुळे दलित स्थितीबद्दल अधिक अचूक प्रकारे समजून घेण्यास मदत होईल. तथापि,

वर्गीय जागरूकता असलेल्या दलितांनी निर्माण केलेल्या दंतकथा केवळ स्वत:चे स्थान बळकट करण्यासाठी वापरल्या जातात. काही वेळा त्यांचा कोणताही आधार नसतो आणि सर्वांत वाईट म्हणजे त्या संघर्षाला नवीन पट देऊ करत नाहीत.

हे दलित असे गट तयार करतात जे केवळ त्यांच्या स्वत:च्या वर्गीय नेटवर्कशी बांधलेले असतात. त्यांच्या सामाजिक, धार्मिक किंवा सांस्कृतिक गटांचे सदस्यत्व सार्वजनिक वर्तुळातील दलितांसाठी खुले नाही. असे बरेच बंदिस्त गट आहेत जे कामाच्या ठिकाणी किंवा ब्राह्मणवादी सार्वजनिक क्षेत्रात आपले गौण स्थान स्वीकारून राज्य आणि प्रबळ जातीच्या सहकाऱ्यांची अती भीती असलेल्या छुप्या संघटनांप्रमाणे कार्य करतात. त्यांचे ईमेल गट, व्हॉट्सॲप गट आणि अन्य संवादांची माध्यमे त्यांच्या स्वत:च्या हितसंबंधांशी पूर्णपणे संलग्न असतात. निनावी प्लॅटफॉर्मवर कार्य करणाऱ्या अशा एका नोकरशाहांच्या गटामधील गुप्त संभाषणांची मला माहिती होती. त्यातील ऑनलाइन गट चर्चेत, अगदी सामान्य संभाषण देखील पदांच्या उतरंडीनुसार व्हायचे. 'सर' आणि 'मॅडम' यासारखे संबोधन अनेकदा वापरले जायचे. सुशिक्षित, तथाकथित सुप्रसिद्ध दलितांच्या या गटांना जातीयतेचे मूळ कारण असलेल्या श्रेणीक्रमाला तोडण्याची इच्छा नाही. ते आनंदाने भेदभावाचे मूलतत्त्व पुनरुत्पादित करून जातीच्या परिक्षेत्रामध्ये राहतात. ते खात्री करून घेतात की त्यांची सत्ता समाजाच्या खालच्या थरांपर्यंत पोचली आहे, वरच्या कवचापर्यंत नाही.

तथापि, एका विचित्र वळणावर, सार्वजनिक आणि खासगी क्षेत्रांतील अशा पांढरपेशा पगाराच्या नोकरदार कर्मचाऱ्यांनी वर्ग-आधारित विभाजनाचा तर्क नाकारला आणि त्याऐवजी वर्ग-आधारित विशेषाधिकारांचा फायदा घेत असतानाच केवळ जातीच्या कक्षेमध्येच कार्य करण्यास प्राधान्य दिले. यामुळे दलितांच्या संपूर्ण सामाजिक-राजकीय चळवळींचे नुकसान झाले आहे. सबअल्टर्न दलित कामगारांच्या नेतृत्वातील सामाजिक चळवळींपासून विद्यार्थी आणि कर्मचाऱ्यांना फायदा होतो. शिष्यवृत्ती, आरक्षण, बढती, भेदभाव आणि इतर सकारात्मक-कृतीभिमुख कार्यक्रम हे असंरक्षित दलितांच्या नेतृत्वाखालील सामाजिक चळवळींचा परिणाम आहेत. आपल्या समाजातील प्रत्यक्ष जमिनीवर काम करणाऱ्या कार्यकर्त्यांचे - कष्टकरी लोकांचे त्यांच्यावर असलेले कर्ज तसेच टाकून हे सुशिक्षित कंपू पळून जातात. समाजातील वाढत्या फुटीमुळे, सामुदायिक भविष्याची अधोगती जाणवते. कदाचित याच कारणास्तव आनंद तेलतुंबडे यांनी आज दलित चळवळीच्या अध:पतनासाठी दलित मध्यमवर्ग 'पूर्णपणे जबाबदार' असल्याचा आरोप केला आहे.[६०] अर्जुन डांगळे यांचे निरीक्षण आहे की, हे 'दलित ब्राह्मण' असे मध्यमवर्गीय दलित

आहेत जे 'क्रांतिकारी चळवळी आणि संघर्षाच्या' विचारप्रवाहामध्ये सामील होत नाहीत आणि स्वत:ची 'अवहेलना' करून घेतात. अशा दलित लोकांची सर्वांच्या जिवंत वास्तवाबद्दलची मानसिक दुर्बलता दिसून येते.[६१] याशिवाय, हा वर्ग आपल्या बूझ्र्वा मनोवृत्तीच्या आधारे, मार्टिन ल्यूथर किंग ज्युनिअर यांचे शब्द वापरायचे तर, 'जनतेच्या समस्यांप्रती जाणिवेच्या अभावासह असंवेदनशील' असतो.[६२] शोषक आणि शोषित शक्ती यांच्यामधील एक जागरूक मध्यस्थ म्हणून असलेले आपले महत्त्वाचे स्थान त्याने गमावले आहे. बदलाचे समर्थन करण्याऐवजी त्याने आपला मूलगामी विचार आणि नैतिक जबाबदारी सोडून दिली आहे.

दलित आपली लढाई एकट्याने लढू शकत नाही आणि ती त्यांनी लढू नये. याचे कारण स्पष्ट आहे. ते एका कल्पित गोष्टीविरुद्ध लढत आहेत, ज्याची निर्मिती त्यांनी केलेली नाही. ते ब्राह्मणवादी अहंकारातून उद्भवलेल्या अशिष्ट संरचनेवर केवळ प्रतिक्रिया देतात आणि त्यांना प्रतिसाद देतात. जातीच्या कारभारावर दलितांचे नियंत्रण नसल्याने ते सक्तीने या व्यवस्थेत सामील झाले आहेत आणि त्यातील एक प्रमुख घटक बनले आहेत. ते एक तर तीव्र प्रतिक्रिया देतात किंवा शांतपणे स्वीकार करतात; तथापि, जातीच्या अंधारकोठडीला पर्यायी व्यवस्था निर्माण होण्याची शक्यता लांब राहते. ते बिनशर्त जातीव्यवस्थेचे पालन करतात आणि त्यातील मूल्ये, नैतिकता, बोलण्याची पद्धत, सौंदर्य, समरसतेची प्रतीके, उपभोग, अन्न आणि सामाजिक सवयींचा अवलंब करतात. त्यांची दुहेरी प्रतिमा, जी खरे तर वास्तवही नाही किंवा अस्सलही नाही, त्यांना एका विचित्र स्थितीत आणून ठेवते; ते ब्राह्मणी मिथकांमधील आदर्श वैशिष्ट्यांनुसार व्यक्तित्व मिळवण्यावर नि:शंकपणे विश्वास ठेवतात. तथापि, ब्राह्मणी वर्ग त्यांना नाकारतो आणि अजूनही महत्त्वाकांक्षी दलित मध्यमवर्गाकडे अस्पृश्य म्हणून पाहतो. यामुळे त्यांच्या सामाजिक अस्तित्वासाठी प्रचंड धोका निर्माण होतो आणि म्हणूनच त्यांच्यात इ. फ्रँकलिन फ्रेझियर ज्याला 'लक्षणीय स्व-तिरस्कार' म्हणतात, त्याचा विकास होतो 'आणि हे स्वतः च्या समुदायाबद्दलच्या त्यांच्या परस्परविरोधी भावनांमुळे होते'.[६३]

या अवस्थेत अडकलेला दलित मध्यमवर्ग हिंसक व अहिंसक मार्गाने बंड करण्याचे व त्यांच्या संतापाला प्रवृत्त करणारे मार्ग शोधण्याचा प्रयत्न करतो. बहुतेक वेळा त्यांच्या आंदोलने आणि मोर्चांसाठी ते कामगार-दलितांचा वापर करतात. ते असा सोयीस्कर तोडगा शोधण्याचा प्रयत्न करतात, ज्यामुळे समाजात त्यांची आर्थिक स्थिती धोक्यात येऊ नये. आंतरजातीय आणि आंतरवर्गीय युतींचा शोध घेणे हा एक चांगला पर्याय आहे; मात्र तो अंमलात आणण्यास

अवघड आहे. दलितांनी त्यांना वंचित स्थितीत ठेवण्याचा आनंद लुटणाऱ्या त्यांच्या शत्रूंच्या वागणुकीतील डावपेच ओळखण्याची आवश्यकता आहे. जातीयवादाचे खंडन करण्याची एक सोपी युक्ती म्हणजे शोषकांच्या छावणीत अशा सोबती आणि सहानुभूतीदारांचा शोध घ्यायचा, जे शोषितांबरोबर त्यांच्या नेतृत्वात काम करण्यास इच्छुक आहेत. एका धोरणात्मक दलित चळवळीत उतरंडीची आणि भेदभावाची व्यवस्था उडवून लावण्याची क्षमता आहे. ती सर्वांकरिता राजकीय आणि आर्थिक लोकशाहीबरोबरच स्वातंत्र्य, समानता आणि बंधुत्वाची पूर्तता करेल.

तथापि, असे होताना दिसत नाही. दलित मध्यमवर्ग सध्या अस्तित्वात असणाऱ्या जातीय पूर्वग्रहांमध्ये कसलेही बदल न करता वाढताना आणि आणखी विभाजित होताना दिसतो आहे.

इंग्रजी-माध्यमांतील मध्यमवर्गीय दलित

इंग्रजी भाषेवर प्रभुत्व मिळवून नवीन प्रतिसंस्कृती तयार करणे अजूनही मध्यमवर्गीय दलितांच्या कक्षेत आले नाही. बरेचजण काहीतरी निर्माण करण्यासाठी नव्हे तर केवळ प्रतिसाद देण्यासाठी किंवा प्रतिक्रिया देण्यासाठी लेखन आणि पुनर्लेखन करतात. विद्यमान ब्राह्मणवादी भाषाशैलीची चौकट सोडून जाण्यास असमर्थ असलेला हा गट, उथळपणे लादलेल्या व्यवस्थेच्या पलीकडे जाऊन विचार करण्यास अक्षम आहे. बहुतेक वेळेस ते जात केंद्रस्थानी असणाऱ्या वादांमध्येच अडकलेले असतात आणि वर्ग आणि धार्मिक असमानतेवर टीका करत नाहीत. त्यामुळे ते ब्राह्मणवादी कटाचे उचित ग्राहक बनतात. सध्या, भारतातील मूठभर संस्थात्मक आणि बिगरसंस्थात्मक दलित विचारवंतांना वगळता अस्सल विचारांची निर्मिती करण्याचा प्रयत्न केला जात नाही. निषेधाचा मार्ग म्हणून जाती-वर्ग, लिंग आणि लैंगिकता या द्वंद्वात्मक परस्परसंबंधांना आव्हान देण्यासाठी कोणाचीही बांधिलकी दिसत नाही. असे करण्यात अपयशी ठरल्यामुळे दलित ज्ञान उत्पादन खूपच संकुचित झाले आहे.

अंशत: जातीय व्यवस्थेच्या जबरदस्त अत्याचाराचा हा एक परिणाम आहे, जो दलितांना पूर्णपणे आत्मविश्वासी होऊ देत नाही. अनेक जातीविषयक विचारवंत तोच प्रबंध नव्या शब्दांत परत लिहून सादर करणे पसंत करतात. यामागील आणखी एक कारण म्हणजे एकांगी शिक्षण प्रणाली जी राज्यसरकारांची जबाबदारी आहे, केंद्राची नाही. राज्य सरकारांनी उप-राष्ट्रवादावर मोहित होऊन विस्कळीत शैक्षणिक धोरणांचा स्वीकार केला आणि केवळ प्रादेशिक भाषांमध्येच शिक्षण

दिले. गरीब ग्रामीण वर्गाला या गुणवत्तेचा अभाव असणाऱ्या शिक्षणास सामोरे जावे लागते, जिथे इंग्रजी भाषेशी संपर्क येण्यावर खूपच मर्यादा घातल्या जातात. बरेच जण आठवीत गेल्यानंतरच ती शिकण्यास सुरुवात करतात. यामुळे भाष्यकर्त्यांनी त्याला 'द्विमार्गी शिक्षण व्यवस्था' म्हटले आहे. यात सबअल्टर्न वर्गीयांना (दलित उत्पीडितांना) स्थानिक भाषेत तर मध्यमवर्ग व मध्यमवर्गाकडे वाटचाल करणाऱ्यांना इंग्रजी माध्यमातील शिक्षण दिले जाते.[६४]

यातून शिक्षण आणि संधींच्या लोकशाहीकरणाच्या प्रकल्पात अनेक समस्यांची भर पडली आहे. उच्च शिक्षण प्रामुख्याने प्रादेशिक भाषांमध्ये दिले जात होते तर तांत्रिक शिक्षणाचे मूळ पाश्चात्य असल्याने ते प्रादेशिक भाषांमध्ये उपलब्ध नव्हते. त्यामुळे स्वाभाविकच भारतीय उच्चभ्रूंमध्ये ज्यांचा मुख्यत: भरणा होता, ते इंग्रजी माध्यमात शिकलेले मध्यम व उच्चवर्गीय वरचढ ठरले. त्यांना मोठ्या प्रमाणात फायदा झाला. दरम्यान, इंग्रजी माध्यमाचे उशिरा प्रशिक्षण मिळालेल्या प्रादेशिक भाषेत शिकलेल्यांना इंग्रजी संस्कृतीत १०० टक्के रुजलेल्या आणि अभ्यासाचे निराळे पद्धतशीर आकृतिबंध असलेल्या उच्च शिक्षणाशी सामना करण्यासाठी मोठ्या आव्हानांचा सामना करावा लागला. यापूर्वी, आमच्या प्रादेशिक राज्य मंडळांमध्ये आम्ही घोकंपट्टीच्या अभ्यास पद्धतीने परीक्षांमध्ये उत्तीर्ण होत गेलो. या प्रकारच्या शिक्षणामध्ये जॉन ड्यूई यांच्या शब्दांत सांगायचे तर 'पूर्ण केलेल्या कामाच्या गुणवत्तेला नव्हे' तर 'वैयक्तिकरित्या आत्मसात केलेल्या माहितीच्या प्रमाणाला' महत्त्व होते. वैयक्तिक शिक्षण पद्धत म्हणून प्रमाण आणि सामुदायिक शिक्षण पद्धत म्हणून गुणवत्ता यातील फरक क्वचितच समोर आला, ज्यामुळे अखेरीस वंचित वर्गाचेच अधिक नुकसान झाले.[६५] तथापि, बारावीनंतर परीक्षांची रचना पूर्णपणे भिन्न होती, ज्यामध्ये संशोधनावर जोर देण्यात आला होता आणि मुख्य म्हणजे इंग्रजी भाषेला किंमत होती. जे केंद्रीय किंवा आंतरराष्ट्रीय मंडळांच्या इंग्रजी माध्यमांच्या शाळेतून आले होते, त्यांनी केंद्रीय आणि खासगी विद्यापीठांमध्ये आपोआप या शैक्षणिक पद्धतीशी जुळवून घेतले. मात्र सबअल्टर्न वर्ग मात्र इंग्रजी-ते-स्थानिक भाषेच्या शब्दकोषांमध्ये किंवा स्मार्टफोनवरील भाषेच्या ॲप्समध्ये स्वत:ला गुंतवून ठेवत आपला बहुतेक वेळ भाषेचा अभ्यास करण्यात घालवत राहिला.

म्हणूनच, स्वातंत्र्यलढ्याचा फायदा घेतलेल्या इंग्रजी बोलणाऱ्या समाजातल्या हुशार लोकांनी स्वातंत्र्यपूर्व काळात भोगलेले विशेषाधिकार उपभोगणे सुरू ठेवले. त्यांनी सरकारी क्षेत्रातील महत्त्वाची पदे भूषविली. १९९० च्या दशकात भारतीय अर्थव्यवस्थेचे उदारीकरण झाल्यानंतर, खासगी क्षेत्रात नोकऱ्यांसाठी दरवाजे उघडले गेले. मध्यम वर्ग आता जागतिक संस्कृतीत प्रवेश करीत होता आणि

समाजातील नवीन मार्गांना अनुकूल बनत होता. दुसरीकडे, सबअल्टरर्न ग्रामीण जनतेला, सरकारी धोरणांमधील बदलांचे फटके सोसावे लागले. हे बदल या वर्गाच्या विरोधात जाणारे आणि खासगी मालकांना अफाट संपत्ती मिळवून देणारे होते. जे काही बदल झाले त्यामध्ये मध्यमवर्गीय उच्चभ्रूंबरोबर मुख्य लाभार्थी ठरले.

मध्यमवर्गीयांची एक मजबूत अखिल भारतीय अस्मिता आहे, हे संन्याल यांचे आकलन चुकीचे आहे. वसाहतपूर्व व वासाहतिक काळात या वर्गाची मुळे त्याच्या प्रांतीय अस्मितेमध्ये रुजली होती. त्यांतून बंगाली मध्यमवर्गाच्या अभिमानाचा पंजाबी, मराठी आणि इतरांच्या अभिमानाप्रमाणेच उदय झाला. तथापि, संन्याल एक गोष्ट विसरले आहेत ती म्हणजे अस्पृश्यतेची जबरदस्त प्रथा. जात हा घटक एकट्याने एखाद्याचे सामाजिक-आर्थिक व्यवस्थेतील आणि श्रम उत्पादनातील स्थान निश्चित करत होता. जातीव्यवस्था बाजारपेठेला नियंत्रित करत होती आणि भारतीय परिस्थितीमध्ये अजूनही ती बाजाराच्या नियमांना प्रभावित करते. संन्याल यांचा असा दावा आहे की, स्वातंत्र्यलढ्यात मोलाचा हातभार लावणारा वरचा वर्ग म्हणजे मध्यमवर्ग होता. ग्रामीण आणि अर्ध-शहरी अर्थव्यवस्थेमध्ये तो आधीपासून आपल्या लाभांचा उपभोग घेत होता. हा मालमत्ताधारक वर्ग होता, जो प्रामुख्याने गुलामगिरीचे रूपांतर त्याच्या जहागिरींमध्ये करणाऱ्या सरंजामशाही रचनेमध्ये सुरक्षित होता. त्याने संपत्तीचे वाटप केले नाही, तसेच 'खालच्या' जातीतल्या लोकांना आर्थिक साखळीत सत्ता मिळविण्याच्या संधी निर्माण केल्या नाहीत. त्याने या गटाला शेतात आणि कारागिरीत अडकवून त्यांच्यातील उद्योजकतेला नाउमेद केले.

जमीनदाराच्या न फिटणाऱ्या कायमस्वरूपी कर्जाशी बांधलेल्या वेठबिगारीच्या कठोर व्यवस्थेखाली पिढीजात गुलामी चालूच राहिली. पी. साईनाथ यांच्या व्यापक रिपोर्टिंगमध्ये कोणत्याही नियंत्रणाशिवाय उघडपणे चालणाऱ्या सामंतवादाच्या अशा छुप्या व्यवस्थेचे अस्तित्व उघड झाले आहे.[६६] शेतकरी आत्महत्या या बंदिस्त आर्थिक संबंधांचा एक परिणाम आहे, जे जातीच्या सुपीक जमिनीवर सहजपणे अंमलात आणता येतात. हा मालमत्ता असलेला जमीनदार वर्ग शहरी-मेट्रो-भांडवलशाही अर्थव्यवस्थेत मध्यमवर्गामध्ये रूपांतरित होतो. वर्गीय ओळखींच्या ढांच्यामध्ये जातींचे सुस्पष्ट अस्तित्व नाकारून, संन्याल भारतातील जातीविरहित वर्ग या मिथकाचे पुनरुत्पादन करतात.

उच्च-मध्यम-वर्ग-दलितांची प्राथमिक ओळख ही जातीच्या मागून येणाऱ्या वर्गाच्या ओळखीवर आधारित आहे. या वर्गाला जरी प्रथम वर्गीय श्रेणीमध्ये आणि त्यानंतर जातीय श्रेणीमध्ये स्थित होण्याचा प्रयत्न करण्याची इच्छा असेल

तरी, आर्थिक व्यवस्थेची जातीवादी रचना त्यास प्रवाही भांडवलशाही साखळीत घुसण्याची मुभा देत नाही. दलित मध्यमवर्गाच्या भोवताली ऊर्ध्वगामी, पारंपरिकरित्या सुस्थितीत असणारे प्रबळ जातीय असतात. या लोकांचा कामाच्या ठिकाणी आणि त्यायोगे तिथल्या संस्कृतीवर लक्षणीय प्रभाव असतो. दलित मध्यमवर्ग या दृष्टिस्वप्नाने संमोहित होतो आणि त्यांच्यासारखी भाषा, उच्चार वापरत त्यांचे अनुकरण करण्याचा प्रयत्न करतो.

शैक्षणिक क्षेत्रातही ते बनावट ब्राह्मणी विचारांचे आनंदाने अनुकरण करतात. ब्राह्मण आणि संबंधित जातींच्या शिक्षणसंस्थांनी काही मोजक्या संकल्पनांना मोठे केले आणि त्यांचे सिद्धांतन अजूनही अव्याहतपणे चालू आहे. उत्तर-वसाहतवाद, मार्क्सवाद आणि युरोपियन तत्त्वज्ञान या काही प्रमुख विद्याशाखांना भारतीय मानव्यशास्त्र आणि सामाजिक विज्ञान संशोधनांमध्ये मागणी असते. स्पष्टपणे, सबअल्टर्न जनतेला उत्तर वसाहतवादावर लक्ष केंद्रित करण्यास भाग पाडून उच्चभ्रू शिक्षणतज्ज्ञांनी त्यांना मूर्ख बनवत जहाल सबअल्टर्न जाणिवांना नष्ट केले. या संकल्पनेचे सिद्धांत आणि पद्धती यांच्या मर्यादित उपलब्धतेमुळे उत्तरवसाहतवादी अभ्यासासारख्या प्रकल्पांनी सहजपणे शैक्षणिक क्षेत्रामध्ये 'उच्च-जातीयांचे' वर्चस्व अबाधित राखले. दलितांनी आता पन्नास वर्षांनंतरच या प्रश्नावर पकड घ्यायला सुरुवात केली आहे.

साहित्यक्षेत्रात देखील अस्सल निर्मितीचा अभाव आहे. काही दलित स्त्रीवादी आणि मूलगामी आंबेडकरी परंपरा वगळता नवीन विचार निर्माण करण्याचा प्रयत्न केला जात नाही. तरुण दलित अभ्यासकांमध्ये 'तुलनात्मक साहित्याचे' महत्त्वपूर्ण स्थान आहे. मी ज्यांना भेटतो त्यातील जवळजवळ प्रत्येक साहित्यिक अभ्यासक तुलनात्मक इंग्रजी साहित्यात गुंतलेला असतो. हा सखोल विषय असून त्याकडे योग्य लक्ष देणे आवश्यक असले तरी या खेळात सामील होण्यास थोडा उशीरच झाला आहे. दलित साहित्य आणि आफ्रिकन अमेरिकन साहित्य यांच्यामध्ये बरेचसे काम अगोदरच झालेले आहे, आफ्रिकेतील इंग्लिश बोलणारे देश आणि युरोपातील काही प्रदेश यांनी थोडा भाग पुरा केला आहे. याचा अर्थ असा नाही की, अधिक शोध घेण्यासाठी तिथे पुरेशी जागा नाही.

दलित ज्ञाननिर्मिती पुन्हा एकदा आपले क्रांतिकारी तेज गमावत आहे. एकेकाळी त्यातून परिपूर्ण क्रांती घडून आली होती. दलित पँथर्सच्या काळातील साहित्यिक चळवळीने अनेक प्रादेशिक संघटनांना प्रेरणा दिली. तेलगू प्रदेशात 'नलूपू' आणि 'एडुरीत' सारखी नियतकालिके होती, कर्नाटकात दलित संघर्ष समिती होती, तामिळनाडूमध्ये, पँथर्स अजूनही गर्जना करीत आहेत, हिंदी पट्ट्यांत 'बामसेफ'च्या नेतृत्वाखालील साहित्यिक टीकेमुळे गंभीर आणि दर्जेदार

साहित्याची निर्मिती केली गेली. 'दलित दस्तक' हे हिंदी नियतकालिक, 'राउंड टेबल इंडिया' आणि हिंदी, इंग्रजी आणि इतर प्रादेशिक भाषांमधील इतर मुद्रित तसेच वेब व्यासपीठे दलित विचारांच्या साहित्यिक स्वरूपाकडे सक्रियतेने लक्ष वेधत आहेत. याशिवाय साहित्य आणि सामाजिक क्षेत्रांद्वारे वापरलेली समाज माध्यमांची व्यासपीठे या प्रश्नाचे मध्यस्थ म्हणून काम करत आहेत. यूट्यूब वाहिन्यांसमवेत समाज माध्यमांवरील अनेक स्वमदत गट देशभरातील दलितांसाठी स्वतंत्र माध्यमे म्हणून काम करतात.

याउलट, तुलनात्मक इंग्रजी साहित्य आंग्ल जगातील मर्यादित ज्ञानाच्या पिंजऱ्यासारखे क्षेत्र आहे. इंग्लिश बोलणाऱ्या देशांचा अपवाद वगळता इथे वैश्विक घडमोडी सांगितल्या जात नाहीत. फ्रॅन्कोफोन, लुसोफोन, अरबी, आफ्रिकन, युरोपियन, पूर्व आशियाई, लॅटिन अमेरिकन आणि इतर प्रादेशिक साहित्याशी दलितांचा काहीही संबंध नसण्यातून हे स्पष्ट होते. आफ्रिकन साहित्याचा अभ्यास करण्याची आवड दर्शवणारा एकच दलित डॉक्टरेट विद्यार्थी इतक्या वर्षांत मला भेटला आहे, ज्याने अनेक जण भाषिक आकलन क्षमतेच्या अभावाबाबतीत प्रश्न उपस्थित करू शकतात. हे एका विशिष्ट मर्यादेत खरे असले तरी, बऱ्याच भाषांमधून इंग्रजीमध्ये अनुवादित केलेले ललित आणि ललितेतर साहित्य उपलब्ध आहे.

जर दलितांनी त्यांची अस्मिता 'एक मार्गदर्शक वैश्विक स्थिती' अशा स्वरूपात बदलली तर कल्पक लक्ष्याचा विस्तार होऊ शकतो. जर त्यांनी स्वत:ला दलित जीवनपद्धतीच्या दीर्घ आणि निग्रही परंपरेत ठेवले तर ते शरण जाण्याच्या मनोवृत्तीपासून दूर जाऊ शकतील. त्यांच्या पूर्वजांची समृद्ध परंपरा आणि अदम्य चैतन्य क्वचितच संकल्पनात्मक आणि विश्लेषक क्षेत्रांत प्रवेश करते. जेव्हा दलित जगातील इतर दडपल्या गेलेल्या समूहांबरोबर सक्रिय ऐक्य निर्माण करण्याच्या दिशेने कार्य करतील, तेव्हा हे प्रभावीपणे होऊ शकेल.

५

दलित भांडवलशाही

'भारतीय भांडवलशाही कोणतीही सामाजिक गरज किंवा विकास यांतून उद्भवलेली नाही; वा उत्पादनाच्या माध्यमांच्या मालकीसाठी होणाऱ्या संघर्षातून ती बाहेर पडलेली नाही; नवीन विज्ञान आणि तंत्रज्ञानाने साध्य झालेल्या कुठल्याही ऐतिहासिक लढाईतूनही तिची निर्मिती झालेली नाही. ज्या वर्गाला धर्माद्वारे संपत्तीची मक्तेदारी मिळविण्याचा विशेषाधिकार मिळाला होता-त्याने वारशाने मिळालेली संपत्ती वापरून फायदा उठवला.....कामगार वर्ग जाती आणि धर्म यांच्या आधारावर विभाजित झाल्यास, वर्गीय युद्ध सुरू करणे आणि वर्गविहीनसमाज स्थापित करणे कठीण आहे. या कारणास्तव भांडवलशाहीला धर्माने दुभंगलेल्या समाजाची गरज आहे.'

– बाबुराव बागूल, 'दलित साहित्य हे खरे मानवी साहित्य.'

'सामाजिक लोकशाहीचे सार म्हणजे समाजवादी राज्यात कोणताही वगळलेला किंवा शोषित वर्ग राहणार नाही; म्हणजे कोणाही स्त्री व पुरुषाने इतके गरीब, अज्ञानी किंवा काळे असू नये की, ज्यामुळे त्यांची गणनाच होणार नाही....माझी खात्री झाली आहे की, समाज सुधारण्याच्या दिशेने कोणत्याही मोठ्या चळवळीची कसोटी म्हणजे हा वंचित वर्ग आहे.'

– डब्ल्यू. ई. बी. डु बोईस, 'समाजवाद आणि निग्रो समस्या'

'आपण व्यवसाय करण्यास शिकले पाहिजे. गावातील उच्च जातीय आपल्याकडून दूध विकत घेणार नाहीत; खरे तर, ते आपल्याकडून

काहीच विकत घेणार नाहीत. तरी निराश न होता, आपण आपल्या भागात व्यवसाय केला पाहिजे. आपण आपल्या खर्चावर गावाला कमाई करू देऊ नये'.

– बी. आर. आंबेडकर[१]

नवीन अग्रेसर वर्गाचा सिद्धांत?

आता आपण नव-उदारमतवादाच्या शब्दकोशामध्ये वजन प्राप्त झालेल्या एका उदयोन्मुख संकल्पनेकडे, दलित भांडवलशाहीकडे वळू या. आज आपण पाहतो ती भांडवलशाही औद्योगिकीकरणाच्या पाश्चात्य प्रारूपांवरून प्रेरित झालेली आहे तसेच ती आफ्रिकन-अमेरिकन व ब्राह्मण-बनिया शैलीच्या व्यापाराचेही अंशतः अनुकरण करते.[२] उत्पादनावर नियंत्रण ठेवून आणि कामगार मूल्यावर अधिकार गाजवून सार्वजनिक संसाधनांच्या खासगी मालकीमध्ये दलित समूहाला समान सहभाग मिळायला हवा, या वस्तुस्थितीतून दलित भांडवलशाहीला प्रेरित केले आहे. जर भांडवलशाहीची ही परिमाणे असतील तर निश्चितपणे ही दलित भांडवलशाही नाही. त्याला दलित / भांडवलशाही अशा प्रकारेच वाचायला हवे.

पारंपरिक (जातीय) भांडवलाने लादलेली बंधने तोडण्याचा आणखी एक मार्ग म्हणून भारतीय नव-उदारमतवादाच्या छायेत (१९९० नंतरचा उदारीकरण - खासगीकरण - जागतिकीकरण कालखंड) उदयाला आलेली दलित उद्योजकांसाठीची अर्ध-औपचारिक जागा म्हणून डीआयसीसीची सुरुवात झाली.

एकोणिसाव्या शतकाच्या उत्तरार्धात आणि विसाव्या शतकाच्या पूर्वार्धात अटलांटिकमध्ये दक्षिण आफ्रिकन-अमेरिकन जनसमूहामध्ये असाच कल दिसून आला. श्वेत भांडवलाने पाठबळ दिलेल्या भांडवली उद्योगाची पायाभरणी बुकर टी. वॉशिंग्टन यांनी अमेरिकेतील उपेक्षित लोकांद्वारे केली. त्याचा प्रभाव इतका विस्तृत आणि दूरगामी होता की बँकर वर्ग – दक्षिणेतील भांडवलाचा रखवालदार - कृष्णवर्णीय भांडवलशाही यंत्रणेच्या नियंत्रणात आला. उदयोन्मुख कृष्णवर्णीय भांडवली उद्योजकतेचे हे सामर्थ्य होते.

डीआयसीसीआयने २९ डिसेंबर २०१५ रोजी नवी दिल्ली येथे अनुसूचित जाती/अनुसूचित जमातींमधील उद्योजकांवर एक राष्ट्रीय परिषद आयोजित केली होती. पंतप्रधान नरेंद्र मोदी या परिषदेला उपस्थित होते. आयोजकांनी गदारोळ केला की, डीआयसीसीआयचे अस्तित्व हे सांगते आहे की, ती जागतिक बाजारपेठेत उतरण्यास तयार आणि उत्सुक आहे. भांडवलशाहीचे केंद्रस्थान

असलेल्या अमेरिकेकडून ती प्रेरणा घेत आहे. डीआयसीसीआय उपेक्षित गटातील व्यावसायिक लोकांच्या गरजांची पूर्तता करत असल्याचे सांगत एका सह-प्रस्तुतकर्त्याने दावा केला की, दलित भांडवलशाही १९ व्या शतकातील आफ्रिकन-अमेरिकन भांडवलशाही इतकीच महत्त्वपूर्ण होती, तसेच डीआयसीसीआयचे अध्यक्ष मिलिंद कांबळे यांची तुलना बुकर टी. वॉशिंग्टन यांच्याशी केली जाऊ शकते. 'बुकर टी. वॉशिंग्टन भारतात शंभर वर्षे उशिरा आले,' असं डीआयसीसीआयचे मार्गदर्शक चंद्रभान प्रसाद यांनी जाहीर केले. दलित उद्योजक वर्गाचा समावेश असलेल्या उपस्थित प्रेक्षकांचा संदर्भ देत प्रसाद यांनी काहीच नसताना 'कुणीतरी बनण्याच्या' दुःखाचा उल्लेख केला. 'हे लोक भुकेल्या आईच्या उदरातून आले आहेत,' असे त्यांनी मार्मिकपणे व्यक्त केले.

तथापि, जेव्हा अशा प्रकारच्या आंतरखंडीय समानता रेखाटल्या जातात, तेव्हा या कृतींमागील संकेतांचा संदर्भ लावणे आवश्यक आहे. बुकर टी. वॉशिंग्टन यांचा संदर्भ देणे काही वेळा सयुक्तिक ठरत नाही आणि कधीकधी तर तो उलटूही शकतो. कृष्णवर्णीय भांडवलशाहीच्या कल्पनारम्य प्रशंसेला इतिहासात वेगवेगळ्या पद्धतीने हाताळले गेले आहे. याच धर्तीवर जात-वर्ण भेदभावाविरुद्धचा संघर्ष समजून घेण्याचा प्रयत्नही एकोणिसाव्या शतकापासून सुरू आहे. जोतिराव फुले (१८२७-९०) यांनी आफ्रिकन अमेरिकन लोकांच्या संघर्षाला आपले मानले होते. त्यांनी केलेल्या 'अमेरिकेतील चांगले लोक' या उल्लेखातून फुलेंचा त्यांच्या संघर्षाशी असलेला संबंध दिसून येतो, जो 'निग्रो गुलामगिरीच्या' उद्देशाकरता 'आत्मत्याग' करणाऱ्या गोऱ्या निर्मूलकर्त्यांना निर्देशित करतो. अमेरिकन पुनर्रचना कालखंडातील (१८६५-७७) हा एक महत्त्वाचा क्षण होता. तसेच १८६५ मध्ये अमेरिकेच्या राज्यघटनेतील तेराव्या दुरुस्तीने गुलामगिरीची प्रथा संपवली[३] आणि १८६८ मधील कायद्यानुसार चौदाव्या दुरुस्तीने समान संरक्षण दिले. पंधराव्या दुरुस्तीने कृष्णवर्णीय पुरुषांना १८७० मध्ये मतदान करण्याचा अधिकार देऊ केला. अमेरिकेतील गुलामगिरीचे निर्मूलन, ब्रिटिश वसाहतवादी व्यवस्था आणि निम्नजातीय गटांमधील वाढती जागरूकता या तिहेरी आशेमुळे प्रेरित झालेल्या भारतातील उच्चजातीय समाजसुधारकांना देखील अमेरिकेतील या ऐतिहासिकदृष्ट्या महत्त्वाच्या घटनांमुळे बळ मिळाले.

अस्पृश्यतेच्या लढाईतील एकमेव खंबीर व्यक्तिमत्त्व म्हणून उदयास आलेल्या बाबासाहेब आंबेडकरांनी नंतर ही चळवळ पुढे चालू ठेवली. विसाव्या शतकातील जागतिक मुक्तीच्या प्रकल्पात जाती-विरोधी चळवळीला त्यांनी एक महत्त्वपूर्ण घटक बनवले. आफ्रिकन अमेरिकन लोकांच्या, विशेषतः डब्ल्यू. ई. बी. डु बोईस यांच्या कार्याचे बाबासाहेब आंबेडकर हे एक सूक्ष्म निरीक्षक आणि

प्रशंसक होते. आंबेडकरांच्या कागदपत्रांमध्ये १९४६सालच्या त्यांच्या डु बोईस यांच्याबरोबरच्या प्रसिद्ध पत्रव्यवहाराचा समावेश आहे. त्यावेळी डु बोईस यांच्या नेतृत्वाखाली नॅशनल असोसिएशन फॉर द ॲडव्हान्समेंट ऑफ कलर्ड पीपल (एनएएसीपी), संयुक्त राष्ट्रसंघाच्या सॅनफ्रान्सिस्को कॉन्फरन्सच्या (१९४५) आदेशांमध्ये वांशिक अधिकारांचा समावेश करण्याकरता लढा देत होती. डु बोईस यांच्या चळवळीवर संपूर्ण विश्वास व्यक्त करत आंबेडकरांनी त्यांच्याकडे एनएएसीपीच्या सादरीकरणाची एक प्रत मागितली, कारण अस्पृशांच्या प्रश्नांसाठी सयुंक्त राष्ट्रसंघाकडे अशाच प्रकारे सादरीकरण करण्याची त्यांची इच्छा होती.[४] डु बोईस आणि आंबेडकर, हे दोन दिग्गज एकमेकांचे लेखन वाचत होते. आपापल्या भौगालिक क्षेत्रात राजकीय आणि सामाजिकदृष्ट्या क्रांतिकारक योजनांसाठी हे दोघेही सुपरिचित होते.

आफ्रिकन-अमेरिकन प्रेरणेबाबत संघर्ष

आंबेडकरांच्या विचारसरणीशी निष्ठा व्यक्त करणारा डीआयसीसीआयमधील दलित बुकर टी. वॉशिंग्टन यांना आदर्श मानून त्यांच्या नेतृत्वाखालील अल्पसंख्याक लोकांच्या भांडवलशाहीच्या आफ्रिकन-अमेरिकन सूत्राचा संदर्भ देत असतो. दुसरीकडे आंबेडकरांचे कौतुक करणारे डु बोईस हे वॉशिंग्टन आणि त्यांच्या प्रकल्पाच्या मर्यादांची आपल्याला जाणीव करून देतात. डु बोईस यांनी 'द सोल्स ऑफ द ब्लॅक' फोक (१९०३) या त्यांच्या महान ग्रंथात वॉशिंग्टन यांच्या दृष्टिकोनाविरुद्ध उत्तम युक्तिवादात्मक मंथन केले आहे. डु बोईस दक्षिणेतील आपल्या या समकालीन नेत्याने समन्वयवादी भूमिकेतून केलेल्या कराराची, ज्याला 'अटलांटा कॉम्प्रमाइझ' म्हटले जाते, फार प्रभावीपणे समीक्षा करतात. या दृष्टिकोनात केवळ आर्थिक स्वयंपूर्ततेनेच मुक्ती साध्य करता येईल, अशा मांडणीतून मुक्तीची उद्दिष्टे संकुचितरित्या परिभाषित केली गेली आहेत. मानवी प्रतिष्ठा आणि स्वातंत्र्याकडे अजिबात लक्ष न देता 'काम आणि पैसा' या युक्तिवादाने घेरलेल्या भौतिकवादाची फळे मिळवण्यात काहीही अर्थ नसल्याचे डु बोईस यांचे मत होते. राजकीय सामर्थ्य (मतदानाचा हक्क), नागरी समता आणि उच्च शिक्षण कृष्णवर्णीयांच्या संघर्षाला बळकटी देत असल्याचे डु बोईस यांचे मत होते. त्यांच्यासाठी वॉशिंग्टन हा एक शांततावादी होता जो वंश ही संकल्पना आणि त्यामागोमाग येणाऱ्या असमानतांना पार करू शकला नाही.

गोऱ्या भांडवलशाही वर्गाच्या मालकीच्या बाजारपेठेला कामगार पुरवठा करण्यासाठी व्यावसायिक प्रशिक्षण संस्था (टस्केगी इन्स्टिट्यूट) स्थापना करणे

आणि केवळ बाजारपेठेच्या अर्थव्यवस्थेत प्रवेश मिळविण्याकरिता कष्टाने मिळविलेल्या राजकीय आणि नागरी हक्कांचा त्याग करणे हे वॉशिंग्टनचे कृत्य डु बोईस यांच्या दृष्टीने विश्वासघातकी होते. त्यांचा असा विश्वास होता की, कमी वेतन मिळवणाऱ्या कृष्णवर्णीय कारागीर वर्गाला व्यावसायिक वर्गामध्ये रूपांतरित करण्याचे वॉशिंग्टनचे प्रयत्न हे राजकीय आणि सामाजिक संरक्षणाचा अवकाश निर्माण केल्याशिवाय व्यर्थ आहेत. वॉशिंग्टनमध्ये डु बोईस यांना 'जुळवून घेण्याच्या आणि शरण जाण्याच्या जुन्याच मानसिकतेचे' प्रतिनिधित्व करणारा आणि 'निग्रो वंशाची निकृष्टता' स्वीकारणारा मनुष्य दिसत होता.

जरी डु बोईस यांना वॉशिंग्टन आणि टस्केगी यांचे मोठे कौतुक असले तरी वैचारिक मतभेदांमुळे त्या काळातील या दोन दिग्गजांमध्ये बेबनाव झाला. वॉशिंग्टनच्या मृत्यूनंतर 'द क्रायसिस' (१९१५) मध्ये डु बोईस यांनी स्तुतिपर लेख लिहिला, पण त्याच्या उणिवांबाबतही लिहिले. त्यांनी असे स्पष्टपणे सांगितले की वॉशिंग्टनला राजकारण आणि उद्योगाच्या वाढत्या संबंधांचे आकलन होऊ शकले नाही आणि 'गोरे आणि काळे यांच्यातील नाते जातिधारित आहे, अर्थव्यवस्थेवर आधारित नव्हे,' याचेही यथायोग्य आकलनही होऊ शकले नाही.[५] दलित भांडवलशाहीच्या पुरस्कर्त्यांनी याकडे लक्ष देण्याची गरज आहे. यातून स्वत:चे गौणत्व स्वीकृत केले जाते आणि शिवाय त्यामुळे जातीच्या परिक्षेत्रात भर घातली जाते. आजही जिथे वर्चस्ववादी जातींची मक्तेदारी आहे, अशा मोठ्या शक्तिशाली कंपन्या व उद्योगांचे मालक होण्यास दलितांना दलित भांडवलशाही प्रकल्पात सांगितले जात नाही. उदाहरणार्थ अवजड धातू उद्योगांचे फायदेशीर व्यवसाय अद्याप दलित भांडवलशाहींच्या पंखांनी व्यापलेले नाहीत.[६] या जातीधारित भांडवलशाहीला बळकटी देण्याच्या घाईमुळे नव-उदारमतवादी स्वायत्ततेत जात आणखी दृढ होईल. डु बोईस यांनी म्हटल्याप्रमाणे यातून 'या भूमीवर रंगाच्या जातीची मजबूत उभारणी होईल'.

वॉशिंग्टन हे त्या काळातील तुलनेने मोठे आणि आदरणीय कृष्णवर्णीय नेते होते. त्यांना अमेरिकेतील काळ्या आणि गोऱ्या उच्चभ्रू लोकांकडून सारखीच मान्यता मिळाली होती. त्यांना अमेरिकेबाहेरही चांगलेच ओळखले जायचे. डु बोईस आणि वॉशिंग्टन यांच्यातील वादामुळे अमेरिकेतील कृष्णवर्णीयांच्या उद्धरणांचे त्यांचे दोन स्वतंत्र मार्ग तयार झाले. डु बोईस यांनी कृष्णवर्णीयांच्या उच्च शिक्षणावर भर दिला. यातून 'टॅलेंटेड टेंथ' तयार होतील, जे त्यांच्या आधुनिक संस्कृतीच्या ज्ञानाच्या मदतीने अमेरिकन निग्रोंना उच्च स्तरावर नेण्यासाठी मार्गदर्शन करतील,' असे त्यांना वाटत होते.[७] याशिवाय, काळे लोक गोऱ्यांच्या नियंत्रणाखाली कायम वंचित राहतील, असा डु बोईस यांना विश्वास होता. वॉशिंग्टन यांचा

दृष्टिकोन 'निग्रो' कामगारांना सन्माननीय मजुरांच्या दर्जापर्यंत पाहोचवण्याचा होता. त्यांना वाटत होते की काळ्या लोकांनी घातलेला आर्थिक पाया त्यांचा उद्धार करू शकेल. गुलामगिरीच्या २५० वर्षांच्या वारशातून मिळालेली कौशल्ये विकसित करण्यासाठी पहिल्या आणि दुसऱ्या पिढीतील मुक्त गुलामांना योग्य प्रशिक्षण मिळायला हवे, असा त्यांचा विश्वास होता. इंडस्ट्रीयल एज्युकेशन फॉर द निग्रो (१९०३) मध्ये वॉशिंग्टन यांनी 'मागील अडीचशे वर्षांत काय घडले, याचा फारसा विचार न करता निग्रो पुरुष व महिलांना साहित्य, गणित आणि विज्ञानात आधुनिक शिक्षण दिले जाते, याबद्दल आश्चर्य व्यक्त केले. त्यांनी पाहिले की,

> तरुण पुरुष परदेशी भाषा शिकले, परंतु सुतारकाम किंवा यांत्रिकी किंवा आर्किटेक्चरल रेखांकनातले शिक्षण फार कमी जणांनी घेतले होते. खूप जण लॅटिन शिकले; मात्र खूप कमी जण अभियंते किंवा लोहार होते. शेती करणाऱ्या अनेकांना शिक्षण दिले गेले; परंतु त्यात शेतीशिवाय सगळ्याचे शिक्षण होते.[८]

त्यामुळे त्यांना काळ्या लोकांच्या व्यावसायिक प्रशिक्षणावर लक्ष केंद्रित करण्याची इच्छा होती.

डु बोईस आणि वॉशिंग्टन यांच्यातील मूलभूत फरक म्हणजे काळे लोक घेऊ इच्छित असलेल्या उच्च शिक्षणाबाबतचे आकलन. वॉशिंग्टन यांना ठाम विश्वास होता की, काळे लोक व्यावसायिक प्रशिक्षणासह 'बौद्धिक आणि नैतिक प्रशिक्षणाच्या' आधारावर बौद्धिक आणि सांस्कृतिक दर्जा प्राप्त करून विकसित करू शकतील. तो खऱ्या अर्थाने त्यांच्या स्वातंत्र्याचा मार्ग होईल. हे स्वातंत्र्य म्हणजे 'सर्वशक्तिमान अशा व्यावसायिक आणि औद्योगिक जगातील' सहभाग होय. १९०० मध्ये वांशिक संबंधांवर परिषदेची स्थापना करणारे, कामगार कायद्यांच्या हितांना चालना देणारे आणि हे कायदे निग्रो वंशातून 'शेती करणारा वर्ग, लहान जमिनींचे मालक किंवा भाडेकरू वर्ग' तयार करण्याच्या बाजूने आहेत, असे आग्रही प्रतिपादन करणारे गोरे दक्षिणी धर्मगुरू एडगर गार्डनर मर्फी यांचे हे विधान वॉशिंग्टन यांनी उद्धृत केले होते.

अमेरिकेतील कृष्णवर्णीय लोकांमध्ये भांडवलदार वर्ग निर्माण करण्याच्या उद्देशाने वॉशिंग्टन यांनी औपचारिकरीत्या १९०० मध्ये 'नॅशनल निग्रो बिझनेस लीग'ची स्थापना केली. निग्रोंच्या व्यावसायिक आणि आर्थिक विकासाला प्रोत्साहन देणे, हे त्याचे उद्दिष्ट होते[९] आणि म्हणूनच जिथे शक्य असेल तिथे औद्योगिक

उपक्रमाची सुरुवात करण्याचा संकल्प केला गेला. वॉशिंग्टन यांना आशा होती की, आर्थिक स्वायत्ततेच्या माध्यमातून अमेरिकेतील कृष्णवर्णीयांना लागू नसलेली 'सामाजिक समता' मिळवता येईल.[१०] जरी जाहिरातींच्या माध्यमातून कृष्णवर्णीयांचे व्यवसायांमधील नेटवर्क वाढवणे यात लीगला स्वारस्य असले तरी लीगने कृष्णवर्णीय समुदायांमध्ये उद्योजकतेस प्रोत्साहनही दिले. लीगचे देशातील गोऱ्या भांडवलदारांमध्ये काही विश्वासू होते. गोऱ्या लोकांचे वर्चस्व असलेल्या 'चेंबर ऑफ कॉमर्स'शी लीगचे सौहार्दपूर्ण नातेसंबंध होते. यातून लीगला कार्यालयीन जागा तसेच त्यांच्या सभांसाठी स्थानिक कृष्णवर्णीय व्यावसायिकांचे जाळे मिळवून दिले. गोऱ्या भांडवली नेटवर्कने प्रासंगिक सहकार्य करत परस्परांचे भांडवली हितसंबंध वाढवण्यासाठी मदत केली. 'नॅशनल निग्रो बिझिनेस लीग' हा वॉशिंग्टनसाठी एक महत्त्वपूर्ण आणि जिव्हाळ्याचा उपक्रम होता. १९१५ मध्ये त्यांचा मृत्यू होईपर्यंत त्यांनी त्याचे नेतृत्व केले.

दुसरीकडे, डु बोईस यांना कृष्णवर्णीय लोकांनी कला, साहित्य, शैक्षणिक आणि सांस्कृतिक, नैतिक आणि बौद्धिक स्वरूपाच्या इतर उपक्रमांमध्ये प्रतिष्ठेचे स्थान मिळवावे, असे वाटत होते. प्रथम त्यांनी उच्च मानवी प्रतिष्ठा मिळवावी, अशी त्यांची इच्छा होती, ज्यायोगे समाजाला त्यांच्यावर दुय्यम दर्जाचे काम लादण्यापासून रोखता येईल. त्यांनी 'अमेरिकेतील निग्रोंच्या मुक्तीचे अर्थशास्त्र' (१९११) या गाजलेल्या शोधनिबंधामध्ये अमेरिकन उत्तर पुनर्निर्माण युगाच्या सर्वेक्षणात हे तपशीलात मांडले. डु बोईस यांनी दक्षिण अमेरिकेकडून पद्धतशीररित्या शोषण केल्या गेलेल्या कृष्णवर्णीय श्रमिकांवर भर दिला. राजकीय सत्ता, न्यायालये, विश्वासघात, फसवणूक, वेतन करार (ज्याचा उपयोग कृष्णवर्णीय कामगारांना नियंत्रणात ठेवण्यासाठी तसेच कायद्याच्या अधिपत्याखाली त्यांचे शोषण करण्याचे साधन म्हणून केला गेला) आणि त्यांना अंकित करण्यासाठी केले गेलेले कुप्रसिद्ध कायदे यांच्या माध्यमातून दक्षिण अमेरिका आपली उद्दिष्टे साध्य करत होती.[११] अमेरिकेत आधीच कार्यरत असलेल्या 'वांशिक पूर्वग्रहाच्या आक्रोशा'च्या अंतर्गत दक्षिणेतील श्वेत भांडवल हे करू शकले. कृष्णवर्णीयांना त्यांच्या ठरलेल्या दुय्यम स्थानापासून त्यांच्यातील व्यापक मानवी क्षमतांपर्यंत नेण्याची डु बोईस यांची इच्छा होती. अस्पृश्यांनी जातीव्यवस्थेनुसार व्यवसाय देणाऱ्या वस्त्या सोडून जावे, या आंबेडकरांच्या संकल्पनेशी याचे साधर्म्य आहे. १९४३ मध्ये मराठी प्रेक्षकांसमोर दिलेल्या एका भाषणात आंबेडकरांनी सुचवले की, निषिद्धता मोडीत काढण्यासाठी नवी व स्वच्छ वस्त्रे परिधान करावीत आणि अशी शैली अंगीकारावी, ज्यामुळे उच्चजातीयांच्या नजरेने अस्पृश्यांवर लादलेल्या तिरस्काराचा प्रतिरोध होईल. याच्या एक वर्ष आधी नागपुरात त्यांनी अस्पृश्य महिलांच्या

परिषदेत उच्चजातीय लोकांच्या कमी लेखणाऱ्या नजरेला दूर करण्यासाठी या महिलांनी अभिमानाने स्वच्छ कपडे परिधान केल्याबद्दल त्यांचे कौतुक केले.

वॉशिंग्टनची भूमिका समजून घेण्याचा एक मार्ग म्हणजे गोऱ्या औद्योगिक भांडवलशाही समाजाचे तर्कशास्त्र पाहणे हा होय. या समाजाने श्रमिक वर्ग तयार करण्यावर आपले लक्ष केंद्रित केले होते. वॉशिंग्टन थेट मुद्द्यावर येत भांडवलशाही वर्ग तसेच काळे कामगार या दोन्हींसाठी बोलले. शिक्षणाऐवजी प्रशिक्षणावरील त्यांचा भर त्यांच्या १९०४ च्या प्रबंधातील निष्कर्षात सारांशाने वाचायला मिळतो. त्यात त्यांनी 'निग्रो' एक गुलाम म्हणून काम करत होता, आणि एक स्वतंत्र माणूस म्हणून त्याने काम करायला शिकले पाहिजे,' अशी टिप्पणी केली आहे.[१२] दरम्यान, डु बोईस यांना 'खुशामतखोर आणि भ्याड नेतृत्व' निर्माण करणारे मोठ्या व्यवसायांचे राजकारण तसेच लोककल्याण यावरील अवलंबित्व संशयास्पद वाटले.[१३]

विसाव्या शतकाच्या उत्तरार्धात ज्या भारतीय मध्यमवर्गाने प्रस्थापित नियंत्रणात्मक परिस्थितीत व्यापारी स्वातंत्र्य मिळवण्याचे उद्धिष्ट ठेवले त्यांच्यासाठी वॉशिंग्टन ही एक प्रभावी व्यक्ती होती. वॉशिंग्टन यांच्या लेखनाचे भारतातील विविध भाषांमध्ये भाषांतर करण्यात आले, ज्यातून ऊर्ध्वगामी जाती गटांची वाढती क्षुधा दिसून येते.[१४]

समकालीन दलित भांडवलशाहीची पार्श्वभूमी वॉशिंग्टन यांनी कृष्णवर्णीयांसाठी प्रस्तावित केलेल्या आणि डु बोईस यांनी तीव्र विरोध केलेल्यांशी साधर्म्य दर्शवते. अंशतः सामर्थ्यशाली आणि लोकसंख्याशास्त्रीय दृष्टिकोनातून सक्रिय समूहाशी सहकार्य न केल्यास विशेषाधिकार असणाऱ्या जातीय भांडवलाचे हितसंबंध नष्ट होण्याच्या मार्गावर असतील. परंतु डीआयसीसीआयची प्रतिमानिर्मिती आणि आधुनिक दलित प्रकल्पाचा एकमेव मालक म्हणून तिला लाभणारी पसंती यामुळे अत्यंत असमान, बाजारपेठेवर आधारित समाजात टिकून राहण्यासाठी संघर्षरत असणाऱ्या खऱ्या दलितत्वालाच हानी पोचते.

दलित भांडवलशाही?

सर्वप्रथम भांडवलशाहीची संकल्पना आणि आधुनिक समाजात तिचा उदय समजून घेणे आवश्यक आहे. आधुनिकता, वसाहतवाद यांची वाढ आणि शोषणाच्या विविध यंत्रणांच्या माध्यमातून कमी वेतनात जास्तीत जास्त श्रम काढून घेणे यातून भांडवलशाही परिभाषित होते. उदा. पाश्चात्य जगाच्या भांडवली मांडणीने वर्गीय भेदभावावर आधारित असणाऱ्या प्रस्थापित सामाजिक

संबंधांचा वापर भांडवलशाही हे सामाजिक संबंध परिभाषित करणारे प्रमुख कथन म्हणून तिच्याकडे झुकाव निर्माण करण्यासाठी म्हणून केला. तथापि, आधुनिकतेने आणलेल्या भौतिक संस्कृतीच्या परिणामांना सामावून घेण्यासाठी हे संबंध हेतूपुरस्सर दृढ केले गेले.

दलितांच्या संदर्भात, 'डीफाईंग द ऑड्स'[१५] या पुस्तकात सांगितल्याप्रमाणे, पारंपरिक उद्योगांच्या वारसांनी सोडून दिलेली मालमत्ता घ्यायला जेव्हा कुणीच पुढे येत नाही, तेव्हा ही नकोशी झालेली मालमत्ता घेण्यासाठी दलितांना पाचारण केले जाते. म्हणूनच, भांडवलशाहीच्या परिमाणांच्या संदर्भात जे अनावश्यक आणि निरर्थक आहे, ते दलित भांडवलशाही म्हणून सादर केले जाते. भांडवलशाहीच्या चौकटीत बसण्यासाठी दलितांना अजूनही पारंपरिक भांडवलशाही सम्राटांचा पाठिंबा मिळवावा लागतो. भांडवलदार जगताने पसरवलेल्या विविध मिथकांच्या रूपात दलित भांडवलदारांची जमात चांगल्या प्रकारे समजू शकते. त्यांची क्रयशक्ती प्रचंड आहे, असा युक्तिवाद जोरकसपणे केला जातो. वस्तुतः ही एक अतिशयोक्ती आहे. त्यांच्या लोकसंख्येच्या तुलनेत ते कुठेच भांडवलशाही अर्थव्यवस्थेचे 'प्रभावकर्ते' म्हणून ओळखले जाऊ शकत नाहीत. त्यांचे योगदान अदृश्य आहे आणि आक्रमक जातीयवादी भांडवलशाहीच्या रचनेला त्याच्याशी काहीच घेणेदेणे नाही. दलितांची भारतात कुठल्याही खऱ्या संपत्तीवर मालकी नाही. चांगल्यात चांगले म्हणजे ते भारतीय भांडवलाच्या भाड्यावर जगणारे आणि वाईटात वाईट म्हणजे भारतीय भांडवलाचे 'वंचित रहिवासी' आहेत. त्यांचा सहभाग कठोरपणे प्रतिबंधित आणि नियंत्रित केलेला आहे. भांडवलशाही विरुद्ध दलित बंडखोरीच्या संभाव्य धोक्याला थोपवण्यासाठी उच्च जातीयांकडून दलित भांडवलधारांची ही नवी प्रतिमा तयार केली गेली आहे. वंचित वर्गाला भांडवलशाही स्वप्नांच्या भुलाव्यात आणण्याचा हा चतुर कट आहे.

दलित मध्यमवर्गाच्या घरगुती खर्चाच्या तुलनेत उच्चजातीयांचा खर्च आणि दलित भांडवलाच्या भारतीय अर्थव्यवस्थेवरील प्रभाव असे तुलनात्मक संशोधन केल्यास सूचक आकडेवारी समोर येईल. अत्यल्प उपस्थिती आणि तुटपुंज्या योगदानामुळे श्रीमंत दलितांचे मध्यम उत्पन्न दलितेतर मध्यमवर्गाच्या एकूण मध्यम उत्पन्नापेक्षा कमी येईल.[१६] म्हणूनच एक श्रीमंत दलित अजूनही गरीब आहे आणि जाती-भांडवलाच्या मोठ्या संदर्भात त्याची अवस्था दयनीय आहे. जवळपास एक तृतीयांश दलित हे शेतमजूर असून नव-उदारमतवादी अर्थव्यवस्थेत त्यांच्यातील भूमिहीनांची संख्या १९९१ मधील ६५.९ टक्क्यांवरून २०११ मध्ये ७१% इतकी वाढली आहे.[१७] नव-उदारमतवादी अर्थव्यवस्थेत बहुसंख्य दलितांना देण्यात आलेले आश्वासन नव-उदारमतवादी व्यवस्थेच्या चालकांच्या

कार्यक्षेत्राबाहेरची गोष्ट आहे, हे स्पष्ट झाले आहे.

दलितांमधील वाढता मध्यमवर्ग हा आरक्षण धोरण, अर्थव्यवस्थेचे उदारीकरण आणि वाढती जागरूकता यांचा परिणाम आहे. त्यामुळे दलितांमधील काही टक्के लोकांकडे आता घरे, घरातील विविधोपयोगी वस्तू, स्वतःचे वाहन घेण्याइतकी क्रयशक्ती आहे. त्यांच्याकडे उत्पन्नाचे अन्य मार्गही असतात. बाजारपेठीय संस्कृतीच्या या उपभोगी वृत्तीने नव्या दलित वर्गाची एक सुधारित आवृत्ती येऊ घालण्याच्या भीतीत भर घातली आहे. शोषित कामगारांचे रक्त जिच्या हातांवर आहे, अशा चंगळवादी संस्कृतीने या वर्गाला भूल पाडली आहे. हा वर्ग आपल्या महत्त्वाकांक्षेच्या पोटी अजाणतेपणी भ्रष्ट उपभोगाच्या रक्षणासाठी उभा आहे. तो आणि त्याचे पूर्वज ज्याच्या विरोधात लढत आले आहेत, त्या उद्देशांसाठी हा भ्रष्ट उपभोग अपायकारक आहे. जर दलित समाजात वर्गीय एकमताचे पुनर्निर्माण करणे हे जातीय भांडवलशाहीचे अंतिम लक्ष्य असेल तर हे अर्ध-शोषक प्रारूप दलितांना भेडसावत राहील. लालसा आणि बाजारपेठीय तत्त्वांची सक्ती यांच्या हव्यासापोटी भांडवलशाहीच्या माध्यमातून दलितांकडून त्यांच्या ऐक्याला तडे जाण्याची भीती आहे. त्यातून दलितांचा पर्यायी अंडर-क्लास तयार होण्याचा धोका आहे. जर दलितांना नैतिकदृष्ट्या विश्वसनीय आणि खंबीर स्वत्व प्राप्त करायचे असेल तर त्यांच्यामध्ये अनेक वर्ग असू शकत नाहीत. जर शोषित जाती गटांमध्ये वर्गीय विभाजन आपले काम चालू ठेवत असेल तर आज जातीय समस्या दूर करण्यासाठी जो संघर्ष चालू आहे, त्याला आपले लक्ष वर्गलढ्यावर केंद्रित करावे लागेल आणि मग दलित मुक्ती चळवळीच्या खांद्यांवर आधीच जो अतिरिक्त भार आहे त्यात आणखी भर पडेल.

'दलित' हा शब्द दडपशाहीविरोधी आहे. दलित समाजाला परिभाषित करणारे वैशिष्ट्य म्हणजे कुठल्याही प्रकारच्या शोषणाला विरोध करणे हे होय. आणि भांडवलशाही तर शोषण चालू ठेवण्याची निवड करते. हे सान्निध्य शक्य नाही. या दोन गोष्टी एकत्र चालू शकत नाहीत. दलित कुटुंबे भांडवलशाहीच्या लोभी संवेदनांचा निषेध करत आहेत. जर दलित समुदायातील कुणी वैयक्तिक फायद्यासाठी दलित हितसंबंधांना चालना देत असेल तर त्या व्यक्तीला मान दिला जात नाही आणि तिला समुदायातून बाहेरही काढले जाते. व्यक्तिनिष्ठ अभिव्यक्तीचे हे स्वरूप वर्चस्ववादी भांडवल केंद्रित संस्कृतीने निर्माण केलेल्या अत्यंत वाईट अशा जगण्याला दलितांच्या असलेल्या विरोधाची साक्ष देते. क्षुल्लक फायद्यासाठी मानवी आणि नैसर्गिक जीवनावर अत्याचार करून आपले वर्चस्व टिकवून ठेवणाऱ्या वर्चस्ववादी जातींच्या लोभीपणाची नक्कल होत असते.

जातीशी भांडवलाने लढा देणे हे डीआयसीसीआयचे उद्दिष्ट आहे कारण

जाती आणि भांडवल यांचे सहअस्तित्व असू शकत नाही, अशी मान्यता आहे. इथे भांडवलशाहीकडे एक समतावादी प्रकल्प म्हणून पाहिले जाते, जी न्याय्य देवघेवीवर अवलंबून असणाऱ्या परस्पर लाभाचा युटोपिया आणण्याचा प्रयत्न करते. म्हणजे दलित भांडवली शक्ती शोषणकर्त्यांबरोबर एकाच प्रतलावर बसून वाटाघाटी करत आहेत, असा एक क्षण येण्याची इथे खात्री आहे. या निश्चिततेस काहीएक आधार आवश्यक आहे. व्यापक जागतिक भांडवली यंत्रणेच्या संदर्भात पाहिले तर नव-उदारमतवादी भांडवलशाहीचा इतिहास अजिबात प्रभावी नाही. स्थानिकांचे जीवन उद्ध्वस्त करून त्या जागी आधुनिकतेच्या तथाकथित 'सभ्य संकल्पना' आणण्याचे काम नव-उदारमतवादी भांडवलशाहीने केले आहे आणि यातून दीर्घकालीन संकटाचे न संपणारे अध्याय सुरू झाले आहेत. भांडवलशाही अत्याचारी आणि कठोर जातिव्यवस्थेचे उच्चाटन करेल, असा जात भांडवलशाहीचा ठाम विश्वास आहे; जरी ती जातीच्या लाभार्थींनी स्मरणरंजनातून उचलून धरली आहे तरी. पर्यायी दृष्टी देण्याचा इतिहास पुन्हा प्रयत्न करतो. आजच्या रोमांचकारी शक्यतांकडे जवळजवळ 'देजा वू' प्रमाणे बघत एक पर्यायी दृष्टी देण्यासाठी इतिहास पुन्हा हस्तक्षेप करतो. एकोणिसाव्या शतकात आधीपासूनच खालच्या जातीच्या लोकांचे भांडवल अस्तित्वात होते. जोतिराव फुले यांचे कुटुंब जमीनजुमला असलेल्या वर्गातील होते आणि त्यांनी शासनाकडून मोठी कंत्राटे मिळवली होती. फुले त्यांच्या आयुष्याच्या उत्तरार्धात खासगी कंत्राटदार आणि उद्योजक होते. पुण्याच्या गजबजलेल्या उपनगरांमध्ये असलेल्या २०० एकर जमिनीचे मालक होते. भारतीय परिस्थितीचा इमला (सुपरस्ट्रक्चर) असणाऱ्या जातीय समाजाचा पुनर्रचना प्रकल्प हाताळण्यात तेदेखील दुःखदरित्या अपयशी ठरले.

पूर्वीच्या अस्पृश्य समाजात अल्प भांडवलाचे मालक असणाऱ्या मूठभर ऊर्ध्वगामी मालकांद्वारे सामाजिक हक्कांच्या मागण्या वेळोवेळी करण्यात आल्या. बॉम्बे प्रेसिडेंसीने १८८० मध्ये प्रसिद्ध केलेले गॅझेटियर आणि १८९९ मध्ये लिहिला गेलेला जमीन महसूल समझोत्यावरील अहवाल, महाराष्ट्रातील महार (पूर्वीचे अस्पृश्य) समुदायांमधील वाढत्या उद्योजकतेचा पुरावा देते. 'महारांनी छोटे कंत्राटदार आणि सावकार बनून भांडवल गोळा करण्यास सुरुवात केली... आपला व्यवसाय ते उच्च जातीय कारकुनांच्या मदतीशिवाय चालवायचे'. 'महारांचा उदय हा कदाचित सामाजिक बदलांच्या लक्षणांपैकी एक असेल', असे जमीन महसूल समझोता अहवालात[१८] नमूद केले आहे. अशीच परिस्थिती उत्तर भारतातील चांभारांच्या भांडवली उद्योगात दिसून आली. त्यांनी पारंपरिक जातीय रचनेतील त्यांच्या स्थानाबाबत विरोध दर्शवला होता. शूद्र जाती या कारागिरी करणाऱ्या आणि जमिनींची मालकी असणाऱ्या जाती इतर जातींच्या खाली पण दलितांच्या

वर होत्या. या जातींसाठी संस्कृतीकरणाने सामाजिक बदल घडवला. संस्कृतीकरण म्हणजे पारंपरिक क्रमवारीत वर चढण्यासाठी उच्च जातीयांच्या प्रथांचे पालन करणे. याचा प्रत्यक्ष परिणाम म्हणून ब्राह्मणी चर्चाविश्वात आदर्शवत मानल्या गेलेल्या दमनाच्या रचनेची पुनर्निर्मिती झाली. महार आणि चांभार छोटे भांडवल मालक होऊनदेखील या समुदायांची स्थिती अतिशय वाईट आहे. जरी काही महार आणि चांभार यांनी विशिष्ट प्रादेशिक संदर्भात संपत्ती मिळवली असली, तरी त्यांच्या भांडवलशाही अनुभवांचे सापेक्ष परिणाम हे बहुसंख्य समुदायाचे प्रतिनिधित्व करत नाही, कारण त्यांना आजही कमी पगाराच्या नोकऱ्या कराव्या लागतात आणि अत्यंत वाईट प्रकारचे जुलूम सहन करावे लागतात. बौद्धिक सामर्थ्याच्या जोरावर त्यांनी नवे आर्थिक बळ कमावलेले असूनसुद्धा त्यांना जे सामाजिक छळ सोसावे लागतात ते रोखण्यात त्यांना पुरेसे यश मिळालेले नाही. कारण इतर दलितेतरांकडून त्यांना मिळणाऱ्या क्रिया-प्रतिक्रियांमध्ये जातीय सत्ता आपली भूमिका बजावते.

भांडवलशाहीने सामाजिक विभाजन नष्ट करण्याचा हेतू साध्य केला नाही, हे स्पष्ट आहे. विसाव्या शतकातील शासनपुरस्कृत समाजवादानेही हे साध्य केलेले नाही. म्हणूनच शासनपुरस्कृत समाजवादाच्या 'सुधारित' आवृत्तीसाठी आंबेडकरांनी केलेले आवाहन आज महत्त्वाचे ठरते. यात भांडवलाचा प्रवाह आणि त्या प्रक्रियेत तयार झालेल्या वरकड उत्पन्नाचे नियमन करण्यासाठी राज्यशासन महत्त्वाचे उद्योग आणि शेती आपल्या ताब्यात घेते.

नव-उदारमतवादाच्या कार्यक्रम पत्रिकेतील दलितेतर आणि दलित यांच्यातील बंदिस्त लढाईने उपेक्षित असलेल्या व्यक्तीला थोडा फायदा करून दिला. (हा खरं तर एक विरोधाभास आहे.) त्यातून ती व्यक्ती वित्त बाजाराच्या जागतिक वर्चस्वात समान नसला तरी किमान काही हक्क तरी सांगू शकेल. भांडवली प्रकल्पांकरता निविदा, करार आणि निधी मिळण्यासाठी अशा प्रकल्पांचे राजकीय महत्त्व लक्षात येते. अशा प्रकल्पांचे कौतुक करणाऱ्यांमध्ये सरकारी एजंट तसेच खासगी संस्थांचा समावेश आहे. ते त्यांच्या नियमांनुसार काहीतरी नवीन घडवून आणण्यासाठी आपला आधार देण्याच्या दृष्टिकोनातून उपेक्षितांच्या संघर्षाकडे पाहतात. भ्रष्टाचाराने ग्रस्त असलेल्या राज्यावरील अवलंबित्व नष्ट करणे, असा उद्देश असणाऱ्या राज्यपुरस्कृत समाजवादाच्या सुधारित स्वरूपाच्या आदर्शवादालाही इथे छेडले जाते. डीआयसीसीआयच्या व्हिजनमध्ये 'डेव्हलपिंग बिझिनेस लीडरशिप' हे शब्द आहेत. आपल्या दहा वर्षांच्या इतिहासात डीआयसीसीआयने भारतातील महत्त्वाच्या आर्थिक कार्यकक्षेत प्रवेश मिळवला आहे. इथे सूक्ष्म, लघु आणि मध्यम उद्योग मंत्रालय, बीएफएसआय (बँकिंग, वित्तीय सेवा आणि विमा) क्षेत्र,

स्किल काउन्सिल ऑफ इंडिया, कॉन्फेडरेशन ऑफ इंडियन इंडस्ट्री, अफर्मेटिव्ह ॲक्शन काउन्सिल, मॉनिटरी पॉलिसी कन्सलटेटिव्ह कमिटी, रिझर्व्ह बँक ऑफ इंडिया (आरबीआय) अशा संस्थांबरोबर सकारात्मक कृतीच्या धोरणाअंतर्गत डीआयसीसीआयचा संबंध येतो. राज्यसंस्थेच्या स्रोतांपासून भांडवल काढून घेण्याची कृती आर्थिक व्यवस्थेच्या नवउदारमतवादी स्वरूपात 'भांडवलशाही' म्हणून कधी पात्र ठरते का? विशेषतः जर दलितांना दिले जाणारे व्यवसाय त्यांच्या जातीच्या व्यवसायानुसार आधीच ठरत असतील (उदा. चामड्याचा व्यवसाय, शेती आणि उत्पादन व्यवस्थापन आणि जातीकेंद्रित सामाजिक अर्थशास्त्राचे निर्माण) तर भांडवलशाहीची जातीय दृष्टिहीनता अधोरेखित करणे योग्य ठरेल का?

असीम प्रकाश यांच्या दलित भांडवलशाहीच्या अभ्यासातून आजही दलित बहुस्तरीय बहिष्कार भोगत असल्याचे दिसून येते.[११] समाजाच्या जटिल सरचनांमध्ये अर्थव्यवस्था वसलेली आहे. सामाजिक मान्यता आर्थिक कारभार ठरवतात. अनेकदा उद्योजकीय शृंखलेत काम करणारे समुदायांचे नेटवर्क्स दलितांच्या बाजूने नसतात. याचा दलित भांडवल मालकांवर दुहेरी परिणाम होतो. पहिला म्हणजे नेटवर्क साखळीतील दलितांच्या कमतरतेमुळे त्यांना सहजपणे पुढे जाता येत नाही आणि दुसरा म्हणजे उच्च जातीय उद्योजक त्यांच्या नेटवर्कचा वापर करून दलितांना बाजारपेठेत प्रवेश करण्यापासून रोखतात. जेव्हा बँकेकडून कर्ज घेण्याची आणि इतर सरकारी मालकीच्या संस्थांशी व्यवहार करण्याची वेळ येते, तेव्हा दलितांजवळ अपमानित होऊन शेवटी एकच पर्याय उरतो-वर्चस्ववादी जात भांडवलाशी जुळवून घेणे. या भागीदारीमध्ये वर्चस्ववादी व्यक्ती व्यावसायिक प्रकल्पांवर आपला प्रभाव टिकवून ठेवते; पण दलिताच्या तुलनेत काम मात्र कमी करते. कांचा इलया यांनी 'पोस्ट-हिंदू इंडिया'मध्ये उल्लेख केलेले 'सामाजिक संबंध' इथे गैरहजर असतात.[१०] भांडवलशाहीच्या पायाभरणीत जाती वर्चस्वाचे प्रभुत्व टिकवून ठेवण्यासाठी सामाजिक संबंध महत्त्वाचे आहेत. अशा सामाजिक संबंधांच्या अनुपस्थितीत इतर जाती गटांकडे सहानुभूतीने पाहण्याला मर्यादा येतात. व्यावसायिक आदानप्रदानात इतर गटांशी संभाषण न झाल्यामुळे ग्राहक आणि विक्रेता, कामगार आणि मालक यांच्याकडे मानवी नातेसंबंधांचे मानदंड स्थापित करण्याचे प्रयोजनच नसते. त्यातून एका गटाचे दुसऱ्याबद्दलचे अज्ञान वाढत जाते. म्हणूनच, सामाजिक अभिसरण होत नसताना, भारतातील भांडवलशाहीला तिची 'अनैतिक नीती' सापडते. अवकाश आणि भांडवल वाटून घेतल्याने दलितांना सामाजिक वेगळेपण निर्माण करता येत नाही. एका राष्ट्रीय टेलिव्हिजन पत्रकाराने एकदा गुजरातमधील दलित भांडवलदारांचे वार्तांकन करण्याचा

आपला अनुभव सांगितला. बाजारात आपले अस्तित्व टिकवून ठेवण्यासाठी एका दलित बांधकाम व्यावसायिकाला 'पटेल' या वर्चस्ववादी जातीच्या मनुष्याबरोबर 'भागीदारी' करावी लागली. सारे काम दलिताने केले मात्र चांगल्या विक्रीसाठी 'पटेल'चे नाव वापरण्यात आले. नफा सम प्रमाणात विभागण्यात आला. गोष्ट इथे संपत नाही. दलिताने व्यवहाराकरता दिलेल्या पैशांना पटेल क्वचितच स्पर्श करायचा. रोख रकमेशी शारीरिक संपर्क टाळण्यासाठी पैसे टेबलावरच ठेवणे तो पसंत करायचा. जेव्हा पत्रकाराने पटेलवर आणखी दबाव आणला तेव्हा आपल्या दलित भागीदाराच्या नावे 'तो कॅमेऱ्यावर थुंकला, अशी माहिती पत्रकाराने दिली. इथे भागीदारीचा अर्थ जातीची रेघ अगदी किंचित अस्पष्ट होणे इतकाच आहे. बाजारपेठेने अंतिमतः जातीच्या रचनेबरोबरच काम केले आणि ती रचना टिकवून ठेवली. बाजारपेठी अर्थव्यवस्थेतील नवीन शोधांची पर्वा न करता, 'जातीचा सिन्ड्रोम' तसाच राहिला आहे. भांडवलावरील नियंत्रणाबाबतची माहिती हे सर्व उघड करते.[२१]

तक्ता १: भारतीय कॉर्पोरेट बोर्ड सदस्यांचे जातीनुसार वितरण (२०१०)

जात	संख्या	टक्केवारी
१ पुढारलेल्या जाती	८३८७	९२.६
अ) ब्राह्मण	४०३७	४४.६
ब) वैश्य	४१६७	४६.०
क) क्षत्रिय	४३	०.५
ड) इतर	१३७	१.५
२ इतर मागास वर्ग	३४६	३.८
३ अनुसूचित जाती/जमाती	३१९	३.५
४ एकूण (१ते३)	९०५२	१००.०

* उच्चजातीयांना दर्शवते (सीरियन ख्रिश्चनांप्रमाणे)

तक्ता २: भारतीय कंपन्यांचा जातवैविध्य (ब्लाऊ) निर्देशांक :- तपशीलवार आकडेवारी (२०१०)

	ब्लाउ – जात
सरासरी	०.१२
मध्य	०.००
कमाल	१.००
किमान	०.००
स्टँडर्ड डेव्हिएशन	०.१९
स्क्यूनेस	१.१६
कर्टोसिस	-०.२८

स्रोत: इकॉनॉमिक अँड पॉलिटिकल वीकली

जातीनुसार बोर्ड सदस्यांचे वितरण दर्शवते की जवळपास ९३% लोक 'पुढारलेल्या' जातींचे सदस्य आहेत. त्यांना सवर्ण असेही म्हणतात. यात ४६% वैश्य (बनिया) आणि ४४% ब्राह्मण यांचा समावेश आहे. ओबीसी आणि अनुसूचित जाती / जमातींचा हिस्सा अनुक्रमे केवळ ३.८% आणि ३.५% इतका आहे (तक्ता १). यातून हे स्पष्टपणे दिसते की भारतीय कॉर्पोरेट क्षेत्रात अल्पसंख्यांकांचा एक छोटा गट फक्त आहे आणि या क्षेत्रात वैविध्य नाही. भारतीय कंपन्यांमधील विलीनीकरण आणि अधिग्रहण (मर्जर अँड ॲक्विझिशन) संदर्भात भल्ला, गोएल, कोंडुरी आणि झेमेल यांनी केलेल्या अभ्यासातही असे आढळले आहे की विलीनीकरण आणि अधिग्रहणाची टक्केवारी समान जातीच्या लोकांमध्ये जास्त होती. या अभ्यासानुसार असे दिसून आले आहे की २०००-२०१७ दरम्यान जातींच्या सारखेपणामुळे विलीनीकरण आणि अधिग्रहणाची शक्यता वाढली. जिथे अधिग्रहण करणाऱ्या कंपनीच्या बोर्डावर ब्राह्मणांचे सर्वाधिक प्रतिनिधित्व होते तिथे अधिग्रहित केल्या जाणाऱ्या कंपनीच्या बोर्डावर (जवळजवळ ५०%) ब्राह्मणांचेच वर्चस्व होते. यासारखेच चित्र क्षत्रिय (३०.१%) वैश्य (५२.६%) आणि शूद्र (४५.७%) यांच्या बाबतीतही दिसून आले.[२२]

विविध व्यवसायांतही दलितांना खोलवर रुजलेल्या वैरभावनेचा सामना करावा लागतो. त्यामुळे त्यांना बाजारातील धोरणात्मकदृष्ट्या महत्त्वपूर्ण स्थाने मिळवण्यात अडथळा निर्माण होतो. याशिवाय या वैरभावामुळे दलितांना बाजाराच्या साखळीत

टिकून राहण्यासाठी त्यांचा माल कमी मार्जिनमध्ये विकावा लागतो. परिणामी त्यांना त्यांच्या नफ्यावर पाणी सोडावे लागते. अशा प्रतिकूल परिस्थितीत केलेले काम दलितांना असुरक्षित स्थितीत नेऊन ठेवते. अशा स्थितीत जिथे सध्याच्या नव-उदारमतवादी अर्थव्यवस्थेत जातीची ओळख ही एक मुख्य अडचण होते. ही अनिष्ट संदेहावस्था किंवा अमर्त्य सेन यांना उद्धृत करायचे झाल्यास, त्यांची 'प्रतिकूल समावेशकते'ची कल्पना महत्त्वाची भूमिका निभावते.[२३] नवउदारमतवादी राजवटीची शुष्क आश्वासने जातीय वर्चस्वाला धक्का लावण्यात असमर्थ ठरलेली दिसतात. वेतनातील तफावत आणि सार्वजनिक संसाधनांवरील व सार्वजनिक भांडवलावरील राज्याचे नियंत्रण कमी होण्याने दलितांसारख्या परिघावरील गटांना असुरक्षिततेच्या उंबरठ्यावर ठेवले जाते. एकूणात नवउदारमतवाद दलित उद्योगाला यशस्वी करू शकलेला नाही.

भांडवलप्रेमी आंबेडकर

आंबेडकरांनी भारतातील सामाजिक प्रश्नांवर चर्चा करताना त्यांचा संबंध कायमच जागतिक समस्यांशी जोडला. भांडवलाच्या परिणामाबाबत पहिल्या जागतिक महायुद्धानंतरच्या परिस्थितीचा त्यांचा अभ्यास भारताला स्वातंत्र्यातून मिळालेल्या राष्ट्रवादप्रणित सार्वभौमत्वावरील त्यांच्या भूमिकेपेक्षा तुलनेने अधिक चिकित्सक स्वरूपाचा आहे. काही वर्तुळांमध्ये भांडवलशाहीच्या वादात्मक तर्काला पाठिंबा देण्यासाठी आंबेडकरांकडे 'स्वतंत्र बाजारपेठेचा पुरस्कर्ता' म्हणून पाहिले जाते, ज्यांनी दलित चर्चाविश्वात भांडवलशाही मजबूत जाती संरचनेला आव्हान देईल, असे भाकीत केले होते.[२४] जिथे भांडवलशाहीच्या शून्यवादी प्रवृत्तीचा संशय आहे, तिथे याला आंबेडकरांच्या समाजवादी आदर्शांनी अनेकदा आव्हान दिले आहे. एका विचारसरणीत आंबेडकरांना भांडवलशाहीचे प्रारंभिक समर्थक म्हणून पहिले जाते. पैशाचे अर्थशास्त्र आणि वित्त यावरील त्यांचे विद्याशाखीय लिखाण आणि लोकांच्या निवडीचा मार्ग खुला करत राज्यघटनेच्या प्रस्तावनेत समाजवादाचा समावेश करण्यास त्यांनी दिलेला नकार, या बाबी त्यांचा भांडवलशाहीकडे कल असण्याच्या निदर्शक मानल्या जातात. तथापि त्यांची कट्टर समाजवादी दृष्टी १९४७ मध्ये 'राज्ये आणि अल्पसंख्याक' या शीर्षकाने अखिल भारतीय अनुसूचित जाती महासंघाच्या वतीने तयार करण्यात आलेल्या आद्य–संविधानात दिसून येते.[२५]

व्हाइसरॉयच्या मंत्रिमंडळातील कार्यकारी सदस्य आणि सरकारमधील मंत्री म्हणून काम करत असताना भांडवलशाही बळाच्या विरोधातील असुरक्षित लोकांना

पाठिंबा देत आंबेडकरांनी त्यांचे लढे लोक-केंद्री ठेवण्याकडे लक्ष दिले होते. 'राज्ये आणि अल्पसंख्याक', मध्ये लिहिलेल्या राज्य पुरस्कृत समाजवादाच्या सुधारित स्वरूपासाठीच्या आवाहनात त्यांचा भर आर्थिक उत्पादकतेवर होता. राज्यसंस्थेने उद्योग व शेतीमध्ये राज्यसंस्थेच्या मालकीची मालमत्ता म्हणून गुंतवणूक करावी, अशी त्यांनी शिफारस केली. कारण भारतीय अर्थव्यवस्थेचे हे दोन महत्त्वपूर्ण घटक आहेत. आंबेडकर खासगी भांडवलाबाबत साशंक होते. त्यांना भारतात जमीन मालकी आणि जातीची मक्तेदारीची परिणती असलेल्या विषम सांपत्तिक स्थितीची पुनरावृत्ती होईल अशी भीती वाटत होती. सुखदेव थोरात असा युक्तिवाद करतात की, भारतीय स्वातंत्र्याचा पाया रचणाऱ्या आरंभीच्या वर्षांमधील विशिष्ट राज्य-जातीच्या निर्मितीमुळे असे घडले. आर्थिक विषमतेचा कार्यक्रम राज्य यंत्रणेला देण्यात आला होता.[२६] 'लक्षाधीश दलित' (त्यांची वास्तविक किंमत जी काही असेल ती असेल) बदलाची एक खूण असू शकेल, परंतु समर्थ अशा भविष्यवेधी दृष्टिशिवाय ती केवळ निरर्थक बडबड राहील.

दलित भांडवलशाहीला 'संस्कृतीकरणा'च्या प्रारूपाच्या विरोधातील आणि त्यापासून दूर जाणारे नवे 'बनियाकरण' म्हणून पाहिले जात आहे. तथापि दलित गटांचे बनियाकरण जर वर्गीय समाजात एकरूप होणे दर्शवत असेल, तर 'पेडॉगॉगी ऑफ ऑप्रेस्ड'[२७] मधील फ्रेरीयन तर्कानुसार ही शोषितांकडून शोषण होण्याची एक घातक परिस्थिती आहे. फ्रेरे असा युक्तिवाद करतो की, एकदा का शोषिताने सत्ता मिळवली की तो शोषकाच्याच प्रवृतींचा वारसा पुढे नेतो. आंबेडकर आपल्या 'व्हॉट काँग्रेस अँड गांधी हॅव डन टू द अनटचेबल्स' या प्रसिद्ध ग्रंथात बनिया भांडवलाच्या भांडवली स्वरूपाविषयी नोंदवतात :

> बनिया हा इतिहासाला माहीत असलेला सर्वांत वाईट असा परोपजीवी वर्ग आहे. त्याच्यातली पैसे कमावण्याची अनिष्ट वृत्ती, संस्कृती किंवा सद्सदविवेकामुळे बदलत नाही. साथीचा आजार पसरला की ज्याची भरभराट होते त्या दफनविधी करणाऱ्यासारखा हा वर्ग आहे. या दोघांमधला फरक एवढाच की दफनविधी करणारा साथीचा रोग निर्माण करत नाही. बनिया मात्र ते करतो. तो आपला पैसा उत्पादक उद्दिष्टांसाठी वापरत नाही तर अनुत्पादक कामांसाठी कर्ज देऊन अधिकाधिक दारिद्र्य निर्माण करण्यासाठी वापरतो.[२८]

बनिया जातिव्यवस्थेसाठी उपकारक आहेत, ही वस्तुस्थिती वरकड मूल्य म्हणून जातीशी युती केलेल्या वर्गीय दडपशाहीच्या निर्विवाद तर्काचा पुरस्कार करते.

वसाहतीकरणाच्या काळात बनिया हे शोषक होते. त्यांनी आफ्रिकन देशांपेक्षा भारतीय उपखंडात ब्रिटिश साम्राज्याच्या विस्तारासाठी जास्त हातभार लावला. बनिया हे मध्यस्थ म्हणून काम करत होते आणि स्वतःचे हितसंबंध पुढे नेण्यासाठीची अजिंक्य संभाषणशैली वापरत होते. परंतु भारताचा राष्ट्रवादी इतिहास राष्ट्रवादी चळवळीचे उपकारकर्ते म्हणून बनिया भांडवलशाही वर्गाची प्रशंसा करताना थकत नाही. त्यांना चळवळीचे पाठीराखे म्हणून घोषित केले जाते; पण प्रत्यक्षात हे पूर्णपणे निःस्वार्थी समर्पण नव्हते. उलट बाह्य वसाहतवादी हस्तक्षेपाशिवाय नव्याने स्वतंत्र झालेल्या राष्ट्राच्या संसाधनांचे आपल्या स्वतःच्या अटींवर शोषण करण्यासाठी होते. व्लादिमीर लेनिन या स्थितीचे वर्णन क्रांतिकारकांचा संघर्ष आणि कामगारांचा संघर्ष यांच्या मधली स्थिती असे करतात.

दलित कुटुंबांसाठी 'बनियाकरण' म्हणजे काय?

भांडवलशाही (म्हणजेच कामगार वर्गाचे शोषण) दलित समुदाय 'समाज' या संकल्पनेला ज्या प्रकारे समजून घेतो त्याच्या विरोधात जाते. भारताच्या संदर्भात, शोषणकर्ते ठळकपणे जातीय चौकट असणाऱ्या गटात मोडतात. शेतजमिनींचे किंवा उद्योगांचे मालक (ज्यांना मालिक, मास्टर असे संबोधले जाते) शूद्र समुदायातून बढती मिळालेले नव-क्षत्रिय आहेत. विशेषतः स्वातंत्र्यप्राप्तीनंतरच्या कालखंडात कारखाने आणि उद्योगांचे मालक ब्राह्मण आणि बनिया असतात. वेतन देणारे व्यवस्थापक आणि हिशेबनीस सहसा बनिया असतात. लहान व्यापारी वर्ग (किराणा दुकानांचे मालक, शेती उपकरणांचे पुरवठादार आणि इतर) हे देखील बनिया असतात. महाराष्ट्रात त्यांना 'कोमटी सावकार' म्हणून ओळखले जाते.[२१]

मी मोठा होत असताना मला व्यापाऱ्यांच्या या अंतिम श्रेणीची, सावकारांची, ओळख पटली. ते बऱ्याच रहिवासी भागांमध्ये आढळून येतात आणि त्यांच्या फसव्या व्यवसाय पद्धती आणि शोषणाविषयी सर्वांना कल्पना असते. मी जिथे वाढलो त्या दलित वस्तीतील प्रत्येकाला हे ठाऊक असते; परंतु कोणीही त्याला आव्हान देत नाही. जेव्हा दलितांकडील मासिक पगार संपतो तेव्हा ते आपल्या रिकाम्या पोटाची खळगी भरण्यासाठी सावकाराने देऊ केलेल्या तुटपुंज्या मदतीवर मोठ्या प्रमाणावर अवलंबून राहतात. कुठल्याही प्रकारचा पश्चात्ताप न करता दुसऱ्याची फसवणूक करत राहणे, ही सावकारांची व्यावसायिक नैतिकता आहे आणि ती जातीय मूल्यव्यवस्थेवर आधारित आहे. या दोन गटांमध्ये कसलेही सामाजिक संबंध नसतात; ते पारंपरिकपणे एकमेकांच्या विरोधात उभे आहेत.

जातीय नियमांनुसार आर्थिकदृष्ट्या शोषण झालेल्या गटांवरदेखील अत्याचार होत असतात. त्यामुळेच जात-वर्ग शोषण एकमेकांत गुंतलेले आहे. जात आणि बाजारपेठ यांच्यातील संबंधांमुळे दलितांकडे फारच कमी पर्याय उपलब्ध असतात. अशा गैरपद्धती म्हणजे कांचा इलया ज्याला 'हिंदू बाजार' असे संबोधतात त्याची साक्ष आहे.[३०]

दलित घरातील मूल बनियाच्या दुकानात जाणे टाळण्याचा प्रयत्न करते; कारण ती एक असह्य, अपमानजनक आणि ओंगळ घटना आहे. मला आठवतंय, अर्धनग्न, केसाळ शरीराचे प्रदर्शन करणाऱ्या मनुष्याच्या दुकानातून रोज सकाळी दूध आणायला जायची मी टाळाटाळ करत असे. त्या दुकानात जो वास यायचा त्याचे कारण म्हणजे एक तर त्याने खूप शेंगदाणे खाल्लेले असायचे किंवा मग त्याने आंघोळ केलेली नसायची. आम्ही दलित मुले त्याला पादरा कोमटी किंवा चिकट मारवाडी म्हणून त्याची चेष्टा करायचो.

हे व्यापारी अनंत गैरप्रकार करत असतात. धर्मनिरपेक्ष बाजारपेठांमध्ये निदान मानवी हक्क आणि बाजार नियम आपला अंकुश ठेवून असतात. पण पारंपरिक आर्थिक संरचनेत गैरव्यवहार करण्यात कमी लाज बाळगली जाते. उदाहरणार्थ, माझ्या भागातील दुकानदार निरक्षर दलितांना वापराची कालमर्यादा उलटून गेलेल्या वस्तूंची विक्री करत असे. त्यामुळे मग ते बऱ्याच काळासाठी आजारी पडत. जर एखादे उत्पादन खराब झाले किंवा उंदरांमुळे दूषित झाले, तर ते त्याच्या आवरणातून काढून कमी दराने विकले जाई. जर उत्पादनाची गुणवत्ता सूर्यप्रकाशाने किंवा पावसामुळे कमी झाली, तरीही ते आमच्या घरात येई. हे व्यापारी सरकारने प्रतिबंध केलेल्या खाद्यपदार्थांची देखील विक्री करत. अन्न विषबाधा ही संकल्पना त्यांच्यासाठी अस्तित्वात नव्हती. असायला हवी होती; पण नव्हती. एकदा सरकारने शीतपेयाच्या एका ब्रँडवर त्यात आढळलेल्या विषारी घटकांमुळे बंदी घातली. सर्व विक्रेत्यांना या शीतपेयाच्या विक्रीवर बंदी घालून ते बाजारातून मागे घेण्यास सांगण्यात आले. परिस्थितीच्या अचानक झालेल्या हल्ल्यामुळे आमच्या भागातील दुकानदारांनी स्थानिक डीलरशी एक करार केला - शीतपेयांचा स्टॉक गोदामात परत पाठवण्यापेक्षा त्यांची कमी दराने विक्री करण्याचा प्रस्ताव मांडला गेला.

हिंदू कॅलेंडर वर्षाच्या अखेरीस हे व्यापारी आपली दुकाने बंद ठेवत आणि आंध्र प्रदेशातील बालाजीच्या तिरुमला मंदिरात तीर्थयात्रेसाठी जात. ही वार्षिक भेट या वर्गामध्ये सुपरिचित बाब आहे. 'नव-बनिया' म्हणून वर सरकलेल्या दलितेतर जातीसुद्धा आता या रांगेत सामील झाल्या आहेत. तीर्थयात्रेला जाण्याची तयारी करणाऱ्या एका स्थानिक व्यापाऱ्याला मी एकदा या भेटीचे महत्त्व काय

आहे असे विचारले तर तो म्हणाला, "जो काही नफा मिळेल, त्यातील ३०% नफा बालाजीबरोबर वाटून घेण्याचा बालाजीशी करार केला आहे." बालाजीने त्यावर्षी त्याला प्रचंड नफा मिळवून देऊन त्याच्यावर कृपा केली होती. म्हणून वचनपूर्ती करण्यासाठी तो तिथे चालला होता. मी त्याला हटकले तेव्हा त्याने कबूल केले की, प्रामाणिकपणे व्यवसाय करून नफा मिळवता येत नाही. धर्मात जे काही सुचवले आहे ते या व्यापारी वर्गाव्यतिरिक्त इतर लोकांसाठी लागू होते. व्यापारी लोक संपत्तीचे संरक्षक असतात, अशी मान्यता आहे. त्यामुळे त्यांना अर्थव्यवस्थेवर नियंत्रण ठेवण्याचा अधिकार देण्यात आला आहे. समाजाची संपत्ती त्यांच्या देखरेखीखाली नियंत्रित केली जाते. तो मला म्हणाला की, आम्हीच भारताला श्रीमंत केले आहे आणि येणारी हजारो वर्षे आम्ही त्याची समृद्धी कायम ठेवू. इस्लामिक आक्रमकसुद्धा आम्हाला गरीब बनवू शकले नाहीत; कारण आमच्या आदेशानुसार संपत्ती एकवटली गेली होती. त्याचा देवाशी असलेला करार संपत्ती गोळा करताना त्याने केलेले गुन्हे आणि त्याच्या व्यवसाय करण्याच्या भ्रष्ट पद्धती यांची माफी मिळण्यावर आधारित असल्याचे दिसून येते.

दंडात्मक कारवाई म्हणून लहान मुलांचे शोषण आणि स्त्रियांवरील हिंसाचाराच्या अनेक घटना आहेत. बनिया क्वचितच दलितांच्या घरी जातात किंवा त्यांना आपल्या घरी बोलावतात. मला माझ्या बनिया मित्रांनी आमंत्रित केल्याचे आठवत नाही. मला त्यांच्या घरांच्या अंतर्गत रचनेबद्दल कल्पना नव्हती. जे काही मी गेटवरून किंवा मुख्य दरवाज्यापासून पाहू शकत असे तेवढेच. शाळेतील मित्र मला त्यांच्या घरी येण्यास सांगायचे; परंतु घराच्या आत क्वचितच आमंत्रित करायचे. जेव्हा हे मित्र माझ्याबरोबर फिरत असत तेव्हा त्यांचे पालक माझ्याकडे एक गुन्हेगार म्हणून पाहत असत, कारण मी दलित वस्तीत राहणारा होतो. ते त्यांच्या मुलांना 'पोलिसांच्या भानगडीत पडू नकोस,' असे मला ऐकू जाईल अशा मोठ्या आवाजात सांगायचे. एका बनिया मित्राचे कुटुंबीय जेव्हा जेव्हा मला भेटत तेव्हा माझ्याकडे साशंकतेने पाहायचे. माझी वर्मा आडनावाच्या एका मित्राबरोबर चांगली गट्टी होती. तो शिकवणीनंतर माझ्या वस्तीतही यायचा. एकदा, त्याने मला त्याच्या घराच्या आत बोलावण्याचे धाडस केले. त्यावेळी पहिल्यांदा त्याच्या आलिशान घराबद्दल माझ्या मनात असलेली उत्सुकता शमली होती. तिथे संगमरवरी फरशा, केबल जोडलेला एक मोठा रंगीत दूरचित्रवाणी संच, एक विशाल ड्रॉईंग रूम, अभ्यासिका, शयनकक्ष, स्वयंपाकघर, गेस्ट रूम, टेरेस आणि समान आकाराच्या खोल्यांचा एक अतिरिक्त संच होता. ते भव्य, नीटनेटकं घर पाहून मी अवाक् झालो होतो. आनंदी चेहऱ्याने मी माझ्या

मित्राचा निरोप घेतला. मी घराबाहेर पडताच बनियांसाठी काम करत असल्याचा दावा करणाऱ्या एका माणसाने अचानक मला हटकले. त्याने मला एका दुकानातील आतल्या बाजूस, एका गुप्त खोलीत नेले. तिथे एक मनुष्य होता. त्याने माझ्या पार्श्वभूमीची - मी कुठून आलो, माझी शाळा इ.चौकशी केली. त्यानंतर पुन्हा त्या ठिकाणी न येण्याचा इशारा दिला. त्याने मला तो माझ्या मित्राचा काका असल्याचे सांगितले. तो मला तिथे येण्यापासून का रोखतो आहे, हे मी त्यावेळी समजू शकलो नाही. त्या मित्राबरोबरची माझी ती भेट शेवटची होती.

पारंपरिक भांडवल संचयातील सामाजिक संबंधांचे महत्त्व

लहानपणी मला रोबोट्स आणि स्वयंचलित रेसिंग कार खेळण्यांसारख्या तांत्रिक उपकरणांची आवड असल्याचे आठवते. आमच्या कृष्ण-धवल दूरचित्रवाणीवर त्याच्या जाहिराती यायच्या. मी रात्री उशिरा काळोख असलेल्या रस्त्यांवर बसून स्वच्छ, विस्तीर्ण आकाशाकडे टक लावून बघत विमानाच्या चमकणाऱ्या प्रकाशाची कल्पना करत असे. माझ्या डोक्यावरून उडणाऱ्या अशाच एका रोबोटच्या शक्यतेबद्दल मी तासन्‌तास विचार करत असे. स्वयंचलित खेळणी किंवा ड्रोन यासारख्या रोबोटिक तंत्रज्ञानापर्यंत पोचण्याची संधी माझ्या शहरापासून हजारो फूट उंचावर उडणाऱ्या विमानाइतकीच दूर आणि अशक्यप्राय होती.

दूरदर्शन ही त्याकाळी राष्ट्रीय मालकीची आणि सर्वांना मोफत उपलब्ध असलेली एकमेव दूरचित्रवाणी वाहिनी होती. त्यावर एकदा एक नवी जाहिरात आली. 'बूमर' या च्युईंगमची ही जाहिरात होती. जाहिरातीत 'लकी प्राइझ' म्हणून वॉकी-टॉकीची ऑफर दिली गेली होती. त्याने माझे लक्ष लगेचच वेधून घेतले. वॉकी-टॉकी जिंकण्यासाठी मी वेडा झालो. मला इंग्रजी अक्षरे असणारी च्युईंगमची रॅपर्स गोळा करायची होती. अशी रॅपर्स ज्यातून 'बूमर' (BOOMER) हा शब्द तयार होईल. याचा अर्थ मला कमीत कमी सहा च्युईंगम खरेदी करायची होती. एका झटक्यात सगळी रॅपर्स मिळवण्याइतका मी नशिबवान ठरलो असतो तर जॅकपॉटच लागला असता! एका च्युईंगमची किंमत एक रुपया होती. एकाच वेळी सहा रुपये मिळवणे माझ्या क्षमतेच्या पलीकडे होते. मला दीड आठवड्यात ६ रुपये जमवायचे होते. शेवटी मी ६ रुपये जमा करण्यात यशस्वी झालो. मी ५० पैसे, १ रुपया आणि २ रुपयांची नाणी घेऊन उच्च-जातीयांच्या वस्तीतील एका चकचकीत दुकानात गेलो. दलित भागात केवळ स्वस्त, कमी दर्जाची उत्पादने होती, कारण त्या भागातल्या लोकांना तीच परवडण्याजोगी होती. बनिया लोक त्यांच्या मर्यादित भांडवलासह, परंतु मजबूत

नेटवर्कसह आमच्या भागात दुकाने थाटायचे आणि टीव्हीवर ज्यांची जाहिरात होत नाही, अशी हलक्या दर्जाची उत्पादने विकायचे.

मी उत्साहाने त्या दुकानात गेलो आणि च्युईंगमच्या सहा पाकिटांची मागणी केली. दोन खाल्ली आणि उरलेली चार माझ्या बॅकपॅकच्या चोरकप्प्यात पुढील काही दिवसांमध्ये खाण्यासाठी सांभाळून ठेवली. मला रॅपरमध्ये अधिक रस होता. मला एक O, आणखी एक O, एक B आणि तीन R मिळाले. मी सगळे रॅपर्स घेतले आणि माझ्या बॅकपॅकच्या सर्वांत सुरक्षित कप्प्यात ठेवले. घरी पोचल्यावर मी हळूच मागच्या अंगणात गेलो आणि अक्षरे जुळवण्यास सुरुवात केली. त्यांचे स्पेलिंग BOORRR असे आले. माझी संधी हुकली होती! इतक्या दिवसांचा माझा उत्साह व्यर्थ गेला होता. चित्रपटांमध्ये असतो तसा वॉकी-टॉकी आपल्याला वापरता येणार नाही, या कल्पनेने मी खिन्न झालो. आमच्या घरात फोन लाइन नव्हती. त्यामुळे आम्ही आमच्या शेजाऱ्यांचा संपर्क क्रमांक देत असू. क्रमांकांपुढे पीपी (प्रायव्हेट पार्टी) असे लिहिलेले असे. यातून त्यांचे नाव दर्शवले जाई.

माझी खात्री होती की माझ्या हाती आधुनिक तंत्रज्ञान असेल तर उच्च प्रतीच्या वस्तू वापरणाऱ्या माझ्या वर्गमित्रांच्या कंपूत मला प्रवेश मिळेल. नव्या, महागड्या तंत्रज्ञानाचे प्रदर्शन करण्याची त्यांच्यात स्पर्धा सुरू असे. काहींना त्यांच्या अमेरिकेत स्थायिक झालेल्या नातेवाईकांकडून भेटवस्तूदेखील मिळत. साहजिकच अशा कंपूबाबत इतर शाळकरी मित्रांच्या मनात असूया निर्माण होई.

मला त्यांच्या कंपूचा भाग बनवण्याबरोबरच, वॉकी-टॉकीमुळे मला त्यांची जीवनशैली समजून घ्यायलाही मदत झाली असती. त्यांच्या घरी संगणक आहेत, हे तेव्हा मला ठाऊक होते. एकमेकांशी बोलण्यासाठी ते कॉर्डलेस फोन वापरतात, हेही मला माहीत होते. जेव्हा सिटी बसेस बंद असत तेव्हा शहराच्या दुसऱ्या टोकाला जाण्यासाठी त्यांच्याकडे कार्स आणि शोफर्स होते. त्यांना वेस्टर्न पॉप संगीताचीदेखील माहिती होती. सेलिन डिऑन, बॅकस्ट्रीट बॉईज, मायकेल जॅक्सन आणि इतरजणांची गाणी त्यांच्या सीडी-वॉकमनमध्ये वाजत असत. माझ्यासाठी हे सर्व परकीय पण मोहक होते. या गोष्टींमुळे भूक, नैराश्य आणि दारिद्र्य या दैनंदिन अनुभवांमधून माझी सुटका होई. अशी जीवनशैली मिळवण्याचा मी निश्चय केला.

पण शेवटी मी हताश झालो होतो. अभिजन लोकांच्या जगात प्रवेश मिळवण्यासाठी तंत्रज्ञानाचा एक हिस्सा विकत घेण्याच्या माझ्या दुष्कर स्वप्नाबद्दल निराशेने रडायचंच फक्त बाकी होतं. पण मी हार मानायला तयार नव्हतो. त्यामुळे मी पुन्हा एकदा माझ्या नशिबाची परीक्षा घेण्याचे ठरवले. मला फक्त

एका M आणि E ची गरज होती. त्यामुळे फक्त दोन गम्स खरेदीचा प्रश्न होता. मी आईकडे २ रुपयांची मागणी केली. तिने मला तिच्याकडे पैसे नसल्याचे सांगितले; पण मला माहीत होते की अचानक कुणी पाहुणे आले तर दूध, चहा आणि साखरेसाठी ती नेहमी २ रुपये सुरक्षित ठिकाणी ठेवत असे. मी तासभर विनवणी केल्यानंतर ती थकली आणि आपल्या घरी पाहुणे येऊ नयेत, अशी देवाकडे प्रार्थना करत मला २ रुपये दिले. पैसे हातात पडताच मी थेट त्या चकचकीत दुकानात जायला निघालो. आईने हाक मारत मला काळजी घ्यायला सांगितल्याचं मी ऐकलं. मी कुठे धडपडलो तर आमच्याकडे हॉस्पिटलचे बिल भरण्यासाठी पैसे नव्हते.

मी उच्चभ्रू वस्तीतल्या सावकाराच्या दुकानात गेलो. त्याने माझी चिकाटी ओळखून माझ्याकडे बघत स्मितहास्य केले. यावेळी त्याने मला सूट देत दोन गम्स निवडण्यासाठी मला बरणीत हात घालण्याची परवानगी दिली. मला आनंद झाला आणि मी बरणीतून माझी बोटे फिरवत दोन गम्स निवडले. त्याच्यासमोरच मी ते गम्स उघडले. मला B आणि R मिळाले होते. पुन्हा तेच! मी ओरडलो. त्या माणसाने मला त्याच्या दुकानासमोर गोंधळ न घालण्याचा इशारा दिला. त्याने आपल्या स्वरातून स्पष्ट केले की एका अस्पृश्याने दुकानासमोर ओरडण्याने लक्ष्मी देवता दूर जाते. त्याने आपल्या कर्कश आवाजात मला शिव्या देत माझा अपमान केला. मी रागावलो होतो पण माझ्याकडे दुसरा पर्याय नव्हता. बूमर बबल गमची विक्री करणारे त्या भागातील ते एकमेव दुकान होते.

एक आठवडा गेला. मी ५ रुपयांची प्रतीक्षा करत होतो जेणेकरून मला एकाच वेळी पाच गम्सची पाकिटे मिळतील आणि गेम जिंकता येईल. दैवी योगायोग असा की माझी आजी त्या आठवड्याच्या शेवटी भेटण्यास आली होती. निघताना तिने मला ५ रुपये दिले. धुळीने माखलेली नोट मिळताच मी दुकानाकडे धावलो आणि ५ गम्स विकत घेतले. यावेळीसुद्धा मला M आणि A सोडून इतर अक्षरे मिळाली. मी अतिशय दुःखी झालो आणि माझा प्रयत्न पुढे चालू ठेवू शकलो नाही.

आमच्या एका दलित शेजाऱ्याने वर्षभरापूर्वी किराणा मालाचा व्यवसाय सुरू केला होता. तो आमचा आवडता होता, कारण तो आम्हाला उधारीवर सामान देत असे. त्याचा आमच्यावर विश्वास होता आणि पैसे मिळण्यात होणारा उशीर त्याला मान्य होता. आमच्या परतफेडीचा मासिक हप्ता नाममात्र असे, परंतु त्याने आमच्या अगतिकतेचा फायदा करून घेतला नाही. मात्र कधीकधी चिडून तो आम्हाला टाळतही असे. दुकानात रोज लागणाऱ्या निवडकच वस्तू मिळत आणि दिवसाला त्याची उलाढाल १०० रुपयांपेक्षा अधिक नव्हती. रोजंदारीवर

काम करणारे कामगार आणि श्रीमंत भागात काम करणारे नोकर, मोलकरणी हे त्याचे ग्राहक होते.

मी त्याच्या दुकानात गेलो तेव्हा त्याचा मुलगा रतन, जो माझ्या वयाचा होता, दुकान सांभाळत होता. हे दुकान त्यांच्या घरातील रिकाम्या जागेत तात्पुरते थाटलेले होते. त्यामुळे रतन पुस्तकांच्या ढिगाऱ्यात पुरला गेला होता. ५० पैशांच्या कँडीचे छायाचित्र असलेला एक बॅनर तिथे लावला होता. कँडीवर एक स्क्रॅचिंग व्हाउचर मोफत मिळणार होते. व्हाउचरचा विजेता एक दुचाकी आणि एक २१ इंचाची रंगीत दूरदर्शन यासारखी बक्षिसे जिंकू शकणार होता. टेलिव्हिजनच्या छायाचित्राने मला संमोहित केले आणि मी रिमोट कंट्रोल असणारा टीव्ही घ्यायच्या स्वप्नात रममाण झालो. आमच्या जेवणाच्या सुट्टीत ज्या टीव्ही मालिकांवर चर्चा आणि वादविवाद व्हायचे त्या मालिका मला टीव्ही घेतल्यावर बघता येणार होत्या. या मालिका केवळ महागड्या खासगी केबल नेटवर्कवर प्रसारित केल्या जात. जर मी टीव्ही जिंकण्याइतका भाग्यवान ठरलो असतो तर आदल्या रात्री उल्लेख केलेल्या कार्यक्रमाचा संदर्भ असणाऱ्या विनोदांवर माझ्या शाळेतल्या मित्रांसह मला हसता आले असते. एम टीव्हीवरील नवीन इंग्लिश म्युझिक व्हिडिओजबद्दल समजून घेता आले असते.

या सर्व स्वप्नांनी मला उत्साहीपणे अस्वस्थ केले. मी इकडून तिकडे उड्या मारत होतो. टीव्ही फक्त एका स्क्रॅचच्या अंतरावर होता. जॅकपॉट लागण्यासाठी मला किमान दहा कँडी मिळवाव्या लागतील, हे मी बूमरच्या अनुभवातून शिकलो होतो. दोन दिवस गेले. मी प्रयत्न करीत राहिलो. तिसऱ्या दिवशीदेखील जेव्हा मी ५० पैसे जमवू शकलो नाही तेव्हा मी थकलो आणि निराश झालो. मी दुकानाभोवती फेऱ्या मारायचो आणि माझ्या स्वप्नातील टीव्ही कुणी जिंकला का, हे तपासायचो. माझ्या शेजारील एका मुलाखेरीज इतर कोणीही कँडी खरेदी न केल्याचे मला नवल वाटले. अशा मोहक ऑफरबाबत लोकांचा संयम पाहून मी चकित झालो होतो. कुणालाच फिकीर नव्हती. तीन दिवस गेले. मी कँडी परत विकत घेई आणि परत पराभूत होई. अखेर रतनने मला विचारलेच, "तुला तो टीव्ही हवा आहे, बरोबर?" मी होकार दिला. तो म्हणाला, "ऐक, मलाही टीव्ही असलेला आवडेल; पण माझेच दुकान असूनही मी कँडी खरेदी करत नाही. मला वाटले तर मी सगळ्या कँडी माझ्यासाठी ठेवून घेऊ शकतो आणि जिंकू श्ज्ञकतो. ऑफर म्हणते त्याप्रमाणे जो भाग्यवान असेल त्याला टीव्ही मिळेल." चांगला व्यवसाय करण्याऐवजा२ मला सावध करणाऱ्या त्या दुकानदाराने मला गोंधळात टाकले. तो पुढे म्हणाला, "हे बघ ५० पैशात कोणीही तुला १०,००० रुपयांचा टीव्ही देणार नाही. असं होईल असं तुला खरंच वाटतं?

जर असं असतं तर टीव्ही आणि कँडीबरोबर मिळणारी इतर बक्षीसं सगळ्यात आधी मला मिळाली असती.'' हा क्षण म्हणजे माझ्या दुर्दम्य इच्छेवर झालेला कठोर आघात होता. व्यावसायिक भांडवलाच्या पारंपरिक आखाड्यात कामगार वर्गातील लोकांना फसवून, त्यांचे शोषण करून मिळवलेली संपत्ती खेळत असते.[३१]

मला आठवते, एका बनियाची मुलगी कुठल्यातरी आजाराने मरण पावली होती. संपूर्ण वस्ती दुःखी झाली आणि त्यांच्या अशा कठीण काळात वस्तीतल्या लोकांनी त्यांना आधार देऊ केला. हा बनिया एक स्थलांतरित होता, मृत्यूचा शोक करण्यासाठी त्याच्याकडे पुरेसे नातेवाईक नव्हते. त्याच्या अनेक दलित ग्राहकांनी अंत्यसंस्काराच्या वेळी मोफत श्रम देऊ केले. तथापि, दलितांना मृतदेहाजवळ जाऊ देण्यात आले नसल्याचे आढळून आले. त्यांना दूर ठेवण्यात आले आणि ज्यामुळे 'पावित्र्यभंग' होत नाही, अशीच कामे त्यांना देण्यात आली. बनियाचा व्यवसाय एका दिवसासाठी बंद होता. दुसऱ्या दिवशी सर्व काही पूर्ववत सुरू झाले.

हे व्यापारी आमच्या स्त्रियांशी गैरवर्तन करण्यासाठी कुप्रसिद्ध होते. मी त्यांना वाईट हेतूने पाहताना आणि वागताना पाहत असे. आर्थिक अडचणींमुळे दलित स्त्रिया अनेकदा उधारीवर रेशन देण्याची विनंती करत. त्यांची असहायता पाहून दुकानदार त्यांचे तिहेरी शोषण करू बघत असे - पैशातून, जातीतून (विनामूल्य श्रम) आणि संभोगातून. आमच्या वस्तीतल्या स्त्रियांबद्दल असभ्यपणे बोलणाऱ्या दुकानदाराला मी अनेकदा ऐकायचो. एकदा त्याचा किशोरवयीन मुलगा आमच्या परिसरातील एका बाईशी शारीरिक संबंध ठेवल्याबद्दल अभिमानाने बढाई मारत होता. त्याने त्या व्यक्तीच्या वैशिष्ट्यांना इतक्या स्पष्टपणे सूचित केले होते की तिची ओळख न पटणे अवघड होते. ही बातमी जंगलातल्या आगीसारखी पसरली. वस्तीतल्या स्त्रियादेखील तिच्याबद्दल वाईट बोलू लागल्या. तिचा अपमान करण्यासाठी सगळे एकत्र आले आणि तिला खिंडीत लोटले गेले. जात-पितृसत्ता आपले अस्तित्व दाखवून देत होती. मात्र आमच्यातील काहीजणांनी याच्याकडे जातीय पर्यावरणाची संरचनात्मक समस्या म्हणून पाहिले. म्हणून मग आम्ही आमचे लक्ष दुकानदाराचा मुलगा आणि त्याने केलेले आर्थिक, लैंगिक, भावनिक आणि जात्याधारित शोषण याकडे वळवले.

जेव्हा आम्ही आमचे लक्ष त्याच्याकडे नेले, तेव्हा शोषणकर्ती जमात आमच्या विरोधात एकत्र आली. आम्हाला धमकावण्यासाठी त्यांनी आमच्याच काही लोकांना हाताशी धरले. चळवळ तीव्र झाली आणि हा आमच्या समाजाच्या हक्कांचा प्रश्न बनला. मुद्द्याचे विकेंद्रीकरण झाले तेव्हा शोषणकर्त्यांची प्रतिकारशक्ती

वाढली. शोषणकर्त्यांच्या विरोधातील मोठ्या लढाईच्या गोंगाटात दुकानदार आणि त्याच्या मुलाला संरक्षण मिळाले.

नवउदारमतवादी भांडवलशाहीविरुद्धच्या आपल्या संघर्षातही असेच घडते. थेट शोषण करणारा, जो जागतिक कॉर्पोरेट आक्रमणाचा दलाल आहे, तो सुटतो आणि आपले संपूर्ण लक्ष मालकांकडे वळते. व्यवस्थापक स्वतःदेखील अत्याचारी असले तरी.

सरंजामशाहीतील जातीयवादामधील भांडवलशाही

वर्चस्ववादी जातींमधील व्यावसायिक देवाणघेवाणीमध्ये खोटेपणा आणि फसवणुकीला चालना देणारा अविश्वासाचा एक सामायिक धागा आहे, जो भांडवलशाही संरचनेतही गुंतलेला आहे. भारतीय भांडवलशाही हे ब्राह्मणांनी मंजूर केलेले आणि बनियांनी नियंत्रित केलेले व्यवसायाचे एक प्रारूप आहे. आध्यात्मिक आणि भौतिक क्षेत्रांमध्ये एक परस्परसंबंध आहे. भारतीय भांडवलशाहीच्या क्षेत्रात प्रवेश केल्यावर 'पवित्र देवत्व' आणि 'शोषणमूलक व्यवसाय' यांच्यातील सीमारेषा धूसर होते. भारतीय भांडवलशाही म्हणजे आध्यात्मिक जमिनींचे अनियंत्रित क्षेत्र आहे. इथे एका जाती समूहाला संपत्तीच्या मालकीची धर्मसंमत परवानगी मिळते आणि ती आध्यात्मिकतेद्वारा केल्या जाणाऱ्या शोषणाला वैध ठरवते. अभारतीय समाज अनुभवत असलेल्या विविध समूहांमधील भांडवलाच्या सुव्यवस्थित प्रवाहाइतकी ती परिपक्व झालेली नाही. परंतु इतर भांडवली समाजात दिसतात ते गरीब कष्टकऱ्यांच्या रोजीरोटीवरील कठोर परिणाम तिने इथेही यशस्वीरित्या घडवून आणले आहेत.

क्रांतिकारी संकल्पनेमागील उद्देश संरचना बदलणे हा आहे. दलित भांडवलशाही भांडवलदार संरचनेचे चक्र अप्रत्यक्षपणे पुनरुजीवित करताना किंवा किंचितसे सुधारताना दिसून येते. दलित भांडवलशाहीला पुढे जायचे असल्यास एक प्रश्न उभा राहतो. तो असा की ती कोणत्या प्रकारच्या पर्यायी रचनेच्या दिशेने प्रयत्न करते आहे? की तिला बाजारकेंद्री अर्थव्यवस्थेच्या भरभराटीकरता शोभेच्या देखाव्याप्रमाणे वापरल्या जाणाऱ्या नवश्रीमंतांच्या निर्मितीतच फक्त रस आहे?

भांडवलशाहीचे प्राथमिक इंधन असणाऱ्या शोषणाच्या प्रक्रियेत दलित स्वतःला सामावून घेतील की निम्नवर्गीय आणि कष्टकरी दलितांसाठी संधी निर्माण करून दडपशाहीच्या उत्पत्तीचे रूपांतर स्वावलंबनात होईल आणि त्यायोगे जात-भांडवल हा परस्परसंबंध पुन्हा परिभाषित करत आर्थिक क्रांतीचा नवीन सिद्धांत मांडला जाईल? पहिली गोष्ट घडली तर मग भांडवलशाहीच्या संमोहित करणाऱ्या,

कॉर्पोरेट भांडवली हस्तक्षेपावर संपूर्ण भिस्त ठेवू न देता मर्यादित सामाजिक स्वायत्तता देणाऱ्या रोमान्सला दलित भांडवलशाही दुःखदरित्या शरण गेली असे म्हणावे लागेल. जर जातीच्या रचनेला आव्हान देणे हे उद्धिष्ट असलेच तर पूर्वस्मृतींच्या आधारे हे स्पष्ट होते की, जातीने भांडवलशाहीवर विजय मिळवला आहे. वंचित जातींवर रोज होणारे अत्याचार नवउदारमतवादी भारतातील जटिल जातीव्यवस्थेच्या वर्चस्वाचे संकेत देतात.

साठवणुकीची प्रक्रिया भ्रष्ट आणि अनैतिक पद्धतींनी सुरू होते. मिळवलेल्या संपत्तीचे पुनर्वितरण आणि उत्तरदायित्व या संकल्पना जातीय भांडवलशाहीच्या प्रांतात येत नाहीत. जेव्हा आपल्या संपूर्ण आयुष्यावर कब्जा मिळवलेल्या उच्चजातीयांचा तिरस्कार करणारे दलित आपली माणसे तेच करत असल्याचे पाहतात, तेव्हा त्याचे परिणाम फार वाईट असतात. पारंपरिक जातीय संरचनेत दलितांना उच्चजातीयांच्या वर्तुळापासून दूर ठेवले गेले; पण जेव्हा दलित भांडवलशहा उच्चजातीय राहत असलेल्या भागात राहतात आणि त्यांच्यासारखेच होऊ लागतात तेव्हा त्यांच्या या 'शोषक स्थाना'साठी शोषित दलितांकडून त्यांना सहजपणे माफ केले जाणार नाही.

दलितांचे हे पाऊल मान्यताप्राप्त संस्थांच्या क्षेत्रात दडपशाहीची संरचना पुन्हा एकदा प्रस्थापित करेल. प्रत्येक शोषित समाज जी संरचनात्मक पुनर्बांधणी साध्य करण्याचा प्रयत्न करत असतो त्या पुनर्बांधणीसाठीचा क्रांतिकारक विचार यात अत्यल्प प्रमाणात आहे. परिघावर वसलेले एक अस्तित्व पारंपरिक शोषणाच्या तत्त्वज्ञानाचा प्रतिकार करेल, अशी कल्पना करणे म्हणजे वेष बदलून स्वतःची केलेली फसवणूक आहे.

ब्राह्मणवादी व्यवस्थेत मौन बाळगून असलेले भागीदार म्हणून काम करू इच्छिणाऱ्या दलितांच्या प्रयत्नांना भांडवलशाहीचा भ्रामक वेढा बळ देईल. यातून शेवटी दलितांवरच ठपका ठेवला जाईल. त्यांच्या हालअपेष्टांसाठी पुन्हा एकदा त्यांनाच जबाबदार धरले जाईल. डु बोईस यांनी आफ्रिकन अमेरिकन लोकांच्या संदर्भात म्हटल्याप्रमाणे - 'अशा प्रकारची व्यवस्था निग्रो लोकांच्या समस्येचे ओझे निग्रो लोकांच्या खांद्यावर हलवून स्वतः समीक्षात्मक आणि काहीशी निराशावादी प्रेक्षक म्हणून बाजूला होईल. वस्तुतः हा भार राष्ट्राचा आहे आणि आपण आपली शक्ती या मोठ्या चुका सुधारण्यासाठी वापरली नाही तर आपल्यापैकी कुणाचेही हात स्वच्छ राहणार नाहीत'.[३२] संरचनात्मक वर्चस्वाचे चक्र पुनरुज्जीवित करण्यासाठी सतत आणि अथक प्रयत्न केले जात आहेत.

बनिया भांडवलाच्या निर्मितीवर इतिहासाचा महत्त्वपूर्ण प्रभाव आहे. ही एक ऐतिहासिक प्रक्रिया आहे, जी आजही कार्यरत आहे. वर्चस्ववादी जातींच्या

श्रेष्ठत्वाचा आविष्कार मूलतः भेदभाव आणि वर्चस्व निर्माण करण्याला वैधता मिळवून देण्यासाठी केला गेला. मार्क्सवादी ऐतिहासिक प्रक्रियेद्वारे तपासणी केली असता बनिया भांडवलाची निर्मिती आणि भौतिकतेची मांडणी (वस्तूंची साठवणूक) याबद्दल फारच कमी माहिती मिळते. समाजविघातक शक्तींचे- 'खालचे' समजल्या जाणाऱ्या जाती गटांचे - प्रभावी व्यवस्थापन समाजाला करता यावे, हे कारण देत बनियांच्या उदयाचे श्रेय सामाजिक विभाजनाच्या सकारात्मक कल्पनेला दिले गेले. समाजाचे 'नियमन' करण्यासाठी जातीव्यवस्थेला आणि ती उत्तेजन देत असलेल्या उतरंडीला मान्यता देणे आवश्यक असते!

भारतात मात्र समाजवादी, साम्यवादी, विवेकवादी आणि भांडवलशाही विरोधी चळवळींनी उजव्या भांडवलशाही गटांकडून पुजल्या जाणाऱ्या सांस्कृतिक धुरीणत्वाशी आनंदाने जुळवून घेतले आहे. कट्टरपंथी चळवळीतील लोकांचे मंदिर मालक, मोठे व्यापारी आणि सरंजामशहांशी सामाजिक आणि सांस्कृतिक संबंध आहेत. त्यांची विचारसरणी परस्परांशी विरोधी असली तरी त्यांच्यातील एकसारख्या जातीय बंधुभावामुळे त्यांच्यात कायम एक नातं राहिलं आहे. हे नातं एकमेकांच्या विरोधातल्या चळवळीतही चांगले कार्यरत असते. सामाजिक चळवळींच्या वाटाघाटींदरम्यान वर्चस्ववादी जातींचे सांस्कृतिक भांडवल त्यांच्या बाजूने काम करते. जर सारख्याच जाती आणि वर्गाच्या पार्श्वभूमीवरील एखादा व्यक्ती चळवळीच्या विरुद्ध टोकावर असेल तर चालू सामाजिक संबंधांमुळे त्यांच्यात संवाद होण्याची शक्यता असते. तथापि, जातीय समाजात कार्यरत असणाऱ्या दूरच्या सामाजिक संबंधांमुळे दलितांनी सुरू केलेले अशाच प्रकारचे संघर्ष उजेडात येऊ शकत नाहीत. त्यामुळे तुम्ही वर्चस्ववादी जातींतले असाल, तरीही तुम्ही यशस्वी कम्युनिस्ट असू शकता. पण दलित आणि दलितांनी चालवलेल्या इतर मूलगामी चळवळींबाबत तुम्ही अशा परिणामाची अपेक्षा करू शकत नाही. इथे एक प्रकारचे सामाजिक मौन असते आणि संवादांत मोठी दरी असते. सामाजिक चळवळींच्या वर्तुळात बरेचदा ऐकायला मिळते की, 'तुम्ही ब्राह्मण किंवा बनिया असू शकता आणि कुठलेही जहाल विचार बाळगू शकता. तरीही तुम्ही शोषकांशी परस्पर संवाद ठेवू शकता; कारण तो/ती तुमच्या नेटवर्कचा भाग असतो/असते. दलित म्हणून तुम्ही फक्त अपमान, उपेक्षा, तुरुंगवास आणि राज्यसंस्था व जातीने पुरस्कृत केलेल्या हिंसेची अपेक्षा करू शकता. रंगभूमी, साहित्य आणि कला या क्षेत्रांत वर्चस्ववादी जातींच्या नेतृत्वाखाली बूर्झ्वा बनिया जातीयवादाच्या विरोधात सुरू असलेल्या सामाजिक चळवळींमध्ये जात आणि भांडवलाचा परस्परसंबंध दिसून येतो.

बूर्झ्वा राष्ट्रवाद आणि नव-उदारमतवादाविरुद्धचा लढा भारतामध्ये अपयशी

ठरला आहे. एका मोठ्या शोषित लोकसंख्येवर मोजक्या उच्चभ्रूंची मालकी आणि सत्ता असावी यावर बूर्झ्वा राष्ट्रवादाचा ठाम विश्वास असतो. आपल्याला वारशाने मिळालेला बूर्झ्वा राष्ट्रवाद हा द्वंद्वात्मक भौतिकवादामध्ये अंतर्निहित होता. शिवाय त्याला जातीय संवेदनेचा प्रबळ जोरही होता, जो विशिष्ट कृषक जातींना जमिनी देऊन जमीनदारी-संरजामदारीमध्ये रूपांतरित झाला. यातून जातीची रचना अबाधित राखली गेली. जात जतन करून ठेवण्याने राजे, ब्राह्मण आणि बनिया या सर्वांना फायदा झाला. पण जातीवर नियंत्रण ठेवण्यासाठी निम्न जातीयांवरील वर्चस्व कायम ठेवावे लागले. निम्न जातीय लोक जातीय उतरंडीच्या पहिल्या पायरीवर होते, आणि हे करण्यासाठी, सर्वांत खालच्या रचनेच्या जवळ असलेल्या परंतु उतरंडीत वरच्या स्थानावर असणाऱ्या व्यक्तीला जमीन मालकीच्या फायद्याविषयी शेतमजुरांचे कष्ट, वरकड, कुरण आणि मशागत या मुद्द्यांसह सर्व माहिती तपशीलात देण्यात आली.

दुसऱ्या बाजूने नवउदारमतवाद सद्यस्थितीतील सैलसर सामाजिक रचनेत प्रवेश मिळवून दमनकारी शासक वर्गाच्या स्थानाला मान्यता देतो. यातून शोषकाला आपल्या बाजूला वळवण्यात नव-उदारमतवादाला मदत होते. आतापर्यंत मुस्लिम आणि इतर अल्पसंख्याकांसह दलितांना त्यात सामावून घेता आलेले नाही. भारतातील गरीब आणि कामगार वर्गाचे शोषण करण्यात पारंपरिक व्यापारी जाती आघाडीवर होत्या, हे मान्य करायला कुणीच तयार नाही. भारतातील शेतकरी आत्महत्या मुख्यत्वे जात आणि भांडवलाच्या परस्परसंबंधांमुळे झाल्या आहेत. ऐतिहासिकदृष्ट्या आणि अजूनसुद्धा संस्थात्मक पतपुरवठा नसल्यामुळे शेतकरी प्रामुख्याने कर्जासाठी या जातींवर विसंबून असतात आणि यात त्यांना दलालांच्या दयेवर अवलंबून राहावे लागते.[३३] हे दलाल शेतकऱ्यांचे शोषण करतात. त्यांना कर्जाच्या दावणीला बांधून त्यांच्या जमिनी आपल्या नावे करून घेतात. याबरोबरच, परकीय भांडवलाला परवानगी देणारी राज्यसंस्थेची धोरणे आणि कृषी-उद्योग, वस्तुनिर्माण आणि मोठी साखळी असलेली उत्पादन केंद्रे यातील वरकड काढून घेण्याची आंतरराष्ट्रीय नाणेनिधीच्या प्रभावाखालील धोरणे यांनी वर्चस्ववादी जातींना मोकळीक दिली आहे.

कर्जबाजारीपणाची समस्या येणाऱ्या पिढ्यांना वारशाने मिळते. गुलामी तशीच चालू राहते. उदाहरणार्थ, मराठवाड्यातील शेतकऱ्यांच्या मुलांना जमीन कसण्यास भाग पाडले जाते; कारण त्यांची जमिनीवरील मालकी संपलेली असते. त्यांना शिक्षण घेण्यापासून परावृत्त केले जाते कारण ते त्यांच्या वडिलोपार्जित जमिनीशी बांधले जातात आणि ती जमीन आता वर्चस्ववादी जातीगटांच्या मालकीची झालेली असते. कायदा महाविद्यालयातील एका वर्गमित्राने त्याच्या

गावातील भयानक परिस्थितीचे वर्णन केले होते. सर्व सावकार आणि पाटलांकडे (जमिनीची मालकी असणाऱ्या सरंजामी जाती) जमिनीची मालकी होतीच, पण त्याबरोबर जमीन कसणाऱ्यांच्या मुलांचीही मालकी होती. ही मुले वेठबिगार म्हणून जमिनीशी बांधली गेली होती.

भारतातील कष्टकरी गटांना - कामगार वर्गातील सबअल्टर्न जातीचे भारतातील गट जे संपत्तीचे निर्माते आहेत - उत्पादन चक्रामध्ये काठावर ठेवले जाते. त्यांच्याकरता पुरेशा संधी नाहीत की त्यांचा फायदा होईल, अशा प्रकारे उद्योगांची पुनर्रचना केली जात नाही. मूठभर दलितांना संधी देणे आणि त्यांना जात-नियंत्रित भांडवलशाहीचे दलाल म्हणून सामील करून घेणे ही उर्वरित गटाला डांबून ठेवण्याची धूर्त रणनीती आहे.

नवउदारमतवादाच्या विषयपत्रिकेतील जात

नवउदारमतवादाच्या साच्यातील भांडवलशाहीने दिलेली बरीच आश्वासने पूर्ण केली गेली नाहीतच आणि शिवाय भारतातील परिघावर जगणाऱ्या बऱ्याच उपेक्षित लोकांच्या मृत्यूच्या आकड्यात तिने भर घातली. १९८० च्या दशकापासून नवउदारमतवादी कॉर्पोरेट भांडवलशाहीच्या आगमनाने भारताच्या भांडवली बाजारावरील जातीच्या नियंत्रणाची पकड सैल होऊ शकली नाही. आर्थिक जागतिकीकरणाचे स्वागत केले जात असताना सांस्कृतिक स्वरूपातील अभिव्यक्ती (उदा. मुक्त बाजारपेठेच्या संदर्भात स्वत:ची अभिव्यक्ती, वैयक्तिक उदारमतवाद तसेच लैंगिकता, लिंगभाव आणि वर्ग यासारखे सांस्कृतिक ओळखींचे निदर्शक) जातीयवादाला झटकून टाकू शकल्या नाहीत. भांडवलशाहीच्या बाजूने वा त्याच्या विरोधात होणाऱ्या चर्चांनी उपेक्षितांच्या दैनंदिन जीवनावर फारसा परिणाम झाला नाही, कारण तेलतुंबडे ज्याला 'अभद्र युती'[३४] म्हणतात ती बळकट करणाऱ्या सामर्थ्याच्या गतिशास्त्राला ते शरण गेले.

नवउदारमतवादी युगात, पारंपरिकरित्या श्रीमंत आणि सामर्थ्यशाली असणाऱ्या जातींनी भारतातील भांडवलशाही प्रवाहाशी चांगल्या प्रकारे जुळवून घेतले आहे. पाश्चात्य आणि साम्राज्यवादी शोषक भांडवलाचे दलाल म्हणून काम करणाऱ्या व्यापारी जाती मजूर वर्गावर, शोषित जाती गटांवर नवउदारमतवादी इच्छा लादतात. भारतातील नवउदारमतवादाविरोधात झालेल्या चर्चेत पाश्चात्य साम्राज्यवादी संरचनांवर हल्ला चढवण्यापूर्वी येथील स्थानिक भांडवलशाही शक्तींचा सामना करण्याविषयी क्वचितच कोणी बोलले आहे. भारतातील डाव्या चळवळींच्या चर्चेत पश्चिमेकडील साम्राज्यवादी व्यवस्थेचा मुद्दा मध्यवर्ती समस्या म्हणून

पाहिला जातो, तर भांडवलशाही जात बाजारपेठेत स्थानिक पातळीवर रोज होणाऱ्या जातीय शोषणाकडे दुर्लक्ष केले जाते. इतर देशातील इतर शोषक गटांचे सिद्धांत व अनुभव उसने घेऊन हे प्रभावीपणे पार पाडले जाते. त्यांच्या अनुभवांना भारतातील अत्याचारग्रस्तांच्या अनुभवाचे प्रतिनिधित्व करण्यास लावले जाते. म्हणजे आशिया, आफ्रिका आणि उत्तर अमेरिकेतील त्याच्या बांधवांच्या भांडवलशाही शोषणाची व्यथा दलितांना जाणिवेतून अनुभवावी लागते. डाव्यांच्या मांडणीत दलित मागे पडतात. खरे तर जेव्हा दलित लोक जमीनदारांच्या दडपशाहीविरुद्ध संघटित होतात, तेव्हा सरंजामशाही समाज ज्यात कार्यरत असतो त्या जातीय संरचनांचे स्पष्ट वर्गीकरण सुरुवातीलाच समजून घेतले पाहिजे. त्याऐवजी दलित आणि संघर्ष यांच्या कल्पनेतून जात नष्ट केली जाते. म्हणूनच दलित मनुष्य एक दलित म्हणून दुःख भोगत असतो, पण त्याचे शोषण 'दलित' म्हणून होत आहे, ही जाणीव अनुभवण्याची त्याला परवानगी नसते. त्याऐवजी, तो एक दलितेतर, बिगर-जातीय, केवळ त्याच्या कामगार वर्गाच्या अस्मितेपुरता मर्यादित असणारा म्हणून पाहिला जातो.

दलित प्रतिनिधित्वाच्या हत्येमुळे निर्जीव दलित मतदारसंघाची निर्मिती होते. तो आपल्या समुदायाच्या सामाजिक परिवर्तनासाठी कार्य करण्यासाठी अक्षम असतो. त्याऐवजी, तो वर्चस्ववादी जातींच्या मित्रांच्या ध्येयाकरता काम करू लागतो. हे मित्र त्यांच्या समुदायाचे रक्षण करण्याचे काम करत असतात. ते आपल्या समुदायाचे नाव घेत नाहीत आणि तो करत असलेल्या जातीय शोषणाचा उल्लेखही करत नाहीत. ते ही जबाबदारी एका कल्पित, परक्या व्यक्तीवर टाकतात. दलितांना त्याच्यापर्यंत कधीच पोचता येत नाही. त्यामुळे शोषण हे दलिताच्या फक्त कल्पनेतच उरते. तो केवळ एक 'कामगार' म्हणून या शोषणाला क्वचितच अनुभवतो. डाव्या चळवळीतही दलितांना वर्चस्ववादी जातींचे सामर्थ्य अनुभवायला मिळते.[३५] त्यामुळे क्रांतिकारक प्रकल्पात दलितांची भक्कम गुंतवणूक होऊ शकत नाही. वर्चस्ववादी जातीच्या डाव्या लोकांनी शोषित जात-वर्गातील लोकांच्या क्रांतिकारक परिणामांपासून आपल्या जातीच्या बांधवांना सुरक्षित ठेवले आहे. आंबेडकरी दलितांच्या जाणीवपूर्वक सहभागाशिवाय डाव्यांची चळवळ हा एक अयशस्वी प्रकल्प असून कामगार वर्गाच्या खऱ्याखुऱ्या मुक्तीच्या संदर्भात भारताच्या इतिहासातील तो एक दुःखद अध्याय आहे.

भारतातील डाव्यांच्या कोंडाळ्याची[३६] दृष्टी मार्क्स, लेनिन आणि माओ यांनी सिद्धांतन केलेल्या भांडवलशाहीच्या आकलनाने सीमित केली होती. भारतीय समाजातील वेदना अधिक तीव्रतेने जगलेल्या आणि समजून घेतलेल्या स्थानिक क्रांतिकारकांना त्यांनी अंधपणे नाकारले. भारतातील मार्क्सवादी चौकटीमध्ये

जाती-आधारित भांडवलशाही शोषणावर फारसे लक्ष दिले गेले नाही. फुले आणि आंबेडकर दुर्लक्षित, अप्रिय आणि निहित हितसंबंधांच्या ब्राह्मणी राज्यतंत्रापासून भारताला बरे करण्यासाठीचा गैरसोयीचा 'राम-बाण'[३७] बनून राहिले.

सबअल्टर्न जातींच्या (दलित आणि इतर शोषित जाती) शोषणाच्या शीर्षस्थानी असणारा सावकार म्हणजे आमच्या जाणिवेवर स्वतःच्या अटी लादणारा ब्राह्मणांबरोबरचा आमचा पहिला 'वर्ग शत्रू' आहे. दलितांमधून मानवी प्रतिष्ठा आणि अभिमान काढून घेण्याच्या ब्राह्मणी शिकवणुकीमुळे दलित दास्याचे वास्तव जाणिवेपासून दूर राहिले. यातून आमच्या व्यथांच्या अभिव्यक्तीमध्ये अडथळा आला आणि अंतिमतः क्रांतीमध्ये अडथळा आला. महात्मा फुले यांनी सर्वप्रथम सबअल्टर्न जातींच्या अस्तित्वाला बंडखोरीची चौकट दिली. त्यांनी शोषित समूहांच्या जाणिवेला संघटित केले आणि 'बहुजन' असे त्याचे नामकरण केले. त्यात पॅन-दलित, शूद्र, मुस्लिम आणि सर्व जातींच्या स्त्रिया यांचा समावेश होता. आंबेडकरांनी त्यानंतर धैर्याने त्याला व्यवहारात आणून मानवी आणि नागरी हक्कांच्या भाषेत ते सादर केले. ते तिथेच थांबले नाहीत तर त्यांनी सामाजिक बदल आणि भौतिक प्रक्रियांबाबत आस्था असलेल्या आपल्या द्वंद्वात्मक भौतिकवादाच्या केंद्रस्थानी राजकीय हक्कांना आणून त्यांची मागणी करण्यास सुरुवात केली.[३८] भारताच्या समस्यांकडे बघण्याचा त्यांचा वर्गाधारित दृष्टिकोन ही एक कमी लेखली गेलेली आणि आपल्याकडून निसटून गेलेली संधी आहे. आंबेडकरांच्या ग्रंथालयात सापडलेली मार्क्सवादावरची पुस्तके मार्क्सचा जगावरचा आणि त्याद्वारे आंबेडकरांवरचा प्रचंड प्रभाव दर्शवतात.[३९]

आंबेडकरांचे परंपरानिष्ठ हिंदू कट्टरतेविरुद्धचे युद्ध आणि जात-प्रेरित वर्गयुद्ध हे दोन्ही एकाच वेळी सुरू होते आणि त्याने आंबेडकरांना एका अनोख्या स्थानावर आणून ठेवले होते. आंबेडकर एका सभ्य, सुसंस्कृत विचारवंताचे मूर्तिमंत उदाहरण होते आणि विरोधाभासांनी व्यापलेल्या भारतीय समाजाकरता आंबेडकर म्हणजे एक गंभीर धोका होता. म्हणूनच कदाचित आंबेडकर ही भारतातील सर्वांत प्रिय आणि अप्रिय व्यक्ती आहे. आंबेडकरांबद्दलची सकारात्मक किंवा नकारात्मक भावना 'जैसे थे' परिस्थिती नष्ट करण्याच्या किंवा टिकवून ठेवण्याच्या इच्छेतून उद्भवते.

~

अशा प्रकारे, आपण भांडवल आणि कामगार यांच्या चलनवलनाच्या समकालीन जागतिक अनुभवांमध्ये दलित भांडवलशाही प्रभावीपणे स्थिरावताना पाहतो. वर्चस्ववादी जातींच्या भांडवलशाहीचे अनुकरण करण्याचे अनुभव हा पहिला आणि इतर शोषित गटांचे (आफ्रिकन अमेरिकन) तुलनात्मक अनुभव हा दुसरा

असे दोन पर्याय दलित भांडवलशाहीकडे आहेत. यातून तिला निवड करायची आहे. भांडवलाचा संचय आणि त्याच्या पुनर्वितरण यंत्रणेचे नवीन सिद्धांतन करण्यापासून ती दूर गेली आहे. सामाजिक स्थैर्यासाठी आर्थिक गतिशीलता हा एक मार्ग आहे, असे दलित भांडवलशाहीच्या मांडणीत आग्रहपूर्वक म्हटले गेले आहे. हा दावा पुराव्यानिशी सिद्ध करणे गरजेचे आहे. आत्तापर्यंत तरी हा दावा आत्मविश्वास देऊ शकलेला नाही. या द्वैताबाबत, दलित आणि मराठी साहित्य चळवळीचे संस्थापक बाबूराव बागूल यांची आठवण करून देणे समर्पक ठरेल. बागूल नोंदवतात की, वसाहतोत्तर भांडवलशाहीची भारतीय आवृत्ती उच्चभ्रू वर्गाच्या किरकोळ लढाया लढण्यासाठी विकसित झाली आहे. हा वर्ग संपत्तीच्या असमान केंद्रीकरणातून वर्गीय विभाजन रुंदावत नेतो आहे. मुख्य लढाया सामाजिक विषमतांच्या संदर्भात आहेत. भारतीय लोकशाहीचे मिथक सामाजिक, आर्थिक आणि धार्मिक असमानता सामावून घेणाऱ्या भांडवलशाही रूपांनी बळकट केले आहे. हा एक विरोधाभासच आहे. उपेक्षित लोकांच्या संरक्षणासाठी असणारे कायदेशीर उपाय म्हणजे कायद्याच्या नीतीमत्तेची मोडतोड करण्याचा आणखी एक प्रकार आहे. त्यातून होते इतकेच की, भांडवली लोकशाहीतील कायदेशीर सिद्धांत प्रभावी कायद्यांची अंमलबजावणी पुढे ढकलत राहतात. असे केल्याने पारंपरिक आचारसंहिता कायम ठेवल्या जातात आणि मग अस्पृश्यता दुर्लक्षित आणि अस्पर्शित राहते. भांडवलाने निर्देशित केलेल्या लोकशाहीचा उदय केवळ सर्व प्रकारच्या असमानता निर्माण करतो. मुख्यत: 'आर्थिक, धार्मिक आणि वांशिक', अशी टीका बागूल यांनी केली आहे. ते पुढे म्हणतात :

> भांडवलशाहीच्या माध्यमातून झालेला आर्थिक विकास सामाजिक समस्या सोडवतोच असे नाही; उलटपक्षी, भांडवलशाहीच्या विकासाने युद्ध, वसाहतवाद आणि फॅसिझमला जन्म दिला जातो, हे इतिहासाने दाखवून दिले आहे. भांडवलशाहीनेच मानवी जीवनावर असंख्य युद्धे लादली आहेत; वसाहती आणि बाजारपेठा हस्तगत करण्यासाठी लढली गेलेली युद्धे भांडवलशाही विचारसरणीच्या विरोधात असणाऱ्या चळवळी आणि तत्त्वज्ञाने दडपून टाकण्यासाठी केली गेलेली युद्धे. त्यामुळे नफ्यापासून प्रेरित झालेला आर्थिक विकास सामाजिक समस्या सोडवेलच, याची खात्री नाही.[४०]

याला जोड देत, ज्या सामाजिक चळवळी अस्पृश्यतेच्या समस्येचे निराकरण करण्यासाठी कार्यक्रम तयार करण्यात अयशस्वी ठरल्या त्यांची तुलना बागूल

करतात. समाजाच्या आर्थिक पायाचा मानवी दुःखाशी जवळचा संबंध आहे. पिढी दर पिढी तयार केली गेलेली आणि विकसित होत गेलेली सामाजिक रचना सत्तासंबंधांच्या आधुनिक घडणीला प्रतिसाद देते. दलित विचारांमधील वेदना ही काल्पनिक नसते. ही एक ठोस भावना आहे. अमूर्त नाही. अशा प्रकारे, दुःखाविषयीच्या जागतिक भाष्यात गूढ स्वरूपाच्या तपशीलांना बगल दिली जाते. त्यामुळे प्रवृत्तीचे स्थानिकीकरण होतेच असे नाही.

भारतातील उच्चभ्रू लोक - जे बाजारपेठा व्यापतात, राज्य नियंत्रित करतात आणि सामाजिक व्यवस्थेवर राज्य करतात - स्वतःला जागतिकीकरणाचे उपकारकर्ते म्हणून सादर करत आपल्या नीतीभ्रष्टतेला वैध ठरवतात. भांडवलशाहीच्या जातीने बळकट केलेल्या परिक्षेत्रातील व्यापक अनुभव केवळ आर्थिक क्षेत्रापुरते मर्यादित राहत नाहीत तर ते लोकांच्या सामाजिक आरोग्यापर्यंत पोचतात. इथे राज्याचे समाजकल्याणाचे धोरण उलथून टाकले जाते आणि त्याला 'कॉर्पोरेट सोशल रिस्पॉन्सिबिलिटी'च्या धर्मादाय मार्गाकडे वळवले जाते. विविध प्रकारच्या भेदभावाखाली काम करणाऱ्या डीआयसीसीआयसारख्या संस्थेला आणखी दूर ढकलले जाते. या संस्थेकडे बाजारावर प्रभाव टाकण्याची कुठलीही क्षमता नाही. मग राज्यसंस्था आणि समाज तर दूरच राहिले. अशा प्रकारे, दलित भांडवलशाही हा अत्याचारी आणि शोषण करणाऱ्या व्यवस्थेचा प्रहसनात्मक चेहरा आहे.

दलित भांडवलशाहीचा 'तोडगा' आणि काही लक्षाधीशांची निर्मिती या गोष्टी जातीच्या जटिलतेचा विचार न करता संपत्ती संपादन करण्याच्या बाह्य कल्पनांवर आधारित आहेत. या तर्कानुसार, दलितांच्या मुक्तीसाठी आवश्यक असलेली दलितांची मुक्तीदायी परंपरा आणि त्यांची नैतिक मूल्ये चिरडली जातात. शोषणाच्या पद्धती मागे टाकणारी समृद्ध मूल्ये बाजूला केली जातात. त्यामुळेच गोपाळ गुरूंसारखे विचारवंत दलित भांडवलशाहीच्या पुनरुत्थानाकडे 'देखावा' म्हणून पाहतात. असा देखावा ज्यात निम्नवर्गीय दलितांमध्ये 'उच्चवर्गीय उपभोक्तावादी चेतना' निर्माण करण्याची खोटी धारणा तयार केली जाते. याचा परिणाम असा होतो की एक 'कमी-तीव्रतेचा देखावा' तयार केला जातो, ज्याला सामुदायिक फायद्याऐवजी वैयक्तिक लाभात स्वारस्य असते. अशा प्रकारे, दलित भांडवलशाही कॉर्पोरेट वर्गाच्या वास्तविक जीवनात 'अधिक दृश्यमानता आणि मान्यता' मिळवण्यासाठी धडपडताना दिसत आहे.[४१]

भांडवलशाही हा एक 'तोडगा' आहे, असे मानणारी दलित भांडवलशाही ही एक रोमँटिक कल्पना आहे. भांडवलशाही हीच मुळात एक समस्या असून ती एक विनाशकारी व्यवस्था आहे, हे ओळखले जात नाही. लोकप्रिय सांस्कृतिकता आणि माध्यमांच्या मदतीने ती सर्वसामान्यांना भरभरून विकली जाते. काही

दलित व्यक्ती 'भांडवलशाहीची यशोगाथा' म्हणून वारंवार प्रक्षेपित केल्या जातात. त्यांना माध्यमांमधून भरपूर जागा दिली जाते. अशा प्रकारे, माध्यमांच्या सादरीकरणाच्या व्यंगात्मकतेत बसण्यासाठी हे दलित भांडवलवादी 'यशोगाथांच्या' मिथकाच्या पुनरुत्पादनात भाग घेतात. त्यांचे मार्गदर्शन घेण्यासाठी जाणाऱ्या अनेक उमेदवार दलित उद्योजकांना आणि उद्यम भांडवलदारांना (व्हेंचर कॅपिटॅलिस्ट) त्यांची पुस्तके किंवा मासिकात आलेले त्यांचे लेख संदर्भ म्हणून दिले जातात. मात्र प्रत्यक्षात पतपुरवठा करण्यासाठी किंवा नवोदित उद्योजकांना व्यवसायाची सुरुवात करण्यासाठी कोणतीही मदत दिली जात नाही. असे अनेक प्रादेशिक आणि स्थानिक दलित उद्योजक गट आहेत जे अनौपचारिकरित्या एकमेकांशी जोडलेले आहेत. या संघटित भांडवली टोळ्यांपेक्षा ते अधिक प्रभावीपणे काम करतात. दलित यशोगाथांच्या प्रतिमा मिरवत भांडवलशाही संरचना एक आदर्श चित्र रेखाटते - एक दिवस तुम्हीसुद्धा लॉटरी जिंकू शकाल आणि वर येऊ शकाल; म्हणजेच, स्वप्नात पाहिलेला २१ इंचाचा रंगीत टीव्ही जिंकू शकाल. अशा खोट्या गोष्टी सतत गरीब वस्त्यांमध्ये आणि कष्टकरी दलितांच्या झोपड्यांमध्ये येऊन आदळत असतात. एका दलिताचे यश हे सर्व दलितांसाठी उपलब्ध असलेल्या खात्रीशीर यशाचे चिन्ह म्हणून वापरले जाते. कॉर्नेल वेस्ट आपल्याला आठवण करून देतात त्याप्रमाणे दलित केवळ आर्थिक आणि राजकीय उद्धारासाठीच भुकेले नाहीत तर जगातील इतर शोषित आणि निकृष्ट जीवन कंठणाऱ्या लोकांप्रमाणेच 'ओळखीसाठी, अर्थपूर्णतेसाठी आणि स्वाभिमानासाठी' देखील भुकेले आहेत.[४२]

दलित भांडवलशाही धुराचा एक पडदा आहे. उद्योजकता विकासाच्या माध्यमातून दलित उद्धाराच्या या प्रकल्पाच्या परिणामाबद्दल या प्रवर्तकांनी कोणतीही हमी दिलेली नाही. मोजक्या प्रमाणात मिळवलेले यश वर्चस्व उलथवून टाकण्याची आणि जातीव्यवस्थेच्या समाप्तीची हमी देईल का? जातीव्यवस्था केवळ हिंदू धार्मिक-सामाजिक व्यवस्था नाही तर भौतिक मानहानीसाठी विकसित केलेले एक बनावट उत्पादन आहे. भांडवलशाही ऐतिहासिकदृष्ट्या शोषित व्यक्तींना ऊर्ध्वगामित्व देऊ शकते. पण ज्या सबअल्टर्न समूहांकडे क्रयशक्ती आणि वाटाघाटी करण्याचे पुरेसे सामर्थ्य कधीच नव्हते त्यांना मात्र ती मोठ्या प्रमाणात दिली जाणार नाही. जर कुठे तथाकथित दलित व्यक्तिमत्त्वे असतीलच, तर ती जातींच्या नकाशारेखनात आणि स्वतंत्र व्यक्तित्त्वाला नाकारण्यात रचलेल्या बनावट प्रगतीच्या विचारधारेशी जुळवून घेतील. व्यक्ती म्हणजे समूहवादी तत्त्वांचे एकत्रित अस्तित्व असते, जिथे प्रत्येकजण एक असतो आणि एक प्रत्येकासारखा नसतो. हे एक असे मूल्य आहे जे एक सामर्थ्यवान समुदाय आपल्या अस्तित्वाच्या

सर्वांत प्रबळ उद्देशाजवळ बाळगतो. दलित समूह म्हणजे अभावग्रस्त जीवन जगतानाही काळजी आणि संगोपन या वैश्विक मूल्यांचे उपयोजन करणारे एक प्रतिमान आहे.

पुराणमतवादी बुकर टी. वॉशिंग्टन यांच्या कार्याचे कौतुक म्हणून एकोणिसाव्या शतकाच्या सुरुवातीच्या काळात अनेक भारतीयांना त्यांचे स्थान आंबेडकरांसारखेच वाटले. मुंबई विधानसभेच्या सभागृहात बोलताना कराचीचे प्रतिनिधी एन.ए. बेचर यांनी आंबेडकरांच्या कामाचे कौतुक केले. ते पुढे म्हणाले की, राष्ट्रपती लिंकन, ज्यांनी लेखणीच्या एका फटकाऱ्याने संपूर्ण निग्रो लोकसंख्येला अमेरिकेच्या गुलामगिरीतून मुक्त केले. मला आशा आहे की, येणाऱ्या काळात माझे मित्र डॉ. आंबेडकर आपल्या लोकांसाठी बुकर टी. वॉशिंग्टन बनतील.'४३ आंबेडकरांच्या समाजवादी प्रयत्नांच्या संदर्भात ही तुलना थोडीशी चुकीची होती; पण आपल्या लोकांच्या उन्नतीसाठी संस्थात्मक उभारणी करणाऱ्या वॉशिंग्टनच्या दृढ धारणेच्या संदर्भात मात्र ती जवळची होती. दुसरीकडे, आंबेडकर आणि डू बोईस यांचे स्वप्न काबाडकष्ट करणाऱ्या लोकांच्या मुक्तीचे होते. डू बोईस म्हणाले होते, 'अमेरिका आणि जगातील निग्रो वंशाच्या भविष्याची आशा ही पदवीधरांपेक्षा कामगारांवर जास्त प्रमाणात अवलंबून आहे.' (म्हणजेच त्यांच्या 'टॅलेंटेड टेंथ'च्या कर्तृत्वावर).४४ आंबेडकरदेखील एका गरीब माणसाचे राजकारणी होते ज्यांनी दलितांच्या प्रश्नांची जगभरातील कामगारांच्या प्रश्नांशी सांगड घालण्यासाठी कामगारांच्या राजकारणाला संघटित केले.४५ त्यांच्या प्रयत्नांनी जातीच्या भिंतीला तडाखा दिला आणि म्हणूनच ते संघटना बांधणीच्या जात-वर्ग धोरणांकडे वळले.

भारतातील भांडवलशाही ही एक उत्पादित व्यवस्था आहे. खोलवर रुजलेल्या जातीय शोषणाच्या बरोबरीने ती कार्यरत आहे. खेड्यापाड्यात असो वा शहरी वस्त्यांमध्ये असो किंवा मोठ्या शहरांमधील कॉर्पोरेट्सच्या चकचकीत कार्यालयात असो-हा परस्परसंबंध शोषितांना निरंतर दुःखाच्या अटळ चक्रात अडकवून ठेवतो.

६

ब्राह्मणवादाच्या विरोधातील ब्राह्मण

'ज्याने आपली जात जाळली आहे, तो माझा सोबती आहे.'

– कबीर

'माझ्या जुन्या मालकांना...
मी या पत्राचा शेवट करणार नाही; जोपर्यंत मला तुमच्याकडून काही ऐकायला मिळत नाही, तोपर्यंत मी पुन्हा पुन्हा तुम्हाला ऐकवत राहीन. मला तुमचा वापर गुलामी व्यवस्थेवर हल्ला करण्यासाठी-लोकांचे लक्ष या व्यवस्थेकडे वेधण्यासाठी, माणसांचे आत्मे आणि शरीरे यांचा व्यापार करण्यातली भयानकता दाखवून देण्यासाठी एका शस्त्रासारखा करायचा आहे. मी तुमचा वापर अमेरिकन चर्च आणि पाद्री यांचे पितळ उघडे पाडण्यासाठी – आणि तुमच्यासकट, या अपराधी राष्ट्राला पश्चात्ताप करायला लावण्याचे साधन म्हणून करणार आहे. असे करताना, वैयक्तिकरित्या तुमच्याबद्दल मी कोणताही आकस बाळगत नाही. तुम्हाला आवश्यक असलेला एखादा आसरा मिळवून देण्याच्या बाबतीत मी कधीच मागेपुढे पाहणार नाही. खरं तर, तसे करताना मानवजातीने एकमेकांशी कसे वागावे, याविषयीचा परिपाठच घालून देण्याचा मोठा बहुमान मला मिळाला आहे, असेच मी समजेन.'

– फ्रेडरिक डग्लास, १८४८

'(ब्राह्मण) हे एकूण हिंदू लोकसंख्येच्या जवळपास ८० टक्के असणाऱ्या शोषित वर्गाचे (शूद्र आणि अस्पृश्य लोकांचे) सर्वांत कट्टर शत्रू राहिले आहेत. आज भारतातील शोषित वर्गातील सामान्य माणूस जर इतका

पतित आहे, इतका अवनत झाला आहे, आणि आशा आणि महत्त्वाकांक्षा गमावून बसला आहे तर ते पूर्णपणे ब्राह्मण आणि त्यांच्या विचारधारेमुळे आहे. '

– आंबेडकर, काँग्रेस आणि गांधी यांनी अस्पृश्यांसाठी काय केले?

'ब्राह्मण जेथे सत्तेत असतात आणि पैसे कमावतात तेथे जातीबद्दल बोलत नाहीत, पण ज्या ठिकाणी ते काम शोधत असतात तिथे जातीच्या नावाखाली परक्यांशी भेदभाव करतात.'

– इयोथी थास[१]

मला माझ्या स्मार्टफोनवर एकदा एका कार्यक्रमाचे आमंत्रण आले. मी सहसा प्रत्येक नोटिफिकेशन वाचण्याची तसदी घेत नाही, परंतु याने माझे लक्ष वेधून घेतले. त्याचे शीर्षक 'नॅप्सॅक अँटी-रेसिझम ग्रुप' असे काहीतरी गूढ होते. सभेच्या वर्णनामध्ये सहभागींना त्यांनी वंशवादावर त्यांच्या कुटुंबीयांशी कशा प्रकारे संवाद साधावा, याबद्दल चर्चा करण्यास आमंत्रित केले गेले होते. उत्सुकतेने, मी मॅसॅच्युसेट्सच्या केंब्रिजमधील वायएमसीएच्या मीटिंग पॉइंटला गेलो. माझे स्वागत विभिन्न रंगांच्या पण त्यातही प्रामुख्याने गोऱ्या असलेल्या विशीतल्या मुलींच्या गटाने केले. न्यू इंग्लंडच्या बर्फवृष्टीमुळे मला येण्यास थोडा उशीर झाला आणि त्यामुळे चालू असलेल्या चर्चेच्या मध्यात मी पोहचलो.

पन्नाशीतली लहान केस असलेली एक गोरी महिला आणि कॅरेबियन वंशाची, साधारण पंचवीस ते तीस वय असलेली एक कृष्णवर्णीय महिला या बैठकीच्या संयोजक होत्या. अभियांत्रिकी विद्यार्थी अशी स्वत:ची ओळख करून देणाऱ्या विशीतील एका गोऱ्या समलैंगिक स्त्रीने तिच्या घरातील वर्णद्वेषाची कहाणी सांगितली. 'आमच्या घराचे छप्पर दुरुस्त करण्यासाठी माझ्या आईने मेक्सिकन बांधकाम कामगाराला कामावर घेतले. ती त्याच्या वांशिकतेबाबत खूपच संवेदनशील होती. तिने त्याला घरात आमंत्रित करण्यास नकार दिला आणि मला 'या' लोकांबद्दलच्या कथा सांगितल्या.' वर्णद्वेषाचे तिचे अंतर्गत अनुभव कथन करताना तिच्या आवाजाची तीव्रता वर-खाली होत होती. आपली कथा सांगताना कोणाशी नजरभेट होऊ नये, म्हणून ती खाली बघत होती आणि तिने आपले हात टेबलावर टेकले होते. आपल्या आईने आपल्याला माणसाकडे माणूस म्हणून बघू दिले नाही तर त्याच्याकडे

एक मेक्सिकन वंशाची व्यक्ती म्हणून बघायला शिकवले, असा आरोप तिने आपल्या आईवर केला.

त्यानंतर, तिच्या शेजारी बसलेल्या पंचवीस-तीस वर्षे वयाच्या, नोकरी करणाऱ्या एका गोऱ्या महिलेने, तिच्या कौटुंबिक संमेलनातील वर्णद्वेषाच्या अनुभवांविषयी सांगितले. 'गेट-टुगेदरकरता जेव्हा आम्ही भेटतो, तेव्हा आमच्या कुटुंबात राजकारण आणि वांशिकता यावर चर्चा न करण्याचा एक करार असतो; परंतु तरीही आमच्या नेहमीच्या संभाषणात तो हळूच वर येतो. कोणीतरी अपघाताने या विषयाला स्पर्श करते आणि आम्हाला अमेरिकी वर्णद्वेषाच्या प्रश्नांवर असहमती दर्शवावी लागते.'

विशीतल्या एका पुरुष व्यवस्थापकाने आपण पुरोगामी होण्याचा प्रयत्न केल्याचे सांगितले. मात्र त्याच्या पुरोगामित्वाची त्याला कर्मचारी भरती करण्यात मदत झाली नाही. त्यामुळे त्याने आपली उदारमतवादी बाजू उमेदवारांसमोर मांडणे पसंद केले. त्याने हे नमूद केले कारण त्याची पुरोगामी विचारधारा त्याचे गोरे कुटुंबीय आणि गोरे सहकारी यांना मान्य नव्हती.

हा कार्यक्रम संपताच मला जाणवलं की, हा कार्यक्रम गोऱ्या लोकांसाठी होता, जे थँक्सगिव्हिंगसाठी त्यांच्या कौटुंबिक पुनर्भेटीत वंशभेदाच्या अंतर्गत रूपांचा सामना करतील. विशेषाधिकार असणारे सचेतपणे दखल न घेताही वर्णद्वेषाचे जे ओझे बाळगतात ते हाताळण्यासाठीचे ते प्रशिक्षण सत्र होते.

बैठकीचे उद्दिष्ट दैनंदिन जीवनातील वंशवादाच्या मुद्द्यांचा पुनर्विचार करणे हा होता. कार्यक्रमानंतर मी या उपक्रमाबद्दल थोडे संशोधन केले. मला 'पेगी मॅकॅन्टोश' नावाच्या एका प्रभावशाली गोऱ्या महिलेविषयी माहिती मिळाली. गोऱ्यांचा वर्णद्वेष कशा प्रकारे एक विशेषाधिकार आहे, जो बहुतेक गोरे लोक सोयीस्करपणे बाळगतात; परंतु त्याकडे पाहू इच्छित नाहीत, हे दाखवून देण्यासाठी ही महिला टीव्ही कार्यक्रमांमध्ये हजेरी लावत होती. न्यूज ब्रीफिंग्जला उपस्थित राहत होती. नासाच्या गोडार्ड स्पेस सेंटरपासून अमेरिकन सोसायटी फॉर इंजिनिअरिंग एज्युकेशनपर्यंत, एपिस्कोपल चर्चच्या हाऊस ऑफ बिशप्सपासून सत्य व ज्ञानाच्या अशा अनेक संस्थांमध्ये सगळीकडे प्रशिक्षण कार्यक्रम आयोजित करत होती. तिच्या १९८८ च्या 'व्हाइट प्रिव्हिलेज अँड मेल प्रिव्हिलेज' या शीर्षकाच्या पेपरमध्ये,[२] मॅकॅन्टोशने गोऱ्या विशेषाधिकाराच्या ३६ छुप्या जागा शोधल्या. अशा घटना ज्यामध्ये एखाद्या व्यक्तीच्या त्वचेच्या रंगामुळे त्याला अनुचित फायदा होत असल्याचे आढळले. 'जर या गोष्टी सत्य असतील तर हा देश स्वतंत्र नाही,' असा निष्कर्ष मॅकॅन्टोशने काढला. एका मुलाखतीत तिने असे ठामपणे सांगितले की,

आपण सर्वजण अशा 'जगात राहतो, ज्यात जीवन म्हणजे बिनकमाईचा फायदा आणि बिनकमाईचा दुष्परिणाम यांचे मिश्रण आहे.'[३] भौतिक संस्कृतीच्या कलाकृतींमध्ये लपलेला विशेषाधिकार उघड्या डोळ्यांना दृश्यमान असला, तरीही विशेषाधिकार असणाऱ्या बहुतेकांना तो क्वचितच दिसतो. जेव्हा विशेषाधिकाराची गोष्ट येते तेव्हा डोळ्यांवर पट्टी चढते. त्याच्याकडे एक बाह्य घटक म्हणून पाहिले जाते, जो केवळ उच्चभ्रू वर्गाच्या खर्चिक जीवनशैलीलाच लागू होतो. त्याला कधीही व्यक्तिगत पातळीवर पाहिले जात नाही किंवा दैनंदिन जीवनात एखादी व्यक्ती त्यास मनात बाळगत असेल या दृष्टीने पाहिले जात नाही. जेव्हा विशेषाधिकाराचा प्रश्न उपस्थित केला जातो तेव्हा आपण स्वत: शोषितच आहोत, हे दाखवून देण्याची घाई केली जाते.

दुसऱ्या उदाहरणात, २०१६ च्या अमेरिकेच्या अध्यक्षपदाच्या निवडणुकीत अमेरिकेचे वांशिक राजकारण मी पहिल्यांदा प्रत्यक्ष पाहिले. जवळजवळ प्रत्येक चर्चा आणि मेळाव्यात अमेरिकन जीवनाच्या संचालनात वंशवाद हलकेच कसा प्रभाव टाकतो याचे उल्लेख असत. डेमोक्रॅट्स स्वत:ला उदारमतवादी म्हणून सादर करत, तर रिपब्लिकन पुराणमतवादी भूमिकेवर ठाम होते. प्रायमरी जवळ येत असताना, रिपब्लिकन पक्षाच्या परंपरागत राजकारणाला पर्याय हवा, याकरता मोहीम चालवणारे अनेक गोरे तरुण आणि म्हातारे लोक मला दिसत होते. ते गोऱ्या अमेरिकन लोकांपुढे अमेरिकेची अशी एक प्रतिमा सादर करण्याचा प्रयत्न करीत होते, जी अद्याप तितकीशी लोकप्रिय नव्हती. मला बोस्टन परिसरातील 'उमंग' नावाच्या एका आयोजक मित्राने सांगितले होते की, हे गोरे लोक वांशिकता नको या विचारसरणीशी कटिबद्ध होते. त्यांचे कार्य गोऱ्या लोकांचे दरवाजे ठोठावणे आणि गोऱ्यांच्या अज्ञानाबद्दल संवाद साधणे हे होते, जे पुराणमतवाद्यांचे एकमत तयार करण्यात महत्त्वपूर्ण भूमिका बजावते. उदारमतवादी गोऱ्या लोकांनी पुरोगामी राजकारणाचे महत्त्व पटवून देण्यासाठी रूढीवादी आणि उदारमतवादी गोऱ्या मतदारांना लक्ष्य केले.

या दोन घटनांमध्ये मी स्वत:ला रोखू शकलो नाही आणि भारताच्या संदर्भात यातील समानता शोधायला लागलो. पण असं लक्षात आलं की इथे ब्राह्मणवादी जगातील विशेषाधिकारी-जातींचे नागरिक काही अपवाद वगळता क्वचितच जातीबद्दल किंवा विशेषाधिकाराच्या मुद्द्याबद्दल बोलतात किंवा प्रश्न विचारतात.[४] वर्ग, लिंग आणि जातीचे संरचनात्मक मुद्दे स्वत:चा विशेषाधिकार ओळखण्यावर पुरेसा जोर न देता आपल्यासमोर मांडले जातात. म्हणूनच, अत्याचारी व्यवस्थेविरुद्धचा संघर्ष सहजपणे पुढे ढकलला जातो. तो इतरांचा प्रश्न बनतो. अत्याचारी व्यवस्था कायम राखण्यात स्वत:च्या वैयक्तिक जबाबदारीची

नोंद न घेता समाजातील या अराजकतेसाठी अदृश्य असलेल्या इतरांना जबाबदार धरले जाते.

अशी वृत्ती जाती विरोधातील लढ्यात स्पष्टपणे दिसून येते. वरचढ जातींचे अनेक लोक दलितांच्या लढ्यांमध्ये सामील होतात; परंतु ते करताना दलित लोकांवर व्यवस्थांतर्गत शोषण करणाऱ्या असमान व्यवस्थेचे तेही पालन करतात, याची मात्र ते दखल घेत नाहीत. 'जर मी जातीविरोधी चळवळीत काम करतो तर मी जातीयवादी कसा होऊ शकतो?' असे पालुपद अनेकवेळा ऐकायला मिळते. एखाद्याने स्त्रियांच्या चळवळीत सहभाग घेतल्यामुळे पुरुषप्रधान संवेदनांपासून स्वत: मुक्त झाल्याचे जाहीर करण्यासारखेच हे आहे. आपण सर्वांनी हे मान्य केले पाहिजे की, अत्याचारित समूहांचे आपण केवळ प्रतीकात्मक भाषणबाजीपेक्षा बरेच अधिक देणे लागतो. अत्याचार करणारे गट अत्याचारांमध्ये आपला सहभाग मान्य करतात का, याचा शोध घेण्याच्या प्रयत्नांत मला जातिविरोधी लढ्यात ब्राह्मणांच्या भूमिकेचा शोध करण्यास भाग पाडले. या संघर्षात ब्राह्मणांनी कधी भाग घेतला होता का? की मग अनेकदा त्यांनी बाजूला राहणे पसंत केले? दलितांचा संघर्ष समजून घेण्यासाठी ब्राह्मणांची एकजूट झाली का? की जातीच्या प्रश्नावर त्यांचे वेगवेगळे विचार किंवा मतभेद आहेत? या प्रश्नांनी मला जातीविरोधी चळवळीची दोन प्रचंड मोठी व्यक्तिमत्त्वे, फुले आणि आंबेडकर यांच्या जीवनचरित्राकडे वळवले. फुले व आंबेडकर यांच्या संघटनात्मक कार्याकडे पाहता, ब्राह्मण आणि दलितेतर व्यक्ती प्रचलित ब्राह्मणी रुढिवादाचा शौर्याने निषेध करण्यात सहभागी झाल्याचे सहज दिसून येते. या प्रकरणामध्ये जातीविरोधी संघर्षात त्यांच्या योगदानाची नोंद घेऊन त्यांची प्राथमिक स्थिती जरी अत्याचाऱ्याची असेल, तरी दुय्यम स्तरावर पीडित असणाऱ्या या लोकांनी ज्ञान व विवेचनास कसा आकार दिला, हे मी मांडणार आहे. ब्राह्मणांना आपला विशेषाधिकार जाणवल्यामुळे त्यांचा ब्राह्मणविरोधी चळवळीत सहभाग होता. या संघर्षात त्यांचे योगदान मात्र अज्ञात राहिले आहे.

आता आपण समकालीन भारतातील ब्राह्मणांच्या स्थितीकडे पाहूया आणि त्यानंतर जातीव्यवस्थेला मोडून काढण्याच्या लढाईत महत्त्वाचे भागीदार असलेल्या स्वतंत्र ब्राह्मणांविषयी जाणून घेऊ. प्रथमत: पुरोगामी, नेमस्त व जहाल परिवर्तनवादी ब्राह्मणवादी वर्ग ऐतिहासिकदृष्ट्या नोंद असलेल्या बुद्धकाळापासून पुरोगामी चळवळींमध्ये भाग घेत आहे. गौतम बुद्धाच्या भिक्षूंचा पहिला गट ब्राह्मणांचा होता. हा पहिल्या काही अल्पसंख्याक गटांपैकी एक होता, ज्याने आपल्या सग्यासोयऱ्यांविरुद्ध जाऊन त्या काळाची समतावादी परंपरा स्वीकारली. तथापि, हे ब्राह्मण, अत्याचारी ब्राह्मणांहून भिन्न असणाऱ्या बहुविध ब्राह्मणांचे संपूर्णपणे

प्रतिनिधित्व करत नाहीत. 'ब्राह्मण' हा एक एकजिनसी वर्ग आहे, असा व्यापक गैरसमज आहे. याउलट, अंदाजे ५०० उप-जाती, वर्ग आणि प्रादेशिक रेषांनी तो मोठ्या प्रमाणात विभाजित आहे. १९२९ मध्ये बेळगाव डिस्ट्रिक्ट डिप्रेस्ड क्लासेस या संस्थेद्वारे आयोजित केलेल्या संमेलनाला संबोधित करताना आंबेडकर यांनी राज्याच्या राजकीय कार्यात महाराष्ट्रीय ब्राह्मणांच्या वर्चस्वाचा उल्लेख केला. त्यांनी इतर प्रांतांच्या म्हणजेच गुजरात, पंजाब आणि संयुक्त प्रांतांतील ब्राह्मणांना वर्चस्व असलेल्या पेशव्यांच्या तुलनेत खालच्या आर्थिक क्रमवारीत ठेवले.[५] आरएसएस या नोंदणीकृत नसलेल्या संस्थेवर, महाराष्ट्राच्या कऱ्हाडे ब्राह्मणांचे एकहाती नियंत्रण आहे.[६] इतर राज्यांतील आणि पोटजातींतील ब्राह्मण हे वर्चस्व असणाऱ्या ब्राह्मणांच्या अधीन आहेत,[७] ज्यांच्या व्यथा प्रचलित चर्चांमधून दिसून येत नाहीत.

'अधार्मिक' संपत्तीवरील नियंत्रण

८५ टक्के उच्चभ्रू ब्राह्मण मीडिया

आज भारत बातमीच्या स्वरूपात जे ग्रहण करतो तो मुळात ब्राह्मणी प्रचार आहे. सेंटर फॉर द स्टडी ऑफ डेव्हलपिंग सोसायटीज (सीएसडीएस)च्या अभ्यासानुसार २००८ मध्ये माध्यमांतील मुख्य पदांवर 'उच्च जातीय-ब्राह्मण सर्वाधिक' म्हणजेच ८५ टक्के आहेत, त्यांच्या तुलनेत अनुसूचित जाती आणि अनुसूचित जमातींचा वाटा शून्य आहे.[८]

आज, २०१८ पर्यंतही, बातमी लेखनावरील मोठ्या प्रमाणातील संपादकीय व पत्रकारीय नियंत्रणांमुळे मीडिया ब्राह्मणांचाच व्यवसाय म्हणून कायम आहे. एका देशस्थ (महाराष्ट्रीयन) ब्राह्मण संपादक मित्राने एकदा मला विनोदाने सांगितले, 'माध्यमे ही टॅम ब्राह्मणांची (तमिळ ब्राह्मण) मक्तेदारी आहे. त्यांच्या कार्यक्षेत्रात प्रवेश करण्याची आम्हालाही भीती वाटते.' सत्तर वर्षांपूर्वी आंबेडकरांनी असेच काहीसे प्रतिपादन केले होते, कारण दलितांच्या विरोधातील जे तथाकथित 'मद्रास ब्राह्मणांचे' कार्यक्षेत्र होते त्या ब्राह्मण-संचालित पत्रकारितेवर त्यांचा विश्वास नव्हता. म्हणूनच, त्यांनी स्वत:ची मुद्रित प्रकाशने सुरू करण्याचा निर्णय घेतला. 'मूकनायक' (१९२०), 'बहिष्कृत भारत' (१९२७),'जनता' (१९३०) आणि 'प्रबुद्ध भारत' (१९५६) इत्यादींची सुरुवात याचाच परिणाम आहे. याव्यतिरिक्त, समता संघ नावाची संस्था आंबेडकरांनी सुरू केली आणि समता (१९२८) हे आणखी एक वृत्तपत्र देवराव विष्णू नाईक यांना संपादक म्हणून घेऊन सुरू केले.

सध्याच्या काळात, रॉबिन जेफरी यांच्या 'इंडियाज न्यूजपेपर रिव्होल्यूशन' (२००९) नावाच्या माध्यमांवरील सविस्तर अभ्यासानुसार त्यांना ३०० माध्यमांच्या न्यूजरूममध्ये आणि निर्णय घेणाऱ्या संपादकीय मंडळावर एकाही दलिताचे प्रतिनिधित्व आढळून आले नाही. त्याचप्रमाणे वॉशिंग्टन पोस्ट साऊथ एशिया या ब्यूरोचे प्रमुख केनेथ कूपर यांना १९९६ मध्ये असे आढळून आले की, १०० भाषांमध्ये प्रकाशित झालेल्या ४००० हून अधिक भारतीय वृत्तपत्रांमध्ये क्वचितच भारतातील खालच्या जातींतील लोकांना, त्यातही दलितांना प्रतिनिधित्व मिळाले आहे. 'एकाही दैनिक वर्तमानपत्राने त्यांच्या वतीने बोलणे ही आपली भूमिका मानलेली नाही,' अशी कूपर यांनी टिप्पणी केली आणि हे त्यांनी दोन दशकांहून अधिक काळ भारतात रिपोर्टिंगच्यावेळी आलेल्या त्यांच्या अनुभवांवरून सांगितले.९

कर्नाटकच्या किनारी भागातल्या तसेच रोहित वेमुलाच्या आत्महत्येनंतरच्या काही धाडसी कथांचा मागोवा घेणारा तरुण, चैतन्यशील दलित पत्रकार, सुदिप्तो मोंडल याला त्याच्याभोवती सगळे ब्राह्मण आणि बनिया संपादकच दिसले, ज्यांना त्याला रिपोर्ट करावे लागे आणि त्यांच्या आज्ञा पाळाव्या लागत. त्याच्या व्यवसायात असे कोणी नव्हते, जे त्याच्यासारख्या सामाजिक पार्श्वभूमीतून वर आले होते, जे त्याचे प्रश्न समजून घेऊ शकत होते आणि जातीयवादी पत्रकारिता व्यवसायामध्ये एक दलित पत्रकार म्हणून त्याला पाठिंबा देऊ शकत होते. ब्राह्मणी मीडिया परिक्षेत्रामध्ये जातीमुळे विलगीकरणातील आयुष्य जगत असलेल्या मोंडल याने दलित पत्रकारांना शोधण्याचे काम स्वतःवर घेतले. दहा वर्षांच्या शोधानंतर, 'इंग्रजी मीडियामध्ये आठ दलित पत्रकारांना' शोधण्यात त्याला यश आले. त्यापैकी केवळ दोनच जण आपली ओळख जाहीर करण्याचा धोका पत्करू शकले आहेत. आठ पैकी अर्धे जातीयवादी वातावरणात टिकू शकले नाहीत. मोंडलने सर्वोत्तम पत्रकारिता शिक्षणकेंद्रांमधून प्रशिक्षण घेतल्यापासून ते पुढे व्यावसायिक जीवनातही आपला प्रतिगामी जातीय पक्षपातीपणा पुढे घेऊन जाणाऱ्या भारतीय पत्रकारांच्या व्यावसायिक जीवनातल्या टप्प्यांची मांडणी केली. उच्चभ्रू मीडिया अवकाशात शिक्षण आणि काम करण्याच्या त्याच्या अनुभवांच्या अनुषंगाने, मोंडल आपल्याला धक्कादायकरित्या लोकशाहीविरोधी आणि मागास-विचारसरणीचे एक दर्शन घडवतो. 'या पेशामध्ये ब्राह्मणांचे वर्चस्व देशातील इंग्रजी पत्रकारितेइतकेच जुने आहे. परंतु खरोखर दुःखदायक म्हणजे २०० वर्षांहून अधिक काळानंतर, आधुनिक पत्रकारितेचे प्रशिक्षण देणारे वर्ग म्हणजे सर्वसाधारणपणे साचेबद्ध भारतीय इंग्रजी न्यूजरूमची प्रतिकृती आहे १०– एक प्रकारचे संरक्षित अग्रहार.

मोंडलप्रमाणे मी मुख्य प्रवाहातील इंग्रजी प्रसारमाध्यमांमध्ये काम करणाऱ्या दोन दलित पत्रकारांना भेटलो, ज्यांची नावे मोंडलच्या आठ नावांमध्ये सापडली आहेत. हे दोघेही उच्च पदांवर आहेत आणि त्यांचे अनुयायी देखील मोठ्या प्रमाणात आहेत. त्यांचे लिखाण साहित्यिक कौशल्य आणि पत्रकारितेची कठोर नैतिकता यांचा संगम आहे. ही गुणवत्ता फार लेखकांमध्ये सापडत नाही. या दोन पत्रकारांची शैक्षणिक पात्रता निर्विवाद सिद्ध झालेली आहे; पण त्यांची पात्रता आणि पत्रकारितेतील कामगिरी स्थापित झालेली असूनही, त्यांना आपली ओळख जाहीर करण्याची भीती आहे. त्यांना भीती आहे की त्यांच्या लेखनावर शिक्का मारला जाईल, ज्याची मोठी किंमत त्यांना पूर्वग्रहदूषित दृष्टीचा सामना करून चुकवावी लागेल. दोन्ही पत्रकार मुख्य प्रवाहात राहून त्यांच्या गुणवत्तेच्या जोरावर समाज आणि मीडिया उद्योगाकडून मिळणाऱ्या मान्यतेला पसंती देतात. ते 'पासिंग दलित' आहेत जे कुणाच्या पूर्वग्रहवादी विचारांविना आपली स्वायत्तता शोधण्याचा प्रयत्न करीत आहेत. आपले लेखन दलित लेखन म्हणून वर्गीकृत व्हावे, अशी त्यांची इच्छा नाही. त्यांना कुणाच्याही मतांच्या भीतीशिवाय इतर उच्चजातीयांप्रमाणे स्वतंत्रपणे लिहिण्यास सक्षम व्हायचे आहे. हे काही निवडक दलित पत्रकार आहेत, जे अशा व्यवस्थेने वेढले आहेत जी त्यांच्या समाजाला दुर्बल करण्यासाठी नवीन मार्ग आखण्यात व्यस्त आहे. त्यांना भीती वाटते आणि हे त्यांच्या विचारांमध्ये प्रतिबिंबित होते. जोपर्यंत ते पूर्णपणे मुक्त केले जात नाहीत, तोपर्यंत त्यांच्या लेखणीमधून कोणताही क्रांतिकारी मानवतावादी प्रकल्प जन्माला येणार नाही.

टेलिव्हिजन सेटवर, शर्मा आणि पांडे प्राइम-टाईम प्रोग्राम्समध्ये पडद्यावर चमकताना दिसतात. टीव्ही पाहणाऱ्या लाखो लोकांच्या समस्येवर हे लोक कोणतेही स्पष्ट उपाय सांगत नाहीत. टीव्हीवरच्या बातम्यांचे जग आता ज्ञान मिळवण्यापेक्षा वेळ घालवण्याचे साधन बनले आहे. टीव्हीवर असे एकही व्यक्तिमत्त्व नाही, जे दलित पार्श्वभूमी असल्याचा दावा करू शकेल. जेव्हा दलित दगडफेक, बलात्कार, खून आणि जाळपोळीचे बळी ठरत असतात, तेव्हाच फक्त ते टीव्हीवरील बातम्यांच्या पॅनेलमध्ये दिसून येतात. मृत दलितांच्या संख्येनुसार दलिताचे मूल्य ठरवले जाते. अत्यंत वाईट अत्याचार झाल्यानंतरच दलितांना पॅनेलवर आमंत्रित केले जाते. तथापि, पर्यावरण, हवामान बदल, आर्थिक घडामोडी, नियोजन आयोग, मीडिया विश्लेषण, चित्रपट व दूरदर्शन, स्त्रीवाद चर्चा, एलजीबीटीआयक्यूए मुद्दे, सांप्रदायिकतावाद, राजकीय भाष्य किंवा परराष्ट्र बाबी इत्यादींच्या विषयांवरील वादविवादात दलितांचा सहभाग दिसत नाही; ते कोणत्याही विशिष्ट समस्येवर सामाजिक, आर्थिक, राजकीय

आणि सांस्कृतिक अंतर्दृष्टी देताना दिसत नाहीत. याचा संबंध न्यूजरूममधील दलितांच्या अनुपस्थितीशी आहे. वरील चर्चांच्या विचारक्षेत्रांमध्ये दलितांचा दृष्टिकोन रिपोर्टिंगमध्ये संवेदनशीलतेचा आणखी एक स्तर जोडू शकेल. तथापि, राष्ट्रीय महत्त्व असलेल्या मुद्द्यांमध्ये दलितांची मते काय आहेत, ते पाहण्याचा आग्रह दिसत नाही. सध्या माझ्याशिवाय इतर कोणीही दलित इंग्रजी भाषिक वृत्तपत्रात नियमित पगारी स्तंभलेखक म्हणून काम करत असल्याचे ज्ञात नाही. दलित स्वत:साठी विचार करण्यास असमर्थ आहेत, अशी व्यापकपणे स्वीकारलेली ही जातीयवादी वृत्ती आहे.

भ्रष्टाचार घोटाळे

भारतातील घोटाळे आणि भ्रष्टाचाराचा मुद्दा हा साथीच्या रोगांसारखा आहे. प्रमुख राष्ट्रीय घोटाळे मोठ्या प्रमाणात वर्चस्व-जातीय गटांनी निर्विघ्नपणे पार पाडलेले असतात, परंतु त्याचा दोष वंचित जाती-जमातींवर ढकलला जातो. यूपीए -२ सरकारचा कुख्यात टू जी भ्रष्टाचार घोटाळा मोठ्या प्रमाणात प्रसिद्ध झाला. ए. राजा, तामिळनाडू मधील एक दलित खासदार या प्रकरणातील मुख्य आरोपी होता. आरोपांदरम्यान, राजा यांची दलित ओळख त्यांच्या भ्रष्ट जातीचरित्राला समर्थन देण्यासाठी वापरली जात असे. यापूर्वी मायावती, लालू प्रसाद यादव, मधु कोडा, शिबू सोरेन आणि अन्य अनुसूचित जाती-जमाती आणि ओबीसी मधील निवडून आलेल्या सभासदांवर असेच आरोप लावण्यात आले होते. तथापि, अशाच प्रकारे उच्चजातीय भ्रष्ट नेत्यांची जात कधीच वर आणली गेली नाही. त्यांच्या भ्रष्टाचाराला त्यांच्या जातीच्या चरित्राचे प्रतिनिधित्व म्हणून पाहिले गेले नाही, तर केवळ त्यांचे वैयक्तिक चरित्र म्हणून पहिले गेले. 'भारतातील भ्रष्ट राजकारणी' असे साधे सर्च केल्यास गूगल तुम्हाला मुख्यत: एससी, एसटी आणि ओबीसी नेत्यांकडे निर्देशित करेल.

~

हार्वर्ड केनेडी स्कूल प्रांगणात, जेवणाच्या तासात माझ्या टेबलवर येऊन सामील झालेल्या भारतीय विद्यार्थ्यांशी माझी भेट होते. प्रासंगिक टिप्पणी आणि परिचयानंतर, ते माझ्या संशोधनाची चौकशी करतात. मी स्पष्टपणे बोलतो, "मी जातिव्यवस्थेचा अभ्यास करतो." "छान. तुम्ही येथे (यूएसमध्ये) जातीचा अभ्यास करता की भारतात?" नोकरशाहीत करिअरच्या मध्यावर असलेला दीपन विचारतो. मी उत्तर देतो की मी त्याचा अभ्यास दोन्ही भागांत

करतो. दीपनला उत्सुकता वाटते आणि तो अधिक प्रश्न विचारायला लागतो; परंतु प्रत्यक्षात माझी जात शोधणे, हे त्याचे उद्दिष्ट असते. संभाषणाला दहा मिनिटे झाली तरी अद्याप जात उघड होत नाही. दीपन हार मानतो; मी पुढे जातो. दलित आणि प्रबळ जातींतील व्यक्ती यांच्यातील प्रत्येक संभाषण अशाच प्रकारे घडते. ते हे प्रस्थापित करू इच्छितात की, भारतीय जाती समस्या हा सर्व दलितांचा दोष आहे आणि मला त्यांच्या आरोपाविरुद्ध माझ्या समुदायाचे रक्षण करण्यास भाग पाडले जाते. दीपन आणि टेबलावर असलेले त्याचे दोन मित्र, माझी मते जाणून घेतल्याशिवाय निष्कर्षावर उडी मारण्यास सुरुवात करतात. मी त्यांना आणखी छेडतो. हे संभाषण अपेक्षेप्रमाणे खालच्या जातीच्या राजकारण्यांविषयी, आरक्षण, गुणवत्ता आणि भ्रष्टाचाराबद्दल असते. पुढे क्षणाचाही विलंब न करता दीपन भारतीय राजकारण्यांच्या भ्रष्टाचाराबद्दल शोक करण्यास सुरुवात करतो आणि प्रामुख्याने तो लालू प्रसाद यादव यांचे नाव घेतो. ''लालू हे जातीवादी होते, जे उघडपणे जातीयवाद पाळत होते. त्यांनीच मागास-जातींच्या नोकरशहांना बढती दिली. यापूर्वी असे होत नव्हते. ते कमी शिकलेले होते आणि राज्यातील सर्व विध्वंसांना जबाबदार होते. त्यांना कायद्याबद्दल फारसा आदर नव्हता; शैक्षणिक पात्रता नव्हती.'' त्याची चूक सुधारण्यासाठी मी ''लालूंकडे कायद्याची पदवी आहे आणि ते चांगलं इंग्रजी बोलतात,'' म्हणत हस्तक्षेप केला. कदाचित लालूंच्या संसदेतील चर्चा त्याने कधी ऐकल्या नसतील. ब्राह्मण नोकरशहांना अधिक संख्येने मिळणारी बढती ही सामान्य बाब मानली जाते, याची मी त्याला आठवण करून दिली, एक अशी वस्तुस्थिती जिच्या बाबतीत तो पूर्णपणे गाफील होता. जेव्हा 'निम्न' जातीच्या ओबीसी नोकरशहांची उच्च पदावर बढती केली तेव्हा मात्र ती एक समस्या असल्याचे मानले गेले.

लालूंचा सर्वांत प्रसिद्ध कथित भ्रष्टाचाराचा घोटाळा म्हणजे चारा घोटाळा, ज्याची सुरुवात त्यांच्या पूर्वीचे ब्राह्मण असलेले जगन्नाथ मिश्रा यांनी केली होती. या घोटाळ्याप्रकरणी मिश्रा यांच्यावर पाच गुन्हे दाखल करण्यात आले होते, त्यातील एक १९९६ मध्ये सीबीआयने नोंदविला होता. सध्या मिश्रा या प्रकरणाशी संबंधित दोन खटल्यांचा सामना करीत आहेत.[११] लालूंना भ्रष्ट व्यवस्थेचा वारसा मिळाला. तथापि, प्रसारमाध्यमे आणि संपूर्ण राजकीय स्पेक्ट्रमने चारा घोटाळ्याप्रकरणी सारे लक्ष लालूंना दोषी ठरवण्यावर केंद्रित केले. जेवणाच्या टेबलावर असलेल्या भारतीय विद्यार्थ्यांनी लालूंच्या नेतृत्वाची बदनामी करण्याची अनेक कारणे शोधून काढली. ज्यांचा येथे उल्लेख करणे हे खूपच क्षुल्लक आणि तर्कहीन आहे. परंतु एकूणच सगळ्यांचा कल हा

लालू यादव आणि मायावती राज्यातील कारभार चालविण्यास असमर्थ ठरले याकडे होता. या हार्वर्ड विद्यार्थ्यांनी पूर्वीच्या प्रबळ-जातीच्या मुख्यमंत्र्यांनी तयार केलेल्या दलदलीकडे बेफिकीरीने दुर्लक्ष केले. त्यांची कोणत्याही निश्चित पक्षाशी संलग्नता नव्हती; परंतु ते एक सामायिक विश्वास त्यांना एकत्र आणायला पुरेसा होता: 'खालच्या' जातीच्या राजकारण्यांना कमी लेखून प्रबळ-जातीय राजकीय विवेचनाचे समर्थन करणे.

राजकीय जातीवादाची नवीन भाषा म्हणजे भ्रष्टाचार. भ्रष्टाचार हा दलित आणि 'खालच्या' जातीच्या लोकांच्या व्यवहाराशी जोडला गेला आहे. म्हणूनच २०११ मध्ये भारतातील भ्रष्टाचारविरोधी चळवळीला अन्यथा बिगर-राजकीय किंवा 'तटस्थ' असणाऱ्या शिक्षित शहरी वर्गाला यशस्वीरित्या उत्तेजित करणे शक्य झाले. तिने राजकारणी होण्यास उत्सुक असणाऱ्या बऱ्याच प्रबळ जातीय लोकांचे करिअर सुरू केले. राजकारण्यांचा भ्रष्टाचार हा प्राथमिक उद्देश धरण्यात आला. राजकीय वर्गाबरोबरच न्यायव्यवस्था देखील भ्रष्ट घोषित करण्यात आली. सर्व मुख्य न्यायाधीशांपैकी केवळ एकाला त्याच्या नावाने व जातीने लक्ष्य केले गेले:[१२] के.जी. बालकृष्णन– भारताचे पहिले दलित सरन्यायाधीश आणि राष्ट्रीय मानवाधिकार आयोगाचे माजी प्रमुख. सत्तेत असणाऱ्या दलित वर्गाचे हे असे भाग्य आहे. त्यांच्या कर्तृत्वाची पर्वा न करता त्यांना जातीने अजूनही पछाडलेले आहे. सहज दृष्टीस पडणाऱ्या दलितांकडे सर्वांत आधी नकारात्मकतेने पाहिले जाते. लोकशाहीच्या मुक्त अवकाशात ते सगळ्यात अप्रिय आहेत. अशा प्रकारे आपण सार्वजनिक क्षेत्रात दलितांवर बिनबुडाचे आरोप केले जात असल्याचे आणि त्यांच्याविरुद्ध खोटी साक्ष दिली जात असल्याचे पाहतो. दिलीपसिंग जुदेव आणि बंगारू लक्ष्मण हे दोन ज्येष्ठ नेते रोकड स्वीकारताना कॅमेऱ्यासमोर पकडले गेले. तथापि, त्यांच्या दोघांचे नशीब वेगवेगळ्या प्रकारे पलटले. संसदेच्या निवडणुकीत जुदेव यांचे पुनर्वसन झाले, त्यांना उमेदवारी देण्यात आली, तर भाजपचे तत्कालीन अध्यक्ष लक्ष्मण यांना नाकारले गेले.[१३] अशा भेदभावाच्या वागणुकीचे कारण काय? लक्ष्मण दलित होते आणि जुदेव दलित नव्हते. लक्षात घ्या, लक्ष्मण हे भाजपाचे राष्ट्रीय अध्यक्ष होते.

भारताचे मंत्रिमंडळ सामाजिकरित्या नेहमीच एका बाजूला झुकलेले असते. स्तंभ केंद्रीय मंत्रिमंडळात वेगवेगळ्या सामाजिक गटांची टक्केवारी दर्शवतात.

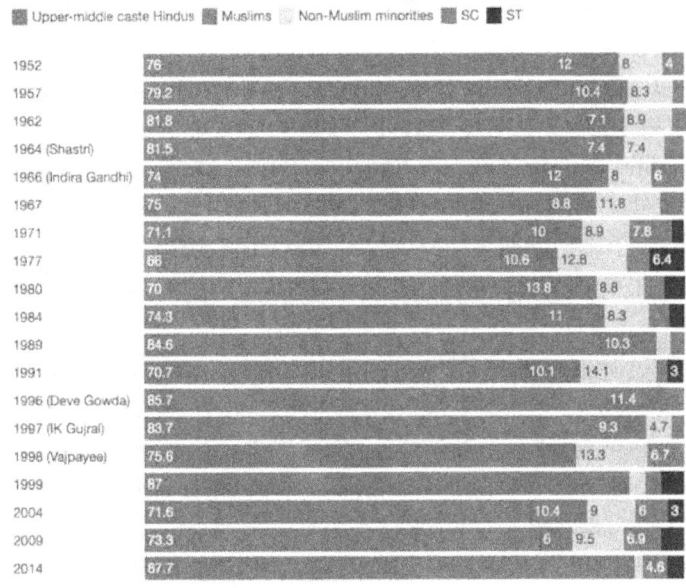

Upper-middle castes include both forward and OBCs

स्रोत: अशोका विद्यापीठातील गिलेस व्हर्निअर्स यांनी संकलित केलेल्या आकडेवारीवर आधारित मिंटचे संशोधन.

कॉर्पोरेट क्षेत्रामध्ये, प्रबळ जातींचे त्यांच्या प्रमाणापेक्षा खूप जास्त नियंत्रण आहे आणि त्यांच्यामार्फतच सर्व घोटाळ्यांची सुरुवात केली जाते. या काही घोटाळ्यांकडे धावता कटाक्ष टाकल्यास त्या वास्तवाचे दर्शन होते.[१४] या रोगामुळे, भारताला अनेकदा अरिष्टांचा सामना करावा लागला आहे. हर्षद मेहता,[१५] विजय मल्ल्या[१६] आणि बी. रामलिंग राजू[१७] अशी काही कुप्रसिद्ध नावे आहेत, जी आपल्याला कॉर्पोरेट घोटाळ्यांचा विचार करता लगेच लक्षात येतात. याव्यतिरिक्त, कोट्यवधी रुपयांच्या गुंतवणुकीमुळे अजूनही सामान्य लोकांच्या स्मरणशक्तीत जिवंत असलेल्या काही मोठ्या प्रमाणातील घोटाळ्यांमध्ये २०१० राष्ट्रकुल खेळांचा घोटाळा,[१८] सहारा घोटाळा,[१९] शारदा घोटाळा,[२०] सूर्य फार्मा,[२१] विनसोम डायमंड,[२२] आयजीआय विमानतळ जीएमआर डायल घोटाळा,[२३] मुद्रा घोटाळा (भारताचा

पहिला भ्रष्टाचार घोटाळा म्हणून ओळखला जातो),[२४] आणि इतर यांचा समावेश आहे. तथापि, १९४८ चा जीप घोटाळा प्रथम क्रमांकाचे श्रेय घेतो.[२५]

वरील यादी इथेच संपत नाही. सरकारी अधिकारी, खासगी व्यक्ती आणि कॉर्पोरेशन्स यांनी केलेल्या घोट्याळ्यांमुळे ६० अब्ज डॉलर्सपेक्षा अधिक पैसे बुडाले आहेत. जसे आपण व्यापारी जातींयांना यादीमध्ये जोडत जाऊ, तशी ही रक्कम वाढत जाते. अलीकडच्या काळात तपास होत असणाऱ्या पश्चिमेकडील चर्च घोटाळ्यांप्रमाणे आपल्याकडील मंदिरांमुळे झालेल्या भ्रष्टाचाराकडे आपण गांभीर्याने पाहिलेले नाही. अध्यात्मावरील संपूर्ण नियंत्रण- मंदिरे, कर्मकांडे आणि दैवी कोपाच्या भीतीने जमा केलेली संपत्ती– हे मध्ययुगीन काळात प्रजेकडून वसूल केल्या जाणाऱ्या व्हॅटिकन खंडणीसारखेच आहे. ब्राह्मण पुजारी व्हॅटिकन पद्धतींपेक्षा वरचढ आहेत; ते धार्मिक विधींच्या माध्यमातून सबअल्टर्न जनतेवर नियंत्रण मिळवतात.

परंतु शतकानुशतके चर्चमध्ये काही सुधारणा घडल्या आहेत, आणि पाश्चिमात्य शोधपत्रकारितेने अशा प्रकारच्या भ्रष्टाचाराचा पर्दाफाश केला आहे. भारतीय मंदिरे आणि त्यांच्या व्यवहारावर मात्र कुणीही प्रश्न उभे केलेले नाहीत. त्यांच्या कार्यावर देखरेख ठेवण्यासाठी एक सरकारी संस्था स्थापन केली गेली असली, तरी मंदिर व्यवस्थापन आणि संघटना यांच्या व्यवसायात जाहीर तपासणी व माध्यमांचा हस्तक्षेप फारच कमी आहे. राजकीय पक्षांनीही ब्राह्मणेतर जनतेकडून लुटलेल्या संपत्तीवर टीकास्त्र सोडण्यास टाळाटाळ केली आहे. मंदिर या संस्थेकडे अजूनही लक्षणीय संपत्ती आणि सत्तेचा अधिकार आहे.

जातीचे नेटवर्क आणि सामाजिक भांडवल यांची उपलब्धता असणारे प्रबळ जातीय कोणत्याही उत्तरदायित्वाशिवाय देश लुबाडण्यासाठी त्यांचा वापर करत असल्याचे दिसून येते. तपास यंत्रणा, राजकीय वर्ग आणि नोकरशाही हेही याच सत्तासंबंधांचा भाग असतात आणि त्यातून त्यांना सोयीस्करपणे मुक्त करण्याचे काम करतात.[२६] भ्रष्टाचार करणाऱ्या या प्रबळ जातीयांव्यतिरिक्त जमीनदारी जातींचे बरेच गट आहेत, ज्यांना नव-क्षत्रिय म्हणून ओळखले जाते. त्यांच्या संपत्तीचे प्रमाण पाहता, ते सहजपणे शिडीवरील एक किंवा दोन पायऱ्यांची झेप घेऊन नव-बनियाचा दर्जा मिळवू शकतात. एक साधा गूगल सर्च सार्वजनिक क्षेत्रातील बँकांकडून ठगांनी लुटलेल्या मोठ्या प्रमाणातील रकमा उघडकीस आणतो आणि त्याद्वारे लुटलेली रक्कम वसूल करण्यासाठी कर वाढवून करदात्यांना शिक्षा दिली जाते. रिझर्व्ह बँक ऑफ इंडियाच्या आकडेवारीनुसार २०१२ ते २०१७ दरम्यान 'कर्ज फसवणूक' प्रकरणांची आकडेवारी ६१२.६अब्ज रुपयांवर गेली आहे.[२७]

या घोटाळ्यांना उत्तर म्हणून, भारत सरकारने बँकिंग क्षेत्राला संकटातून वाचवण्याकरिता ३२ अब्ज डॉलर्सचा पुरवठा करण्याचे वचन दिले.[२८] ज्या सरकारने जनतेचा पैसा करबुडव्यांकडे हस्तांतरित करण्याची बँकांना परवानगी दिली, तेच सरकार आता मुळातली समस्या न सोडविता आणि गरजू व असुरक्षित लोकांसाठी असणाऱ्या कल्याणकारी मदत कार्यक्रमांसाठी या पैशांचा उपयोग न करता, तो पैसा भ्रष्ट व्यवस्थेला शाबूत ठेवण्याकरिता वापरत आहे. करदात्यांचे पैसे त्यांनाच कर्ज किंवा लहान व्यवसाय उभा करण्यासाठी पत म्हणून उपलब्ध नाहीत. या फसव्या कृतींकडे न्यायव्यवस्थेकडून अद्याप गुन्हा म्हणून पाहिले जात नाही तर नागरी वादाचा मुद्दा म्हणून पाहिले जाते. बहुतेक डिफॉल्टर्स कोर्टातून निर्दोष सुटतात किंवा सेलिब्रिटी म्हणून समृद्ध जीवन जगतात. नव-उदारमतवादी भारतीय घोटाळेबाजांपैकी पहिला आणि 'बँक घोटाळ्यांचा बाप म्हणून ओळखला जाणारा हर्षद मेहता बऱ्याच काळासाठी तुरुंगाबाहेरच होता. तसेच त्याने लोकप्रिय मार्केट गुरू म्हणून पुनरागमनही केले होते.[२९]

या भ्रष्ट दलदलीमध्ये आपल्याला काही न्यायाधीशही पाहायला मिळतात. जमीन वाटपाच्या प्रकरणात न्यायपालिकेच्या सहभागाचा एक प्रकार उघडकीस आला आहे. कर्नाटक राज्य न्यायिक विभाग, कर्मचारी हाऊस बिल्डिंग कोऑपरेटिव्ह सोसायटीने कोर्टाच्या कर्मचाऱ्यांना मोठ्या अनुदानावर भूखंड ऑफर केले. काही प्रबळ जातीच्या न्यायाधीशांनी सर्वोच्च न्यायालयाच्या आदेशाविरोधात भूखंडांसाठी अर्ज केले आणि त्यानंतर त्यांचे हे ५०० पटींनी महाग असलेले भूखंड आपल्या कुटुंबांतील सदस्यांकडे सुपूर्द केले आणि आपली प्रतिष्ठा धुळीस मिळवली.[३०] भारतातील भ्रष्टाचाराच्या प्रकरणांचे सर्वेक्षण केल्यानंतर शेखर गुप्ता यांना जे लोक देश चालवत आहेत आणि नागरिकांप्रति जबाबदार आहेत असे मानले जाते ते लोक भारतीय समाजातील निम्न स्तरांतील लोकांच्या विरोधात आहेत का, असा प्रश्न पडला होता.[३१]

वरील सर्व घोटाळे सार्वजनिक क्षेत्रामध्ये नोंदविल्या गेलेल्या घटना आहेत. तथापि, खासगी क्षेत्रात बेकायदेशीर भ्रष्टाचार, वेतन न देणे, थकीत रक्कम न भरणे आणि दलितांचा छळ अव्याहतपणे चालू आहे.

आपण पाहिले की, मोठ्या प्रमाणात भारताच्या सर्व सार्वजनिक बाबींवर राज्य करणारा ब्राह्मण हा एक एकल गट आहे. आता चुकीच्या मार्गांनी मिळालेल्या जाती-विशेषाधिकारांशी लढण्यासाठी 'इतर' ब्राह्मणांनी काय केले ते पाहूया. सुधारक ब्राह्मणांकडून चालवल्या गेलेल्या ब्राह्मणविरोधी चळवळींकडे नजर टाकू.

सुरुवातीचे जातीविरोधी ब्राह्मण

पश्चिम भारतात, स्वामी चक्रधर यांनी महानुभाव या नावाने लोकप्रिय संप्रदायाची स्थापना केली. पहिला लिखित मराठी मजकूर असलेल्या 'लीळाचरित्रा'मध्ये[३२] (तेराव्या शतकात), त्यांच्या जीवनातील घटना आणि जीवनक्रम तसेच ब्राह्मण आणि ब्राह्मणवाद, ज्यांना त्यावेळी अनुक्रमे ब्राह्मण्य आणि ब्राह्मणत्व म्हटले जात होते, यांच्या विरोधातील ब्राह्मण बंडखोरीच्या घटनांचे तपशीलवार वर्णन केले गेले आहे. त्या समाजातील पुरोगामी ब्राह्मणांचा रूढीवादी ब्राह्मणांशी असलेला झगडा आणि तडजोडी ठळकपणे दाखवणारा हा ग्रंथ आहे.[३३]

त्या वेळेच्या व्यवस्थेवर चक्रधरांनी टीका केली. ज्या परंपरेची त्यांनी सुरुवात केली त्यानुसार, एखाद्याच्या स्थितीचे मूल्य जातीद्वारे निर्धारित केले जात नव्हते. म्हणूनच, जातिआधारित रूढी आणि पूर्वग्रह बाळगणाऱ्या अनेक ब्राह्मणांसह त्यांचे अनुयायी आणि आजूबाजूच्या लोकांना जातीयतेचे पालन केल्यामुळे जोरदार टीका झेलावी लागली. चक्रधरांनी आपली जातीविरोधी भूमिका तोपर्यंत कायम राखली, जोपर्यंत समोरील व्यक्ती ती स्वीकारू शकेल. त्यांनी आपल्या अनुयायांना न दुखावता, काही वेळा त्यांचे मन राखले; मात्र आक्रमक होऊन त्यांच्यावर दबाव आणला नाही. त्यांनी क्वचितच 'त्यांच्या छोट्या वर्तुळाच्या बाहेर जाऊन जातीच्या नियमांचे पूर्णपणे उल्लंघन करण्यास त्यांना भाग पाडले.'[३४] त्यांच्या जातीविरोधी कामगिरीमुळे, ब्राह्मण अनुयायांनी त्यांच्या जातीबाबत प्रश्न विचारण्यास सुरुवात केली तसेच त्यांच्या जातीच्या पार्श्वभूमीचा ऊहापोह केला. त्यांची धर्मपरायणता मान्य केली गेली, मात्र त्यांच्या जातीबाबतचे प्रश्नचिन्ह कायम राहिले. त्यांचे अनुयायी आपापसात चर्चा करत: 'होय, निश्चितच. चक्रधर देव आहेत; पण त्यांची जात काय आहे?'[३५] चक्रधर आपले देशस्थ ब्राह्मण मूळ उघड करण्याबाबत फारसे उत्साही नसत; कारण त्यांनी जातीबाबत सजग नसलेल्या समाजाचे स्वप्न पाहिले होते. त्यांनी जातीशी निगडित शुद्धतेची कल्पना उलथून पाडली. त्यांनी असे प्रतिपादन केले होते की, ज्याने ब्राह्मणवादी जीवनशैली नाकारली तो इतरांपेक्षा शुद्ध आहे.

या काळात, अनेक ब्राह्मणांनी जातीविरोधी, सुधारणावादी चळवळीही चालवल्याचे दिसून येते. जातीची प्राथमिक टीका पुरोहित असणाऱ्या ब्राह्मणांवर झाली, ज्यांनी अधिक विशेषाधिकारांचा उपभोग घेऊन वर्चस्ववादी मूल्ये टिकविली. ख्रिस्तियन ली नोव्हेत्झके यांनी 'लीळाचरित्रा'मधील अशा प्रकारच्या रूढींविरोधी कृती असलेल्या अनेक घटनांचा अभ्यास केला आहे. 'लीळाचरित्र' हा एक असा मजकूर आहे, जो प्रामुख्याने जात, लिंग आणि भाषा यांच्या आधारे

होणाऱ्या विभाजनांवर टीका करतो. नोव्हेत्झके सूचित करतात की, 'लीळा'चे वैशिष्ट्य म्हणजे याचा ९० टक्के भाग हा ब्राह्मण व्यक्ती केंद्रस्थानी असलेला किंवा त्याच्या आसपास फिरणारा आहे. अशा प्रकारे, 'लीळाचरित्र' हा 'ब्राह्मणवादाची ब्राह्मणवादी समालोचना' करणारा मजकूर बनतो. त्यामुळे तो जाती आणि जातीय परंपरांची प्रचिती देणाऱ्या स्वतंत्र मानववंशशास्त्राची निर्मिती करतो.'[३६] सुधारणावादी परंपरेचे प्रतिनिधित्व करणाऱ्या चक्रधर यांच्या आयुष्यातील अनेक घटना त्यांनी वैयक्तिकरित्या आपल्या विचारांना कशाप्रकारे मूर्त रूप दिले, हे सूचित करतात. एकदा त्यांनी रस्त्यावर मृत कुत्रा पाहिला आणि त्याला आपल्या डोक्यावर वाहून नेले आणि त्या जनावराची विल्हेवाट लावली. आपल्याला ठाऊक आहे की, एका जनावराच्या मृत शरीराचा संबंध अशुद्धतेशी आहे आणि त्याची विल्हेवाट लावणे म्हणजे अस्पृश्यांकरिता राखून ठेवलेले, हलक्या दर्जाचे काम आहे. चक्रधर हे अस्पृश्य, आदिवासी आणि क्रमवारीत खाली असणाऱ्या जातीयांच्या घरीही जेवण करत असत.

ब्राह्मणांनी केवळ ब्राह्मण किंवा उच्चवर्णीय जातींतील कुटुंबांकडून भिक्षा मागण्याची परंपरा चक्रधरांनी संपुष्टात आणली आणि सर्व जातीय लोकांकडून भिक्षा घेण्याची सूचना दिली. कारण शिजवलेल्या अन्नासंबंधी शुद्धता व अशुद्धतेच्या संकल्पना प्रचलित असल्याने भटोबास (एका ब्राह्मण जातीचे नाव) खालच्या जातींतील लोकांकडून केवळ न शिजवलेले अन्न घेत आणि त्यांच्याबरोबर उद्धटपणे वागत. चक्रधरांच्या महानुभाव पंथात ब्राह्मणांना ब्राह्मण म्हणून नव्हे तर उपासक म्हणून भिक्षा मागून जातीचे अडथळे दूर करण्याची शिफारस केली गेली. 'धर्मशास्त्राच्या सूचनेनुसार तुम्ही चारही जातींकडून भोजन मागितले पाहिजे.'[३७] त्यांचे मार्गदर्शन अशा वेळी आले, जेव्हा ब्राह्मण 'जानवे' हा त्यांचा पवित्र धागा मिरवून ब्राह्मण नसलेल्यांपेक्षा अधिक भिक्षा मागत. तेराव्या शतकापासून पश्चिम महाराष्ट्रीयन परंपरेत ब्राह्मणवादी मूल्यांविरुद्ध बंडखोरी होत असे आणि बऱ्याचदा स्वत: ब्राह्मणच त्याचे नेतृत्व करीत असत. ब्राह्मणांनी-पुढाकार घेतलेल्या बऱ्याचशा टीका त्यांच्या स्वत:च्या दुहेरीपणावर आधारलेल्या होत्या. सुधारक असण्यातील हा विरोधाभास होता. एकीकडे हे ब्राह्मण, ब्राह्मण जातीचे स्वरूप टिकवून ठेवण्यासाठी धडपड करत आणि त्याच वेळी ब्राह्मणवाद आणि जातीसंबंधीच्या प्रथांवर टीका करत. नोव्हेत्झके याला 'दुहेरी ब्राह्मण'असे म्हणतात; जो अशा प्रकारच्या व्यवस्थेला मुळासकट उपटण्याच्या विरोधात 'सुधारवादी टीकेवर'आधारलेला आहे.[३८] याचा अर्थ एका स्तरापर्यंत काम करायचे आणि नंतर मोठी अडचण टाळण्यासाठी टीकेपासून माघार घ्यायची.[३९]

वासाहतिक शतकाची पहाट भारतात झाली, तेव्हा एकोणिसाव्या आणि

विसाव्या शतकांत जाती-वैविध्यपूर्ण संघटन निर्माण करण्यासाठी दोन प्रसिद्ध जातीविरोधी बुद्धिजीवींचा ब्राह्मणी व्यवस्थेविरोधात उदय झाला. ते फुले व आंबेडकर होते आणि त्यांचे ब्राह्मण व दलितेतर कॉम्रेड यांनी जातीविरोधी संघर्षाला आपला आवाज दिला व सक्रिय पाठिंबा दर्शविला.

फुले व आंबेडकर यांचे ब्राह्मण साथीदार

जोतीराव फुले (१८२७-९०) आणि बी.आर. आंबेडकर (१८९१-५६) हे भारतातील वसाहतीच्या शासन काळात होते. एकोणिसाव्या शतकाच्या मध्यापर्यंत आपले वर्चस्व प्रस्थापित केल्यानंतर, ईस्ट इंडिया कंपनीने पश्चिम भारतात स्वत:च्या फायद्यासाठी जातीचे नियम थोडेसे शिथिल केले. पूर्वीचे पेशवे सरकार - जी एक ब्राह्मणी राजेशाही होती- ब्राह्मणांच्या शिक्षणासाठी राज्य संसाधनांना पुरवठा करत असे. ईस्ट इंडिया कंपनीचा शासकीय अंमल जसजसा बळकट होत गेला, तसतसे त्यांच्या कारभारासाठी त्यांना प्रशासकीय पाठबळाची गरज भासायला लागली. त्यासाठी त्यांनी, इंग्रजी-शिकलेल्या भारतीयांना या संधी उपलब्ध केल्या. हे इंग्रजी भाषक भारतीय मॅकोलेच्या शैक्षणिक धोरणाचे उत्पादन होते, 'जे रक्ताने आणि रंगाने भारतीय होते; मात्र अभिरुची, मते, नैतिकता, आणि बुद्धीने 'इंग्रजी' होते'. ते सहजतेने मॅकोलेचा नवा 'वर्ग' बनले. त्यांनी ग्रामीण आणि शहरी कुलीनांमध्ये काम केले होते तसेच त्यांना भारतीय आणि काही प्रमाणात ब्रिटिश समाजाचेही ज्ञान होते. स्थानिक कामगार-वर्गाच्या असंतोषावर नियंत्रण ठेवण्यासाठी कंपनीला वरचढ जातींच्या गटांना सत्तेच्या जागी नियुक्त करण्याचा मार्ग सोयीचा होता. या पदांवर अर्ज करण्यात ब्राह्मण अग्रेसर होते. त्यांनी कंपनीच्या कारभारात आणि राज्यकर्त्यांमधील मध्यस्थाची भूमिका घेणारी मोक्याची पदे मिळविण्याकरिता आपला वेळ वाया दवडला नाही. शिक्षणात विनामूल्य प्रवेश असल्यामुळे ब्राह्मणांनी या पदांवर एकहाती कब्जा केला. १८८६-८७ मध्ये झालेल्या सर्वेक्षणात भारतीय जातींच्या प्रशासनातील पदांचा तपशील मांडला होता. ३२८ हिंदूंपैकी २११ ब्राह्मण, २६ क्षत्रिय, ३७ प्रभू, ३८ वैश्य किंवा बनिया, १ शूद्र आणि इतर-१५.[४०]

त्यांच्या पारंपरिक धार्मिक अधिकाऱ्यांव्यतिरिक्त, ब्राह्मणांच्या हातात आता प्रशासकीय आणि राजकीय अधिकारही आले. यामुळे खालच्या जातीच्या लोकांना ब्राह्मण अत्याचाराच्या गुलामगिरीतून सुटका करून घेणे आणखी अवघड बनले. ब्राह्मणांनी ब्रिटिश अधिकाऱ्यांची हुजरेगिरी करून शोषक ब्रिटिश कारभाराचे चालक म्हणून काम केले. त्या बदल्यात श्रेणीबद्ध क्रमात त्यांचे वर्चस्व टिकवून

ठेवण्यासाठी त्यांना मुक्त सूट देण्यात आली. वसाहती सरकारचे निष्ठावंत एजंट असल्याने ब्राह्मणांनी दुहेरी रणनीतीने काम केले– वर्णाधारित व्यवस्थेची स्थापना करण्यासाठी ब्रिटिशांना विनवणी करणे; आणि त्यांच्या धार्मिक आणि सामाजिक अधिकारांचा वापर करून ब्राह्मणेतर लोकांच्या नेतृत्वात चालू असलेल्या कोणत्याही सुधारणात्मक कार्यक्रमांवर अंकुश ठेवणे.[४१] या विचित्र परिस्थितीमुळे पश्चिम भारतातील शूद्र राजांना, विशेषत: शिवाजी भोसले यांचे वंशज व समाज सुधारकांना ब्राह्मणी आदेशांबरोबर जुळवून घेण्यात अडचणी येत. अनेकदा ब्राह्मण अधिकाऱ्यांबरोबर त्यांचा संघर्ष होत असे. यामुळे सतत वैर निर्माण होऊन हळूहळू ब्राह्मणांना बाजूला सारले गेले.

ब्राह्मणांच्या कठीण व सततच्या मागण्यांचा ब्रिटिशांनाही त्रास वाटू लागला. त्यामुळे, त्यांनी सहायक प्रशासकीय पदे देऊन त्यांच्या प्रशासनातील ब्राह्मण वर्चस्वाला निवडकपणे कमकुवत करणे पसंत केले. एप्रिल १८१८ मध्ये झालेल्या एका घटनेत शिवाजी भोसले यांचे वंशज असलेल्या प्रतापसिंह यांना लहानशा सातारा राज्यावर शासन करण्याचा दर्जा देण्यात आला. बॉम्बे सरकारने नोंद केली होती की, प्रतापसिंह यांची नेमणूक 'पूर्वीच्या ब्राह्मण सरकारच्या उर्वरित प्रभावाला मराठ्यांमधून एक प्रतिरोध निर्माण करण्यासाठी होता'.[४२] पेशव्यांचे राज्य शिवाजी भोसले यांच्या कारकीर्दीत स्थापन झालेल्या स्वराज्याच्या तत्त्वांसाठी विश्वासघातकी असल्याचे मानले जात होते. अशा प्रकारे, एकोणिसाव्या शतकातील पश्चिम महाराष्ट्रात ब्राह्मण वर्चस्वाच्या विरोधात चळवळ सुरू होती.

या प्रकाशात आपण जोतिराव फुले नावाच्या एका शूद्र समाजसुधारकाकडे पाहतो ज्यांनी खालच्या जातींतील आणि अस्पृश्य नागरिकांच्या दु:खाकडे लक्ष वेधण्यासाठी 'ब्राह्मणांच्या धार्मिक अधिकारांवर हल्ला केला'.[४३] एकोणिसाव्या शतकात ब्राह्मण राज्याचे पेशवाईचे पतन झाल्याने त्याचवेळी, शिक्षणाच्या बाबतीतही काही सुधारणा आणल्या गेल्या. त्याचबरोबर ख्रिस्ती मिशनऱ्यांच्या मदतीने आता खालच्या जातीचे लोक शिक्षण घेऊ शकत होते. इंग्रजी माध्यमाच्या शाळा ब्राह्मण आणि इतर प्रबळ जातीय गटांनी व्यापल्या असल्या, तरी वर्गात 'खालच्या' जातींचे थोडेसे लोक दिसू शकत होते. या शाळांमध्ये फुले हे ब्राह्मणविरोधी राजकारणाच्या जवळ आले. फुले यांच्या सक्रियतेचा बारकाईने अभ्यास करणाऱ्या रोझलिंड ओ'हॅलनॉन सुचवतात की, शाळांमध्ये तयार झालेल्या सहकाऱ्यांच्या गटांनी 'आपल्या सदस्यांवर तात्पुरत्या बौद्धिक एकरूपतेची सक्ती केली.' त्यामुळे फुलेंनी हाती घेतलेल्या क्रांतिकारक कार्यात त्यांचे सहयोगी ठरतील, अशा मित्रांचे त्यांनी निकटवर्ती वर्तुळ तयार केले.

जोतिराव फुले

फुले यांच्या क्रांतिकारी गटात ब्राह्मण आणि ब्राह्मणेतर हे दोघेही होते, ज्यांतील बहुतेकजण त्यांचे मित्र होते आणि शेवटपर्यंत त्यांच्या पाठीशी उभे होते. तसेच त्यांनी प्रतिकूल परिस्थितीतही फुलेंना खंबीर साथ दिली. फुलेंच्या चरित्रात व सामाजिक सक्रियतेत सदाशिव बल्लाळ गोवंडे, मोरो विठ्ठल वाळवेकर, विष्णू मोरेश्वर भिडे, अण्णासाहेब चिपळूणकर आणि गोविंद जोशी या आणि इतर ब्राह्मणांचे पुष्कळ संदर्भ आढळतात. फुलेंचे वर्गमित्र गोवंडे हे एका गरीब ब्राह्मणाच्या कुटुंबातील होते. फुले आणि गोवंडे यांना १८४८ मध्ये थॉमस पेनचे 'राईट्स ऑफ मॅन' हे पुस्तक मिळाले. त्याच वर्षी फुले पुण्यात मुलींसाठी अनेकपैकी पहिली शाळा उघडणार होते. पेन यांच्या 'एज ऑफ रीझन' ने फुले आणि त्यांच्या मित्राला ख्रिश्चन चर्चची व्यवस्था आणि त्याची राजकीय सत्तेबरोबरच्या छेडछाडीची सुस्पष्ट जाणीव करून दिली व प्रेरित केले. त्यामुळे जेव्हा संपूर्ण भारतात खालच्या-जातीयांच्या गटात ख्रिश्चन धर्मांतर होत होते, तेव्हा फुले यांनी ख्रिस्ती धर्म स्वीकारला नाही, असे निरीक्षण फुले यांचे निकटवर्तीय ब्राह्मण मित्र कृष्णाजी अर्जुन केळुस्कर यांनी नोंदवले आहे. पेनबरोबरच फुले आणि गोवंडे यांनी शिवाजी आणि जॉर्ज वॉशिंग्टन यांच्या जीवनापासून प्रेरणा घेतली.[४४] गोवंडे यांनी १८९२ मध्ये जॉर्ज वॉशिंग्टन यांचे मराठी चरित्र लिहून संपवले; ज्यात स्वातंत्र्यसैनिकांच्या जीवनाच्या नोंदी होत्या.[४५] फुले अमेरिकेच्या गुलामगिरी निर्मूलनाच्या चळवळीतून प्रेरित झाले. 'अंकल टॉम्स केबिन' वाचल्यावर त्यांनी टिप्पणी केली की, हे पुस्तक वाचणाऱ्याला लोकांसमोर रडू येण्याच्या प्रसंगाला तोंड द्यावे लागेल.[४६]

जात आणि वर्ण यांना एका समान चौकटीत ठेवण्यासाठी या पुस्तकाचा फुलेंवर विशेष परिणाम झाला.

फुलेंनी प्रबळ जातीय सुधारकांना जातीविरोधी संघर्षात सहभागी होण्यासाठी मार्ग दाखविला. डॅनियल इम्मरवाहर यांच्या म्हणण्यानुसार फुले यांच्या 'गुलामगिरी' (१८७३) या पुस्तकाच्या अर्पणपत्रिकेने प्रबळ-जातीय शक्तींमध्ये एकता निर्माण करण्याचा प्रयत्न केला. गोरे लोक अमेरिकेतील चांगले लोक होते, ज्यांनी गुलामांना मुक्त करण्यात मोलाची भूमिका बजावली होती, असे सुचवून फुले यांनी आपल्या देशवासियांना यातून प्रेरणा घेत ब्राह्मण वर्चस्वापासून दडपलेल्या-जातीय गटांना तशाच प्रकारे मुक्त करण्याचे आवाहन केले. हा प्रयत्न अंशतः यशस्वी झाला. ही अर्पणपत्रिका अशी होती-

अमेरिकेच्या चांगल्या लोकांना, निग्रो गुलामगिरीच्या उन्मूलनासाठीच्या त्यांच्या उदात्त, नि:स्वार्थ आणि सेवाभावी समर्पणासाठी कौतुकाची एक खूण म्हणून; आणि एका प्रामाणिक इच्छेसह, की माझ्या देशवासीयांनी त्यांचे थोर उदाहरण आपल्या शूद्र बांधवांची ब्राह्मणी गुलामीच्या बेड्यांतून सुटका करण्यासाठी मार्गदर्शक म्हणून घ्यावे.

ब्राह्मणवादाविरोधातील ब्राह्मण

बाळशास्त्री जांभेकर हे पश्चिम भारतातील पहिले इंग्रजी-भाषिक साप्ताहिक 'दर्पण'चे संपादक होते. जांभेकर पश्चिम भारतातील एल्फिन्स्टन कॉलेजमध्ये गणिताचे आणि खगोलशास्त्राचे पहिले ब्राह्मण प्राध्यापक होते. गोविंद विठ्ठल किंवा भाऊ महाजन (१८१५-९०) यांच्या बरोबर जांभेकरांनी 'प्रभाकर', 'धूमकेतू' आणि 'ज्ञान-दर्शन' यांसारखी सुधारक मराठी वृत्तपत्रे चालविली. जांभेकर आणि महाजन हे ब्रिटिश शासित पश्चिम महाराष्ट्रातील सुशिक्षित प्रणेते होते, ज्यांनी सामाजिक सुधारणांचे आणि विधवा पुनर्विवाहाचे समर्थन करण्यासाठी उल्लेखनीय नियतकालिके आणि वर्तमानपत्रे सुरू केली. ही जोडी हिंदू धर्माच्या रूढीवादी मूल्ये आणि द्वेषपूर्ण प्रथांविरुद्ध खंबीरपणे उभी राहिली. शिक्षित तरुण क्रांतिकारकांना बौद्धिकरित्या आकार देण्यामध्ये स्थानिक भाषेतील प्रेस आणि इंग्रजी वृत्तपत्रांनी महत्त्वपूर्ण भूमिका बजावली.

ब्राह्मणांचे विशेषाधिकार आणि महिला व मागासवर्गीयांच्या खालच्या दर्जाबद्दल नियमित वादविवाद निर्माण करण्यासाठी प्रभाकरने कठोर जातीप्रथेविरुद्ध सक्रिय भूमिका घेतली. त्याचे एक प्रमुख योगदानकर्ते म्हणजे 'लोकहितवादी' गोपाळ हरी देशमुख. एकल जाती-वर्चस्वाचा व्यवसाय बनवून टाकणाऱ्या समकालीन ब्राह्मणांवर देशमुखांनी तीव्र आक्षेप घेतला. ज्यांनी सुधारणावादी परंपरा मोडून काढत आंतरजातीय विवाहाविरुद्ध कठोर निर्बंध लादले, अशा आपल्या समकालीनांना त्यांनी 'वर्तमानातील मूर्ख ब्राह्मण' म्हणून संबोधले. त्यांनी नमूद केले आहे :

आता आपले काही ब्राह्मण श्रीमंत झाले आहेत; इतरजण त्यांचा वेळ चांगले भोजन कुठे मिळेल का, याचा शोध घेण्यात वाया घालवतात, किंवा कोण आपल्याला दक्षिणा देतील, याची वाट बघत बसतात. जरी त्यांना वेद मुखोद्गत (पाठ) असले तरी त्याच्या खऱ्या अर्थाचे ते शत्रू आहेत. मला त्यांना शिकलेले म्हणण्यासच संकोच वाटतो; कारण जो माणूस अर्थ समजून न घेता केवळ शब्दांची पुनरावृत्ती

> करतो, त्याचे स्वत:साठीच आवाज करणाऱ्या पशूपेक्षा अधिक मोल नाही.[४७]

सुरुवातीच्या मराठी सुधारकांनी युरोपियन वैज्ञानिक वृत्तीतून प्रेरणा घेतली आणि विज्ञान आणि तर्कशक्ती, 'स्टीम अँड वॉच'(औद्योगिकीकरण) आणि कायदेशीर व्यवस्थेमधील नवकल्पनांकडे लक्ष दिले. एल्फिन्स्टन महाविद्यालयात शिक्षण घेतलेल्या समाजसुधारकांनी १८४८ मध्ये 'मराठी ज्ञानप्रसारक सभा' सुरू केली. सभेने धार्मिक रूढींविरुद्ध ठामपणे भूमिका घेतली, ज्यात या रूढींमुळे माणसांमध्ये मतभेद निर्माण करून जाती व्यवस्थेला जन्म दिला गेला असल्याचा ठपका ठेवण्यात आला. अशा फूट पाडणाऱ्या व्यवस्थेमुळे देश उद्ध्वस्त झाला असल्याचे त्यांनी ओळखले होते.

> आपली राजकीय शक्ती नष्ट झाली आहे, आपली संपत्ती संपली आहे, आपल्या संस्था क्षीण झाल्या आहेत, आपला व्यापार काही मोलाचा नाही, आपले प्राचीन शिक्षण नष्ट झाले आहे, वैयक्तिक शिक्षणाची प्रेरणा नाहीशी झाली आहे, अज्ञान वाढले आहे, आपली एकेकाळची वैभवशाली शहरे नष्ट झाली आहेत आणि आमचा शेतकरी गरीब झाला आहे.[४८]

खालच्या वर्णातील एक वैश्य आणि फुलेंचे समकालीन असणारे दादोबा पांडुरंग तर्खडकर हे एल्फिन्स्टन महाविद्यालयात नॉर्मल क्लासचे संचालक होते. १८४८ मध्ये त्यांनी 'परमहंस सभा' नावाच्या धार्मिक सुधारणा गटाची स्थापना केली; जी जातीप्रथा मोडून काढणारी गुप्त संस्था होती. सीमाशुल्क विभागातील ब्राह्मण सहाय्यक आयुक्त रामचंद्र बाळकृष्ण जयकर हे तिचे अध्यक्ष होते. दादोबा पांडुरंग यांना धार्मिक ग्रंथांत आणि ब्राह्मणांनी निर्विवादपणे मिळवलेल्या पदांमध्ये दांभिकता दिसली. त्यांनी निर्माण केलेल्या संस्थांनी जादूटोणा आणि दैनंदिन विधींसारख्या अंधश्रद्धेच्या प्रथांबरोबरच जातीव्यवस्था आणि ब्राह्मणांचे वर्चस्व झटकून देत अशी घोषणा केली की, 'मानवजातीचा धर्म एक आहे. संपूर्ण मानवजातीची जात एक आहे.'[४९] जयकरांच्या प्रयत्नांवर फुले खुश झाले आणि त्यांना जयकर इतके आवडले की, त्यांनी १८६९ मध्ये शिवाजींवर स्तुतिपर लिहिलेला पोवाडा त्यांनी जयकरांना त्यांच्याबद्दलचा 'अत्यंत आदर आणि प्रामाणिक आपुलकीची साक्ष म्हणून' समर्पित केला.[५०]

फुले यांच्या समकालीन अशा लोकांची ही नावे आहेत, ज्यांनी स्वत:च्या

सामाजिक स्थितीला आणि ज्या श्रेणीरचनेअंतर्गत ते काम करतात, त्या यंत्रणेला आव्हान देण्यात भाग घेतला. फुले यांनी मृत्यूपूर्वी ब्राह्मण विधवेच्या मुलाला दत्तक घेतले आणि 'यशवंत' या दत्तक घेतलेल्या मुलाच्या हाती त्यांनी आपली संपत्ती स्वाधीन केली. तो फुले दांपत्याच्या एका अनाथाश्रमात राहत होता. ब्राह्मण विधवांचा प्रश्न वादग्रस्त होता आणि पश्चिम भारतातील या व्यवस्थेला आव्हान देण्यासाठी फुले यांच्याप्रमाणे कुणाही पुरोगामी ब्राह्मणाने इतके धैर्यशील पाऊल उचलले नव्हते. फुले यांनी पुण्यात दलित आणि मुस्लिम महिलांसाठी पहिली शाळा सुरू करण्याचा निर्णय घेतला, तेव्हा त्यांचे शाळकरी वर्गमित्र गोवंडे यांनी उदारपणे मदत केली. ते त्यावेळी शाळा चालवण्यात त्यांना मदत करणाऱ्या सदाशिव हाते यांच्याबरोबर सरकारमध्ये कामाला होते. बुधवार पेठेतील तात्याराव भिडे यांच्या भिडे वाडा येथे एका ब्राह्मणाच्या घरात शाळा सुरू झाली.[५१]

फुले यांनी शाळा सुरू करण्याचा निर्णय ब्राह्मणांच्या शिक्षणावरील पूर्ण नियंत्रणाच्या थेट विरोधातील होता. ब्राह्मण पेशवा बाजीराव द्वितीय याच्या दक्षिणा निधीच्या संरक्षणाखाली ब्रिटनचे आयुक्त चॅपलिन[५२] यांनी १८२१ मध्ये सुरू केलेल्या पूना संस्कृत महाविद्यालयाच्या नावाने ओळखले जाणारे पुण्याचे हिंदू महाविद्यालय 'केवळ ब्राह्मणांसाठीच' खुले होते.[५३] अशा भयानक परिस्थितीत असह्य आयुष्य जगताना, फुले यांनी समाजसुधारणेचा मार्ग मोकळा केला आणि त्यांचे ब्राह्मण मित्र आणि प्रशंसक यांनी त्यांना उदारपणे आणि उत्कटतेने साथ दिली.

यावेळी, ब्राह्मणांच्या तीव्र निषेधाच्या आणि सामुदायिक दबावाच्या पार्श्वभूमीवर फुले व त्यांची पत्नी सावित्रीबाई यांना फुले यांचे वडील गोविंदराव फुले यांनी त्यांच्या घरातून हाकलून दिले.[५४] त्यानंतर थोड्या काळासाठी शाळा बंद केली गेली. दरम्यान, जोतीराव आणि त्यांचे मित्र आपल्या पत्नींना शिकवत होते. मराठी शाळेतील सरकारी ब्राह्मण शिक्षक आणि परमहंस सभेचे एक सदस्य केशव शिवराम भावलकर (जोशी) यांच्यासह सखाराम यशवंत परांजपे आणि सदाशिव गोवंडे यांनी १८४८ मध्ये सावित्रीबाई फुले आणि सरस्वतीबाई गोवंडे यांना शिकविण्यास सुरुवात केली. याव्यतिरिक्त असेही वृत्त आहे की,सावित्रीबाईंनी अहमदनगरमधील अमेरिकन मिशनच्या सुश्री फरार यांच्या इन्स्टिट्यूटमध्ये आणि पुण्याच्या नॉर्मल स्कूल मध्ये सुश्री मिशेल यांच्याजवळ औपचारिक प्रशिक्षण घेतले होते.[५५] महिलांचा हा गट त्यानंतर शिक्षक बनला आणि मुलींना शिकविण्याचे काम त्यांच्यावर सोपविण्यात आले.

नंतर, सुधारित परिस्थितीमध्ये, गोवंडे यांनी जुन्या गंज पेठेत देऊ केलेल्या

जागेवर शाळा पुन्हा सुरू केली गेली, कारण कोणीही आपल्या जागा वापरू देण्यास तयार नव्हते. गोवंडे यांनी पाट्या आणि दरमहा दोन रुपये वर्गणी अशीही मदत केली. विष्णुपंत थत्ते या ब्राह्मण शिक्षकाने विद्यार्थ्यांची नावनोंदणी वाढत असताना शिकविण्यास मदत केली. मोरो वाळवेकर आणि देवराव ठोसर यांनी वेगवेगळ्या लोकांना परिपत्रके तयार करुन शाळेसाठी लागणाऱ्या वस्तूंसाठी मदत केली. पूना संस्कृत महाविद्यालयाचे प्राचार्य मेजर थॉमस कँडी यांनी पुस्तके पुरविली. फुलेंचे शारीरिक प्रशिक्षक आणि साथीदार लाऊजी रंगराऊत मांग आणि राणबा महार यांनी दोन्ही लिंगांच्या अधिकाधिक विद्यार्थ्यांची नोंदणी करण्यात मदत केली.[५६]

या प्रयत्नांचे यश पाहून फुलेंनी आणखी एका मुलींच्या शाळेची सुरुवात करण्याचा निर्णय घेतला. ब्राह्मण असलेल्या अण्णासाहेब चिपळूणकर यांच्या मदतीने, सावित्रीबाई फुले यांना मुख्याध्यापिका म्हणून तर विष्णुपंत मोरेश्वर आणि विठ्ठल भास्कर यांना सहशिक्षक म्हणून घेऊन बुधवार पेठेतील चिपळूणकर यांच्या जागेत ३ जुलै १८५१ रोजी आणखी एक शाळा सुरू झाली. शाळेचा विस्तार होत असताना आता शाळेला व्यवस्थापन समितीची आवश्यकता होती. फुले यांनी आपल्या मित्रांना या पथदर्शी चळवळीत सामील केले, कारण यावेळीही त्यास समाजाचा मोठा विरोध होता.

फुले आजारी पडले तेव्हा त्यांनी महार, मांग आणि इतर यांच्यामध्ये शिक्षणाचे प्रमाण वाढावे याकरिता आपल्या ब्राह्मण मित्रांना सोसायटी अंतर्गत एकत्रित केले. गोवंडे अध्यक्ष, वाळवेकर सचिव, तर परांजपे कोषाध्यक्ष होते. सर्वजण ब्राह्मण होते.[५७] सोसायटीने महार आणि मांग विद्यार्थ्यांच्या अधिक भरतीसाठी स्वतःला वाहून घेतले. शिक्षणाच्या फायद्यांविषयी प्रचार करण्यासाठी व्याख्याने आयोजित केली गेली. अण्णासाहेब चिपळूणकर यांनी फुले दाम्पत्याच्या ध्येयाला पाठिंबा देऊन महिलांच्या शिक्षणाचे महत्त्व सांगणारी उत्स्फूर्त भाषणे दिली. दक्षिणा निधीवर आणि ब्राह्मण नियंत्रणाचे उर्जास्थान असणाऱ्या संस्कृतच्या वर्चस्वावरही त्यांनी हल्ला केला. अण्णासाहेब चिपळूणकर यांना ब्राह्मणांच्या निधीवरील नियंत्रणाविरुद्ध महत्त्वपूर्ण व्यक्तींनी स्वाक्षरी केलेली याचिका मिळाली. दक्षिणा निधीतून मिळालेले पैसे ब्राह्मणांसाठी धार्मिक भेटीचा निधी होता. यावर आक्षेप घेत काही पुरोगामी ब्राह्मणांनी पुढाकार घेत अर्धी रक्कम शिक्षणाकडे वळविण्याचा निर्णय घेतला. त्यामुळे रूढीवादी आणि पुरोगामी ब्राह्मण यांच्यात तणाव निर्माण झाला. पुरोगामी ब्राह्मणांनी रूढीवादी लोकांना धैर्याने तोंड दिले आणि लढाई जिंकली. मेजर कँडीने शाळांच्या देखभालीसाठी महिन्याला ७५ रुपये देऊ केले.[५८]

फुलेंनी शोषित आणि सबअल्टर्न जनतेवर लक्ष केंद्रित करणारी एक ज्वलंत सामाजिक सुधारणावादी संस्था म्हणजेच 'सत्यशोधक समाजा'ची स्थापना करण्याचा निर्णय घेतला. या संस्थेचा उद्देश जातीचा धोका आणि ब्राह्मणी अंधश्रद्धावादी विचारधारा नष्ट करण्याचा होता. फुले यांचे चरित्रकार धनंजय कीर यांनी, 'आधुनिक भारतात सामाजिक चळवळ सुरू करणारी पहिली संस्था' असे 'सत्यशोधक समाजा'चे वर्णन केले आहे.'[५९] शिक्षण आणि सामाजिक चळवळींच्या माध्यमातून शोषित जनतेला मुक्त करण्यावर तिने लक्ष केंद्रित केले होते. अन्य तत्कालीन सुधारणावादी ब्राह्मण-नेतृत्व चळवळींप्रमाणे ब्राह्मणांवर तिने जबाबदारी टाकली नाही. 'ब्राह्मो समाज', 'प्रार्थना समाज' आणि नंतर 'आर्य समाज' यांचा गीतेच्या पावित्र्यावर विश्वास होता. फुलेंनी मात्र त्याकडे शोषित जनतेला धार्मिक व्यवस्थेच्या बंधनात अडकविण्यासाठी तयार केलेला केवळ एक राजकीय ग्रंथ म्हणून पाहिले होते.

फुले यांना 'ईश्वरवादा' बाबत गंभीर हरकत होती; ज्यामध्ये धर्माच्या अवास्तव मागण्या शेतकरी वर्गावर ब्राह्मणांकडून लादल्या जात. आतापर्यंत पश्चिम भारतातील एक शक्तिमान चळवळ असलेल्या या 'सत्यशोधक समाजा'ने आपल्या थेट कृतितून तडाखा देण्यास सुरुवात केली. ब्राह्मणी रूढीवाद हादरवून टाकला आणि त्याचबरोबर इतर गटांच्या हिंदूवादी सुधारणावादाला उघडपणे आव्हान दिले. त्यांचे काम शेतकरी-केंद्रित होते. याचबरोबर विधवा पुनर्विवाह, बालविवाह रद्द करणे, अस्पृश्यता निर्मूलन, शिक्षणाचा प्रसार, बालहत्या रोखण्यासाठी केंद्रे सुरू करणे, शिष्यवृत्तीसह गरीब विद्यार्थ्यांच्या मोफत शिक्षणासाठी प्रोत्साहन देणे, आणि ब्राह्मणी व्यवस्थेचा उघड विरोध हे इतर सामाजिक सुधारणावादी प्रकल्प होते. हे काम करण्यासाठी फुलेंना विनायक बापूजी भांडारकर, विनायक बापूजी डेंगळे आणि सीताराम सुखाराम दातार या त्यांच्या खास ब्राह्मण मित्रांनी मोठ्या प्रमाणात मदत केली. चळवळीच्या यशामुळे प्रेरणा घेऊन इतर अनेक प्रतिष्ठित ब्राह्मणांनीदेखील आर्थिक मदतीद्वारे किंवा थेट सहभागाने चळवळीला हातभार लावायला सुरुवात केली.

जोतीराव यांच्या अग्रणी कार्यामध्ये ज्यांची नावे आहेत ते बहुतेकजण ब्राह्मण असले, तरीही त्यांना ब्राह्मणांविषयी आंधळे प्रेम नक्कीच नव्हते. फुले त्यांच्या चळवळीचा आणि संघटनेचा भाग असलेल्या आपल्या ब्राह्मण मित्रांचे देखील टीकाकार होते. कधीकधी ते शूद्र आणि अति-शूद्रांविषयी ('अस्पृश्य लोक')[६०] चुकीचा दृष्टीकोन मांडल्याबद्दल त्यांची कानउघाडणीही करत असत. फुले असे मानत की केवळ ब्राह्मण हेच 'खालच्या'जातींच्या दुःखास जबाबदार आहेत. त्यांचे लेखन आणि मते ब्राह्मणांविरुद्ध केंद्रित होते, ज्यात त्यांनी

ब्राह्मणांना फसवणारे, दांभिक आणि विश्वासघातकी असे संबोधून त्यांचे धार्मिक पावित्र्य, म्हणजे फसवेगिरी असल्याचे म्हटले होते. या मतांमुळे अनेकजण फुलेंच्या विरोधात गेले आणि त्यांच्यावर वैयक्तिक हल्ले होऊ लागले; पण फुले जिवंत राहिले आणि त्यांचे कार्यही!

बी. आर. आंबेडकर

आता आंबेडकरांच्या चळवळीकडे वळूया. आपली लढाई म्हणजे ब्राह्मणी मूल्यांच्या विरोधातील एक आंदोलन आहे, ज्यात केवळ जन्माच्या पुण्याईमुळे एका वर्गाचे लोक हे दुसऱ्या वर्गापेक्षा उच्च मानले जातात, यावर सुरुवातीच्या काळात आंबेडकरांनी जोर दिला होता. ब्राह्मणी वर्ग केवळ मतभेद निर्माण करण्यापुरता मर्यादित नाही तर 'उच्च-नीच जातीं जन्मावर आधारित आहेत, हा त्यांचा दृढ विश्वास आहे', असे आंबेडकरांनी 'बहिष्कृत भारत'च्या संपादकीयात (१ जुलै १९२७) लिहिले होते. आंबेडकरांनी मनुस्मृतीचे समारंभपूर्वक दहन केले. अस्पृश्यांविरुद्ध सर्वांत वाईट स्वरूपाच्या आज्ञा दुसऱ्या शतकातील या पुस्तकात ग्रथित केल्या गेल्या आहेत. या पुस्तकाला त्यांनी 'ब्राह्मणवादाच्या तत्त्वज्ञानाचे पुस्तक' असे संबोधले आहे. मनुस्मृतीचे दहन करण्याची कल्पना आंबेडकरांचे ब्राह्मण सहकारी सहस्त्रबुद्धे यांची होती, असे सांगितले जाते.[६१] सहस्त्रबुद्धेंप्रमाणेच इतरही काही प्रभावशाली ब्राह्मण आणि उच्चजातीय व्यक्तींचा एक गट आंबेडकरांच्या पाठीशी एकत्र आला होता आणि आपला आदर्श नेता म्हणून त्याने त्यांची निवड केली होती.

आंबेडकरांच्या महाराष्ट्रातील चळवळीचे इतिहासकार योगीराज बागूल यांनी आंबेडकरांच्या दलितेतर साथीदारांची नोंद एका महत्त्वपूर्ण पुस्तकात केली आहे.[६२] या पुस्तकात आंबेडकरांच्या अकरा दलितेतर, मुख्यतः ब्राह्मण, अनुयायांच्या योगदानाच्या नोंदी आहेत. जातीविरोधी गटांमध्ये तसेच परंपराप्रिय जातींच्या वर्तुळामध्ये फारशा माहीत नसलेल्या आंबेडकरवादी लोकांच्या कर्तृत्वाला ओळख मिळवून देणे, हा बागूल यांचा या कथांना पुढे आणण्यामागचा उद्देश होता.

आंबेडकरांना जरी ब्राह्मणांबाबत अनेक कटू अनुभव आले असले तरी ते सुरुवातीपासूनच ब्राह्मणांशी जोडलेले होते. अनेक ब्राह्मण आणि इतर उच्चजातीय सुधारकांनी त्यांच्या चळवळीला हातभार लावला होता. आंबेडकरांचे ब्राह्मण साथीदार त्यांच्याबरोबर खांद्याला खांदा लावून प्रत्यक्ष मैदानात उभे होते. त्यांनी चळवळीसाठी आपली बुद्धी आणि पैसे या दोन्हींचे योगदान दिले. काही ब्राह्मण आंबेडकरांचे विश्वासू साथीदार म्हणून चळवळीत महत्त्वाच्या जबाबदाऱ्या पार

पाडू लागले होते. आंबेडकरांच्या चळवळीत ब्राह्मणांव्यतिरिक्त जातीय उतरंडीत तुलनेने थोड्या वरच्या स्थानावर असणारे चांद्रसेनीय कायस्थ प्रभू (सीकेपी), तसेच भंडारी जातीचे सदस्य आणि इतर उच्चजातीय मंडळी विशेषत्वाने सहभागी झाली होती.

तरुण आंबेडकर आणि स्पृश्य

आरंभीच्या काळात आंबेडकरांवर त्यांना प्रत्यक्ष आणि अप्रत्यक्षपणे शिकविणाऱ्या शिक्षकांचा बराच प्रभाव होता. त्यातले एक म्हणजे त्यांचे शालेय शिक्षक कृष्णा अर्जुन केळुस्कर. केळुस्कर यांनी त्यांना औपचारिकपणे शिकवले नसले तरी दक्षिण मुंबईतील बागेत बसून नियमितपणे वाचन करणाऱ्या तरुण आंबेडकरांची क्षमता त्यांनी हेरली होती. विल्सन हायस्कूलमध्ये सहाय्यक शिक्षक म्हणून काम करणाऱ्या केळुस्कर यांच्या हस्ते प्रांतातल्या दोन अस्पृश्य (शालेय) पदवीधरांपैकी एक असलेल्या आंबेडकरांचा जाहीर सत्कार करण्यात आला होता. पुस्तकी किडा असणाऱ्या आंबेडकरांना केळुस्करांच्या खासगी ग्रंथालयात प्रवेश देण्यात आला होता. तिथे ते आपल्या आवडीचे ग्रंथ आणि हस्तलिखिते धुंडाळू शकत होते.[६३]

आंबेडकर मॅट्रिकची परीक्षा उत्तीर्ण झाल्याबद्दल त्यांना केळुस्करांनी लिहिलेले 'लाइफ ऑफ गौतम बुद्धा' हे बुद्धावरील पुस्तक भेट दिले गेले होते. केळुस्करांनी बडोद्याचे महाराज सयाजीराव गायकवाड (१८६३-१९३९) यांना आंबेडकरांच्या पुढील शिक्षणासाठी साहाय्य करण्याची शिफारस केली. आपल्या शिफारसीला अधिक बळकट करण्यासाठी केळुस्करांनी सर नारायण चंदावरकर यांचीही शिफारस मिळवली आणि त्यामुळे पुढे आंबेडकर मुंबईच्या एलफिन्स्टन कॉलेजमधून बी.ए. करू शकले.

पुरोगामी प्रवृत्तीच्या महाराज सयाजीराव गायकवाड यांचे अस्पृश्य जातींमध्ये शिक्षणाचा प्रसार व्हावा म्हणून शिष्यवृत्ती देण्याचे धोरण होते. त्यांच्या पुरोगामित्वाचे एक संभाव्य कारण म्हणजे त्यांच्या कुटुंबाला सहन करावे लागलेले अपमानजनक जातीय अनुभव. गायकवाडांना मराठ्यांच्या राजेशाही जातीय उतरंडीत कनिष्ठ मानले जात असे. शिवाजी महाराजांचे वंशज प्रतापसिंह भोसले हे गायकवाड व होळकर यांना कनिष्ठ व अशुद्ध मराठे समजत. त्यांच्या मतानुसार हे दोघे क्षत्रिय नव्हते. प्रतापसिंह यांनी गायकवाडांबद्दल केलेली आपल्या डायरीतली ही नोंद -

> गायकवाडांनी मराठ्यांबाबत केलेल्या विश्वासघातकी कृत्यांची मी रेसिडेंटशी चर्चा केली. गायकवाडांनी काही लोकांना वैवाहिक संबंध

> प्रस्थापित केल्याबद्दल बक्षिसे देऊन मार्गभ्रष्ट केले आहे. गायकवाड हे कुणबी आहेत. त्यांनी आमच्या जातीतील लोकांना चुकीच्या मार्गाने नेले आणि जातीला प्रदूषित केले. त्यांच्या जातीत त्यांच्याकडे अधिकार आहे, पण आमच्या जातीवर त्यांनी स्वत:ला लादण्याचे कोणतेही कारण नाही.

प्रतापसिंह पुढे लिहितात - 'बडोद्याचे गायकवाड केवळ एक कुणबी आहेत. त्यांनी मराठा जातीतील काही लोकांना पैशाचे आमिष दाखवून विश्वासघात आणि अशुद्धतेकडे नेले.'[६४]

बहुधा यामुळेच 'खालच्या' जातीच्या सुधारकांच्या जीवनात गायकवाडांना जो वैयक्तिक रस होता, त्यात त्यांच्या प्रगतीशील राजकारणाकडे असणारा कल शोधता येतो. जोतीराव फुले यांना अर्धांगवायूचा झटका आला तेव्हा गायकवाडांनी तातडीने आर्थिक मदत पाठवली होती. त्यांनी फुल्यांना 'सार्वजनिक सत्य-धर्म पुस्तक' हा त्यांचा जाहीरनामा प्रकाशित करायलाही मदत केली होती. फुल्यांनी त्यांच्या एका कवितेमध्ये याचा उल्लेख केला आहे.[६५] जोतीराव आणि गायकवाड यांच्यामध्ये स्नेहभाव होता. साम्राज्याचे राजपुत्र म्हणून प्रतिष्ठापना झाल्यानंतर तरुण सयाजीराव १८८१ मध्ये पुण्याला गेले तेव्हा पुढील वर्षांमध्ये हा स्नेहभाव विकसित झाला होता. ब्राह्मणांकडून होणाऱ्या शेतकऱ्यांच्या शोषणाला उघड करणाऱ्या आपल्या 'कल्टिव्हेटर्स व्हिपकार्ड' या नवीन पुस्तकातील काही भाग वाचण्यासाठी जोतीरावांनी १८८३ मध्ये बडोद्याच्या महाराजांना भेट दिली. १८८५ मध्ये जोतीराव आणि त्यांच्या सहकाऱ्यांनी पुण्यात महाराजांच्या सन्मानार्थ कार्यक्रम आयोजित केला तेव्हा दोघांना पुन्हा संपर्क साधण्याची संधी मिळाली. १८८८ मध्ये जोतीराव फुले यांना 'बुकर टी. वॉशिंग्टन' ही पदवी देण्याची शिफारस महाराजांनी केली.[६६] अशा प्रकारे, त्यांना जोतीराव आणि आंबेडकर यांना भेटण्याची व त्यांच्या प्रचंड संघर्षांचा साक्षीदार होण्याची संधी मिळाली.

आपल्या नागरी हक्क चळवळीत आंबेडकरांना उच्चजातीय हिंदूमध्ये मित्र लाभले तसेच विरोधकही लाभले. विशेषत: महाराष्ट्रातील शूद्रांना आंबेडकरांच्या प्रयत्नांचे कौतुक होते आणि महाराजा गायकवाड हे त्यांचे प्रशंसक होते. त्यांनी केवळ आंबेडकरांना त्यांच्या कारभारातच सामीलच केले असे नाही, तर सामाजिक सुधारणा कार्यक्रमांचे पालकत्वही घेतले. पण सनातनी ब्राह्मणांच्या दडपणामुळे त्यात अडथळा आला. २३-२४ मार्च १९१८ रोजी मुंबई येथे झालेल्या 'डिप्रेस्ड क्लासेस मिशन सोसायटी ऑफ इंडिया'च्या परिषदेच्या अध्यक्षस्थानी

गायकवाड होते. आंबेडकर आणि गायकवाड यांचे संबंध काही दशके टिकले. १९३० साली लंडनमध्ये भरलेल्या गोलमेज परिषदेत गायकवाडांनी आंबेडकरांना 'हाइड पार्क' हॉटेलमध्ये जेवणासाठी आमंत्रित केले. त्यावेळी गायकवाडांबरोबर ब्राह्मण नाइट सर अन्नेपू पॅट्रो हेही होते. 'न्यूयॉर्क टाइम्स'ला ही बातमी मथळ्याच्या योग्यतेची वाटली. 'राजपुत्र आणि बहिष्कृत' यांच्या लंडनमधील एकत्र भोजनाने शतकानुशतकांच्या प्रतिबंधाला संपवले; बडोद्याचे गायकवाड झाले 'अस्पृश्य' आणि हिंदू उच्च जातीय नाइटचे यजमान' अशा शीर्षकाखाली बातमी प्रसिद्ध झाली. गोलमेज परिषदेतील 'सर्वांत मोठ्या बातम्यांपैकी ही एक बातमी होती.'[६७]

१९२० आणि १९३० च्या दशकात, अभ्यासक-कार्यकर्ता म्हणून त्यांच्या आरंभीच्या काळात कृष्णा अर्जुन केळुस्कर हे आंबेडकरांचे संदर्भ बिंदू होते. केळुस्करांनी आंबडेकरांची ओळख जॉन ड्यूईशी कशी करून दिली, याचे स्कॉट आर. स्ट्राउड यांनी विश्लेषण केले आहे.[६८] ड्यूई आणि टफ्ट्स यांचा ६१८ पानांचा 'एथिक्स' हा ग्रंथ १९०८ मध्ये प्रकाशित झाला.[६९] या ग्रंथाने ड्यूई यांचे उपयुक्ततावादाचे तत्त्वज्ञान आणि नैतिकता व नीतीशास्त्र याकडे मूल्यलक्षी दृष्टिकोनातून बघणारे टफ्ट यांचे मानववंशशास्त्र यात आंबेडकरांचा प्रवेश निश्चित केला. ड्यूई आणि टफ्ट नीतिशास्त्राचे स्वरूप 'नेहमीच्या कृत्याच्या चौकटीतील नैतिकदृष्ट्या परिभाषित केलेले स्थान' असे स्पष्ट करतात. आंबेडकरांनी हे तत्त्वज्ञान पुढे नेत अधिक प्रगल्भ आणि प्रगत केले.

अमेरिकेतून भारतात परत आल्यानंतर आंबेडकरांना बडोद्यामध्ये प्रतिकूल परिस्थितींचा सामना करावा लागला.[७०] मदतीसाठी ते केळुस्करांकडे वळले. त्यांनी मुंबईच्या सिडनेहॅम कॉलेजच्या प्राचार्यपदासाठी आंबेडकरांची शिफारस केली. तथापि अस्पृश्य असल्याने आंबेडकरांना हे पद नाकारले गेले. त्याऐवजी एलफिन्स्टन कॉलेजमध्ये त्यांना प्राध्यापकाचे पद देण्यात आले. आंबेडकरांनी ते नम्रपणे नाकारले आणि 'आपल्या लोकांच्या सेवेत स्वत:ला झोकून देणारे आयुष्य' त्यांनी निवडले. कारण, 'त्यांच्या सामाजिक कार्यात अडथळा आणेल, अशी कोणतीही नोकरी त्यांना भविष्यात करायची नव्हती'.[७१]

आंबेडकरांचे इंद्रधनुष्यी अनुयायी

अस्पृश्य आणि ब्राह्मण या दोहोंच्या संदर्भातील सुधारणेच्या कार्यात रस असणाऱ्या पुरोगामी ब्राह्मणांचा चळवळीत समावेश करणे, ही आंबेडकरांची रणनीती होती. त्यामुळे बहिष्कृत हितकारिणी सभा (१९२४)७२ - द डिप्रेस्ड क्लासेस इन्स्टिट्यूट - या आंबेडकरांनी स्थापन केलेल्या पहिल्यावहिल्या संस्थांपैकी एकीमध्ये नावलौकिक

असणारे ब्राह्मण सदस्य होते. उदारमतवादी पक्षाचे सदस्य आणि गुजराती ब्राह्मण न्यायाधीश डॉ. सी.एच. सेटलवाड हे संस्थेच्या अध्यक्षपदी होते. पारशी पार्श्वभूमीचे मेयेर निस्सिम आणि जी.के. नरीमन हे उपाध्यक्ष होते तर आर.पी. परांजपे, डॉ.व्ही.पी. चव्हाण आणि बी.जी. खेर हे सॉलिसिटर्स मराठा होते. सभेचे व्यवस्थापन मात्र अस्पृश्यांच्या नियंत्रणाखाली होते. आंबेडकर समितीचे अध्यक्ष होते, चांभार जातीचे एस. एन. शिवतारकर सचिव तर महार जातीचे एन.टी. जाधव कोषाध्यक्ष होते.

आंतरजातीय भोजनाच्या उपक्रमाअंतर्गत आंबेडकरांच्या दलितेतर सहकाऱ्यांनी आपापल्या घरी भव्य भोजनाचे आयोजन करण्यात पुढाकार घेतला. असाच एक कार्यक्रम सहस्त्रबुद्धे यांच्या घरी आयोजित करण्यात आला होता. त्याने वृत्तपत्रांचे लक्ष वेधले. २४ ऑगस्ट १९२८ रोजी 'समता' या वृत्तपत्रिकेच्या पाचव्या आवृत्तीतदेखील हे छापले गेले होते. या बातमीत आंतरजातीय भोजनाच्या उपक्रमातील प्रतिनिधित्वाचे वैविध्य दर्शवण्यासाठी सहभागी लोक आणि त्यांच्या पोटजातींची नावे दिली गेली होती. बावीस सहभागींपैकी सीकेपी, महार, चांभार, भंडारी, मातंग, माळी, मराठा, शिंपी, गोवर्धन ब्राह्मण, आंध्र प्रदेशीय ब्राह्मण आणि वणकर-मेघवाल या विविध जातींतील लोकांची नोंद झाली. 'समाज समता संघा'च्या सदस्यांच्या घरी वारंवार असे उपक्रम घेण्यात आले.[७३] या जातीय इंद्रधनुष्याच्या प्रयोगांद्वारे आंबेडकरांनी आपली संघटन परिपक्वता सिद्ध केली.

ब्राह्मण आणि इतर जातींचे हिंदू आंबेडकरांचे निकटवर्तीय कसे होते आणि त्यांच्या चळवळीतील विविध कामांचे नेतृत्व त्यांनी कसे केले होते, हे आंबेडकरांचा प्रत्येक चरित्रकार दाखवून देतो. आंबेडकरांचे ब्राह्मण सहकारी अनेक प्रसंगांमध्ये आघाडीवर कसे होते, हे त्यांचे चरित्रकार कीर यांनी नमूद केले आहे. आंबेडकर अध्यक्ष असलेल्या कामगार संघटना, शैक्षणिक संस्था, वर्तमानपत्रे, स्वतंत्र कामगार पक्ष आणि विविध उपसमित्या यामध्ये आंबेडकरांच्या ब्राह्मण साथीदारांचा परिणामकारक सहभाग होता.

ब्राह्मणांचे कार्य

अनेक ब्राह्मणांना आंबेडकरांच्या संघर्षाची जाण होती आणि ते स्वत: कट्टर आंबेडकरवादी होते. त्यापैकी एक महत्त्वाचे नाव म्हणजे गंगाधर नीळकंठ सहस्त्रबुद्धे- एक चित्पावन ब्राह्मण, जे आंबेडकरांच्या मागे ठामपणे उभे राहिले. सहस्त्रबुद्धे हे मुंबई परिसरातील कामगार संघटनेचे व्यवस्थापक होते. हिंदू धर्मातील सनातनी प्रथांविरुद्ध त्यांनी आक्रमक भूमिका घेतली होती.

ऐतिहासिक महाड परिषद, कुलाबा डिस्ट्रिक्ट डिप्रेस्ड क्लासेस कॉन्फरन्स, १९२७ मध्ये झाली. या परिषदेचे नेतृत्व आंबेडकरांनीच केले होते; मात्र परिषद आयोजनाच्या प्राथमिक बैठकांमध्ये आंबेडकरांनी अध्यक्षस्थान नाकारले होते. दलित चळवळीत योगदान देणाऱ्या एखाद्या योग्य व्यक्तीला हे पद द्यावे, अशी त्यांनी विनंती केली. मात्र या परिषदेचे अध्यक्ष आंबेडकरच असावेत, असा कुलाबा परिसरातील लोकांचा आग्रह होता. आंबेडकर काही यासाठी तयार नव्हते. अखेर, आंबेडकरांच्या नेतृत्वाखाली जहाल दलित चळवळीचे बीज पेरणाऱ्या या ऐतिहासिक परिषदेत आंबेडकरांनीच अध्यक्षस्थानी असले पाहिजे, यासाठी त्यांचे मन वळवण्यात यशस्वी झाले ते सहस्रबुद्धे!

मनुस्मृतीचे औपचारिक दहन करण्याच्या कामातदेखील सहस्रबुद्धेंनी पुढाकार घेतला होता. परिषदेतील दुसऱ्या क्रमांकाचा ठराव - मनुस्मृती दहन - सहस्रबुद्धेंनीच मांडला होता. पी.एन. राजभोज यांनी त्याला अनुमोदन दिले आणि श्रीयुत थोरातांनी त्याला समर्थन दिले.[७४] सहस्रबुद्धेंनी आंबेडकरांची बाजू घेतली आणि सहा दलित संतांबरोबर या मोर्चात ते सहभागी झाले. या घटनेमुळे राष्ट्रीय पातळीवर प्रकाशझोतात आलेले आंबेडकर पुढे सनातनी व पुराणमतवादी ब्राह्मणी हिंदू समूहांसाठी एक कायमचे दुखणे होऊन बसले.

या परिषदेतील भाषणात, सहस्रबुद्धेंनी स्पृश्य जातींना आवाहन केले -

> अस्पृश्यांनी स्पृश्यांवर प्रेम करावे, असे जर स्पृश्यांना वाटत असेल तर पहिले पाऊल स्पृश्यांनी उचलणे आवश्यक आहे. अस्पृश्यांबाबत स्पृश्यांच्या मनात खरोखरच प्रेमभावना आहे, याबाबत अस्पृश्यांची खात्री पटण्यासाठी स्पृश्यांनी अस्पृश्यांमध्ये एक विश्वास निर्माण केला पाहिजे. हा विश्वास संपादन करण्यासाठी स्पृश्य जातींकडे एकच पर्याय आहे: अस्पृश्यांच्या विकासात निर्माण केलेल्या सर्व अडथळ्यांचे निर्मूलन करणे.[७५]

या साध्या आणि थेट विधानातून जातीव्यवस्थेची जबाबदारी स्पृश्यांवर असल्याचे सांगितले गेले. सहस्रबुद्धे मूलगामी विचार करणारे आणि स्पष्टवक्ते होते. दलितांबद्दल सहानुभूती दर्शविणारे स्पृश्य लोक हे दलित हक्कांसाठीच्या संघर्षात सक्रियपणे सहभागी होत नाहीत, हा विरोधाभास त्यांनी पाहिला होता.

सहस्रबुद्धेंनी आंबेडकरांच्या 'जनता' या नियतकालिकाचे १५ वर्षे संपादनही केले. १९४२ मध्ये व्हॉइसरॉयच्या कॅबिनेटमध्ये आंबेडकरांचा समावेश असावा, ही मागणी त्यांनी नेटाने लावून धरली होती. मोठ्या प्रमाणावर वाचल्या जाणाऱ्या

त्यांच्या संपादकीयांतून त्यांनी कॅबिनेटमध्ये दलित सदस्यांना प्रतिनिधित्व नाकारणाऱ्या ब्रिटिश सरकारला आव्हान दिले होते. ९ ऑगस्ट १९४१ रोजीच्या 'जनता'च्या आवृत्तीत सहस्त्रबुद्धेंनी 'इंग्रजांची धोकेबाजी' या शीर्षकाचा लेख लिहिला होता.[७६] त्यात त्यांनी स्पष्ट उल्लेख केला की, १९३० च्या गोलमेज परिषदेत ब्रिटिशांनीच मंजुरी दिल्याप्रमाणे हिंदू आणि मुस्लिमांप्रमाणेच अस्पृश्य हेदेखील स्वतंत्र राजकीय एकक आहे आणि त्यांचा हा हक्क नाकारणे म्हणजे ढोंगीपणा आहे. १६ ऑगस्ट १९४१ च्या आवृत्तीत सहस्त्रबुद्धेंनी दलितांचे हक्क एकत्रितपणे नाकारणाऱ्या हिंदू महासभा, मुस्लिम लीग आणि ब्रिटिश सरकारला एकत्रितपणे आव्हान दिले होते. मोठ्या प्रमाणावर वाचल्या जाणाऱ्या सहस्त्रबुद्धेंच्या अग्रलेखांमुळे त्यांना जनतेचा भक्कम प्रतिसाद मिळत होता. पश्चिम भारतातील विविध भागांत अनेक निषेध मोर्चे आणि परिषदांच्या यशाचे श्रेय सहस्त्रबुद्धेंनाच द्यावे लागेल, असे योगीराज बागूल म्हणतात. शांताबाई चव्हाण यांनी २० ऑक्टोबर १९४१ रोजी मुंबईत झालेल्या अखिल भारतीय दलित महिला परिषदेचे अध्यक्षस्थान भूषवले होते. दलितांवर अन्याय करत असल्याबद्दल ब्रिटिश सरकारचा निषेध करणारा पहिला ठराव याच परिषदेत मांडण्यात आला.[७७] चळवळीतील दलित व दलितेतर नेत्यांनी १९४१ ते १९४२ पर्यंत ही चर्चा सुरू ठेवली. परिणामी १९४२ मधील हंगामी सरकारमध्ये ब्रिटिश शासनाने आंबेडकरांना कामगार सदस्य म्हणून नियुक्त केले. सहस्त्रबुद्धेंनी लावून धरलेले मुद्दे जनतेत वेगाने प्रसारित होत होते. या काळात अनेक परिषदांचे आयोजन करुन ब्रिटिश सरकारच्या ढोंगीपणाचा निषेध करण्यात आला. दलित नेत्यांनी हाच मुद्दा धरून आपला आवाज उठवला आणि सहस्त्रबुद्धेंनी या आवाजाला आणखी वरच्या पट्टीवर नेले.

डिप्रेस्ड क्लासेस इन्स्टिट्यूटच्या सुरुवातीच्या वर्षांमध्ये संस्थेच्या छत्राखाली अनेक कार्यक्रम घेतले गेले. दरम्यान, अस्पृश्यांच्या स्थितीत सुधारणा होण्यासाठी शिक्षण, सांस्कृतिक आणि आर्थिक स्थितीत बदल घडवणे आवश्यक असल्याचे या काळात अधोरेखित झाले. आर्थिक आघाडीवर फारसे यश मिळाले नसले तरी सहस्त्रबुद्धेंनी हे तिन्ही मुद्दे एकत्र करत सभेच्या कार्यात योगदान दिले. त्यांच्या मूलगामी कार्यामुळे सहस्त्रबुद्धेंना 'आंबेडकरी ब्राह्मण' असे म्हटले जात असे.[७८]

आंबेडकरांना आश्चर्यकारकरित्या पाठिंबा देणारे आणखी एक सहकारी म्हणजे श्रीधरपंत टिळक. पुराणमतवादी बाळ गंगाधर टिळक यांचे पुत्र. श्रीधरपंतांनी आंबेडकरांच्या सामाजिक कार्यात सक्रियपणे सहभाग नोंदवला. २ ऑक्टोबर १९२७ रोजी पुण्यातील डिप्रेस्ड क्लास स्टुडंट कॉन्फरन्समध्ये आंबेडकर अध्यक्षस्थानी होते तर तीन प्रमुख वक्त्यांमध्ये पी.एन. राजभोज व सोळंकी

यांच्यासोबत श्रीधरपंत टिळक यांची उपस्थिती होती.[७९] परिषद संपल्यानंतर श्रीधरपंतांनी आंबेडकरांच्या सन्मानार्थ नारायण पेठेत गायकवाड वाड्यातील त्यांच्या निवासस्थानी चहापानाचे आयोजन केले होते.

याच विचारांचा वारसा पुढे नेत, श्रीधरपंतांनी समाज समता संघाला पाठिंबा देण्यासाठीचा उपक्रम म्हणून अस्पृश्य गायक मुलांच्या भोजन मेळ्यासाठी 'गायकवाड वाडा' खुला करून दिला. त्यांना आमंत्रण दिल्याने श्रीधरपंतांनी आपल्या समाजाचा, विशेषत: केसरी-मराठा ट्रस्टमधील ब्राह्मण विश्वस्तांचा, तीव्र रोष ओढवून घेतला. त्यांच्या घरावर - 'लोकमान्य निवासा'वर - 'चातुर्वर्ण्य विध्वंसक समिती' नावाची मोठी पाटी झळकत होती. त्यामुळे त्यांचे नातेवाईक आणि ब्राह्मण समाजाने तीव्र संताप व्यक्त केला. श्रीधरपंतांवर मोठा दबाव टाकण्यात आला. त्यांच्या वडिलांनीच सुरू केलेल्या 'केसरी'तून त्यांचा सातत्याने अपमान करण्यात आला.

श्रीधरपंतांवर सनातनी ब्राह्मण समाजाचा दबाव वाढत होता. केसरी-मराठा ट्रस्टमधील पुराणमतवादी लोकांमुळे तर त्यांना सात वर्षे कोर्टाच्या पायऱ्याही झिजवाव्या लागल्या. अखेर २५ मे १९२८ मध्ये नैराश्यामुळे मुंबई-पुणे एक्सप्रेस रेल्वेखाली उडी मारून त्यांनी आपले जीवन संपवले. आंबेडकरांनी या घटनेसाठी 'केसरी'च्या वर्तुळातील जातीय हिंदू सनातनवादाला जबाबदार धरले. श्रीधरपंतांनी त्यांची 'बदमाशांची टोळी' म्हणून संभावना केली होती.[८०] आत्महत्या करण्यापूर्वी त्यांनी आंबेडकरांना शेवटचे पत्र लिहिले. २९ जून १९२८ रोजी 'समता' मध्ये त्याची प्रत प्रकाशित झाली होती. त्यात लिहिले होते -

हे पत्र तुमच्या हाती पडण्यापूर्वी मी जग सोडून गेल्याची बातमी तुमच्या कानी पडली असेल. तुमच्या 'समाज-समता-संघा'चे काम अधिक पुढे नेण्यासाठी शिक्षित व सामाजिक परिवर्तनाची आच असणाऱ्या तरुणांना या चळवळीकडे आकर्षित करण्याची गरज आहे. या कार्यासाठी तुमचे निरंतर सुरू असलेले प्रयत्न पाहून मला खूप आनंद होतो आहे आणि ईश्वर तुम्हाला नक्की यश प्रदान करेल, असा मला विश्वास वाटतो. महाराष्ट्रातील तरुणांनी हे कार्य हाती घेतले तर केवळ ५ वर्षांत अस्पृश्यतेची ही समस्या दूर होईल. वंचित घटकांतील माझ्या बंधूंचे दुःख भगवान कृष्णासमोर कथन करण्यासाठी मी पुढे जात आहे. मित्रांना माझा नमस्कार सांगावा.

आपला विश्वासू,
श्रीधर बळवंत टिळक २५/५/ २८[८१]

श्रीधरपंत टिळक यांच्या मृत्यूनंतर चळवळीतील त्यांचे योगदान लक्षात घेऊन आंबेडकरांनी २६ मे १९२८ रोजी जळगाव परिषदेत एक ठराव संमत केला.[८२] त्यांच्या अग्रलेखातही त्यांनी श्रीधरपंतांच्या निधनाबद्दल शोक व्यक्त केला : 'श्रीधरपंतांकडून मला मोठ्या कार्याची अपेक्षा होती; पण आता ते या जगात नाहीत.' समाज सेवा संघातील श्रीधरपंतांचे काम वाढल्यानंतर आंबेडकरांशी त्यांची जवळीक वाढली होती. अगदी थोड्या काळातच ते आंबेडकरांच्या मित्रपरिवारातील एक सदस्य बनले.[८३] मुंबईच्या दौऱ्यावर असताना ते आंबेडकरांची भेट आवर्जून घेत आणि आंबेडकर पुण्यात आल्यावर ते त्यांना गायकवाड वाड्यातील त्यांच्या घरी आमंत्रित करत असत. श्रीधरपंत आणि त्यांचे बंधू रामभाऊ टिळक यांचे केसरी-मराठा ट्रस्टच्या विश्वस्तांशी असलेले वाद विकोपाला गेले होते. दोघेही भाऊ खुले विचार आणि परिवर्तनवादी दृष्टिकोनाचा पुरस्कार करणारे म्हणून प्रसिद्ध होते. केसरी-मराठा ट्रस्टचे विश्वस्त आणि टिळक बंधू यांच्यातील कायदेशीर लढाईत नंतर आंबेडकरांना वकील म्हणून नेमण्याचा टिळक बंधूंचा आग्रह होता. परंतु परिस्थितीजन्य कारणांमुळे आंबेडकरांना हा आग्रह मान्य करता आला नाही.

कामगार नेते न.म. जोशी हे ब्राह्मण होते. आंबेडकरांचे नाव गाजू लागण्याच्या आधीपासूनच ते आंबेडकरांचे सच्चे प्रशंसक होते. एलफिन्स्टन हायस्कूल येथे जोशी गणिताचे शिक्षक होते आणि आंबेडकर त्यांचे विद्यार्थी होते. काही वर्षांतच आंबेडकरांनी आपल्या कर्तृत्वाने मोठी उंची गाठली. या काळात जोशी आणि आंबेडकर यांनी विविध प्रसंगी परस्परांच्या भेटी घेतल्या आणि जोशी आंबेडकरांच्या कार्यात सहभागी होऊ लागले. जोशींच्या समाजसेवा केंद्राने प्रगत हिंदूंना त्यांच्या संस्थेकडे आकर्षून घेतले. या चळवळीत पुढे सहभागी झालेल्या इतर पुरोगामी मंडळींची भेट आंबेडकर इथेच घेत असत. आंबेडकर गोलमेज परिषदेला गेले तेव्हा जोशी कामगार प्रतिनिधी म्हणून सदनात बसले होते. कामगार संघटक म्हणून त्यांचे कार्य आणि कामगार मंत्री म्हणून आंबेडकरांचे काम यातून त्या दोघांमध्ये मैत्रिपूर्ण संबंध निर्माण झाले. आंतरराष्ट्रीय कामगार परिषदेत भारतीय प्रतिनिधी मंडळात दलित नेतृत्व असावे, यासाठी आंबेडकरांनी आग्रह धरला होता. या प्रस्तावावरून कामगार आयोजकांनी नापसंती व्यक्त केली आणि आंबेडकरांवर कामगार वर्गात फूट पाडण्याचा आरोप केला. जोशींनी आंबेडकरांच्या प्रस्तावाचे समर्थन केले आणि आंतरराष्ट्रीय प्रतिनिधी मंडळात दलितांना समाविष्ट करून घेण्यासाठी ब्राह्मणांच्या निरुत्साहाबद्दल कामगार चळवळीतील 'जहाल-सनातनी' ब्राह्मणांनाच उलट सवाल केला. 'तुम्ही सर्वांनी चळवळीसाठी दीर्घकाळ काम केले आहे. तुम्ही दलित नेतृत्वाचे बीजारोपण का केले नाही? वास्तविक

पाहता, दलित कामगारांनीच चळवळीचा महत्त्वाचा भाग व्यापला आहे. त्यामुळे आंबेडकर जातीयवादी आहेत की दलितांना वगळणारे आपण जातीयवादी आहोत, हा खरा प्रश्न आहे.[८४] जातींच्या बाबतीत सर्वसमावेशक वातावरण निर्माण करण्यात कामगार चळवळ अपयशी ठरली, हे जोशींनी स्वीकारले.

आंबेडकरांच्या जवळ असलेली आणखी एक विश्वासू व्यक्ती म्हणजे एस. एस. रेगे. आंबेडकरांच्या सर्वांत मौल्यवान संपत्तीची - पुस्तकांची - जबाबदारी त्यांच्यावर होती. पीपल्स एज्युकेशन सोसायटीचे ग्रंथपाल म्हणून १९४६ मध्ये रेगेंची नियुक्ती झाली. आंबेडकरांच्या 'राजगृह' या मुंबईतील घरी ठेवलेल्या पुस्तकांची व्यवस्था पाहण्याचे तसेच त्यांनी सिद्धार्थ कॉलेजमध्ये दान केलेल्या त्यांच्या संग्रहाची देखरेख करण्याचे काम त्यांच्याकडे होते. आंबेडकरांना जवळून ओळखणाऱ्या अनेकांनी त्यांच्या पुस्तकप्रेमाची वेळोवेळी नोंद घेतली आहे. नानकचंद रत्तू यांनी ग्रंथप्रेमी आंबेडकरांबद्दल बोलताना सांगितले आहे की, 'आंबेडकर एकदा असं म्हणाले होते की माझी मौल्यवान पुस्तके घ्यायचा जर कुणी प्रयत्न केला तर मी त्याला गोळी घालेन.

पश्चिम महाराष्ट्रातील सिंधुदुर्ग जिल्ह्यातील वेंगुर्ले येथील सुशिक्षित गौड सारस्वत ब्राह्मण कुटुंबात जन्मलेल्या रेग्यांनी ग्रंथपाल म्हणून प्रशिक्षण घेतले होते. त्यांचे मेहुणे आणि नव्याने स्थापन झालेल्या स्वतंत्र कामगार पक्षाचे सचिव तसेच समाज समता संघाच्या कार्यकारी समितीचे सदस्य दत्तात्रय व्ही. प्रधान यांच्यामार्फत रेगे आंबेडकरांच्या संपर्कात आले. आंबेडकरांच्या सार्वजनिक जीवनात संस्थात्मक पातळीवर ते महत्त्वाचे व्यक्ती बनले. ग्रंथपाल म्हणून जबाबदारी सांभाळतानाच सिद्धार्थ कॉलेजमध्ये प्राध्यापकांच्या नियुक्तीबाबत चर्चा करण्याकरता आंबेडकरांनी त्यांना आमंत्रित केले होते. पीईएस उपाध्यक्षपदापर्यंत रेगेंची पदोन्नती झाली होती. आपल्या अंतिम वर्षांमध्ये आंबेडकर जेव्हा 'द बुद्ध अँड हिज धम्म' हे पुस्तक पूर्ण करण्याच्या प्रयत्नात होते, तेव्हा मुंबईत रेगे नेहमीच त्यांच्या संपर्कात होते. कोलकात्यातील 'ठाकर्स पब्लिशिंग हाऊस'मधून प्रूफे घेण्यासाठी त्यांना तिथे जाण्यास सांगितले जायचे. संदर्भग्रंथ दिल्लीला पाठवण्याची जबाबदारी त्यांच्यावरच होती. संस्थात्मक बांधणीतील योगदानाबाबत आंबेडकरांच्या चरित्रात रेगेंचे नाव आदराने घेतले गेले आहे. अतिशय मानाचे स्थान मिळवलेले रेगे आंबेडकरांच्या मृत्यूनंतरही पीईएसद्वारे दलित समाजाला मार्गदर्शन करत होते. २००४ मध्ये त्यांचे निधन होईपर्यंत त्यांचे काम चालूच होते. आंबेडकरांचा वारसा पुढे चालवण्यात अग्रेसर असणारा कार्यकर्ता म्हणून या रेग्यांच्या संदर्भात अनेक दाखले आणि कथा उपलब्ध आहेत.

महत्त्वाचे असूनही ज्याला फार प्रसिद्धी मिळाली नाही, असे एक नाव

म्हणजे देवराव विष्णू नाईक. कट्टर आंबेडकरवादी आणि 'ब्राह्मण-ब्राह्मणेतर' तसेच 'समता' या दोन क्रांतिकारी नियतकालिकांचे संपादक. ब्राह्मणांमधील कनिष्ठ उपजात असलेल्या 'गोवर्धन ब्राह्मण' कुटुंबात नाईक यांचा जन्म झाला होता. वैयक्तिक आयुष्यात नाईक यांना ब्राह्मणवादाचे चटके सोसावे लागले होते. एका श्रीमंत चित्पावन ब्राह्मण सावकाराने त्यांच्या शेतकरी कुटुंबाचे शोषण केले आणि सनातनी ब्राह्मण वर्गाने त्यांच्या उपजातीला कधीही समान दर्जा दिला नाही. त्यामुळेच नाईक यांनी जातीभेदाविरोधात कार्य करण्याचा निर्णय घेतला. वृत्तपत्रांमधून त्यांना आंबेडकरांच्या कार्याची माहिती झाली होती. बहिष्कृत हितकारिणी सभेचे कार्यालय दलितेतर चालवतात, हेही त्यांना माहीत होते.

आंबेडकरांचे तसेच त्यांच्या जातविरोधी संस्थांचे कार्य ब्राह्मणांपर्यंत पोचविण्यासाठी नाईक यांनी १ ऑगस्ट १९२५ रोजी 'ब्राह्मण-ब्राह्मणेतर' नावाचे पहिले ब्राह्मणकेंद्री जातविरोधी वृत्तपत्र सुरू केले. या वृत्तपत्रात आंबेडकरांच्या बैठका, मोर्चे आणि चळवळीतील कार्याचे विस्तृत तपशील दिले जात होते. नाईक यांनी ब्राह्मण समाजात आंबेडकरांच्या मतांचा प्रसार करण्यासोबतच आंबेडकरांसह चळवळीत सहभाग घेतला. हिंदूंनी अस्पृश्यांवर केलेल्या हिंसाचाराविरोधात महाड परिषद आणि महाड सत्याग्रहानंतरच्या निदर्शनांमध्ये नाईक यांनी कळीची भूमिका बजावली.[८५] 'समाज समता संघा'चे उपाध्यक्ष म्हणून त्यांची नियुक्ती करण्यात आली होती. हळूहळू त्यांचे महत्त्व वाढत गेले आणि आंबेडकरांच्या जवळच्या वर्तुळात त्यांचा समावेश झाला. मोर्चा, परिषदा, यात्रांमध्ये ते आंबेडकरांबरोबर सहभागी होऊ लागले. सोलापूरला 'डिप्रेस्ड क्लासेस असोसिएशन'तर्फे आयोजित केलेल्या सभेत आंबेडकर अध्यक्षस्थानी होते. मात्र काही कारणास्तव ते सोलापुरात पोहोचू शकणार नव्हते. म्हणून आंबेडकरांचा लिखित संदेश सभेला वाचून दाखवण्याचे काम नाईक यांच्याकडे सोपवले गेले. १४ ऑगस्ट १९३१ रोजी काही महत्त्वाच्या कार्यकर्त्यांसोबत महात्मा गांधींच्या भेटीसाठी जाणाऱ्या प्रतिनिधी मंडळातही ते होते. या मंडळात भाऊराव गायकवाड, सीताराम शिवतारकर, भास्करराव कद्रेकर, गणपतबुवा जाधव, अमृतराव रणखांबे आणि पी. जी. काणेकर यांचा सहभाग होता.

नाईक यांचे आंबेडकरांसोबतचे काम दलित वर्तुळांमध्ये चांगले माहीत झाले होते. त्यामुळे मुंबईतील दादर स्टेशनजवळील त्यांचे घर हे शहरात येणाऱ्या दलित कार्यकर्त्यांसाठी महत्त्वाचे केंद्र बनले. 'समाज समता संघा'चे काम वाढल्यावर वृत्तपत्राची गरज भासू लागली. त्यामुळे आंबेडकरांनी 'समता' हे पाक्षिक सुरू केले. नाईक त्याचे संपादक होते. दोन वृत्तपत्रांची जबाबदारी अंगावर पडल्याने नाईक यांनी अखेर ब्राह्मण-ब्राह्मणेतर वृत्तपत्राचे प्रकाशन थांबवले आणि 'समता'वर

लक्ष केंद्रित करण्याचा निर्णय घेतला. दलितांसाठी केल्या जाणाऱ्या कार्याबाबत व्यापक लेखन होत असल्याने हे पाक्षिक अधिक लोकप्रिय झाले होते. नाईक यांनी 'जनता'चेही संपादन केले. २४ नोव्हेंबर १९३० रोजी 'बहिष्कृत भारत'चे रूपांतर 'जनता'मध्ये झाले. गोलमेज परिषदांसह विविध समित्यांमधील आंबेडकरांचे प्रतिनिधित्व आणि स्मरणपत्रे हे सारे पुस्तिकेच्या स्वरूपात नाईकांनी प्रकाशित व वितरित केले.

नाईक हे राष्ट्रीय स्वातंत्र्य चळवळीतील ब्राह्मण आणि ब्राह्मणी नेतृत्वाचे कडवे विरोधक होते. बाळ गंगाधर टिळक आणि त्यांच्या समर्थकांची 'दलित स्वातंत्र्याशिवायच्या स्वातंत्र्या'शी असलेली वचनबद्धता ही ब्राह्मणांना अतिरिक्त अधिकार देणाऱ्या पुराणमतवादी सनातनी धर्मातून आली आहे, अशी त्यांची ठाम धारणा होती. आंबेडकरांनी नाईक यांच्या चळवळीवरील निष्ठेची प्रशंसा केली आहे. 'आपल्या समाजाचा संघर्ष, भावना आणि त्याच्या महत्त्वाकांक्षांसाठी तुम्ही स्वतःला झोकून दिले आहे. इतके की, तुमच्या आमच्यातला एकमेव फरक म्हणजे तुम्ही आमच्यासारखे अस्पृश्य म्हणून जन्मला नाहीत.'[८९] अखेर, १९४२ मध्ये आंबेडकरांनी नव्याने स्थापन केलेल्या 'ऑल इंडिया शेड्यूल्ड कास्ट फेडरेशन'च्या बॅनरखाली आपला लढा पुढे नेण्याचे ठरवल्यानंतर नाईक यांनी इतर ब्राह्मणांप्रमाणे आंबेडकरांच्या मार्गापासून फारकत घेतली.

आंबेडकरांनी 'ऑल इंडिया शेड्यूल्ड कास्ट फेडरेशन' स्थापन करण्यासाठी स्वतंत्र कामगार पक्षाचे विसर्जन करायचे ठरवल्यानंतर अनेक ब्राह्मण आणि आंबेडकरांच्या 'उच्च'जातीय साथीदारांनी त्यांची चळवळ सोडायचे ठरवले. पुरोगामी ब्राह्मण कामगार पक्षाच्या राजकारणात सहज सामील होऊ शकले; मात्र जातकेंद्रित संस्था त्यांना त्रासदायक वाटू लागली. जातविरोधी चळवळीतील काही ब्राह्मणांची भूमिका खरोखरीच प्रामाणिक होती. त्या भूमिकेशी त्यांनी तडजोड केली नव्हती, मात्र आंबेडकरांनी 'एआयएससीएफ'मध्ये दलितेतरांऐवजी दलितांकडे महत्त्वाची कामे सोपवल्यानंतर (आंबेडकरांनी सुरुवातीच्या संघटनांपासूनच हे तत्त्व अवलंबले होते) काही दलितेतर तसेच ब्राह्मण साथीदार आंबेडकरांपासून दूर गेले. असे असूनही आंबेडकरांच्या नेतृत्वातील दलित क्रांतीच्या परंपरेत वाढलेल्या उच्चजातीय आणि दलितेतर ब्राह्मण साथीदारांसोबत आंबेडकरांनी अखेरपर्यंत संपर्क ठेवला.

आंबेडकरांपासून ब्राह्मण साथीदार दूर जाण्याचे आणखी एक कारण योगीराज बागूल सांगतात– 'एक म्हणजे आंबेडकरांपासूनच भौतिक अंतर. व्हॉइसरॉयच्या कॅबिनेटमध्ये कामगार खात्याची जबाबदारी घेण्यासाठी आंबेडकरांना मुंबई सोडून दिल्लीला जावे लागले. त्यामुळे मुंबईत त्यांचा नियमितपणे होणारा संवाद कमी

झाला. अनेक ब्राह्मणेतर नेत्यांनी आंबेडकरांच्या संस्थेतील ब्राह्मणांपासून सुटका करून घेण्यासाठी आंबेडकरांकडे धाव घेतली होती; जेणेकरून ते त्या संस्थेला पूर्णपणे पाठिंबा देऊ शकतील.[८७] पण त्यावेळी आंबेडकर कठोर होऊन स्वत:च्या भूमिकेवर ठाम राहिले. काही अपवाद वगळता, १९४० च्या अखेरपासून ते १९५६ मधील आंबेडकरांच्या मृत्यूपर्यंत ब्राह्मणांचा चळवळीत फारसा सहभाग दिसला नाही.

आंबेडकरांच्या चळवळीत हिंदूंची उपस्थिती असूनही तिथे खोटेपणा, घातपात आणि विषाक्त हल्ले यांच्या गुंतागुंतीच्या जाळ्यांमार्फत ब्राह्मण सनातनीपणाचे वर्चस्व राहिले. १९३० मध्ये लंडनमध्ये 'न्यू यॉर्क टाईम्स'ला दिलेल्या मुलाखतीत आंबेडकर समाज समता संघाच्या कार्याबद्दल बोलताना म्हणाले, "चळवळ अत्यंत संथपणे सुरू असली तरी वाढत आहे. आमच्याबरोबर आमच्या कार्यात सहभागी झालेल्या उदारमतवादी मंडळींनी अस्पृश्य यजमानांकडून पाहुणचार स्वीकारताना अवघडलेपणाची भावना ओलांडली आहे. पण त्यांच्याच जातीतील सनातनी सदस्यांकडून मात्र ते परकेपणाचा अनुभव घेत आहेत. त्यांच्या प्रगतीतील हा मुख्य अडथळा आहे."[८८]

ब्राह्मणांचे पलायन

जातीय व्यवस्थेला चिकटून असलेल्या आणि या व्यवस्थेचे लाभ घेणाऱ्या ब्राह्मणांबाबत आज काय घडते आहे? अव्यवस्थित अशा जातीआधारित समाजातील सध्याच्या अनागोंदीसाठी भारतातील ब्राह्मण थेट जबाबदार आहेत. जातीच्या प्रश्नावर मौन राहून आणि प्रसंगी ब्राह्मणी जातीयतेवरील चर्चेचा रोख अन्यत्र वळवून ब्राह्मणांनी दमनकारी समाजात त्यांचे वर्चस्ववादी स्थान कायम ठेवले आहे. त्यामुळेच जातविषयक समस्या ही प्रामुख्याने दलितांची समस्या म्हणून अधोरेखित होते. जात हा मुद्दा वरचेवर दलितांशी जोडला जातो. आज तुम्ही जातीविषयी बोलता तेव्हा मनात बहुतेकदा दलित व्यक्तीच येते; कारण ज्यांनी यातना भोगल्या आणि ज्यांच्यासाठी सामाजिक स्तरावर काही काम केले जाते, त्यांच्याशी 'जात' विषय जोडला जातो. पण जातीचा मुद्दा वारशाने मिळणाऱ्या विशेषाधिकारांशी आणि वर्चस्वाशीदेखील जोडलेला आहे. जातीवादाच्या लाभार्थ्यांचे चित्र जगासमोर आलेले नाही. जात हा विषय जसा दलितांशी संबंधित आहे, तसाच तो इतर जातींशीही संबंधित आहे. कारण ही व्यवस्था केवळ एका जातीमुळे अस्तित्वात राहू शकणार नाही. जातीव्यवस्था परस्परसंबंधांवर आधारलेली आहे.

जातीच्या नकाशारेखनाकडेही आणखी लक्ष देणे आवश्यक आहे. सध्या

जातीचा क्रम हा श्रेणीबद्ध उतरंडीच्या व्यवस्थेतून ठरवला जातो. प्रत्येकाच्या व्यवसायानुसार त्याची जात ठरते. हा नकाशा अपूर्ण असून जातीव्यवस्थेचे हे अपूर्ण आणि अन्याय्य वर्णन आहे. कामाच्या स्वरूपासोबतच, लोकसंख्येच्या गुणोत्तराच्या आणि सत्तास्थानावरील प्रतिनिधित्वाच्या तुलनेत प्रत्येक जात समूहाचे लोकसंख्याशास्त्रीय प्रतिनिधित्व मांडले जाणे आवश्यक आहे. यातून आपल्याला जातीव्यवस्थेच्या आतील आणि बाहेरील जगाचे अधिक स्पष्ट चित्र दिसेल तसेच या व्यवस्थेच्या प्रत्यक्ष कार्याचे स्वरूपही कळेल. जातीचे पर्यावरण किती कळाहीन आणि विकृतीकारक आहे, हे जगासमोर येईल.

वर्णद्वेष ज्याप्रमाणे विविध स्वरूपात दिसून येतो, त्याप्रमाणे जातीवाददेखील सदोष अशा औपचारिक, अनौपचारिक आणि धार्मिक शिक्षण पद्धतीत कार्यरत असतो. जिथे पाहू तिथे भोळ्या-भाबड्या लोकांच्या मनात गटबाजीचं बीज पेरलेले दिसते. जातीय भेदभाव अस्तित्वात असताना, 'मेरिट'ची न्याय्यता माहीत नसताना, मुलांना द्वेषाच्या बाजारात नग्नावस्थेत उभे केले जाते. लँगस्टन ह्यूजेस यांनी 'द वेज ऑफ व्हाइट फोक्स' (१९३३)[८९] मध्ये हा मुद्दा विस्ताराने हाताळला आहे.[८९] आपल्या मनातील पूर्वग्रहदूषित वर्णद्वेषावर नेमकेपणाने केलेला हल्ला आणि काळे किंवा गोरे म्हणून आपण वागवत असलेला सामाजिक दबाव या पुस्तकातील लघुकथांच्या नायकांच्या जीवनात बारकाईने रेखाटलेला दिसतो. कट्टरपंथी, पुरोगामी, उदारमतवादी आणि पुराणमतवादी, शिक्षित व अशिक्षित, सुसंस्कृत व असंस्कृत गोरे पुरुष व स्त्री या संकल्पनांवर पुस्तकात प्रश्न उपस्थित केला आहे. 'द वेज ऑफ व्हाइट फोक्स'मध्ये वंशवादी अमेरिकेच्या कथा वाचायला मिळतात. हे पुस्तक प्रस्थापित धारणांवर कठोर आघात करते. त्याच प्रकारे दलित लेखनातील नायकांनीदेखील अल्पसंख्याक पुरोहित ब्राह्मणांच्या नजरेखाली ब्राह्मण वर्गातील पुरोगामी, उदारमतवादी, पुराणमतवादी आणि सनातनी पुरुष व स्त्रियांनी दलितांच्या शरीरांवर केलेल्या हिंसाचाराच्या मालिका समोर ठेवल्या आहेत.

जातीचा प्रश्न हा नित्शे ज्याला, 'पुरोहितांची उमरावशाही'[१०], 'पुरोहित जात' म्हणतो त्याचा परिणाम आहे. या उमरावशाहीत जातशुद्धीला अतिशय महत्त्व आहे.[११] नागरी समाजाच्या सर्वसामान्य जीवनावर या पुरोहित वर्गाचे मोठे वर्चस्व असते. यातून 'प्रतिकूल मूल्ये' अधिक खोलवर रुजतात, धारदार होतात आणि सामावली जातात.[१२] हा खूप आधीपासून चालत आलेला अपायकारक मार्ग आहे आणि त्यामुळे 'पुरोहितांच्या भाबडेपणाचे मानवजातीवर वाईट परिणाम झाले आहेत.' ब्राह्मण पुरोहितांच्या संदर्भात नित्शे सांगतो की, 'ब्रह्माचा वापर काचेच्या गोळ्याच्या आकारात किंवा एखाद्या निश्चित कल्पनेच्या आकारात

केला जातो'. (जाड ठसा माझा). तो पुढे म्हणतो की, पुरोहितांबाबत सर्व काही धोकादायक ठरते. ते सर्वांत 'दुष्ट शत्रू' असून ते भावात्मकतेची पातळी ओलांडून द्वेष, अहंकार, सूडभावना, नीतीभ्रष्टता, प्रेम, सत्तेची लालसा, गुण या आंतरिक प्रतिक्रियांपर्यंत जातात. यापुढे जाऊन नित्शे, पुरोहित दुष्ट असतात या आपल्या म्हणण्याच्या समर्थनार्थ मांडणी करतो. तो म्हणतो की, 'त्यांच्यातील षंढत्वामुळे त्यांच्यातला द्वेष राक्षसी आणि अस्वाभाविक प्रमाणात वाढतो - आत्यंतिक आध्यात्मिक आणि विषारी प्रकारच्या द्वेषापर्यंत. जगाच्या इतिहासातील खरेखुरे महान आणि हुशार असे द्वेषकर्ते नेहमीच पुरोहित होते. पुरोहितांच्या सूडबुद्धीच्या भावनेशी तुलना केली तर इतर प्रकारच्या भावना अगदीच निष्प्रभ ठरतात.'

पुरोहितांच्या सर्वोच्च वर्चस्वाचा गंभीर परिणाम म्हणजे त्यांची सूड घेण्याची 'आध्यात्मिक क्षमता.' नित्शे पुढे असे म्हणतो की, पुरोहित उमरावशाहीच्या अबाधित स्थानामुळे, ती स्वतःला आध्यात्मिक क्षेत्रापुरतीच मर्यादित ठेवत नाही, तर गंभीर स्वरूपाच्या घातपातामध्येही गुंतलेली असते. शासन करणाऱ्या अभिजन लोकांची धुरीणत्वाची मांडणी मोडून टाकत, हा पुरोहित वर्ग समाजाच्या स्वरूपाविषयीचे स्वतःचे अर्थनिर्णयन मांडतो. त्यामुळे पुरोहितांनी जे जे वाईट ठरवले आहे, त्या सगळ्याला धार्मिक आदेशानुसार नवीन सामाजिक नियम म्हणून मान्यता मिळते. भारतीय हिंदू संदर्भात, गोमांसभक्षण आणि ब्राह्मणांचे सर्वोच्च स्थान ही काही ठळक उदाहरणे आहेत.

अधिक बारकाईने अभ्यास केला तर लक्षात येईल की जातीव्यवस्थेमुळे ब्राह्मण स्वतःच त्रस्त आहेत. मात्र काही उच्चभ्रू ब्राह्मण आपल्या मनावर आणि आध्यात्मिकतेवर नियंत्रण ठेवतात आणि त्यांच्याकडूनच जातीव्यवस्था चालवली जाते, हे समजून घ्यायला ते तयारच नसतात. अर्थात, दलित किंवा मागास जातींएवढा त्रास त्यांना सहन करावा लागत नसला, तरी आपले श्रेष्ठत्व सिद्ध करण्यासाठी जातीव्यवस्थेविषयीची त्यांची व्यक्तिगत नाराजी ते व्यक्त करत नाहीत. अधिकाराच्या उतरंडीत ते विभागले गेलेले आहेत. ब्राह्मणांच्या उपजाती कायम जातीअंतर्गत विवाहच करतात. गरीब ब्राह्मण नेहमीच दुर्लक्षित राहतात आणि वर्चस्ववादी ब्राह्मणांकडून जातीबाहेर काढले जातात. अमेरिकेतील एका मित्राने एका ब्राह्मण मुलाचा किस्सा सांगितला होता. त्या मुलाने वधू-वरसूचक मंडळाच्या वेबसाईटवर आपली माहिती टाकली. त्याने जात, उपजात, गोत्र आणि भारतातील ठरवून केल्या जाणाऱ्या लग्नपद्धतीसाठी (अरेंज्ड मॅरेज) आवश्यक अशी इतर बारीकसारीक माहिती तिथे दिली होती. (भारतात अरेंज्ड मॅरेज ही जातीअंतर्गत विवाहाची पर्यायोक्ती आहे!) नंतर लगेचच ज्यांनी त्याच्याशी संपर्क साधला त्यात त्याच्याच उपजातीतील ब्राह्मणांची संख्या सर्वांत जास्त

होती. प्रथम संपर्क करणारे जवळपास सगळेच त्याच्या उपजातीचे होते. उच्च उपजातीयांनी देखील त्याच्याशी संपर्क साधला नाही.

उदारमतवादी ब्राह्मणांचा क्रियाशून्य राग

उदारमतवादी ब्राह्मणांनी संपूर्ण ब्राह्मण समाजाविरुद्ध राग व्यक्त केल्याचे मी अनेकदा पाहिले आहे. त्यांच्या टीकेत, ते अखंडपणे कुटुंबातील रुढीवादी मंडळी किंवा शाकाहार या दोन गोष्टी वैविध्यपूर्ण समाजाच्या निर्मितीमधले प्रमुख अडथळे असल्याचे सांगतात. मात्र निषेधाच्या या गलबल्यात ते सर्वांच्या मुळाशी असलेल्या जातीव्यवस्थेवर हल्ला करायला विसरतात. उलट जातीव्यवस्थेतील श्रेष्ठ-कनिष्ठत्वाच्या अस्तित्वाचे महत्त्व ते कमी लेखतात. 'उच्च' आणि 'नीच'तेचे एकसारखे अनुभव हिंदू धर्मातील सर्व जातीगटांचे ओझे वाहणाऱ्या दलित आणि आदिवासी लोकांसाठी यातनामय आहेत, याची त्यांना फारशी जाणीव नसते. उपजातीच्या संदर्भात इथे ब्राह्मणांपुढील पेच कोणता आहे? तर जातीच्या उतरंडीत एक पायरी खाली उतरणे. याहून जास्त काही नाही. त्यामुळे ते हा विषय तडजोडीने सोडवतात. परिणामी समाजाला विभाजित करणाऱ्या जातीव्यवस्थेविरुद्ध ते एक शब्दही उच्चारत नाहीत आणि हे खूप धोकादायक आहे. जातीव्यवस्था प्रिय असणारा हा वर्ग ज्या इतर जातींना त्याला आपल्या नियंत्रणात ठेवायला आवडते त्या जातींचे दमन करणे सुरूच ठेवतो.

ब्राह्मण आणि ब्राह्मणवाद यांच्यामध्ये फरकाची एक पुसटशी रेषा आहे. विसाव्या शतकातील जातविरोधी चळवळीच्या संदर्भात बऱ्याच ब्राह्मणांनी याबाबत चर्चा केली आणि त्यांनी जाणीवपूर्वक ब्राह्मणवादाच्या पारंपरिक मार्गाला विरोध केला. त्यांनी स्वत: किंमत मोजून या मार्गाचा त्याग केला आणि दलितांचा प्रश्न हा आपला प्रश्न मानला. शोषित जातीगटांबरोबर त्यांनी जोडून घेतले आणि सनातनी ब्राह्मणांच्या पंथावर हल्ला चढवला.

याचा परिणाम म्हणून त्यांना जातीबाहेर काढून बहिष्कृत केले गेले. तरीही त्यांनी त्यांचे कार्य सुरू ठेवले. ते धाडसी होते. त्यांनी प्रत्येक माणसात माणुसकी पाहिली, चुकीच्या कृतीत चूक पाहिली आणि अत्यंत अनिश्चित ठिकाणी प्रेम पाहिले. दलितांच्या इतिहासात आणि दलित संघर्षांच्या आठवणींमध्ये अशा ब्राह्मणांना मानाचे स्थान आहे. दलितांच्या उद्धारासाठी आपले जीवन समर्पित करणारे अनेक लोक आदरस्थानी आहेत. मात्र या ब्राह्मणांपैकी काहीजणच जहाल क्रांतिकारक म्हणवून घेण्यास पात्र ठरतात. त्यांच्या उदारमतवादी, दास्यत्व विरोधी दृष्टिक्षेत्रात त्यांनी सुसंवाद साधला, पण तरी त्यांना लाभ मिळवून

देणाऱ्या ब्राह्मणवादी व्यवस्थेला हलकासादेखील धक्का लावण्यात ते अयशस्वी ठरले. ब्राह्मणवाद आणि जातीव्यवस्था एक सोपा मार्ग आणि सुरक्षिततेचा विशेषाधिकार प्रदान करते. अनेकांनी या सांस्कृतिक भांडवलाचा उपयोग जातीव्यवस्थेतून दलितांशी जुळवून घेण्यासाठी केला तर काहींनी उदारमतवादाच्या चौकटीत राहून दलितांना मर्यादित पाठबळ देण्यासाठी केला. तथापि एक गोष्ट अपूर्णच राहिली. ती म्हणजे स्वत:च्याच जातीतील लोकांमध्ये ब्राह्मणविरोधी चळवळ उभी करण्याला ते मोठी गती प्राप्त करून देऊ शकले नाहीत. अनेक उदारमतवादी ब्राह्मणांनी व्यवस्थेत राहूनच त्यांचे कार्य करण्याचा मार्ग निवडला. या प्रयत्नांमुळे त्यांच्या स्थानाच्या सुरक्षिततेला धक्का लागला नाही. शिवाय ज्या व्यवस्थेविरुद्ध ते लढत आहेत, त्याच व्यवस्थेचा लाभ त्यांच्या नातेवाईकांना आणि जातबंधूंना घेता आला.

जातीवादाच्या अस्तित्वाचे श्रेय या व्यवस्थेचा लाभ घेणाऱ्या ब्राह्मण गटांना दिले पाहिजे. मध्यम, उदारमतवादी, पुराणमतवादी आणि कट्टर या चारही गटातील ब्राह्मण हे ब्राह्मणी व्यवस्थेचे समर्थन करतात. त्यापैकी काहीजण या व्यवस्थेचा तिरस्कार करत असले तरी ती उतरंड मोडून काढण्यात त्यांना स्वारस्य असल्याचे आढळलेले नाही. राष्ट्रीय टेलिव्हिजनवर क्वचितच एखादा ब्राह्मण ब्राह्मणी व्यवस्थेचा उघडपणे निषेध करताना दिसतो. त्याऐवजी, ब्राह्मणी वर्चस्व आणि ब्राह्मणी हिंसाचाराच्या ज्वलंत प्रश्नांना बगल देण्यासाठी लक्ष विचलित करणाऱ्या पर्यायोक्ती वापरल्या जातात. समस्या निर्माण करणे आणि तिचा भाग असणे याची जबाबदारी स्वीकारणारे ब्राह्मण सापडणे कठीण आहे. जवाबदेहीचा प्रश्न येतो तेव्हा इतर ब्राह्मणेतर समूहांना दोषी ठरवले जाते. काही एकाकी आवाजांचा अपवाद वगळता, एकूणच ब्राह्मण समाजाला जातीव्यवस्थेच्या विकृतीची चिकित्सा करण्याचे धाडस नाही किंवा समर्पण नाही. उदारमतवादी कार्यात किंवा मूलगामी चळवळीत काम करणारे ब्राह्मण गट त्यांच्या जातभाईंमध्ये जाणीवजागृती घडविण्यासाठी त्यांच्या जातीच्या कार्यक्षेत्रात जात नाहीत. एक उदारमतवादी ब्राह्मण मित्र मला म्हणाला होता की, 'ब्राह्मण नातेवाइकांना समजावून सांगण्यापेक्षा मी मृत्यू पसंत करेन. या जातीयवादी ब्राह्मणांपुढे मी हात टेकले आहेत.' त्याने त्याच्या ब्राह्मण कुटुंबाशी संपर्कदेखील तोडला होता. त्याने मला सांगितले की, जातीचा प्रश्न त्याच्यासमोर फक्त गुण-अवगुणांच्या द्विध्रुवीय दृष्टिकोनातूनच मांडला गेला होता. एखाद्याच्या क्षमतेच्या उत्पादकतेशी संबंधित असे काहीही 'जात' म्हणून परिभाषित केले गेले होते. माणसातील गुणावगुण जातीवर आधारलेले आहेत, असा विचार करण्यास त्याला भाग पाडण्यात आले होते.

जाती-आधारित समाजातील भेद हा गुणावगुणांचा परिणाम म्हणून दर्शवला जातो. जी व्यक्ती वेगळी असते, म्हणजेच ब्राह्मणी सामाजिक आणि सांस्कृतिक व्यवस्थेपेक्षा वेगळी असते, बहुतेकदा ब्राह्मणेतर जातीची असते, तिला वेगळं वाटायला भाग पाडले जाते. हा भेदभाव म्हणजे 'इतरां'ची अक्षमता घोषित करण्याचा एक घृणास्पद प्रकार आहे. अशा प्रकारे, वेगळं पाडली गेलेली व्यक्ती असल्याने भरलेल्या प्रचारात जगत असते. असमान नातेसंबंध समाजात कार्यरत आहेत याची पूर्वसूचना म्हणून व्यक्तीवर भेदाभेद लादला जातो. नातेसंबंधांतील असमान अटी म्हणजे 'इतरां'वर अस्थिरता निर्माण करणारा न्यूनगंड लादण्यासाठी शोषक गटांच्या असुरक्षिततांना वाट करून देण्याचे मार्ग आहेत. आपली तक्रार सांगण्यासाठी पुरेसा अवकाश किंवा आवाज नसलेल्या 'इतरांना' दमनकारी ब्राह्मणी व्यवस्थेच्या मानकांचे पालन करण्यास भाग पाडले जाते.

जातीयता ही माणसाला ज्ञात असलेल्या विकृतींपैकी सर्वाधिक काळ चालत आलेली विकृती आहे. माणसांमधील फरक अचानक, जादू केल्याप्रमाणे मांडणे, हे फरक जन्मावर आधारित असल्याचा दावा करणे आणि नंतर त्या भेदभावाला विशिष्ट सामाजिक प्रतिष्ठा देणे हा गंभीर स्वरूपाच्या मानसिक आणि सामाजिक अनारोग्याचा पुरावा आहे. लहान मुलाला इतरांपेक्षा काही वेगळे करायला, इतरांपेक्षा वेगळे बनायला शिकवले जाते. 'वेगळेपणा'चा हा मुद्दा इतक्या ठामपणे मांडला जातो की, कोणता तथ्यात्मक शोध न घेताच मूल तो मुद्दा स्वीकारते. 'इतरां'बद्दल परकेपणाची भावना जोपासण्यासाठी संपूर्ण कुटुंबाकडून मुलाला मार्गदर्शन होत असते. हे 'इतर' म्हणजे बहुतेकदा सामाजिक - आर्थिक उतरंडीवर दुय्यम किंवा कनिष्ठ स्थानी असलेले लोक असतात. मूल अशा पूर्वग्रहदूषित दृष्टिकोनांच्याच आधारे वाढते आणि मग हे दृष्टिकोन मुलाला 'इतरां'साठी धोकादायक बनवतात. कुटुंबातील दमनकारी मनांनी मुलातील नैसर्गिक निरागसता हिरावून घेतलेली असते. कालांतराने, मूल मोठे होते तेव्हा 'समाजात भेद नसतातच,' असे त्याला किंवा तिला सांगून त्यांची दिशाभूल केली जाते. त्यामुळे मग मोठे झालेले हे मूल, म्हणजेच आजची प्रौढ व्यक्ती, आता पेचात पडते की व्यक्ती-व्यक्तीमध्ये फरक असतानादेखील सगळे समान आहेत, याच्यावर विश्वास कसा ठेवायचा? मात्र हीच प्रौढ व्यक्ती या मूर्ख भेदभावांना आणि बदलत जाणाऱ्या कथनांना क्वचितच प्रश्न विचारते किंवा आव्हान देते. 'इतर' सगळे वेगळे आहेत, आम्ही त्यांच्यामध्ये मिसळायचे नाही, मग हेच 'इतर' समान कसे काय? हा प्रश्न ते विचारत नाहीत. या मुलाला ज्या 'इतर' म्हणून गणल्या गेलेल्या मुलासोबत खेळायची परवानगी नव्हती, तोच आता

त्याच्या समान समजला जाऊ लागतो. मग या 'इतरां'ना जेव्हा राज्यसंस्थेने देऊ केलेले फायदे मिळू लागतात तेव्हा गोंधळ निर्माण होतो. अशा प्रकारे जात एखाद्याच्या जाणिवा बधीर करते - अन्याय करणारा आणि अन्याय सहन करणारा या दोहोंनाही हे लागू होते.

मुलाच्या विचारात आरंभीच खोलवर रुजलेल्या भेदभावाच्या खुणांची जागा पुढे बाहेरून सांगितल्या गेलेल्या समानतेच्या कथा घेतात. पण समाजाचे आकलन करून घेत असताना या खुणांची प्रस्तुतता कायम राहते. मनाच्या या सगळ्या जडणघडणीत शोषित समूहाला त्याची वैशिष्ट्ये आणि अनुभव परिभाषित करण्याची पुरेशी संधी दिली जात नाही. दलितांच्या वाट्याला येणारे भेदभाव खरे आहेत आणि ते खरेच राहतात. हा अपमानाचा एक जिवंत आणि मनुष्यत्वाला नग्न करणारा अनुभव आहे. विविध प्रकारच्या 'जगलेल्या वास्तवा'तून येणारे हे अनुभव प्रकाशात आणले गेले पाहिजेत, खुलेपणाने मांडले गेले पाहिजेत. सर्व बहुजातीय अस्मितांसाठी अस्तित्वात असणाऱ्या भेदभावांना मुख्य प्रवाहाच्या कथनामध्ये त्यांचे उचित मूल्य दिले गेले पाहिजे. भारतीय समाजाचे एक दुर्दैवी वास्तव असे आहे की, कुणीच आपल्या जातीबाहेर खऱ्या अर्थाने राहू शकत नाही. मात्र जातविरहित, 'नॉर्मल', 'तटस्थ' अस्मितेची खोटी कल्पना मुख्य प्रवाहातील चर्चाविश्वावर आपला प्रभाव गाजवते. वस्तुत: ही हलकेच झाकली गेलेली ब्राह्मण अस्मिता आहे आणि प्रत्येकाला तिची आस असते. या कथनामध्ये, अपरिहार्यपणे, प्रत्येक व्यक्ती आपापल्या जातीनुसार वेगळी ठरवली गेली असताना केवळ दलितांवरच 'वेगळे' असण्याचे ओझे लादले जाते. दलितांच्या अनुभवाला अभिव्यक्तीचा अवकाशच न मिळाल्याने आणि जातीव्यवस्थेत ते सर्वांत खाली असल्याने त्यांच्याकडे तुच्छतेने पाहिले जात असल्यामुळे त्यांना 'वेगळे' म्हणून प्रस्थापित केले गेले आहे. या सगळ्या पार्श्वभूमीवर दलितांना दलितत्वातून बाहेर पडून आपली वेगळी ओळख निर्माण करावीशी वाटते. त्यामुळेच शोषकांच्या नजरेपासून स्वत:चा बचाव करण्यासाठी अनेक दलित धर्मांतर करताना आपण पाहतो. 'इतर'पणाच्या शिक्क्यापासून स्वत:चा बचाव करण्याचा प्रयत्न करूनही दलित नकाराच्या चक्रव्यूहात अडकलेलाच आहे. दलित स्वत:ला दुसऱ्या रूपात बदलून, स्वत:ची नवीन ओळख तयार करून त्याच्या/तिच्या मानहानीचा सामना करण्याचा प्रयत्न करतो/करते. सामाजिकदृष्ट्या तिरस्कृत ठरलेल्या दलित अस्मितेशी निगडीत असलेले पिढीजात किंवा ऐतिहासिक नातेसंबंध मान्य करायला तो/ती यावेळी नकार देतो/देते. अथकपणे सुरू राहणारा, आग्रही ब्राह्मणी जातीयवाद दलितांची ओळखच काढून घेतो. हा जातीयवाद दलितांचा वैभवशाली इतिहास आणि दलितांचे आपल्या पूर्वजांशी असलेले ऐतिहासिक नाते पुसून टाकतो.

दलित मनुष्य ब्राह्मणी अवमूल्यनाने प्रदूषित वातावरणात राहतो. हे भेदभाव म्हणजे द्वेष, वेदना आणि दु:खाच्या खुणा आहेत.

सध्या सुरू असलेल्या जातविरोधी युद्धाचा परिणाम काहीही असला तरी हे युद्ध जिवंत ठेवण्याची जबाबदारी ब्राह्मणांची आहे. आपले वर्चस्व कायम ठेवून ब्राह्मण या भीषण जातीयवादाचे मूक साथीदार बनतात.

ब्राह्मण पलायनवाद

जातीय हिंसेसाठी ब्राह्मण हीच एकमेव दोषी जमात आहे, या माझ्या वक्तव्याबाबत एका ब्राह्मण प्राध्यापक मित्राने माझ्याकडे स्पष्टीकरण मागितले. दलितांवर दैनंदिन पातळीवर होणारे हल्ले शूद्र आणि क्षत्रिय करतात, असे तो म्हणाला. बनिया तर मैदानातही नाहीत असा त्यांचा दावा होता. तो म्हणाला, ग्रामीण अर्थव्यवस्थेत दलित कामगार हे शूद्रांच्या मालकीचे होते. त्यामुळे या शोषित लोकांवर अमर्याद हिंसा करण्याची ताकद त्यांच्याकडे होती. प्राध्यापकाने अशा काही घटनांचाही उल्लेख केला. 'ब्राह्मण हे अशा सरंजामशाही, जातीय हिंसाचाराच्या आसपासही नाहीत,' अशी त्याने टिप्पणी केली. 'खरे तर ब्राह्मण हे एक बंदिस्त आयुष्य जगतात. हिंसाचाराच्या या क्रूर घटना अग्रहारांशी संबंधित नाहीत.' या तर्काच्या आधारे त्याने असा दावा केला की, ब्राह्मणांनी इतर जातींशी थेट संघर्ष करायचा टाळला आणि इतर जातीसमूहांशी हिंसक व्यवहार न करता स्वत:ची ओळख कायम केली. अनुभवाच्या आधारे पाहिले तर प्राध्यापकाचा युक्तिवाद खरा आहे. सरंजामशाही जातीव्यवस्थेच्या वर्चस्वाखालील शेतीप्रधान अर्थव्यवस्थेत दलितांवर क्रूरपणे हल्ले होतात. जमीनदारांशी असलेले गुलामगिरीचे नाते पिढ्यान्‌पिढ्या चालत राहते. दलित कामगार किंवा त्यांच्या मुलांना स्वातंत्र्याची कोणतीही शक्यता दिसत नाही. पिढ्यान्‌पिढ्या दलितांवर अशा प्रकारे अत्याचार सुरू आहेत.

शूद्र आणि इतर जातसमूहांना धर्माच्या संघटित सामर्थ्यातून शक्तीचा स्रोत मिळतो. धर्मव्यवस्थेवरील ब्राह्मणांचे नियंत्रण दलितांच्या दुरवस्थेसाठी कारणीभूत आहे. या नियंत्रणातूनच ब्राह्मणांना निम्न जातींकडे तुच्छतेने पाहण्याचा अधिकार मिळतो. शूद्र धार्मिक चौकटीच्या आतच कृती करतात. ब्राह्मणी कक्षांपलीकडचे काहीही असा अधिकार देऊ करत नाही. उदाहरणार्थ, क्षत्रियांना धार्मिक क्षेत्रापलीकडे उच्च जातीची व्यक्ती म्हणून अधिकार नाहीत. जर एखादा क्षत्रिय मनुष्य धर्माच्या बाहेर पडल्यास तो किंवा ती धर्माच्या बाहेर असणाऱ्या समतेच्या क्षेत्रात जाईल. त्या मनुष्याकडे आता जातीची मानके नसतील आणि तो एक 'समान मनुष्य' असेल. उच्चजातीय मनुष्य नसेल. त्याचप्रमाणे, उच्चजातीय गटातील लोकांना

त्यांचा उच्च दर्जा ब्राह्मणी हिंदू धर्मव्यवस्थेत राहून मिळाला आहे. अशा प्रकारे, धर्माचा स्रोत हा स्वत:बरोबर निर्विवाद अधिकार आणि प्रभाव घेऊन येतो. हेच अधिकार नंतर 'निम्न' जातींतील लोकांच्या विरोधात वापरले जातात. या हिंसाचारातून त्यांची सुटका नसते. तेही जातीव्यवस्थेच्या मुशीत घडलेले असतात. जातीची ही व्यवस्था ब्राह्मणांनी राखलेली असून या व्यवस्थेत त्यांना सर्वोच्च स्थान आहे. हे स्थान निर्विवाद असून त्याला आव्हान देता येत नाही. आध्यात्मिक क्षेत्रावरील त्यांचे नियंत्रण हे जातीव्यवस्थेच्या अस्तित्वाचे पहिले आणि अंतिम कारण आहे. जातीव्यवस्थेतून उद्‌भवलेल्या हिंसाचाराचा निषेध करण्यासाठी ब्राह्मण खरे तर स्वतःचा प्रभाव वापरू शकतात. दलितांविरुद्ध हिंसाचार करणाऱ्या इतर उच्चजातीय स्पृश्य समूहांच्या विरोधात ते उभे राहू शकतात, त्यांना समज देऊ शकतात. धार्मिक व्यवस्थेतील त्यांची शक्ती त्यांच्या स्वत:च्या स्थानासाठी आणि त्यांच्यापेक्षा खालच्या स्थानावरील लोकांसाठी लाभदायक ठरतात.

मला भेटलेले उदारमतवादी लोकशाहीवादी वर्तुळातील अनेक ब्राह्मण मला सांगतात की, त्यांचा जातीवर विश्वास नाही. ते जातीव्यवस्थेला दोष देतात किंवा या व्यवस्थेचा धिक्कार करतात. एक प्रकारच्या अपराधीपणाच्या भावनेतून त्यांच्यामध्ये हे तुटलेपण येते. तथापि, जातीय व्यवस्थेशी असमहत असणे हे तिचा नायनाट करण्यासाठी पुरेसे नाही. त्यांच्याकडून केली जाणारी कृती इच्छित परिणामांच्या दृष्टीने महत्त्वाची आहे. त्यांच्या पूर्वजांनी निर्माण केलेल्या आणि त्यांच्या जातबंधूंना लाभकारक असलेल्या जातीव्यवस्थेवर केवळ अविश्वास दाखविल्याने प्रश्न सुटत नाहीत. आपल्याला 'सांस्कृतिक आत्मघातकी बॉंबर ब्राह्मण' हवे आहेत जे आत्मसमर्पण करण्यासाठी आणि जगावर प्रभाव टाकण्यासाठी सांस्कृतिकदृष्ट्या स्वत:चा बळी देण्यासाठी तयार आहेत. ब्राह्मणाच्या - एका 'वरिष्ठा'च्या - कृतितून 'उच्च' जातसमूहांमध्ये एक सशक्त संदेश पोचेल. 'व्हॉट पाथ टू साल्व्हेशन' (१९३६) या आपल्या अत्यंत महत्त्वाच्या भाषणात आंबेडकरांनी हिंदू जातीयांना जातीव्यवस्थेविरुद्धच्या लढ्यातील शूर सैनिक म्हणून गोळ्या झेलण्याचे आवाहन केले होते. दलितांना जातीय व्यवस्थेतून मुक्त करण्यासाठी युद्ध उभे करण्याची गरज आहे, असे आंबेडकरांनी म्हटले आहे. अमेरिकन गृहयुद्धाशी साधर्म्य दर्शवत आंबेडकर गोऱ्यांकडे अंगुलीनिर्देश करतात, ज्यांनी 'निग्रो लोकांच्या गुलामगिरीचे समर्थन करणाऱ्या हजारो गोऱ्यांना ठार मारले आणि या कामासाठी स्वत:चेही रक्त सांडले.' काळ्या लोकांना मुक्त करण्यासाठी गोऱ्यांविरुद्ध लढलेल्या गोऱ्या अमेरिकन लोकांचे अनुसरण करण्यास ब्राह्मण सुधारक इच्छुक नसतील तर ब्राह्मणांचा संघर्ष केवळ भाषणबाजीपुरता आहे, जो 'शेवटच्या अस्पृश्याचा मृत्यू होईपर्यंत सुरू राहील.[१३]

ब्राह्मणांएवढे भारतीय संस्कृतीचे नुकसान इतर कोणत्याही गटाने केले नसेल. ब्राह्मणी वर्चस्व प्रस्थापित करण्याच्या प्रक्रियेत भाग घेऊन किंवा मौन राहून अशा दोन्ही प्रकारे हे घडले आहे. विशेषाधिकार आणि दडपशाहीच्या प्रश्नांचा सामना करणाऱ्या अनेक ब्राह्मणांना सर्वप्रथम आपल्या कौटुंबिक वर्तुळात असणाऱ्या प्रमुख शत्रूला सामोरे जावे लागेल. फेसबुक किंवा व्हॉट्सअॅपवरील फॅमिली ग्रुपवर बरेचदा खडाजंगी चर्चा होत असतात. माझे असे निरीक्षण आहे की, जातीविरोधी संघर्षात भाग घेणारे ब्राह्मण आध्यात्मिकतेचा, आत्मशोधाचा अनुभव घेतात. जात, आरक्षण, दलित राजकारण आणि ओबीसी चळवळीच्या मुद्द्यांवर होणाऱ्या कौटुंबिक चर्चांमध्ये त्यांची सरशी होत असते. चर्चेमध्ये जे असे विजयी ठरले आहेत, त्यांनी त्यांच्या सुरक्षित वर्तुळांबाहेर पाऊल पुढे टाकण्याची गरज आहे. ते ज्या समूहांमध्ये किंवा सामाजिक गटांमध्ये कार्यरत आहेत, त्यांच्यापर्यंत पोचण्याचे जाणीवपूर्वक प्रयत्न केले गेले तर त्याचे चांगले परिणाम दिसून येतील. यात त्यांना अडचणींचा सामनाही करावा लागेल. उदारमतवादी, पुरोगामी आणि मूलगामी विचार करणाऱ्या ब्राह्मणांना आपल्याच कुटुंबातील आणि समुदायातील लोकांकडून बहिष्कृत होण्याची भीती असते. त्यामुळे ते छुप्या मार्गाने काम करणे पसंत करतात. ते गुप्तपणे काम करतात, शक्य असेल त्या मार्गाने चळवळीला पाठिंबा देण्याचा प्रयत्न करतात; पण त्यांच्या या अदृश्य उपस्थितीमुळे फारशी ऊर्जा निर्माण होत नाही. त्याचा म्हणावा असा परिणाम होत नाही. त्यांना सुरक्षेच्या खात्रीसह काम करायचे आहे, पण शोषित जनतेसाठी काम करण्यातून नकारात्मकरित्या लक्ष वेधले जाऊ शकते. तुमच्यावर हल्लाही होऊ शकतो. यासाठी परिणामांची तमा न बाळगता आपल्या उद्दिष्टांप्रती वचनबद्ध राहावे लागते. ब्राह्मण तसेच दलितेतर 'उच्चजातीयां'च्या पूर्वजांनी १९ आणि २० व्या शतकांत हे केले होते. त्यांनी जातीव्यवस्थेतील उथळपणाला केवळ सैद्धांतिकरित्या आव्हान दिले इतकेच नाही तर अस्पृश्य व इतर 'निम्न' जातीगटांवर होणाऱ्या अत्याचारांविरुद्ध लढा उभारला. हा लढा कठीण होता. त्यांना त्यांच्या सामाजिक वर्तुळात मान्यता नव्हती आणि दलितांमध्ये विश्वास निर्माण करण्यासाठीही त्यांना प्रयत्न करावे लागले. ब्राह्मणवादाविरुद्धच्या कार्यात अनेक ब्राह्मण आणि त्यांच्याबरोबरच्या अन्य जातीय सुधारकांना मोठी किंमत मोजावी लागली.

बरेच पुरोगामी ब्राह्मण त्यांच्या जातविरोधी कार्यामुळे त्यांच्या समूहापासून, मित्रांपासून दूर गेल्याच्या दुःखद कथा मला सांगतात. उच्चजातीय ब्राह्मण निम्न उपजातीच्या ब्राह्मणांकडे तुच्छतेने पाहतात यामुळे काहींना दुःख होते. ब्राह्मण वर्णातही जातीय हिंसाचार होतो; पण त्याची नोंद होत नाही. अहमदनगरमधील माझ्या एका सारस्वत ब्राह्मण मित्राने देशस्थ ब्राह्मण मुलीशी लग्न केले. लग्न

करण्यासाठी त्यांना पळून जावे लागले. त्यानंतर सहा वर्षांपेक्षा जास्त काळ त्यांना त्यांच्या पालकांना भेटायची मनाई होती. हे दोघे जातीव्यवस्थेचे बळी आहेत आणि याची त्यांना जाण आहे. पण मोठ्या प्रमाणात बंडखोरी करण्याची त्यांना भीती वाटते. जातीसंदर्भाने क्रांती करण्याची अपेक्षा फक्त शूद्र आणि अस्पृश्य जातीगटांकडूनच केली जाते. ब्राह्मण आणि इतर वर्चस्ववादी जातींच्या कल्पनाचित्रामधून जातविरोधी ब्राह्मणी दृष्टिकोन गायब आहे. अनेक ब्राह्मण अशा व्यवस्थेचे विषय बनून राहतात. आपण ही व्यवस्था कायम ठेवायला हातभार लावतो आहोत, हे त्यांच्या लक्षात येत नाही. बहुतेकदा ते नातेवाईकांचा आधार गमावून बसतात.

जातविरोधी संघर्षात ब्राह्मणांच्या सहभागाची परंपरा असली तरी ब्राह्मण वंशजांनी त्यांच्या पुरोगामी पूर्वजांना नाकारले आहे. त्यांनी त्यांच्या पूर्वजांचा मार्ग अवलंबला असता तर जातीयवादाविरुद्धच्या संघर्षाने नक्कीच एक बहुजातीय सांस्कृतिक दृष्टिकोन निर्माण केला असता. जातविरोधी संघर्ष करणारे ब्राह्मण नेते अज्ञात राहिले आणि इतिहासानेही त्यांची दखल घेतली नाही, याचे हे एक कारण आहे. आजच्या पिढीपासून अशा सुधारकांचे प्रेरणादायी काम दूर ठेवले गेले आहे. त्यामुळे आपल्याकडे जातीविरुद्ध सक्रियतेने उभे राहणे हा प्राथमिक हेतू असलेल्या पुरोगामी ब्राह्मण गटांचा अभाव आहे. फुल्यांच्या काळात जसे विविध जातींच्या तरुणांचे गट तयार झाले होते तसे आज भारतात 'ब्राह्मणवादाविरुद्ध ब्राह्मण' असे सामाजिक, सांस्कृतिक, बौद्धिक किंवा समाजमाध्यमांवरील गट अस्तित्वात नाहीत. याबाबत पुढाकार घेतला गेल्यास ब्राह्मणवादाविरुद्ध क्षत्रिय, ब्राह्मणवादाविरुद्ध बनिया, ब्राह्मणवादाविरुद्ध शूद्र असे गट उभे राहण्यासाठी संपूर्ण भारतात आणि परदेशातही प्रोत्साहन दिले जाऊ शकते. हार्वर्डसारख्या उच्चभ्रू संस्थेमध्ये विद्यार्थी त्यांच्या वसतीगृहांमध्ये एलजीबीटीआयक्यूए आणि अमेरिकेतील इतर अल्पसंख्याक गटांच्या चळवळींसह 'ब्लॅक लाइव्हज मॅटर' चे पोस्टर्स आणि कलाकृती अभिमानाने लावतात. वसतीगृह आणि विद्यापीठाच्या परिसरात वंशाबाबतच्या संवादांना प्रोत्साहित केले जाते आणि वांशिक प्रश्नाबाबत विद्यार्थ्यांनी संवेदनशील असण्याची अपेक्षा केली जाते. भारतातील वसतीगृहे मात्र जातीनुसार विभागली गेली आहेत. तिथे अन्न आणि लैंगिकता यासारख्या व्यक्तिगत निवडीच्या विषयांवर नियंत्रण ठेवण्याचा पुरेपूर प्रयत्न केला जातो. जातीच्या प्रश्नाला सामोरे जाण्यासाठी विविध कल्पनांची देवाणघेवाण करणारा अवकाश या भूमिकेतून विद्यार्थ्यांना मदत करण्याऐवजी भारतातील वसतीगृहे म्हणजे दलित विद्यार्थ्यांविरुद्ध द्वेष पसरवण्याच्या, त्यांचा अपमान करण्याच्या, त्यांच्यामध्ये भीती निर्माण करण्याच्या जागा बनल्या आहेत. वर्चस्ववादी जातीचे

विद्यार्थी सामाजिक परिवर्तनाचे समर्थन करताना आणि जातीअंताच्या चळवळीत सक्रीय सहभाग घेताना क्वचितच दिसतात. दलित जीवनांचे संवेदीकरण आणि जातीशी संबंधित प्रश्न हे मुद्दे विद्यापीठ प्रशासन किंवा विद्यार्थी गटांच्या कार्यकक्षेत येत नाहीत. दलित विद्यार्थी एकटेपणाचे आयुष्य जगतो/जगते. विद्यापीठातील उच्चजातीय विद्यार्थी त्याची/तिची दखलसुद्धा घेत नाहीत. मग त्यांना मदत करणे तर दूरच!

दलित अनुभव, आंबेडकरांच्या आणि दलितेतर चळवळींचे बौद्धिक इतिहास याबाबत संशोधन व लेखन करून आपले करिअर घडवणारे शिक्षणक्षेत्रातील अनेक ब्राह्मण सर्व भौगोलिक प्रदेशांमध्ये आणि विद्याशाखांमध्ये दिसून येतात. त्यांच्या पूर्वसूरींच्या मार्गाने न जाता या ब्राह्मण विद्वानांनी स्वत:ला ज्ञाननिर्मितीपुरते मर्यादित ठेवले आहे. याबाबत त्यांनी ब्राह्मणांच्या व्यवसायाविषयी मनूने दिलेल्या आज्ञेचे पालन केले आहे; पण दलित विद्वानांची आणखी एक पिढी तयार करण्यात त्यांनी सक्रिय सहभाग घेतलेला नाही. दलितांच्या जीवनात केली गेलेली भौतिक गुंतवणूक फार लांब राहिली आहे. विदेशातील शैक्षणिक व संशोधन संस्थांमधील प्राध्यापक आणि सल्लागारांकडे दलित पदवीधर विद्यार्थी नाहीत. दलितांबाबत आश्रयदात्याच्या भूमिकेत असणाऱ्या किंवा मग त्यांचा अपमान करणाऱ्या या ब्राह्मण प्राध्यापकांप्रमाणेच उच्चजातीय भारतीय विद्यार्थीदेखील 'ब्राह्मण रक्षणकर्त्या'च्या भूमिकेत जातात. अध्यापनशास्त्राची निर्मिती ब्राह्मणी साच्यामध्ये अडकलेली आहे. शैक्षणिक क्षेत्रातील ब्राह्मण अस्पृश्य आणि 'खालच्या' जातीतील लोकांच्या जीवनाचे प्रभावीपणे वर्णन करतात, पण स्वत:च्या जातीगटांमधील वास्तवाचे प्रामाणिकपणे दर्शन घडवत त्यांना प्रकाशात आणण्याचे फारसे प्रयत्न करत नाहीत. ते मित्रपक्ष होण्यास तयार आहेत, पण जातविरोधी युद्धात आघाडीवर उभे राहणारे कॉम्रेड्स होण्यासाठी तयार नाहीत. मित्रपक्षात असणे हे स्वयंसेवेसारखं आहे. तिथे जबाबदारी टाळून एक दिवसाची सुटी घेता येते. पण कॉम्रेडशिप हा विश्वासाचा असा बंध आहे जो व्यक्तिगत, सामाजिक आणि आर्थिक पातळीवरील त्यागातून दृढ केला जातो. मग संघर्ष हा सामायिक मुद्दा होतो, 'इतरां'चा प्रश्न राहत नाही. सध्याच्या काळात, उच्चजातीय सहयोगी निष्क्रीय राहून फक्त गोष्टी सांगण्यात समाधानी आहेत. ते फार फार तर एखादे ट्वीट करतील किंवा फेसबुकवर लाइक देतील. प्रत्यक्ष काम करण्यास मात्र ते तयार नाहीत. त्यांनी स्वत:कडे चिकित्सेच्या चष्म्यातून बघत न. म. जोशींप्रमाणे प्रश्न विचारला नाही की, 'आपण दलित नेतृत्व का तयार करू शकलो नाही? यात कुणाचा दोष आहे?'[१४] आत्मपरीक्षणाची वेळ अजूनही गेलेली नाही.

ऋणनिर्देश

हे पुस्तक लिहिण्याची प्रक्रिया बराच काळ चालली. अमेरिकेत आल्या आल्या मी इथल्या कॅम्पसमध्ये आणि कॅम्पसबाहेरील जातविरोधी, वर्णविरोधी चळवळींमध्ये सहभागी झालो. दलितांच्या तसंच इतर शोषित समूहांच्या समस्या केंद्रस्थानी ठेवून काम करणाऱ्या अनेक चळवळींसाठी एक बांधिलकी आणि एकजूट निर्माण करण्याचं काम मी केलं.

त्यामुळे हे पुस्तक म्हणजे बौद्धिक श्रमांचा (हार्वर्डच्या ग्रंथालयांमध्ये बसून तासन्तास केलेलं वाचन) आणि जमिनीवरील प्रत्यक्ष अभ्यासाचा परिपाक आहे. जमिनीवरील अभ्यास कुठल्याही ज्ञाननिर्मितीचा अस्सल स्रोत असतो. हे पुस्तक म्हणजे जगभरातील विविध संस्था आणि लोकांशी झालेल्या विविधांगी संवादांचा साठा आहे.

जवळपास पन्नासपेक्षा अधिक अकादमिक, बिगर अकादमिक चर्चासत्रं, परिषदांमुळे या पुस्तकातील संशोधनाला बळ मिळालं. अनेक समीक्षकांनी केलेल्या चिकित्सक टिप्पणीचाही पुस्तकाला खूप उपयोग झाला.

हार्वर्डमधील जॉन कॉमारॉफ हे एक अतिशय नेटके अकादमिक मार्गदर्शक. त्यांच्याकडून मार्गदर्शन मिळावं असं प्रत्येक विद्यार्थ्याला वाटे. आफ्रिकन आणि आफ्रो-अमेरिकन अभ्यास केंद्रात सुरुवातीला त्यांनी केलेली मदत आणि मार्गदर्शन यामुळे मला पुढे जाण्यासाठी दिशा मिळाली, अन्यथा त्या विभागात राहणं खूप जड गेलं असतं. आणि हार्वर्डमध्ये माझं टिकून राहणं शक्य झालं ते विभागप्रमुख लॅरी बोबो यांच्या खास प्रयत्नांमुळे.

२०१७च्या उन्हाळ्यात प्राध्यापक कॉर्नेल वेस्ट यांनी डब्ल्यू.ई.बी.डू बोईस यांच्या उद्घाटनपर भाषणाला उत्तर म्हणून दिलेलं भाषण खूप महत्त्वाचं ठरलं. ते भाषण सगळ्यांच्या अंगावर काटा आणणारं होतं. भाषणानंतर सगळ्यांनी वेस्ट

यांच्याभोवती गराडा घातला होता. त्यावेळी, त्या गर्दीत मी त्यांना दलित अभ्यासक म्हणून माझी थोडक्यात ओळख करून दिली. ते क्षणभर थांबले, माझ्याकडे रोखून पाहिलं आणि त्यांनी मला भेटायला बोलावलं. त्यानंतर आमच्यामध्ये संवाद सुरू झाला आणि आम्ही दुपारच्या, रात्रीच्या जेवणासाठी भेटू लागलो. यातून वाढीस लागलेला बंधुभाव आमचं नातं मजबूत करणारा ठरला. हे प्रेम आजही कायम आहे.

हेन्री लुईस 'स्किप' गेट्स ज्युनियरसोबत मी डू बोईस आणि आंबेडकर यांच्यावर एक पुस्तक लिहिण्याबाबत चर्चा केली होती. संपूर्ण जगाला लागू होईल, असा जातीचा सिद्धांत विकसित करून जातीचा प्रश्न ऐरणीवर आणण्याविषयी आम्ही बोललो होतो. त्यांनी माझ्यावर विश्वास दाखवला आणि मला डब्ल्यू. ई. बी. डू बोईस फेलोशिप दिली. त्यामुळे मला हचिन्स सेंटरमध्ये आणखी एक वर्ष राहून काम करणं शक्य झालं. "तुम्ही पुस्तक लिहा, असा सल्ला मी नेहमी लोकांना देतो" गेट्स म्हणाले. मी तो ऐकला. पुस्तक लिहिण्यासाठी मी एक प्रपोजल तयार केलं. या पुस्तकाच्या हस्तलिखिताचा तो केंद्रबिंदू होता.

डब्ल्यू. ई.बी. डू बोईस आणि जेम्स बाल्डविन तसंच लॉरेन हान्सबेरी या विचारवंतांवर कॉर्नेल वेस्ट यांनी दिलेली व्याख्यानं, गेट्स ज्युनियर यांनी करून दिलेली आफ्रिकन-अमेरिकन अभ्यासशाखेची ओळख, अमर्त्य सेन यांचं 'एक्झिऑमॅटिक रीझनिंग', बिल विल्सन यांचं 'इनरसिटी सोशल स्ट्रक्चर अँड कल्चर इन द स्टडी ऑफ रेस एंड अर्बन पॉव्हर्टी' यावरील सत्र, खलिल जिब्रान मुहम्मद यांचं 'रेस, इनइक्वालिटी अँड अमेरिकन डेमॉक्रसी' आणि इतर अनेक लेक्चर्समुळे माझी वैचारिक बैठक पक्की झाली.

हार्वर्डमधल्या कष्टकरी वर्गाच्या संघर्षामुळे आणि विद्यापीठातील अनेक काळ्या विद्यार्थ्यांमुळे नेहमीच उर्जा मिळत राहिली.

हार्वर्ड केनेडी स्कूलमध्ये खलील जिब्रान मुहम्मद यांनी माझ्या कामात आणि प्रकल्पात खूप रस दाखवला. वैचारिक मार्गदर्शन आणि प्रोत्साहन द्यायला ते नेहमीच तयार असायचे. त्यांचं प्रेम, जिव्हाळा आणि काळजी यामुळेच मला हे पुस्तक पूर्ण करण्याच्या प्रक्रियेत वेळोवेळी महत्त्वाची मदत झाली. आमची मैत्री विद्यापीठाच्या भिंती ओलांडून गेली आहे.

निको मेले लगेचच या प्रकल्पात सामील झाला आणि त्याने त्यात संपूर्ण लक्ष घातलं. या प्रकल्पात त्याची लक्षणीय गुंतवणूक होती. लेखनाचा संपूर्ण पहिला खर्डा इतर कुणाच्याही आधी वाचणारा आणि शेवटपर्यंत आपली गुंतवणूक कायम ठेवणारा निको पहिलाच होता. त्याने दुसरी सुधारित प्रत वाचून काही महत्त्वाच्या सूचना केल्या. त्यामुळे पुस्तकाच्या रचनेला दिशा मिळू शकली.

हार्वर्ड केनेडी स्कूलमधल्या विल्यम ज्युलिअस विल्सन याने त्याचे जीवनानुभव मला सांगून आणि माझ्या जीवन कथांमध्ये रस घेऊन मला प्रोत्साहित केलं.

केनेडी स्कूलच्या माझ्या फेलोशिपच्या पहिल्या सहामाहीदरम्यान हे पुस्तक लिहिताना, शोरेनस्टाइन सेंटरमधले माझे सहकारी आणि सोबती दावण महाराज ('लॉस एंजेलिस टाइम्स'चे माजी मुख्य संपादक आणि प्रकाशक) व जॉर्ज टुमासी यांनी आनंददायक मैत्री, मार्गदर्शन आणि पाठिंबा दिला.

पश्चिम आशिया, दक्षिण पूर्व आशिया, आफ्रिकेवरची नव्याने खरेदी केलेल्या पुस्तकांची यादी करत असताना हार्वर्ड विद्यापीठाच्या ग्रंथालयातील व्यवस्थापक लार्स क्लिंट यांनी माझ्या कल्पनांना, झपाटलेपणाला खतपाणी मिळेल, असं पूरक वातावरण दिलं.

या पुस्तकासाठी ज्यांनी मुलाखती दिल्या, त्यांचे आभार.

अमेरिका, कॅनडा, युरोप, ऑस्ट्रेलिया, जपान, भारत आणि मध्य पूर्वेतल्या दलित चळवळींनी हे पुस्तक लिहिण्याच्या माझ्या कल्पनेला मोठ्या उत्साहानं पाठिंबा दिला.

नितीन एंगडेचे विशेष आभार मानले पाहिजेत. भारतात असलेल्या नितीनने माझ्या कल्पनांचं नेहमीच उत्साहाने स्वागत केलं. त्याने आपला रस कधी संपू दिला नाही. नितीनने मला सर्वतोपरी मदत केली. स्थानिक भाषांमधलं साहित्य (वर्तमानपत्रे, पुस्तकं आणि लेख) विकत घेऊन तो मला पुरवत असे.

प्रणाली एंगडे सगळा मजकूर आईला वाचून दाखवत असे आणि तिच्याकडून तिचे अनुभव जाणून घ्यायला मदत करत असे. माझ्या कल्पना पुस्तकामध्ये कशा उतरताहेत, याकडेही तिचं लक्ष होतं. तिचे आभार.

हार्वर्डमध्ये वर्गात आणि वर्गाबाहेरही अनेक मित्र-मैत्रिणींशी जो संवाद करण्याची संधी मिळाली, तो खरोखरच समृद्ध करणारा होता. मॅगदा मटाचे, मार्लेन रुत्झेंडॉर्फर, रंजनी श्रीनिवासन, सामंथा विरतुंगा, मॉर्डेकाय लायन, स्टीव्ह, एड चिल्ड्स, उमंग, आनंद वेंकटकृष्णन, साई बालकृष्णन, रिचर्ड लेसाज, चे ॲपलव्हेट, कनिष्का एलपुला, अनमोल मेहरा, विनी विलीयम्स, लिसा स्मिथ, माया, कार्लेन, सेटी वॉरेन, गेबमिझोला, मिरीयम या सगळ्यांशी वेळोवेळी केलेल्या चर्चा अतिशय महत्त्वाच्या होत्या.

जगभरातले मित्र आणि जिवलग नवनव्या कल्पनांना प्रेरणा देत राहिले आणि त्यातून माझा उत्साह टिकून राहिला. कॅमील, ॲबिगेल, किम, अरियान, क्रिस्टीन, ट्रिश, डेव्हिड चॅप्लिन (दुसरा), अचल प्रभला, अझमर विलियम्स, फिलिप मार्टिन, जेलानी कॉब, नील्स प्लेनेल, केव्हिन ब्राऊन, ललित, पुर्वी मेहता, बिजू, अनुपमा राव, ऑलिव्हिया, बेटिना, लामा रँगड्रोल या साऱ्यांचेही आभार.

हे पुस्तक अनेक अवस्थांमधून आणि टप्प्यांमधून गेलं. ते वेगवेगळ्या ठिकाणी लिहिलं गेलं आहे - जपानला जाताना विमानात लॅपटॉप आणि मोबाइलवर, ॲमट्रॅक आणि भारतीय रेल्वेच्या चाकांवर, वॉशिंग्टन डीसी विमानतळाच्या लाउंजमध्ये आणि लंडन ते बंगळुरु प्रवासात. केंब्रिज, बोस्टन, लॉस एंजेलिस, टोरांटो, मिस्क्लॉक, हंगेरी, लान्सिंग, मिशीगन, बर्लिन, व्हिएन्ना, मुंबई, नांदेड, बंगळुरु, गांधीनगर, हैदराबाद, चेन्नई, नागपूर, टोक्यो, क्योटो, बेप्पु, फुकुओका, नवी दिल्ली, कोची, सॅन फ्रान्सिस्को, मेलबर्न, कॅनबेरा, सिडनी अशा जगभरातल्या अनेक शहरांत आणि जिथे जिथे मी व्याख्यानांसाठी किंवा संशोधन दौऱ्यांवर जात असे तिथे मी हे पुस्तक लिहित राहिलो. हा प्रकल्प माझ्याबरोबर प्रवासातल्या निष्ठावान सोबत्याप्रमाणे राहिला. माझ्यावर असलेल्या कामाच्या जबाबदारीचं भान देत राहिला. तीसपेक्षा अधिक शहरं आणि आठ देशांच्या मातीतून या पुस्तकाच्या निर्मितीचा प्रवास झाला आहे. माझ्या प्रवासातून मला मिळालेल्या विचार आणि अभिव्यक्तींचा गंध या पुस्तकाच्या पानापानात साठवलेला आहे.

जगभरातून गोळा केला गेलेला आणि हार्वर्डमध्ये सैद्धांतिकरण झालेला माझा वैश्विक अनुभव या दृष्टीनेही या पुस्तकाकडे पाहता येऊ शकेल.

हे पुस्तक पूर्ण करताना आणि मे २०१९ च्या सुरुवातीला ते प्रकाशकांकडे सोपवताना मी पुस्तक लिहायला किती वेळ लागला हे पाहतोय - २ वर्ष ११ महिने १९ दिवस. भारताचं संविधान लिहिण्यासाठी जेवढा कालावधी लागला त्यापेक्षा एक दिवस जास्त.

या पुस्तकाचं दोनदा पुनर्लेखन झालं. पहिल्या खर्ड्यात पुस्तक परिभाषा केंद्रित आणि अकादमिक संशोधनासारखं झालं होतं. दुसऱ्या वेळी त्यात कथनांचा समावेश झाला. रिचा बर्मन यांच्या उत्तम संपादकीय देखरेखीमुळे आणि रंजना सेनगुप्ता यांच्या बौद्धिक मेहनतीमुळे पुस्तकातला हा बदल शक्य झाला. रंजना सेनगुप्ता यांनी तर सुरुवातीपासूनच पुस्तकाची कल्पना उचलून धरली होती. त्यांनी पुस्तकातील मांडणीला बळ देणाऱ्या बऱ्याच कथा माझ्यासारख्या अंतर्मुख स्वभावाच्या माणसाकडून बाहेर काढल्या. रिचाने पुस्तकाच्या अभ्यासकीय गुणवत्तेशी कुठलीही तडजोड न करता अतिशय काळजीपूर्वक, आपुलकीच्या स्पर्शासह काम पाहिलं.

श्रेया चक्रवर्तीने पुस्तकाचा खर्डा काळजीपूर्वक तपासून योग्य ते बदल केले आणि श्रेया गुप्ताने उत्तम मुखपृष्ठ तयार केलं. या दोघींचे आभार.

शेवटी माझ्या भल्यामोठ्या एकत्र कुटुंबाचे आभार मानतो. त्यांनी मला त्यांच्या प्रेमाने बांधून ठेवलं. हे माझ्या वडिलांच्या वाढदिवसाच्या दिवशी प्रकाशित झालं. पुस्तकाची प्रत हातात घेतल्यावर त्यांना अभिमान वाटला असता.

परिशिष्ट

परिचय

१. वर्चस्ववादी जातींच्या लोकसंख्येच्या वर्गीकरणानुसार, ओबीसी, दलित, आदिवासी, मुस्लीम आणि दलित ख्रिश्चन, दलित मुस्लिमांसह इतर धार्मिक अल्पसंख्याकांची गणना केली असता एका आकडेवारीनुसार केवळ दलितांची संख्या ३२ कोटी आहे, यात विविध धर्मांतील दलितांचा समावेश आहे. Anand Teltumbde, Dalits: Past, Present and Future (New Delhi:Routledge, 2018), p. 3. nsner hene : Anand Teltumbde, 'State, Market and Development of Dalits', in Gopal Guru, ed., Atrophy in Dalit Politics (New Delhi: Vikas Adhyayan Kendra, 2005), p.80.:

२. पंजाब सरकारच्या नियोजन आयोगानं दारिद्र्यरेषेखालील कुटुंबांचं केलेलं सर्वेक्षण, पृष्ठ क्र. ३-४
   लिंक - http://www.pbplanning.gov.in/pdf/BPL16-3-07.pdf

३. जागतिक बँक महाराष्ट्रातील दारिद्र्य, वृद्धी व असमानता/ विषमता, http://documents.worldbank.org/curated/en/806671504171811149/pdf/119254-BRI-P157572-Maharashtra-Poverty.pdf

४. Sarah Buckwalter, 'Just Another Rape Story', Times of India, 29 October 2006, https://timesofindia.indiatimes.com/india/Just-another-rape-story/articleshow/222682.cms; या घृणास्पद घटनेच्या सविस्तर विश्लेषणासाठी वाचा : Anand Teltumbde,

Khairlanji: A Strange and Bitter Crop (Delhi: Navayana, 2008).
५. नॅशनल क्राइम रेकोंड्र्स ब्यूरोने संकलित केलेली माहिती. Hillary Mayell, 'India's 'Untouchables' Face Violence, Discrimination', National Geographic, 2 June 2003 http://news.nationalgeographic.com/news/2003/06/indias-untouchables-face-violence-discrimination
६. अमित थोरात आणि ओमकार जोशी, 'द कंटिन्यूइंग प्रॅक्टीस ऑफ अनटचेबलिटी इन इंडिया - पॅटर्न्स एंड मिटीगेटींग इनफ्ल्युएन्सेस', युनिव्हर्सिटी ऑफ मेरीलँड, http://ihds.umd.edu/sites/ihds.umd.edu/files/publications/papers/ThoratJoshi3.pdf
७. रित्विका मित्रा, 'अनटचेबलिटी स्टिल प्रिवेल्स इन ओवर ६४० तमिलनाडू विलेजेस' न्यू इंडियन एक्सप्रेस, ३० एप्रिल २०१९, http://www.newindianexpress com/states/tamil-nadu/2019/apr/30/untouchability-still-prevails-in-over-640-tn-villages-1970871.html
८. बी.आर.आंबेडकर 'कास्ट इन इंडिया - देअर मेकॅनिझम, जेनेसीस एंड डेव्हलपमेंट', या वसंत मून संपादित डॉ. बाबासाहेब आंबेडकर रायटिंग एंड स्पीचेसच्या पहिल्या खंडातून.(बॉम्बे एज्युकेशन डिपार्टमेंट, गव्हर्नमेंट ऑफ महाराष्ट्र १९७९) पृष्ठ क्रमांक - ६
९. हार्वर्ड डिव्हिनिटी स्कूल, 'शायनिंग अ लाईट ऑन अमेरिकाज 'स्पिरीच्युअल ब्लॅकआऊट'' , ४ डिसेंबर २०१७, http://hds.harvard.edu/news/2017/12/04/west-spiritual-balckout#
१०. बी.आर.आंबेडकर, 'एनहिलिएशन ऑफ कास्ट' - वसंत मून संपादित डॉ. आंबेडकर रायटिंग एंड स्पीचेसच्या खंड १ मधून (बॉम्बे एज्युकेशन डिपार्टमेंट गव्हर्नमेंट ऑफ महाराष्ट्र, १९७९)
११. मार्टीन हायडेगर, बीइंग अँन्ड टाईम, अनुवाद - जॉन मॅक्युअरी आणि एडवर्ड रॉबिन्सन (न्यूयॉर्क: हार्पर पेरेनियल, २००८)
१२. कांचा इलय्या - व्हाय आय एम नॉट ए हिंदू: ए सूद्र क्रिटिक ऑफ हिंदुत्व फिलॉसॉफी, कल्चरल एंड पॉलिटिकल इकॉनॉमी (कोलकाता, साम्या, (१९९६) २००५)
१३. कांचा इलय्या - बफेलो नॅशनॅलिझम: ए क्रिटिक ऑफ स्पिरिच्युअल फॅसिझम (कोलकाता, साम्या - २००४)

१४. कथिर विन्सेंट - "दे किल्ड माय हसबंड, सेयिंग हाऊ डेअर यू लव्ह, यू पॉलर सन ऑफ अ बिच?", Huffington Post, 12 May 2016, http://www.huffingtonpost.in/kathir-vincent/they-kiòed-my-husband-sa_b_9900086.html
१५. सईद अकबर, 'अ लव्ह अफेअर एंड मर्डर दॅट शुक तेलंगणा', टाइम्स ऑफ इंडिया, २० सप्टेंबर २०१८, http://timesofindia.indiatimes.com/articleshow65879291.cms?.utm_source=contentofinterest&utm_medium=text&utm_campaign=cppst
१६. Praveen Donthi, 'How Caste Shaped the Experience of Rohith Vemula and Other Students At the University of Hyderabad', Caravan, 23 August 2016, http://caravanmagazine.in/vantage/cast-shaped-experience-rohith-vemula-students-university-hyderabad; या घटनेच्या अधिक विस्तृत माहितीसाठी पाहा, Sudipto Mondal, 'Rohith Vemula:An Unfinished Portrait', Hindustan Times.
१७. नितीन बी., 'ए "स्टूज" बीइंग रिवार्डेड बाय हिज बीजेपी मास्टर्स: एच.वाय.एडी. युनि स्टुडंट्स स्लॅम अवार्ड टू वीसी आप्पा राव', न्यूज मिनिट, ३ जानेवारी २०१७, http://www.thenewsminute.com/article/stooge-being-rewarded-his-bjp-masters-hyd-uni-students-slam-award-vc-appa-rao-55184
१८. अनुपमा राव, 'स्टिग्मा एंड लेबर: रिमेम्बरिंग दलित मार्क्सिझम', इंडिया सेमिनार, http://www.india-seminar.com/2012/633/633_anupama_rao.htm
१९. बालमुरली नटराजन, 'फ्रॉम जाती टू समाज', इंडिया सेमिनार http://www.india-seminar.com/2012/633/633_balmurli_natrajan.htm
२०. अनुपमा राव, 'स्टिग्मा ॲन्ड लेबर'
२१. डी.डब्ल्यू, 'कास्ट डायनॅमिक्स बिहाइंड सेक्शुअल वायलन्स इन इंडिया' http://www.dw.com/en/caste-dynamics-behind-sexual-violence-in-india/a-43732012

प्रकरण १ - दलित असणं

१. यशवंत मनोहर, 'अल्टीमेटम', अनुवाद - चारुदत्त भागवत, 'पॉयझनस ब्रेड' या अर्जुन डांगळे यांनी संपादित केलेल्या पुस्तकातून (हैदराबाद: २००९, २०१६), पृष्ठ क्र. - १८

२. नामदेव ढसाळ - (विद्रोही कवी) 'पोएट ऑफ द अंडरवर्ल्ड', पोएम्स १९७२ - २००६, अनुवाद - दिलीप चित्रे, (नवी दिल्ली, नवयान प्रकाशन २००७)

३. के. स्टॅलिन - 'इंडिया अनटच्ड', यू ट्यूब, https://www.youtube.com/watch?v=Injodpo3T10, accessed 22 April 2019.

४. ध्रुबो ज्योती, कास्ट ब्रोक ऑवर हार्ट्स ॲन्ड लव कॅन नॉट पुट देम बॅक टुगेदर, बझफीड, २८ फेब्रुवारी २०१८, http://www.buzzfeed.com/dhrubojyoti/will-you-buy-me-a-pair-of-shorts?utm_term=.iblv2XD3E#.jv0rPX2VE

५. कॉर्नेल वेस्ट, 'रेस मॅटर्स' (बोस्टन: बेकन प्रेस, १९९३), पृष्ठ क्र. - १९.

६. ब्रायन स्टीवन्सन, जस्ट मर्सी: अ स्टोरी ऑफ जस्टीस ॲन्ड रिडम्पशन (न्यूयॉर्क: स्पीगेल ॲन्ड ग्रऊ, २०१५)

७. राहुल सिंग, 'क्रिमिनल जस्टीस इन द शॅडो ऑफ कास्ट: स्टडी ऑन द डिस्क्रिमिनेशन अगेंस्ट दलित ॲन्ड आदिवासी प्रिझनर्स ॲन्ड विक्टिम्स ऑफ पोलिस एक्सेसेस', नॅशनल दलित मूव्हमेंट फॉर जस्टीस, नॅशनल कॅम्पेन ऑन दलित ह्यूमन राईट्स, २०१८

८. नामदेव ढसाळ, 'आंबेडकराईट मूव्हमेंट ॲन्ड सोशालिस्ट, कम्युनिस्ट' चौथी आवृत्ती (मुंबई: शब्द पब्लिकेशन, २०१५) पृष्ठ क्र. - १३

९. टोनी मॉरिसन मुलाखत, http://www.youtube.com/watch?v=5fmnsqFP5Y

१०. अमेरिकन मानववंशशास्त्रज्ञ गेराल्ड बेरेमन यांच्या १९५० मधील उत्तर भारतातील क्षेत्रअभ्यास भेटीतील निरीक्षण. Gerald D. Berreman, 'Caste in India and the United States', American Journal of Sociology 66.2 (September 1960) :१२४

११. सिग्मंड फ्रॉईड, 'जोक्स ॲन्ड देअर रिलेशन टू द अनकॉन्शिअस' अनुवाद - जेम्स स्ट्रॅचे (न्यूयॉर्क: पेंग्विन १९०५, १९७४).

१२. सिग्मंड फ्रॉईड, 'ह्यूमर', १९२७, http://www.scribd.com/doc/

34515345/sigmund-Freud-Humor-1927
१३. सिग्मंड फ्रॉईड, 'जोक्स अॅन्ड देअर रिलेशन टू अनकॉन्शिअस' अनुवाद - जेम्स स्ट्रॅचे, पृष्ठ क्र. ७९-८७
१४. Ngugi wa Thiong'o, Decolonising the Mind: The Politics of Language in African Literature (London: James Currey, 1986). http://www,swaraj.org/ngugi.htm इथेही उपलब्ध आहे.
१५. बीइंग इंडियन, 'आय एम ऑफेंडेड', http://www.youtube.com/watch?v=swozBbWMzNQ&t=90
१६. बार्बरा जोशी, संपादित, अनटचेबल्स! व्हॉईसेस ऑफ द दलित लिबरेशन मुव्हमेंट. (लंडन: झेड बुक्स, १९८६), पृष्ठ क्र. १४६.
१७. Ibid, पृष्ठ क्र. ८७.
१८. गंगाधर पानतावणे, 'इवॉल्विंग अ न्यू आयडेंटिटी: द डेव्हलपमेंट ऑफ अ दलित कल्चर' संपादन - बार्बरा जोशी 'अनटचेबल्स' व्हॉईसेस ऑफ द दलित लिबरेशन मुव्हमेंट.
१९. डी.आर. नागराज, 'द फ्लेमिंग फीट एंड अदर एसेज: द दलित मुव्हमेंट इन इंडिया' (रानीखेत: परमनंट ब्लॅक २०१०), पान क्र. ९४-९५, १०९.
२०. ओमप्रकाश वाल्मीकी, 'जूठन: अ दलित्'स लाइफ', सहावी आवृत्ती (कोलकाता: समय, २०१८), पान क्र. - ७२.
२१. एडवर्ड सईद - 'ओरिएंटलिझम' (न्यूयॉर्क, विंटेज १९७९, १९९४).
२२. जॉ-पॉल-सार्त्र, 'बीइंग एंड नथिंगनेस: ए फेनॉमेनॉलॉजिकल एसे ऑन ऑंटोलॉजी', अनुवाद - हेजेल ईबर्न्स, (न्यूयॉर्क: वॉशिंग्टन स्क्वेअर प्रेस, १९९२)
२३. Ibid, p. ३०१
२४. प्लेटो, 'रिपब्लिक', अनुवाद - सी.डी.सी. रीव (इंडियानापोलिस: हॅकेट पब्लिशिंग कंपनी), पान क्र. - १६६

प्रकरण २ - नवदलितत्वाचा उदय

१. इकॉनॉमिक टाईम्स, 'माय गोत्र इज दत्तात्रेय, आय एम अ काश्मिरी ब्राह्मण राहुल गांधी इन पुष्कर', २७ नोव्हेंबर २०१८, http://economictimes.indiatimes.com/articleshow/66820708.cms?utm_source=contentofinterest&utm_medium

=text&utm_campaign=cppst
२. अमृता वसीरेड्डी, इसरो डिरेक्टर्स परफॉर्म स्पेशल पूजाज अॅट तिरुमला टेम्पल, टाइम्स ऑफ इंडिया, ३१ ऑगस्ट, २०१७ http://timesofindia.indiatimes.com/city/amaravati/isro-directors-perform-special-pujas-at-tirumala-temple/articleshow/60306457.cms; न्यूज १८, सॅक इसरो चीफ फॉर टेकिंग मार्स मिशन रेप्लिका टू तिरुपती: रॅशनॅलिस्ट्स, ६ नोव्हेंबर २०१३, http://www.news18.com/news/india/sack-isro-chief-for-taking-mars-mission-replica-to-tirupati-rationalists-649179.html
३. जी.एस.गुहा, 'रिलीजन इन इंडियाज आर्मी', हिंदुस्तान टुडे, https://www.hinduismtoday.com/modules/smartsection/item.php?itemid=1421
४. आशुतोष शर्मा, 'जय माता दी' : प्रिस्ट अनॉईन्ट्स निर्मला सीतारामन अॅज ए न्यू डिफेन्स मिनिस्टर, नॅशनल हेराल्ड, ८ सप्टेंबर २०१७, https://www.nationalheraldindia.com/national/jai-mata-di-priests-anoint-nirmala-sitharaman-as-new-defence-minister
५. http://www.facenfacts.com/NewsDetails/43663/indian-space-scientists-too-believe-in-superstitions!htm
६. आलोक प्रसन्न कुमार, द क्युरिअस केस ऑफ जस्टिस कर्णन अॅन्ड हिज इम्पलिकेशन्स फॉर हायर ज्युडिशिअरी, हिंदुस्तान टाइम्स, ९ मार्च २०१७, https://www.hindustantimes.com/india-news/the-curious-case-of-justice-karnan-and its-implications-for-Higher-judiciary/story-nDgSk7GbYVaJSYyTMpNgQK.html
७. इतर अल्पसंख्याकही संविधानालाच त्यांच्या हक्कांचं रक्षण करण्याचं साधन मानतात. Rohit De, People's Constitution: The Everyday Life of Law in the Indian Republic (Princeton: Princeton University Press, 2018).
८. सूर्यनारायण चौधरी आणि इतर विरुद्ध राजस्थान राज्य, २९ सप्टेंबर १९८८, एआयआर 1989Raj99.Indiankanoon.org/doc/942155
९. इ. कुल्के इंटीग्रेशन, 'एलीनेशन अँड रिजेक्शन द स्टेटस ऑफ अनटचेबल्स', एस.डी पिल्लई संपादित 'आस्पेक्ट्स ऑफ चेंजिंग इंडिया' मधून (मुंबई, पॉप्युलर प्रकाशन १९८३)
१०. धनंजय कीर, 'डॉ. आंबेडकर: लाईफ अँड मिशन' (बॉम्बे: पॉप्युलर

प्रकाशन २०१६) पृष्ठ क्र. ४४९. राज्यसभा आंध्र राज्य विधेयक, २ सप्टेंबर १९५३.

११. बीएडब्ल्यूएस, संविधान (चौथी घटनादुरुस्ती) विधेयक, १९५४, संसदीय वादचर्चा, खंड १५ (मुंबई: महाराष्ट्र सरकार), पृष्ठ क्र.९४९.

१२. Ibid.

१३. Ibid, पृष्ठ क्र. - ९४९

१४. Ibid.

१५. उदा. अमेरिकेने संघराज्याच्या स्थापनेच्या घोषणेनंतर शंभर वर्षांनी तिथल्या शोषित अल्पसंख्यांकाना नागरी हक्क दिले गेले.

१६. सुखदेव थोरात, पॉलिटिकल इकॉनॉमी ऑफ कास्ट डिस्क्रिमिनेशन ॲन्ड एट्रोसिटीज: व्हाय डझ कास्ट डिस्क्रिमिनेशन पर्सिस्ट डिस्पाईट लॉ? इन द'रॅडिकल इन आंबेडकर : क्रिटीकल रिफ्लेक्शन्स' या डॉ. सुरज एंगडे आणि डॉ. आनंद तेलतुंबडे संपादित पुस्तकातून, (नवी दिल्ली, पेंग्विन रॅंडम हाऊस इंडिया, २०१८) पृष्ठ क्र.२५५-८०

१७. 'द लॅंड कोनुनड्रम', इकॉनॉमिक अॅंड पॉलिटिकल वीकली ५३.४२ (२० ऑक्टोबर २०१८)

१८. मार्टिन लूथर किंग ज्युनियर, 'लेटर फॉर बर्मिंगहॅम जेल', 'द रॅडिकल किंग' या कॉर्नेल वेस्ट संपादित पुस्तकातून (बोस्टन: बेकन प्रेस, २०१५), पृष्ठ क्र. - १३५

१९. Ibid.

२०. बी. आर. आंबेडकर, 'एनहिलिएशन ऑफ कास्ट' (१९३६)

२१. भारतीयांवर जातीव्यवस्था स्वत:ला 'आर्य' म्हणवणाऱ्या परकीयांनी ख्रिस्तपूर्व २००० मध्ये लादली, जातीव्यवस्थेसारखीच एक व्यवस्था आर्यांनी निर्माण केली किंवा आर्यांपासून प्रेरणा घेतलेल्या इथल्या लोकांनी केली. G.S. Ghurye, Caste and Race in India (Bombay: Popular Prakashan, 1932 [2004]), pp. 117–18.

२२. राही गायकवाड, 'दलित यूथ किल्ड फॉर कीपिंग आंबेडकर सॉंग ॲज ए रिंगटोन', द हिंदू, २२ मे २०१५, https://www.thehindu.com/news/national/other-states/dalit-youth-killed-for-ambedkar-song-ringtone/article7232259.ece

२३. Hillary Mayell, 'India's 'Untouchables' Face Violence, Discrimination', National Geographic, 2 June 2003. ही आकडेवारी सोळा वर्षांपूर्वीची आहे. आता वाढत्या हिंदुत्ववादी राष्ट्रवादामुळे,

जो चातुर्वर्ण्य राष्ट्रवादाचा पुरस्कार करतो, दलितांवरील अत्याचारांची संख्या वाढली आहे. २००६ ते २०१६ या काळात ही संख्या ४,२२,७९९ इतकी झाली आहे. Alison Saldhanha and Chaitanya Mallapur, 'Over Decade, Crime Rate Against Dalits Up 25%, Caste Pending Investigation Up 99%', IndiaSpend, 4 April 2018, http://www.indiaspend.com/cover-story/over-a-decade-crime-rate-against-dalits-rose-by-746-746

२४. रवी कौशल, 'गुजरात: ४ वेडिंग प्रोसेशन्स ऑफ दलित्स अटॅक्ड इन अ वीक, सीएम सायलेंट', न्यूजक्लिक, १३ मे २०१९, https://www.newsclick.in/Gujrat-Dalits-Wedding-Procession-Atacked

२५. बी. आर. आंबेडकर, 'पाकिस्तान ऑर द पार्टिशन ऑफ इंडिया', आणि 'रिव्हॉल्युएशन अँड काऊंटर रिव्हॉल्युएशन', डॉ. बाबासाहेब आंबेडकर रायटिंग अँड स्पीचेसमधून, खंड - ८, (बॉम्बे, एज्युकेशन डिपार्टमेंट, गव्हर्नमेंट ऑफ महाराष्ट्र) पृष्ठ क्र. ३० - ३१.

प्रकरण ३ - दलितांच्या अनेक छटा

१. चंद्रया गोपानी, 'न्यू दलित मुव्हमेंट्स: एन आंबेडकराईट परस्पेक्टिव्ह', 'रॅडिकल इन आंबेडकर : क्रिटीकल रिफ्लेक्शन्स' या सुरज एंगडे आणि डॉ. आनंद तेलतुंबडे संपादित पुस्तकातून, (नवी दिल्ली, पेंग्विन रँडम हाऊस इंडिया, २०१८) पृष्ठ क्र. १८१-२००

२. त्यांनी त्यांचं वर्गीकरण उदासीन चमचे, इनिशियेटेड चमचे, महत्त्वाकांक्षी चमचे, असहाय चमचे, पक्षविशिष्ट चमचे, अज्ञानी चमचे, प्रबुद्ध चमचे, चमच्यांचे चमचे असं केलं आहे. Kanshiram, Chamcha Age: An Era of the Stooges (Delhi: Siddarth Books, 2015 [1982]).

३. माल्कम एक्स: 'द हाऊस निग्रा ॲन्ड द फिल्ड निग्रो', https://www.youtube.com/watch?v=7kfujM4ag

४. इ. फ्रँकलिन फ्रेझर, 'ब्लॅक बुर्झ्वाजीज' (न्यूयॉर्क: फ्री प्रेस, १९५७)

५. गोलमेज परिषदेने शीख, ख्रिश्चन, मुस्लीम या धार्मिक अल्पसंख्याकांप्रमाणे अस्पृश्यांच्या वेगळ्या श्रेणीला मान्यता दिली. मात्र गांधीजींच्या आडमुठेपणामुळे स्वतंत्र मतदारसंघाची तरतूद बारगळली. त्यामुळे अस्पृश्यांना सर्वसाधारण मतदारसंघातल्या खुल्या प्रवर्गातील उमेदवारी मिळालेल्या प्रतिनिधीवर अवलंबून

राहावं लागलं. हे मतदारसंघ अटळपणे बहुसंख्य हिंदू समूहाचा वरचष्मा असलेले असत. त्या मतदारसंघात अस्पृश्यांना जिंकून येण्याची आशाच नसे.

६. बी.आर. आंबेडकर, 'कास्ट इन इंडिया देअर मेकॅनिझम, जेनेसिस अॅन्ड डेव्हलपमेंट', डॉ. बाबासाहेब आंबेडकर: रायटिंग अॅन्ड स्पीचेस, खंड - १, (बॉम्बे एज्युकेशन डिपार्टमेंट, महाराष्ट्र सरकार, १९७९), पृष्ठ क्र. ३ - २२

७. भांडवलशाहीवरील सखोल चर्चेसाठी प्रकरण ५ पहा.

८. 'इंडिया टुडे', 'व्हाय द २०० इयर ओल्ड कोरेगाव भीमा बॅटल ट्रिगर्ड कास्ट व्हायलंस इन महाराष्ट्र', २ जानेवारी २०१८.

९. या नवीन विभागाचा शोध घेण्यासाठी आनंद तेलतुंबडे यांनी मार्गदर्शन केलं आणि त्या संदर्भात काही उदाहरणंही सांगितली. मी त्यांचा ऋणी आहे. त्यांच्या चिकित्सक प्रतिक्रियांचा या प्रकरणाला खूप फायदा झाला.

१०. कॉरस्पॉंड्स स्टडी ऑफ जॉब डिस्क्रिमिनेशन इन इंडिया', इकनॉमिक अॅन्ड पॉलिटिकल विकली, ४२.४१ (१३ ऑक्टोबर २००७): ४१४१-४५

११. एस. मधेस्वरन आणि पॉल एटवेल, 'कास्ट डिस्क्रिमिनेशन इन द इंडियन अर्बन लेबर मार्केट: एविडन्स फ्रॉम द नॅशनल सॅम्पल सर्व्हे', इकॉनॉमिक अॅन्ड पॉलिटिकल वीकली ४२.४१ (१३ ऑक्टोबर २००७): ४१४६-५३

१२. प्रवीण दोंथी, 'फ्रॉम शॅडोज टू द स्टार्स: द डेफियंट पॉलिटिक्स ऑफ रोहिथ वेमुला एंड द आंबेडकर स्टुडंट्स असोसिएशन', कॅरवान, ३० एप्रिल २०१६, https://caravanmagazine.in/reportage/from-shadows-to-the-stars-rohith-vemula

१३. रितुपर्ण चॅटर्जी, 'दलित एम.फील स्टूडंट फ्रॉम जेएनयु, हू कम्पलेन्ड ऑफ इनइक्वालिटी इन फेसबुक पोस्ट, फाऊंड हँगिंग', हफिंग्टन पोस्ट, https://www.huffingtonpost.in/2017/03/13/dalit-mphil-student-from-jnu-who-complained-of-inequality-in-fa_a_21885438

१४. अभिनव मल्होत्रा, 'दलित स्टूडंट कमिट्स सुसाईड अॅट आय.आय.टी कानपूर हॉस्टेल रुम', टाइम्स ऑफ इंडिया, १८ एप्रिल २०१८, http://timesofindia.indiatimes.com/articleshow/63821132.cms?utm_source_contentofinterest&utm_medium=text&utm_campaign=cppst

१५. मूलनिवासी (मूळचे रहिवासी) ही संकल्पना जातीय शोषणाकडे आर्यन थेअरीतून पाहते.
१६. विवेककुमार, डिफरंट शेड्स ऑफ दलित मोबिलायझेशन इन टि.के.ओमेन, संपादित,'सोशल मुव्हमेंट 1: इश्यूज अॅन्ड आयडेंटिटिज'या पुस्तकातून. न्यू दिल्ली, ऑक्सफर्ड प्रेस, २०१०) पृष्ठ क्र. ११६-३६
१७. शरणकुमार लिंबाळे, 'द दलित ब्राह्मिण अॅन्ड अदर स्टोरीज' (हैदराबाद, ओरिएंट ब्लॅकस्वान, २०१८)
१८. उर्मिला पवार आणि मीनाक्षी मून, 'वी अल्सो मेड हिस्टरी: वूमन इन द आंबेडकराईट मुव्हमेंट' (नवी दिल्ली: झुबान, २०१४) पृष्ठ क्र. २९४
१९. Ibid, पृष्ठ - २९५
२०. Ibid, पृष्ठ - २९६
२१. मोहनदास नैमीशराय, 'वीरगंगा झलकारी बाई' (नवी दिल्ली: राधाकृष्णन प्रकाशन, २००६)
२२. याबाबत अधिक वाचण्यासाठी पाहा : Women Heroes and Dalit Assertion in North India: Culture, Identity and Politics (New Delhi: Sage, 2006), p. 126; Chapter 5, 'Jhalkari Bai and the Koris of Bundelkhand.'
२३. रोजा सिंग, 'स्पॉटेड गॉडेस: दलित विमेन्स एजन्सी, नॅरेटिव्हज ऑन कास्ट अॅन्ड जेंडर वायलन्स' (एलआयटी वेर्लग म्युनस्टर: म्युनस्टर, २०१८)
२४. पवार आणि मून, 'वी अल्सो मेड हिस्टरी: वूमन इन द आंबेडकराईट मुव्हमेंट' पृष्ठ क्र. १०
२५. गुरु गोपाल, 'दलित विमेन टॉक डिफरंटली', इकॉनॉमिक अॅन्ड पॉलिटिकल वीकली, (१४ - २१ ऑक्टोबर १९९५) पृष्ठ क्र. २५४८-५०
२६. https://www.marxists.org/archive/marx/works/download/pdf/origin_family.pdf
२७. बेबी कांबळे, 'प्रिझन्स वी ब्रोक' अनुवाद - माया पंडित, (नवी दिल्ली, ब्लॅकस्वान) पृष्ठ क्र. - ११८
२८. महेश देवकर, 'अ न्यू इरा ऑफ अवेकनिंग, निओ-बुद्धिस्ट्स अॅन्ड द अकॅडमिक स्टडी ऑफ पाली' बिबिलो, एप्रिल - जून २०१८, पृष्ठ क्र.१४-१५.

प्रकरण ४: दलित मध्यमवर्ग

१. संजीव संन्याल, 'द इंडियन रेनसॉ: इंडियाज राईज आफ्टर अ थाऊजंड इयर्स ऑफ डिक्लाईन' (नवी दिल्ली, पेंग्विन बुक्स, २०१५) पृष्ठ क्र. - ९५-९६

२. ग्यानेंद्र पांडे, 'द ड्राईव फॉर अ मोनोलिंग्वल ऑर्डर: सेग्रीगेशन ॲन्ड डेमोक्रसी इन आवर टाइम्स', साऊथ एशिया: जर्नल ऑफ साऊथ एशियन स्टडीज, ४०.१ (२०१७) ७१-८६

३. राकेश कोच्चर, 'अ ग्लोबल मिडल क्लास इज मोअर प्रॉमिस दॅन रिएलिटी', प्यू ग्लोबल, http://www.pewglobal.org/2015/07/08/a-global-middle-class-is-more-promise-than-reality

४. गुर्रम श्रीनिवास, 'दलित मिडल क्लास: मोबिलिटी, आयडेंटिटी ॲन्ड पॉलिटिक्स ऑफ कास्ट' (जयपूर: रावत पब्लिकेशन्स, २०१६) नंदू राम, 'द मोबाइल शेड्यूल्ड कास्ट्स: राईज ऑफ अ न्यू मिडल क्लास' (दिल्ली: हिंदुस्तान पब्लिशिंग कॉर्पोरेशन, १९८८)

५. श्रीनिवास, 'दलित मिडल क्लास', पृष्ठ क्र. - ४०

६. पवन के. वर्मा, 'द न्यू इंडियन मिडल क्लास: द चॅलेंज ऑफ २०१४ॲन्ड बियाँड' (नोएडा हार्पर कॉलिन्स, २०१५) पृष्ठ क्र.६.

७. सुबोध वर्मा, 'इकॉनॉमिक गॅप बिटवीन अप्पर कास्ट ॲन्ड दलित पर्सिसिट्स', टाइम्स ऑफ इंडिया, https://timesofindia.indiatimes.com/india/Economic-gap-between-upper-castes-and-dalits-persists/articleshow/46914577.cm3

८. वर्मा, 'द न्यू इंडियन मिडल क्लास', पृष्ठ क्र. ९.

९. अनुराधा बॅनर्जी, फिरदोस रिझ्वी, सुखदेव थोरात 'आणि विनोद के. मिश्रा, 'कास्ट ॲन्ड रिलीजन मॅटर्स इन अक्सेस अर्बन रेंटल हाऊसिंग मार्केट', 'इकॉनॉमिक ॲन्ड पॉलिटिकल वीकली, ५०.२६ (२७ जून २०१५)

१०. सुरिंदर जोधका आणि असीम प्रकाश, 'द इंडियन मिडल क्लास' (नवी दिल्ली: ऑक्सफर्ड युनिव्हर्सिटी प्रेस, २०१६) पृष्ठ क्र. ११४-१५.

११. श्रीनिवास, 'दलित मिडल क्लास', आणि राम, 'द मोबाइल शेड्यूल्ड कास्ट्स'

१२. संन्याल, 'द इंडियन रेनेसॉ'

१३. इ. फ्रँकलिन फ्रेझर, 'ब्लॅक बुर्झ्वाजीज :द राईज ऑफ न्यू मिडल क्लास इन

द युनायटेड स्टेट्स' (न्यूयॉर्क: फ्री प्रेस, १९९७) (१९५७), पृष्ठ क्र.- २०.

१४. ग्यानेंद्र पांडे, 'कॅन देअर बी अ सबाल्टर्न मिडल क्लास? नोट्स ऑन आफ्रिकन अमेरिकन एंड दलित हिस्टरी', पब्लिक कल्चर २१.२ (२००९): ३२१-४२

१५. Ibid, पृष्ठ क्र. ७९

१६. सुधा पै, दलित असर्शन (नवी दिल्ली: ऑक्सफोर्ड युनिव्हर्सिटी प्रेस, २०१४) पृष्ठ क्र.- ११६

१७. ऑल इंडिया डिप्रेस्ड क्लासेस कॉन्फरन्स नागपूर, १९४२, रिपोर्ट ऑफ द प्रोसिडिंग्ज ऑफ द थर्ड सेशन ऑफ द ऑल इंडिया डिप्रेस्ड क्लासेस कॉन्फरन्स, हेल्ड ॲट नागपूर ऑन १८, १९ जुलै १९४२ ; ऑल इंडिया डिप्रेस्ड वूमन्स कॉन्फरन्स हेल्ड ॲट नागपूर ऑन २० जुलै १९४२: समता सैनिक दल कॉन्फरन्स हेल्ड ॲट नागपूर ऑन २० जुलै १९४२ (दिल्ली: गौतम बुक सेंटर, २००९)

१८. आंबेडकर, बाबासाहेब आंबेडकर रायटिंग ॲन्ड स्पीचेस, २००९ पृष्ठ - २९

१९. सुखदेव थोरात यांनी चिकित्सक प्रतिक्रिया देऊन काही बदल सुचवले ते इथे समाविष्ट केले आहेत. मी सुखदेव थोरात यांचा आभारी आहे.

२०. श्रीनिवास, 'दलित मिडल क्लास', पृष्ठ क्र. १४९-१५०

२१. कांचा इलाही, 'द भोपाल डिक्लेरेशन', द हिंदू, ३० जानेवारी, २००२.

२२. पै, 'दलित असर्शन', पृष्ठ - १२५

२३. ही माहिती भारतातील एका उच्चभ्रू विद्यापीठातून पदवी घेतलेल्या दलितांच्या व्हॉट्सॲप ग्रुपमध्ये, जानेवारी २०१९ रोजी आली होती.

२४. आनंद तेलतुंबडे, 'रिपब्लिक ऑफ कास्ट: थिंकिंग इक्वालिटी इन द टाइम ऑफ निओलिबरल हिंदुत्व' (नवी दिल्ली: नवयान, २०१८)

२५. प्रताप सी. अगरवाल, 'हाफ वे टू इक्वालिटी' (नवी दिल्ली: मनोहर, १९८३).

२६. Jurgen Harbermas, The Structural Transformation of the Public Sphere (Cambridge, MA: MIT Press, 1991), p. 89. हाबरमास सार्वजनिक अवकाशाच्या उदयाबद्दल सांगतात, जिथे 'जनमत' मांडून समाज आणि राज्यव्यवस्था यांच्यामधील अंतर स्पष्ट करण्यावर भर दिलेला असतो. आधुनिक युरोपीय विचारविश्वात एखाद्या गोष्टीवरचं जनमत ही संकल्पना स्पष्ट करताना, हाबरमास 'जनमत' आणि राज्यव्यवस्थेची

कायद्याच्या रूपातील तत्त्वप्रणाली यांतील फरकाचा अभ्यास करतात. त्यासाठी ते प्लेटो, कांट, हेगेल, रुसो, लॉक, मॉंटेस्क्यू आणि मार्क्स यांच्या धारणांचा शोध घेतात. त्यांच्या विश्लेषणाने 'जनमत' या संकल्पनेकडे 'विशिष्ट नैतिक मूल्यांचा उदय' म्हणून पाहिले आहे.

२७. अलीसन सलधना आणि चैतन्य मल्लापूर, 'ओवर डिकेड, क्राईम रेट अगेन्स्ट दलित्स अप २५ %, केसेस पेंडिंग इनव्हेस्टिगेशन अप ९९ %,' इंडियास्पेंड, http://www.indiaspend.com/cover-story/over-a-decade-crime-rate-against-dalits-rose-by-746-746

२८. यावर अधिक वाचण्यासाठी पहा 'Below Poverty Line' https://data.gov.in/catalog/below-poverty-line-india

२९. सुबोध वर्मा, 'एनरोल ॲन्ड ड्रॉपआऊट, 'एज्युकेशन इज अ वन-वे स्ट्रीट फॉर दलित्स, टाइम्स ऑफ इंडिया, २४ जानेवारी २०१६, https://timesofindia.indiatimes.com/home/sunday-times/deep-focus/ Enrol-and-dropout-education-is-a-one-way-street-for-dalits/articleshow/50701654.cms

३०. 'हाऊस ओनरशीप स्टेटस ऑफ एस.सी. हाऊसहोल्ड्स', http://secc.gov.in/categorywiseHouseOwnershipStatusReport?reportType=SC%20category#

३१. Ibid.

३२. 'एक्सक्ल्युडेड एस.सी. हाऊसहोल्ड्स', http://secc.gov.in/categorywiseExclusionReport?reportType=SC%20Category#; Excluded ST Households,http://secc.gov.in/categorywiseExclusionReport?reportType=ST%20Category#

३३. प्रताप महीम सिंग, 'सेन्सस काऊंट्स जस्ट ४% एस.सी, एस.टी. फॅमिलीज विथ अ मेंबर इन अ गव्हर्नमेंट जॉब', इंडियन एक्सप्रेस, १४ जुलै २०१५

३४. सोशो-इकॉनॉमिक ॲन्ड कास्ट सेन्सस २०११, इनकम सोर्स ऑफ एस.सी. हाऊसहोल्ड्स, अव्हेलेबल ॲट, http://secc.gov.in/categorywiseIncomeSourceReport?reportType=SC%20Category#

३५. रोशन किशोर, 'लोकेटिंग कास्ट इन इंडियाज फार्म इकॉनॉमी', लाईव्हमिंट, ११ डिसेंबर २०१५, http://www.livemint.com/Opinion/myrJLTnIfiNVSaJF8ovdRJ/Locating-caste-in-indias-farm-economy.html

३६. वर्मा, 'एनरोल अॅन्ड ड्रॉपआऊट, 'एज्युकेशन इज वन वे स्ट्रीट फॉर दलित्स', टाइम्स ऑफ इंडिया, २४ जानेवारी २०१६
३७. 'रिप्रेझेंटेशन ऑफ एस.सी, एस.टी, ओबीसी ऑफिसर्स इन गव्हर्नमेंट', प्रेस इन्फर्मेशन ब्यूरो, गव्हर्नमेंट ऑफ इंडिया, मिनिस्ट्री ऑफ पर्सनल, पब्लिक ग्रिवन्सेस अॅन्ड पेन्शन्स, http://pib.nic.in/newsite/PrintRelease.aspx?relid=132395
३८. मनीष छिब्बर, फॉर लास्ट सिक्स इयर्स, नो शेड्यूल्ड कास्ट जज्ज सेंट टू सुप्रीम कोर्ट, इंडियन एक्सप्रेस, http://indianexpress.com/article/india/india-news-india/for-last-six-years-no-sheduled-caste-judge-sent-to-supreme-court-shortage-pending-cases-2825216
३९. Ibid.
४०. आऊटलुक, ऑल इन वन फॅमिली, १९ सप्टेंबर २०१६, https://www.outlookindia.com/magazine/story/all-in-the-family/297828
४१. Times of India, 2 February 1999 report, याचा उल्लेख राना मूलचंद यांच्या Reservations in India: Myths and Realities (New Delhi: Concept Publishing House, 2008). या पुस्तकात केलेला आहे.
४२. गव्हर्नमेंट ऑफ इंडिया, मिनिस्ट्री ऑफ लॉ अॅन्ड जस्टीस, लोकसभा अनस्टार्ड क्वेश्चन नं. ४५५१, http://164.100.47.190/loksabhaquestions/annex/10/AU4551.pdf
४३. A.G. Noorani, Constitutional Questions and Citizens' Rights : An Omnibus Comprising Constitutional Questions in India and Citizens' Rights, Judges and State Accountability (New Delhi: Oxford University Press, 2006). या पुस्तकात याचा उल्लेख केलेला आहे.
४४. पी. जी. आंबेडकर, 'पार्लमेंटेरीयन राईट्स टू पी.एम.मोदी अगेन्स्ट स्क्रॅपिंग दलित अॅन्ड आदिवासी प्लॅन', न्यूक्लिक, १३ फेब्रुवारी २०१७, https://www.newsclick.in/parliamentarians-write-pm-modi-against-scrapping-dalit-and-adivasi-plan
४५. एन. पॉल दिवेकर, 'द २०१७ बजेट इज टेकिंग एस.सी./ एस.टी वेल्फेअर बॅकवर्ड्स', वायर, २ फेब्रुवारी २०१७, https://thewire.in/rights/budget-2017-sc-st-wlefare

४६. मानवी मैला हाताने वाहणं १९९३ मध्ये Employment of Manual Scavengers and Construction of Dry Latrines (Prohibition) Act,1993 आणि पुढे २०१३ मध्ये Prohibition of Employment as Manual Scavengers and Their Rehabilitation Act, 2013 अंतर्गत बेकायदेशीर ठरवण्यात आलं.

४७. भारत डोगरा, रूपम सिंग, 'बजेट जस्टीस फॉर दलित अॅन्ड आदिवासिज्', मेनस्ट्रीम. ५२.२८ (५ जुलै २०१४), http://www.mainstreamweekly.net/article5045.html मध्ये उद्धृत.

४८. टाइम्स ऑफ इंडिया, 'Rs. ७४४ करोड दलित फंड डायव्हर्टेड फॉर गेम्स', https:// timesofindia.indiatimes.com/city/delhi/Rs-744cr-dalit-fund-diverted-for-Games/articleshow/6173912.cms

४९. Hannah Gardner, 'इंडिया रेड्स फंड फॉर पुअर टू पे फॉर कॉमनवेल्थ गेम्स', नॅशनल, https://www.thenational.ae/world/asia/india-raids-fund-for-poor-to-pay-for-commonwealthgames-1.559996

५०. अजमल व्ही., 'दलित ऑंग्र्स अनहॅपी विथ एससी/एसटी बजेट अलोकेशन', डेक्कन हेराल्ड, ४ फेब्रुवारी २०१९, https://www.deccanherald.com/ national/does-union-budget-2019-benefit-716614.html

५१. एन. पॉल दिवाकर, 'द २०१७ बजेट इज टेकिंग एससी/एसटी वेल्फेअर बॅकवड्र्स', वायर, २ फेब्रुवारी २०१७, https://thewire.in/105147/budget-2017-sc-st-welfare

५२. शरणकुमार लिंबाळे, द आऊटकास्ट अक्करमाशी, संतोष भूमकर, टीआर. (नवी दिल्ली: ऑक्सफोर्ड युनिव्हर्सिटी प्रेस, २००३), पृष्ठ क्र. - १०३.

५३. Ibid, पृष्ठ क्र.- १०४.

५४. Ibid, पृष्ठ क्र. - १०७.

५५. श्रीनिवास, दलित मध्यम वर्ग, पृष्ठ क्र. ३९.

५६. बी.आर. आंबेडकर, 'व्हाय इंडियन लेबर डिटरमाईन्ड टू विन द वॉर': 'डॉ. बी. आर. आंबेडकर यांचे ऑल इंडिया रेडिओच्या बॉम्बे स्टेशनवरील प्रसारण', डॉ. बाबासाहेब आंबेडकर: लेखन व भाषण, खंड- १०, पृष्ठ क्र.३९-४०.

५७. Ibid, पृष्ठ क्र. ४३.

५८. शैलवी शारदा, 'मायावतीज् ब्रदर स्टेप्स डाऊन अॅज पार्टी नॅशनल व्हाइस

प्रेसिडेंट', टाइम्स ऑफ इंडिया, https: // timesofindia.indiatimes.com/city/lucknow/mayawatis-brother-steps-down-as-party-national-vice-president/articleshow/64338752.cms

५९. अर्जुन डांगळे, संस्करण, 'इंट्रोडक्शन', पॉइझन्ड ब्रेड (नवी दिल्ली: ओरिएंट ब्लॅकस्वान, २००९), PP. xix–liv.

६०. आनंद तेलतुंबडे, 'ब्रिजिंग द अनहोली रिफ्ट', बी.आर. आंबेडकर, इंडिया अँड कम्युनिझम, आनंद तेलतुंबडे यांची प्रस्तावना (दिल्ली: लेफ्टवर्ल्ड बुक्स, २०१७), पृष्ठ क्र. - ११

६१. डांगळे संपादित., 'इंट्रोडक्शन', पॉइझन्ड ब्रेड, pp. xxxvi.

६२. मार्टिन ल्यूथर किंग ज्युनियर, 'लेटर फॉर बर्मिंगहॅम जेल' इन कॉर्नेल वेस्ट, संस्करण., द रॅडिकल किंग (बोस्टन: बीकॉन प्रेस, २०१५), पृष्ठ क्र. १३७.

६३. फ्रेझियर, ब्लॅक बुर्जूआ.

६४. सन्याल, द इंडियन रेनायसन्स, पृष्ठ क्र.- ८८.

६५. जॉन डेवे, द स्कूल अँड सोसायटी (शिकागो: युनिव्हर्सिटी ऑफ शिकागो प्रेस, १९५६), पृष्ठ क्र.- १६.

६६. पी. साईनाथ, एव्हरीबडी लव्हज् अ गुड ड्राऊट (नवी दिल्ली: पेंग्विन, १९९६).

प्रकरण ५: दलित भांडवलशाही

१. बेबी कांबळे यांच्या आठवणींमधून.

२. बनिया जाती हा हिंदू समाजाचा एक भाग आहे; पण दलित भारतातील व्यापारी वर्गाकडे कसं पाहतात आणि हा वर्ग दलितांशी कसं वागतो, यासंबंधीच्या चर्चेसाठी या पुस्तकातील संज्ञेमध्ये जैन, पारशी, मुस्लिम आणि इतर गैर-हिंदू व्यापारी वर्गाचा समावेश असू शकतो.

३. या दुरुस्तीने गुलामी रद्द केल्याचं म्हटलं असलं, तरी गुन्हेगार म्हणून दोषी ठरवलं जाण्याचा अपवाद जोडून घेत पूर्वीच्या गुलामांना वेठबिगार म्हणून कायम ठेवण्यासाठी अतिरिक्त तरतुदी आणल्या गेल्या. त्यामुळे काळ्या लोकांना मोठ्या प्रमाणात तुरुंगात टाकलं गेलं, जे आजपर्यंत चालू आहे. Cf. Ava DuVernay,13th, Netflix, 2016; तेरावी दुरुस्ती : 'गुलामगिरी किंवा अनैच्छिक वेठबिगारी अमेरिकेत किंवा त्यांच्या कायदेशीर अधिकारक्षेत्रातील कुठल्याही जागेवर अस्तित्वात असणार नाही. याला अपवाद म्हणजे न्यायालयीन

प्रक्रियेद्वारे गुन्हेगार म्हणून दोषी ठरलेल्या व्यक्ती.'

४. 'लेटर फ्रॉम बी.आर. आंबेडकर टू डब्ल्यू.ई.बी. डु बोईस, सीए. जुलै १९४६', विशेष संग्रह आणि विद्यापीठीय अभिलेख, मॅसेच्युसेट्स ॲमहर्स्ट लायब्ररी, http://credo.library.umass.edu/ view/full/mums312-b109-i132

५. विसाव्या शतकातील अमेरिकेमध्ये जात हा एक प्रचलित शब्द होता. अमेरिकेच्या दक्षिणेकडे 'निग्रो-व्हाईट' संबंधांचं वर्णन करण्यासाठी तो वापरला जात असे.

६. स्टीलच्या पहिल्या दहा कंपन्या आणि त्यांचे दलितेतर मालक - Abhishek Jha, 'Top Ten Steel Companies in India 2018', BizVibe, 19 April 2018, https://www.bizvibe.com/blog/top-10-steel-companies-in-india

७. डब्ल्यू.ई.बी. डू बोईस, डस्क ऑफ डॉन: ॲन एसे टुवर्ड ॲन ऑटोबायोग्राफी ऑफ अ रेस कॉन्सेप्ट (न्यू ब्रंसविक: ट्रान्झॅक्शन पब्लिशर्स, १९८४),पृष्ठ क्र. ७०; डब्ल्यू.ई.बी. डु बोईस पेपर्स, 'डु बोईस ॲक्टिव्हिस्ट लाइफ', http: // scua.library.umass.edu/exhibits/dubois/page6.htm

८. बुकर टी. वॉशिंग्टन, 'द फ्रुट्स ऑफ इंडस्ट्रियल ट्रेनिंग', अटलांटिक, ऑक्टोबर १९०३, https://www.theatlantic.com/नियतकालिक/ संग्रह / १९०३/१० /द -फ्रुट्स-ऑफ-इंडस्ट्रियल-ट्रेनिंग/ ५३१०३०

९. नॅशनल निग्रो लीग, http://lcweb2.loc.gov:8081/ammem/ amrlhtml / dtnegbus.html

१०. जोसेफ बर्नार्डो 'नॅशनल निग्रो बिझिनेस लीग (१९००–)', ब्लॅक, २६ नोव्हेंबर २००८, https://www.blackpast.org/africanamerican-history/national-negro-business-league

११. डब्ल्यू.ई.बी. डू बोईस, 'द इकॉनॉमिक्स ऑफ निग्रो इमॅनसिपेशन इन द युनाइटेड स्टेट्स', समाजशास्त्रीय पुनरावलोकन ४.३ (ऑक्टोबर १९११): पृष्ठ क्र.- ३०३-१३.

१२. बुकर टी. वॉशिंग्टन, वर्किंग विथ द हँड्स: बीइंग अ सिक्वल टू 'अप फ्रॉम स्लेव्हरी', लेखकाच्या टस्कगी येथील औद्योगिक प्रशिक्षणातील अनुभवांचा अंतर्भाव (न्यूयॉर्क: डबलडे, पेज ॲंड कंपनी, १९०४), पृष्ठ क्र.- १६.

१३. डब्ल्यू.ई.बी. डु बोइस, इन बॅटल फॉर पीसः द स्टोरी ऑफ माय एटी थ्री बर्थडे (न्यूयॉर्क: ऑक्सफोर्ड युनिव्हर्सिटी प्रेस, २००७), पृष्ठ क्र.- ५२.

१४. निको स्लेट, कलर्ड कॉस्मोपॉलिटनिझम (केंब्रिज, एमए: हार्वर्ड युनिव्हर्सिटी

प्रेस, २०१२), पृष्ठ क्र.- २३.
१५. देवेश कपूर, डी. श्याम बाबू आणि चंद्र भान प्रसाद, डिफायिंग द ऑड्स: द राईझ ऑफ दलित एंटरप्रेनर्स (नवी दिल्ली: रँडम हाऊस, २०१४).
१६. सुबोध वर्मा, 'इकॉनॉमिक गॅप बिटवीन अप्पर कास्ट्स अँड दलिट्स पर्सिस्टस', टाइम्स ऑफ इंडिया, १४ एप्रिल २०१५, http://timesofindia.indiatimes.com/articleshow/46914577.cms?utm_source=contentofinterest&utm_medium=text&utm_campaign=cppst
१७. हॅरी स्टीव्हन्स, 'दलित फार्मर्स मे फेल टू बेनिफिट फ्रॉम अग्रिकल्चरल सोप्स अन्नोउन्सड बाय गव्हर्नमेन्ट', हिंदुस्तान टाईम्स, १३ फेब्रुवारी २०१८, https://www.hindustantimes.com/india-news/dalit-farmers-mayfail-to-benefit-from-agricultural-sops-announced-by-govt/storyjd3JzyY6qxRgq8adu0hwdK.html
१८. Quoted in Eleanor Zelliot, From Untouchable to Dalit: Essays on the Ambedkar Movements (New Delhi: Manohar), p. ६३ येथे उद्धृत.
१९. असीम प्रकाश, दलित कॅपिटल: स्टेट, मार्केट्स अँड सिव्हिल सोसायटी इन अर्बन इंडिया (नवी दिल्ली: राउटलेज पब्लिकेशन्स, २०१५).
२०. कांचा इलाइही, पोस्ट-हिंदू इंडिया: अ डिस्कोर्स इन दलित-बहुजन, सोशिओ-स्पिरिच्युअल अँड सायन्टिफिक रिव्होल्यूशन (नवी दिल्ली: सेज, २००९).
२१. डी. अजित, हान डोंकर, रवी सक्सेना, 'कॉर्पोरेट बोर्ड्स इन इंडिया ब्लॉक्ड् बाय कास्ट?',इकॉनॉमिक अँड पोलिटिकल वीकली, ४७.३१ (११ ऑगस्ट २०१२): ३९-४३.
२२. मनस्विनी भल्ला, मनीषा व्ही.एस.के. तेजा गोयल, कोंडुरी आणि मिशेल झेमेल, 'फर्मस ऑफ अ फेदर मर्ज टुगेदर: इन्फॉर्मेशन फ्लोज, फॅमिलीरिटी बायस अँड एम अँड ए आउटकम्स', https://www.isid. ac.in/~epu/acegd2018/papers/KrishnaTeja.pdf
२३. अमर्त्य सेन, सोशल एक्सक्ल्युजन: कन्सेप्ट, अँप्लिकेशन अँड स्क्रुटिनी (मनिला: एशियन डेव्हलपमेंट बँक, २०००), https://www.adb.org/sites/default/files/publication/29778/social-exclusion.pdf
२४. बालकृष्ण चंद्रशेखरन, 'आंबेडकर: द फॉरगॉटन फ्री मार्केट इकॉनॉमिस्ट', स्वराज्य, १३ सप्टेंबर २०१४, https:// swarajyamag.com/economy/ambedkar-the-forgotten-free-marketeconomist

२५. बी.आर. आंबेडकर, 'राज्ये आणि अल्पसंख्याक: यांचे हक्क काय आहेत आणि स्वतंत्र भारताच्या घटनेत त्यांचे सरंक्षण कसे करावे,' (१९४७)', डॉ. बाबासाहेब आंबेडकर: लेखन व भाषणे, खंड. १ (बॉम्बे: शिक्षण विभाग, भारत सरकार २०१४ [१९७९), पृष्ठ क्र. - ३८१-४५२.

२६. सुखदेव थोरात, मनु भगवान आणि अँन फेलधौस यांच्या क्लेमिंग पॉवर फ्रॉम बिलो दलिट्स अँड द सबल्टरन क्वेश्चन इन इंडिया मधील 'बी आर. आंबेडकरांचे आर्थिक विकासावरील विचार', (नवी दिल्ली: ओयुपी, २००९).

२७. पाओलो फ्रीयर, द पेडोगॉजी ऑफ द ओप्रेस्ड (न्यूयॉर्क: पेंग्विन, १९९६).

२८. बी.आर. आंबेडकर, काँग्रेस आणि गांधी यांनी अस्पृश्यांसाठी काय केले (बॉम्बे: ठाकर अँड कं., १९४६), पृष्ठ क्र.- २३०.

२९. उल्लेख केलेल्या शोषणकर्त्यांना (मालक, व्यवस्थापक किंवा नोकरी देणारे) बूर्झ्वा असं म्हटलं जाऊ शकतं. सर्व शक्तिधारक मंडळी मालक-कामगार या शोषणाच्या साच्यामध्ये महत्त्वाच्या स्थानावर असतात. या साच्यात 'कामगारांना जगण्यासाठी त्यांची श्रमशक्ती विकण्याच्या पातळीवर आणली जाते'. मानवी मूल्यापासून श्रमशक्तीमध्ये पतन होणे हा मानवताविरोधी अजेंडा आहे. अशीच मानवताविरोधी रूढी भारतीय जातीव्यवस्थेमध्ये पाळली जाते. इथे मानवी मूल्याच्या दुय्यम जातीय श्रमांमध्ये होणाऱ्या पतनाचं समर्थन केलं जातं. (cf. Karl Marx and Friedrich Engels, The Manifesto of the Communist Party).

३०. कांचा इलाही, व्हाय आय अँम नॉट अ हिंदू: अ सुद्रा क्रिटिक ऑफ हिंदुत्व फिलोसोफी, कल्चर अँड पोलिटिकल इकॉनॉमी (कोलकाता: समया, १९९५).

३१. जोतीराव फुले यांनी 'शेतकऱ्याचा असूड'मध्ये यावर चर्चा केली होती. शेतकऱ्यासारख्या उत्पादक कामगार वर्गाला आध्यात्मिक मुक्ततेच्या नावाखाली ब्राह्मणांकडून फसवलं जातं. फुलेंनी शूद्र समाजाला ब्राह्मणांच्या अशा क्रूर प्रवृत्तीच्या फसवेगिरीपासून वाचण्याचा इशारा दिला होता. Jotirao Phule, Cultivator's Whipcord: Collected Works of Mahatma Jotirao Phule (Bombay: Education Dept., Govt. of Maharashtra, 2002).

३२. डब्ल्यू.ई.बी. डू बोईस, द सोल्स ऑफ द ब्लॅक फोक (न्यूयॉर्क: सायमन अँड शस्टर, २०० ९ ड१९०३), पृष्ठ क्र. - ६०.

३३. 'द लँड कॉनड्रम', इकॉनॉमिक अँड पोलिटिकल वीकली, ५३.४२ (ऑक्टोबर २०१८), पृष्ठ क्र. - ७.

३४. आनंद तेलतुंबडे, 'इंट्रोडक्शन', इंडिया अँड कम्युनिझम (नवी दिल्ली:

लेफ्टवर्ड , २०१७).

३५. सुजाता गिडला यांनी आपले काका सत्यम (आंध्र प्रदेशातील कम्युनिस्ट चळवळीतील एक प्रमुख नाव) यांच्या कथेत याविषयी सांगितलं आहे. सत्यम यांना वरिष्ठ-जातीय सहकाऱ्यांकडून त्यांच्या जातीय स्थानाची कायम आठवण करून दिली जात असे. Sujatha Gidla, Ants Among Elephants: An Untouchable Family and the Making of Modern India (New York: Farrar, Straus and Giroux, 2018).

३६. भारतातील 'कोंडाळ्यातले डावे' हे जातीय (सांस्कृतिक) भांडवलाने तयार केलेल्या सामाजिक-आर्थिक संबंधांचे प्रतिनिधी आहेत. व्यापक जाती-डाव्या विचारसरणीतले राज्यसंस्थेतील आणि गैर-राज्यातील प्रतिनिधी यांनी या कोंडाळे करण्याच्या वृत्तीला जन्म दिला आहे.

३७. सर्व प्रकारच्या वाईटावरचा इलाज, सार्वजनिक भाषेत, साहित्यात लोकप्रिय झालेला रामाचा बाण - 'रामबाण'. हे वाईट शक्तींविरुद्धचं सर्वांत प्रबळ अस्त्र मानलं जातं.

३८. भौतिक अनुभवांबरोबरच धार्मिक-राजकीय तत्त्वज्ञानाच्या मान्यतेमध्ये रुजलेल्या गैर-भौतिक अनुभवांच्या माध्यमातून शोषितांनी प्रत्यक्ष जगलेल्या सामाजिक वास्तवावर आंबेडकरांच्या द्वंद्वात्मक भौतिकवादाने भर दिला.

३९. मी औरंगाबादच्या मिलिंद कॉलेज आणि मुंबई येथील सिद्धार्थ महाविद्यालयाला दान केलेल्या त्यांच्या खासगी पुस्तकसंग्रहाची भेट घेतली. आंबेडकरांचे स्वीय सचिव नानकचंद रत्तू यांनी सांगितले की, आंबेडकरांच्या अपूर्ण कामांपैकी कार्ल मार्क्स लिखित 'भांडवल' हे एक काम होतं. बुद्धा अँड कार्ल मार्क्समध्ये एक प्रकरण म्हणून समाविष्ट करण्यासाठी त्यांनी त्याची सुरुवात केली होती. 'कच्ची टिपणं' आणि 'नंतर आणखी भर घालायला पाहिजे,' अशा नोंदी या स्वरूपात ते होतं. रत्तू पुढे म्हणाले, "खरं तर, (आंबेडकर) यांनी त्यांच्या अनेक विचारप्रवृत्त करणाऱ्या कल्पनांच्या साहाय्याने विस्तार करत या प्रकरणाला अधिक महत्त्व दिलं." Nanak Chand Rattu, Last Few Years of Dr. Ambedkar (New Delhi: Amrit Publishing House, 1997), p. 62.

४०. बाबूराव बागुल, 'दलित साहित्य एक मानवी साहित्य आहे', अर्जुन डांगळे, सं., पॉइझन्ड ब्रेड (नवी दिल्ली: ओरिएंट ब्लॅकस्वान, २०१०), पृष्ठ क्र. - २९१.

४१. गोपाळ गुरू, 'राईज ऑफ द दलित मिलेनियर्स': अ लो इंटेन्सिटी स्पेक्टॅकल', इकॉनॉमिक अँण्ड पोलिटिकल विकली ४७.५०, १५ डिसेंबर २०१२,

पृष्ठ क्र.- ४२, ४९.

४२. कॉर्नेल वेस्ट, रेस मॅटर्स (बोस्टन: बीकॉन प्रेस, १९९३), पृष्ठ क्र.- १५.

४३. खैरमोडे चांगदेव, डॉ. बाबासाहेब आंबेडकर- चरित्र, खंड. २ मध्ये उद्धृत (पुणे: सुगावा प्रकाशन, १९५८. २००३) तिसरी आवृत्ती, पृष्ठ क्र.- २६.

४४. अॅडॉल्फ एल. रीड जूनियर, डब्ल्यू.ई.बी. डू बोईस अॅण्ड अमेरिकन पोलिटिकल थॉट: फॅबियनिझम अँड द कलर लाइन (न्यूयॉर्क: ऑक्सफोर्ड युनिव्हर्सिटी प्रेस, १९९७), पृष्ठ क्र.- ६९.

४५. त्यांनी संघटनेचे नेते एन. एम. जोशी यांना दलित कामगारांना इतर लोकांशी संपर्क वाढवण्यासाठी आंतरराष्ट्रीय कामगार सभांना पाठविण्याविषयी विचार करण्याची विनंती केली होती (प्रकरण ६).

प्रकरण ६: ब्राह्मणवादाच्या विरोधातील ब्राह्मण

१. गजेंद्रन अय्याथुरई, 'फाउंडेशन्स ऑफ अँटी-कास्ट कॉनशिअसनेस: पंडित आयोथी थास, तमिल बुद्धिझम, अॅण्ड द मार्जिनलाइज्ड इन साऊथ इंडिया', कोलंबिया युनिव्हर्सिटी पीएच.डी. थीसिस, २०११, पृष्ठ क्र. - ६२.

२. पेगी मॅकइंटोश, 'वाईट प्रिव्हिलेज अॅण्ड मेल प्रिव्हिलेज: अ पर्सनल अकाउंट ऑफ कमिंग टू सी करस्पॉन्डन्सेस थ्रू वर्क इन वूमन्स' स्टडीज', http://www.collegart.org/pdf/diversity/ whiteprivilege-and-male-privilege.pdf

३. जोशुआ रोथमन, 'द ओरिजिन्स ऑफ 'प्रिव्हिलेज',न्यूयॉर्कर, १२ मे २०१४, https://www.newyorker.com/books/page-turner/theorigins-of-privilege

४. Namit Arora, The Lottery of Birth: On Inherited Social Inequalities (New Delhi: Three Essays, 2017). या आपल्या पुस्तकात नमित अरोरा प्रबळ जातीयांना प्राधान्य देणाऱ्या विशेषाधिकारातील अदृश्य संकेतांची ओळख पटवून देणाऱ्या आत्मचिंतनात्मक कबुलीजबाबाच्या प्रवासावर आहेत. उदाहरणार्थ, इंग्रजी माध्यमाच्या शाळांमध्ये शिक्षण घेणे, मुलांच्या योग्य संगोपनाच्या गरजांची पूर्तता केली जाते (उदा. खेळ, रोल मॉडेल असणे आणि बरीच मुलं अनेक गोष्टींना गृहीत धरतात त्या गोष्टी – उदा. लायब्ररी, कोचिंग क्लासेस उपलब्ध असणं) अशा भागांत राहणाऱ्या परिवारांमध्ये जन्माला येणे. (पृष्ठ ७).

५. बाबासाहेब आंबेडकर: लेखन व भाषण, खंड १८ (१), पृष्ठ १५९ मध्ये

बेलगाम डिस्ट्रिक्ट डिप्रेसज्ड क्लासेस, बेळगाव येथील सामाजिक परिषद, (२३ मार्च १९२९).
६. कुमार केतकर, 'भीमा-कोरेगाव हॅज मेड द आरएसएस'स सोशल इंजिनिअरिंग बूमरँग', मुद्रण, ८ जानेवारी २०१८, https: // प्रिंट. इन / राय / भीमा-कोरेगाव-आरएसएस-बूमरँग / २७१९४
७. Ibid.
८. राणा मूलचंद, रिझर्वेशन इन इंडियाः मिथ्स अॅण्ड रियॅलिटीज (नवी दिल्ली: कॉन्सेप्ट पब्लिशिंग हाऊस, २००८).
९. केनेथ जे. कूपर, 'इंडियाज मेजॉरिटी लोवर कास्ट्स आर मायनर व्हॉइस इन न्यूजपेपर्स', वॉशिंग्टन पोस्ट, ५ सप्टेंबर १९९६, https://www.washingtonpost.com/archive/politics/1996/09/05/indiasmajority-lower-castes-are-minor-voice-in-newspapers/4acb79e3-13d6-4084-b1d9-b09c6ed4f963/?utm_term=.3c8b7b282afa
१०. सुदिप्तो मोंडल, 'इंडियन मीडिया वॉण्टस दलित न्यूज बट नॉट दलित रिपोर्टर्स', अल जझीरा, २ जून २०१७, https://www.aljazeera.com/indepth/opinion/2017/05/indian-media-dalit-news-dalitreporters-170523194045529. html
११. बेदांती सरन, 'जगन्नाथ मिश्रा सरेंडरर्स, सेंट टू जेल इन फॉडर स्कॅम', हिंदुस्तान टाइम्स, ६ फेब्रुवारी २०१८, https://www. msn.com/en-in/news/newsindia/jagannath-mishra-surrenderssent-to-jail -in-fodder-scam/ar-BBIKIGk
१२. शेखर गुप्ता, 'नॅशनल इंटरेस्ट: द कास्ट ऑफ करप्शन', इंडियन एक्सप्रेस, २४ डिसेंबर २०११, https://indianexpress.com/ article/ opinion/columns/national-interest-the-caste-of-corruption
१३. Ibid.
१४. journalisteye.com च्या सौजन्याने. '90% of Corrupt Money Is with Upper Castes', http://journalisteye.com/2016/09/27/90-of-corrupt-money-is-with-upper-castes
१५. एडवर्ड ए. गार्गन, 'ह्यूज फायनान्शिअल स्कंडल शेक्स इंडियन पॉलिटिक्स', न्यूयॉर्क टाइम्स, https://www.nytimes.com/1992/06/09/ business/huge-financial-scandal-shakes-indian-politics.html
१६. मायकेल होडलेन, 'यूके कोर्ट ऑर्डर्स इंडियन टायकून मल्ल्या टू बी

एक्सट्राडिटेड ऑन फ्रॉड चार्जेस', रॉयटर्स, १० डिसेंबर २०१८, https://www.reuters.com/article/us-india-mallya-britain/ukcourt-orders-indian-tycoon-mallya-to-be-extradited-on-fraudcharges-idUSKBN1O91DE

१७. बीबीसी न्यूज, 'इंडिया सत्यम कॉम्प्यूटर्सः बी रामलिंग राजू जैलड फॉर फ्रॉड', ९, एप्रिल २०१५, https://www.bbc.com/news/world-asiaindia-32229847

१८. आशुतोष कुमार मिश्रा, '३.८ मालप्रॅक्टिस इन द २०१० दिल्ली कॉमनवेल्थ गेम्स अँड द रिनोवेशन ऑफ शिवाजी स्टेडियम', https://www.transparency.org/files/content/feature/3.8_MalpracticeIn2010DelhiGames_Mishra_GCRSport.pdf

१९. हिंदुस्तान टाइम्स, 'सहारा स्कंडल: ४-इअर चेन ऑफ इव्हेंट्स दॅट लीड टू सुब्रता रॉयज अरेस्ट', १ मार्च २०१४, https://www.hindustantimes.com / india/sahara-scandal-4-yearchain-of-events-that-lead-to-subrata-roy-s-arrest/storygDfYTWadLXecqtkw08xNQJ.html

२०. रेडिफ न्यूज, 'द सरधा चिट फंड स्कॅम', ७ जानेवारी २०१५, http://www.rediff.com/news/special/explained-the-saradha-chitfund-scam/20150107.htm, accessed 10 December 2017.

२१. अंबिका शर्मा, 'सूर्या फार्मा ओज Rs ३,२०० करोड टू बँक्स', ट्रिब्यून, १ जुलै २०१६, http://www.tribuneindia.com/news/ business/surya-pharma-owes-rs-3-200-cr-to-banks/259318.html, accessed 10 December 2017

२२. बुदान गुलाम शेख, 'विनसम, लोज समः जतिन मेहता अँड द ग्रेट Rs ७,००० करोड डायमंड हिस्ट', वायर, https://thewire. in/126904/the-great-rs-7000-crore-diamond-heist, accessed 12 December 2017

२३. इंडियन एक्स्प्रेस, 'दिल्ली एअरपोर्ट स्कॅमः जीएमआर-लेड डायल गेन्स Rs ३,४१५ cr', १८ ऑगस्ट २०१२.

२४. सुब्रमण्यम सामंत, 'लाँग व्ह्यूः इंडियाज व्हेरी फर्स्ट करप्शन स्कॅडल', न्यूयॉर्क टाइम्स, ९ मे २०१२.

२५. आउटलुक, 'स्कॅमस्टोरी', १३ ऑगस्ट १९९७, https://www.outlookindia. com/magazine/story/scamstory/204016

२६. रितू सरीन, 'सीबीआय पुट इट इन रायटिंग: 'इन्फॉर्म अस डिसक्रीटली... डिटेन्शन ऑफ (विजय मल्ल्या) नॉट रिक्वायर्ड'', इंडियन एक्सप्रेस, १८ सप्टेंबर २०१८, https://indianexpress.com/article/india/cbi-putit-in-writing-inform-us-discreetly-detention-of-vijay-mallya-isnot-required-5361515

२७. अदिती शाह अँड देवीदत्त त्रिपाठी, 'अनपब्लिश्ड डेटा शो इंडियाज फ्रॉड प्रॉब्लेम्स एक्सटेंड फार बियाँड पंजाब नॅशनल बँक', द वायर https://thewire.in/banking/unpublished-rbidata-shows-bank-loan-frauds-extend-way-beyond-pnb

२८. अँटो अँटनी, श्रुती श्रीवास्तव अँड सिद्धार्थ सिंह, 'इंडिया टू इंजेक्ट $३२ बिलियन इंटू स्टेट बँक्स टू बूस्ट लोन ग्रोथ', ब्लूमबर्ग, २४ ऑक्टोबर २०१७, https://www.bloomberg.com/ news/articles/2017-10-24/india-to-inject-32-billion-to-bolstercapital-at-state-banks

२९. पल्लवी प्रसाद, 'हर्षद मेहता: द बाप ऑफ बँक फ्रॉड्स बिफोर नीरव मोदी', क्विन्ट, https://www.thequint.com/news/ politics/bjp-it-cell-now-frankensteins-monster-says-man-whofounded-it

३०. सुदिप्तो मोंडल, 'प्लॉट अलोटमेंट रो कास्ट्स शॅडो ऑन न्यू सीजेआय', हिंदुस्तान टाइम्स, https://www.hindustantimes.com/ india/plot-allotment-row-casts-shadow-on-new-cji/storya2uexS7zkPQU2M21LvuW2N.html

३१. शेखर गुप्ता, 'आर लीडर्स फ्रॉम 'लोअर' कास्ट्स अँड सबल्टरन ग्रुप्स मोर करप्ट?', नेते अधिक भ्रष्ट आहेत? '', प्रिंट, https://theprint.in/nationalinterest/leaders-lower-castes-subaltern-groups-corrupt/24339/

३२. नोव्हेत्झके यांचं असं प्रतिपादन आहे की, तेराव्या शतकातील मराठीचं वैशिष्ट्य म्हणजे ही भाषा 'बोलीभाषेचं वळण' घेते आणि त्यामुळे तिचे प्रकटन अधिकाधिक 'वाक्प्रचार आणि लिपी व वापराचे संकेत' यामध्ये होते. Christian Lee Novetzke, 'The Brahmin Double: The Brahminical Construction of Anti-Brahminism and Anti-caste Sentiment in the Religious Cultures of Precolonial Maharashtra', South Asian History and Culture 2.2, p. 233.

३३. या साहित्याकडे माझं लक्ष वेधल्याबद्दल मी आनंद वेंकटकृष्णन यांचा आभारी आहे.

३४. ख्रिश्चन ली नोव्हेत्झके, द कोटिडीयन रेव्होल्यूशनः व्हर्नाक्युलरायझेशन, रिलिजन, अँड प्रीमॉडर्न पब्लिक स्फीअर इन इंडिया (न्यूयॉर्कः कोलंबिया युनिव्हर्सिटी प्रेस, २०१६, पृष्ठ क्र.- १५२.
३५. Ibid, पृष्ठ क्र. - १५४.
३६. नोव्हत्झके, कोटिडियन रेव्होल्यूशन, पृष्ठ क्र. -१३२-३३.
३७. Ibid, पृष्ठ क्र. - १४४.
३८. ख्रिश्चन ली नोव्हेत्झके, 'द ब्राह्मीन डबल: 'द ब्राह्मीन डबल: द ब्राह्मणीकल कन्स्ट्रक्शन ऑफ अँटीब्राह्मिणाझम अँड अँटि-कास्ट सेंटीमेंट इन द रिलिजियस कल्चर्स ऑफ प्रीकॉलोनिअल महाराष्ट्रा', साऊथ एशियन हिस्टरी अँड कल्चर २.२, पृष्ठ क्र. - २३३.
३९. Ibid, पृष्ठ क्र. - २४०.
४०. अनिल सील, द एमर्जन्स ऑफ इंडियन नॅशनलिझमः कॉम्पिटिशन अँड कोलॅबोरेशन इन द लेटर नाइंटीन्थ सेंचुरी, (केंब्रिजः केंब्रिज युनिव्हर्सिटी प्रेस, १९६८), पृष्ठ क्र.११८ इन रोझलिंड ओ'हॅलनॉन, कास्ट, कन्फ्लिक्ट अँड आयडिआलॉजी: महात्मा जोतिराव फुले अँड लो कास्ट प्रोटेस्ट इन नाइंटीन्थ-सेंचुरी वेस्टर्न इंडिया (केंब्रिजः केंब्रिज युनिव्हर्सिटी प्रेस, १९८५), पृष्ठ क्र. -७ fn ४.
४१. ओ'हॅनलॉन, कास्ट, कन्फ्लिक्ट अँड आयडिआलॉजी, २ रे प्रकरण पहा, 'फ्रॉम वॉरियर ट्रॅडीशन टू नाइंटीन्थ-सेंचुरी पॉलिटिक्स'.
४२. Ibid, पृष्ठ क्र.२७-२८.
४३. ओ'हॅलनॉन, कास्ट, कन्फ्लिक्ट अँड आयडिआलॉजी.
४४. बडोद्याचे महाराज, सयाजीराव गायकवाड यांनी १८९३ च्या कोलंबियन प्रदर्शनात अमेरिकेचा दौरा केला होता. तिथल्या शिक्षण व्यवस्थेने ते प्रभावित झाले आणि बडोद्यातील विद्यार्थ्यांच्या अभ्यासक्रमात लक्ष घालण्यासाठी तिथल्या काही शिक्षक व ग्रंथपालांना ते आपल्याबरोबर घेऊन आले. अशा प्रकारे गुजराती, मराठी किंवा इंग्रजी भाषेत शिक्षण घेतलेल्या बऱ्याच विद्यार्थ्यांना अमेरिकन सामाजिक व ऐतिहासिक व्यवस्थेची माहिती मिळाली. अधिक माहितीसाठी पहा - Daniel Immerwahr 'Caste or Colony? Indianizing Race in the United States', Modern Intellectual History 4.2 (2007): 275–301.
४५. ओ'हॅलनॉन, कास्ट, कन्फ्लिक्ट अँड आयडिआलॉजी, पृष्ठ क्र. -११०, fn १०.
४६. जोतीराव फुले, जोतीराव फुले यांचे निवडक लेखन, संपादन- जी.पी.

देशपांडे (दिल्ली: लेफ्टवर्ड बुक्स, २००२), पृष्ठ क्र.- २२२.

४७. प्रभाकर (मराठी), ११ जून १८४८, 'ज्ञानोदय' मध्ये पुनर्मुद्रित, १५ जून १८४८ रोजी, रोसालिंड ओ'हॅनलोन, कास्ट, कन्फ्लिक्ट अँड आयडिआलॉजी, पृष्ठ क्र.- ९३–९४.

४८. ओ'हॅलनॉन, कास्ट, कन्फ्लिक्ट अँड आयडिआलॉजी, पृष्ठ क्र.- ९५.

४९. तत्रैव, पृष्ठ क्र. ९९-१००. मुद्दा ३ व ६ वरील परमहंस सभेचे दृष्टिकोन इथे पुन्हा मांडले आहेत.

५०. महात्मा जोतिबा फुले, धनंजय कीर, एस.जी. मालशे, वाय.डी. फडके, संपादित जोतिराव फुले, 'शिवाजी महाराजांवरील पोवाडा' (१८६९), मध्ये (बॉम्बे: महात्मा फुले समग्र वाङ्मय, २००६, महाराष्ट्र राज्य साहित्य आणि संस्कृती मंडळ), पृष्ठ क्र.- ६७.

५१. फातिमा शेख आणि तिचा भाऊ उस्मान शेख या मुस्लीम देशबांधवांनी फुले दांपत्याला उदारपणे मदत केली. तथापि, महाराष्ट्र सरकारने प्रकाशित केलेल्या 'The Collected Works of Mahatma Phule' मध्ये शेख भावंडांचा उल्लेख नाही. या संदर्भातील काही माहितीसाठी पहा - Susie Tharu and K. Lalitha, Women Writing in India: 600 B.C. to the Present, Vol.1 (New York : The Feminist Press, 1991), p. 162. फुले दांपत्यावर मोठा प्रभाव पाडणारी दुसरी महिला म्हणजे सगुणाबाई क्षीरसागर. यांनी बालपणापासूनच शिक्षणाचे महत्त्व लक्षात घेऊन त्यांना मार्गदर्शन केले. Braj Raj Mani and Pamela Sardar, The Forgotten Liberator: The Life and Struggle of Savitribai Phule (New Delhi: Mountain Peak, 2008).

५२. हरी नरके, सावित्रीबाई फुले: ज्ञानज्योती सावित्रीबाई फुले, सावित्रीबाई फुले पहिले स्मारक व्याख्यान, २००८ (मुंबई: एनसीईआरटी, २००९); ओ'हॅनलॉन, कास्ट, कन्फ्लिक्ट अँड आयडिआलॉजी, पृष्ठ क्र.- ११८.

५३. धनंजय कीर, महात्मा जोतिराव फुले: भारतीय सामाजिक क्रांतीचे जनक (मुंबई: लोकप्रिय प्रकाशन, १९६४, २०१३) p. ४८.

५४. Ibid, पृष्ठ क्र.- ३४.

५५. Ibi, पृष्ठ क्र.- २६–२७.

५६. Ibid, पृष्ठ क्र.- २८–२९.

५७. ओ'हॅलनॉन, कास्ट, कन्फ्लिक्ट अँड आयडिआलॉजी, पृष्ठ क्र.- ११९.

५८. कीर, महात्मा जोतिराव फुले, पृष्ठ क्र- ३९.

५९. Ibid, पृष्ठ क्र.- १३१.

६०. ओ'हॅलनॉन, कास्ट, कन्फ्लिक्ट अँड आयडिआलॉजी, पृष्ठ क्र. ११९-२०.

६१. योगीराज बागूल, डॉ.बाबासाहेब आंबेडकर आणि त्यांचे दलितेतर सहकारी, भाग -१ (मुंबई: ग्रंथाली, दुसरी आवृत्ती, २०१५).

६२. तत्रैव. या पुस्तकाची एक प्रत मला दिल्याबद्दल मी मिलिंद अवसरमोल यांचा आभारी आहे.

६३. कीर, डॉ. आंबेडकर: लाइफ अँड मिशन (बॉम्बे: पॉप्युलर प्रकाशन, [१९५४] तृतीय आवृत्ती, २००५), पृष्ठ क्र.- १९-२०.

६४. रॉसलिंड ओ'हॅनलॉन, कास्ट, कन्फ्लिक्ट अँड आयडिआलॉजी, पृष्ठ-३८-३९.

६५. कीर, महात्मा जोतिराव फुले, पृष्ठ क्र.- २४२, २६८.

६६. Ibid, पृष्ठ क्र.- २४०.

६७. चार्ल्स ए. शेल्डन, 'प्रिन्स अँड आऊटकास्ट अॅट डिनर इन लंडन एन्ड एज-ओल्ड बॅरियर; गायकवार ऑफ बरोडा इज होस्ट टू 'अनटचेबल' अँड नाईट ऑफ हाय हिंदू कास्ट', न्यूयॉर्क टाइम्स, ३० नोव्हेंबर १९३०.

६८. स्कॉट आर. स्ट्रॉड, 'द इनफ्लूएन्स ऑफ जॉन डेवे अँड जेम्स टुफ्ट्स' एथिक्स ऑन आंबेडकरांच्या सामाजिक न्यायासाठीच्या शोधांवरील नीती, प्रदीप आगलावे संपादित, डॉ. आंबेडकर यांची समर्पकता: आज आणि उद्या (नागपूर: नागपूर विद्यापीठ, २०१७), पृष्ठ क्र.- ३३-५४.

६९. जॉन डेवे आणि जे.एच. टफ्ट्स, एथिक्स (न्यूयॉर्क: एच. होल्ट अँड कंपनी, १९०८).

७०. आंबेडकर त्यांना सहन करावे लागलेले भीषण अनुभव सांगतात. असे असह्य अनुभव; ज्यामुळे त्यांना रडू आवरता आलं नव्हतं. कामाच्या ठिकाणी वाट्याला आलेले अपमान तसेच बडोद्यात हिंदू, ख्रिश्चन आणि पारशी लोकांच्या घरी राहण्यासाठी जागा शोधताना आलेल्या अनंत अडचणी. अधिक माहितीसाठी पहा : B.R. Ambedkar 'Waiting for a Visa', in Vasant Moon, ed, Dr. Babasaheb Ambedkar: Writings and Speeches, Vol. 12 (Bombay: Education Department, Government of Maharashtra, 1993), pp. 661–91. Also, in Nanakchand Rattu, ed., Reminiscences and Remembrances of Dr. B.R. Ambedkar (Delhi: Falcon Books, 1995), pp.12–18. असे अनुभव येऊनही आंबेडकर कोलंबिया विद्यापीठातील त्यांचे दीर्घकालीन मित्र आणि वसतिगृहातील सोबती नवल भथेना यांच्याशी सौहार्दपूर्ण संपर्कात

राहिले. आंबेडकर यांनी दोन पारशी विद्यार्थ्यांना शिकवणी दिली आणि १९२५ मध्ये काही काळासाठी 'बाटलीबॉय'ज अकाउंटन्सी ट्रेनिंग इन्स्टिट्यूटमध्ये 'व्यापारी कायदा' हा विषयदेखील शिकवला Cf. Prabodhan Pol, 'Dr. Ambedkaranche Sahakari: Naval Bhathena', Anveekshan, January–March 2018, pp. 28–32, https://www.academia.edu/38833819/Ambedkar.

७१. कीर, डॉ. बाबासाहेब आंबेडकर: लाइफ अँड मिशन, पृष्ठ क्र- ६६.

७२. अस्पृश्यांकरता काम करण्यासाठी आंबेडकर यांनी सामाजिक चळवळ सुरू केली. बऱ्याच विचारविनिमयानंतर २० जुलै १९२४ रोजी 'बहिष्कृत हितकारिणी सभा' स्थापन झाली. तत्रैव, पृष्ठ क्र. ५४-५५. हेही पहा : Ramchandra Kshirsagar, Dalit Movement in India and Its Leaders, 1857–1956 (New Delhi: M.D. Publications, 1994), p. 82.

७३. १९२७ मध्ये आंबेडकरांनी सुरुवात केली.

७४. बागूल, डॉ.बाबासाहेब आंबेडकर आणि त्यांचे दलितेतर सहकारी, भाग - १, पृष्ठ क्र.- १३१

७५. तत्रैव, पृष्ठ क्र. १२७, लेखकाने मराठीतून इंग्लिशमध्ये केलेले भाषांतर.

७६. Ibid, पृष्ठ क्र.- १४२.

७७. Ibid, पृष्ठ क्र.- १४३.

७८. Ibid, पृष्ठ क्र. १२५.

७९. कीर, डॉ. बाबासाहेब आंबेडकर: लाईफ अँड मिशन, पृष्ठ क्र. ९३-९४.

८०. शत्रुघ्न जाधव, श्रीधरपंत टिळक और बाबासाहेब डॉ. आंबेडकर (नवी दिल्ली: सम्यक प्रकाशन, २०१२), पृष्ठ क्र.- ३६.

८१. समता, २९ जून १९२८, लेखकाने मराठीतून इंग्लिशमध्ये केलेले भाषांतर. Jadhav, Shreedharpant Tilak Aur Babasaheb Dr. Ambedkar, p. १०८ मध्ये पुनःप्रकाशित. लेखकाने मराठीतून इंग्लिशमध्ये केलेले भाषांतर

८२. जाधव, श्रीधरपंत टिळक और बाबासाहेब डॉ. आंबेडकर, पृष्ठ क्र.- १०६.

८३. Ibid, पृष्ठ क्र.९१.

८४. बागूल, डॉ.बाबासाहेब आंबेडकर आणि त्यांचे दलितेतर सहकारी, भाग - १, पृष्ठ क्र.- ३८-३९. लेखकाचे भाषांतर.

८५. महाड आंदोलनाच्या वेळी केशवराव जेधे आणि दिनकरराव जवळकर या दोन सत्यशोधक मराठा तरुणांनी आंदोलनास पाठिंबा दर्शवला; तथापि

कोणत्याही ब्राह्मणाने यात सामील होऊ नये, असा त्यांचा आग्रह होता. आंबेडकरांनी 'बहिष्कृत भारत'मधून यावर असहमती व्यक्त केली. 'ब्राह्मणांना सत्याग्रहापासून दूर ठेवण्यास सांगणाऱ्या जेधे-जवळकर यांचा प्रस्ताव मला मान्य नाही. आम्ही ब्राह्मणांच्या विरोधात नाही. आमचा लढा ब्राह्मणवादाविरुद्ध आहे, ब्राह्मणवादाचा स्वीकार करणारे लोक आपले शत्रू आहेत.' Jadhav, Shreedharpant Tilak Aur Dr. Babasaheb Ambedkar, pp. 93–94, लेखकाचं भाषांतर.

८६. Bagul, Dr. Babasaheb Ambedkar Aani Tyanche Dalittetar Sahakari, Bhaag-1, p. 62. लेखकाचं भाषांतर.

८७. बागूल, डॉ. बाबासाहेब आंबेडकर आणि त्यांचे दलितेतर सहकारी, भाग - १, पृष्ठ क्र.- ५१.

८८. चार्ल्स ए. शेल्डन, 'प्रिन्स अँड आऊटकास्ट अॅट डिनर इन लंडन एन्ड एज-ओल्ड बॅरियर; गायकवार ऑफ बरोडा इज होस्ट टू 'अनटचेबल' अँड नाईट ऑफ हाय हिंदू कास्ट', न्यूयॉर्क टाइम्स, ३० नोव्हेंबर १९३०.

८९. लॉंगस्टन ह्यूजेस, द वेज ऑफ व्हाईट फोक्स (न्यूयॉर्क: व्हिंटेज [१९३३] १९९०).

९०. फ्रेडरिक निएत्शे, ऑन द जेनोलॉजी ऑफ मॉरल्स अँड इक्से होमो, ट्रान्स. वॉल्टर कॉफमॅन आणि आर.जे. होलिंगडेल (न्यूयॉर्क: व्हिंटेज, १९८९), पृष्ठ क्र.- ३२

९१. क्रिस्टा डेव्हिस अॅकॅम्पोरा, नीत्शेज ऑन द जेनोलॉजी ऑफ मॉरल्स (लॅनहॅम, एमडी: रोव्हमन आणि लिटलफिल्ड पब्लिशर्स, Inc., २००६), पृष्ठ क्र.- ३४६.

९२. नित्शेच्या पुढील सर्व विधानांसाठी Friedrich Nietzsche, On the Genealogy of Morals and Ecce Homo, trans. Walter Kaufmann and R.J. Hollingdale (New York: Vintage, 1989), pp. 32–33.

९३. B.R. Ambedkar, 'What Path to Salvation', बॉम्बे प्रेसिडेंसी महार परिषदेसमोर केलेले भाषण, ३१ मे १९३६. अनुवाद : वसंत मून - http://www.columbia.edu/itc/mealac/pritchett/00ambedkar/txt_ambedkar_salvation. html, accessed 21 November 2018.

९४. Bagul, Dr. Babasaheb Ambedkar Aani Tyanche Dalittetar Sahakari, Bhaag-1, p. 39. लेखकाचं भाषांतर.

◆

Printed in the USA
CPSIA information can be obtained
at www.ICGtesting.com
LVHW020842040824
787236LV00011B/408

9 789392 482960